ኪዳነ ወልድ ክፍሌ

መጽሐፈ ሰዋስው ወግስ፥ ወመዝገበ ቃላት ሐዲስ

(የሰዋስውን ክፍል ብቻ የያዘ)

በማርቆስ ደስታ ንጉሤ

መጽሐፈ ፡ ሰዋስው ፡ ወግስ ፡ ወመዝገበ ፡ ቃላት ፡ ሐዲስ ፡፡

ንባቡ ፡ በግእዝ ፡ ፍችው ፡ ባማርኛ ፡፡

እምኀበ ፡ መምህር ፡ ዐቢይ ፡ ክፍለ ፡ ጊዮርጊስ ፡ ወእምኀበ ፡
ረድኡ ፡ ንኡስ ፡ ኪዳን ፡ ወልድ ፡ ክፍሌ ፡ ወልደ ፡ አብ ፡ ተክሌ ፡፡

በአርቲስቲክ ፡ ማተሚያ ፡ ቤት ፡
ደስታ ፡ ተከለ ፡ ወልድ ፡ አሳተመው ፡፡
6288

፲፱፻፶፰ ፡ ዓመተ ፡ ምሕረት ፡፡

ISBN 978-99944-77-23-4

አሳታሚና አከፋፋይ
ቃለ አብ መጻሕፍት
0904 577844
0989 996370

ትልቁ ፡ ሊቅ ፡ አለቃ ፡ ኪዳነ ፡ ወልድ ፡ ክፍሌ ፡ ቤተ ፡ ተክለ ፡ ሃይማኖት ፡ በተወለዱ ፡ በ፷ ፡ ዓመት ፡ ባ፲፰፻፸፪ ፡ ዓ ፡ ም ፡ ከኢትዮጵያ ፡ ወጥተው ፡ በኢየሩሳሌም ፡ ሲኖሩ ፡ ባ፲፱፻፲፪ ፡ ዓ ፡ ም ፡ ወዳገራቸው ፡ ተመልሰው ፡ መጡ ። የመጡበትም ፡ ምክንያት ፡ የኢትዮጵያ ፡ መንግሥት ፡ ዐልጋ ፡ ወራሽ ፡ (ቀዳማዊ ፡ ዐፄ ፡ ኀይለ ፡ ሥላሴ) ፡ ትችል ፡ እንደ ፡ ኾነ ፡ መጥተኽ ፡ ሕዝቅኤልን ፡ ተርጒምልኝ ፡ የሚል ፡ ደብዳቤ ፡ ስለ ፡ ጻፉላቸው ፡ ነው ።

ሕዝቅኤልንም ፡ ንባቡን ፡ ከምሉ ፡ ትርጓሜው ፡ ጋራ ፡ አሳትመው ፡ ካስረከቡ ፡ በኋላ ፡ በቅድስት ፡ አገር ፡ የወጠኑትን ፡ ይህን ፡ ብርሃናዊ ፡ መጽሐፍ ፡ እንደገና ፡ በድሬ ፡ ዳዋ ፡ ማዘጋጀት ፡ ዠመሩ ። በሥራ ፡ ውለው ፡ ማታ ፡ ነፋስ ፡ በመቀበል ፡ ጊዜ ፡ አንድ ፡ ሐሳብ ፡ ቢያገኙ ፡ በማስታወሻ ፡ ለመጻፍ ፡ ከውጭ ፡ ወደ ፡ ቤት ፡ ይመለሳሉ ። በምሳ ፡ ወይም ፡ በራት ፡ ጊዜ ፡ አንድ ፡ ትርጓሜ ፡ ቢታሰባቸው ፡ ምግቡን ፡ ትተው ፡ ብድግ ፡ ይላሉ ። ሌሊትም ፡ ተኝተው ፡ ሳሉ ፡ አንድ ፡ ምስጢር ፡ ቢገጥማቸው ፡ ከመኝታቸው ፡ ተነሥተው ፡ መብራት ፡ አብርተው ፡ ይጽፉሉ ።

ያን ፡ ጊዜም ፡ ግርማዊ ፡ ንጉሠ ፡ ነገሥት ፡ ቀዳማዊ ፡ ዐፄ ፡ ኀይለ ፡ ሥላሴ ፡ ያዘዙላቸውን ፡ ቀለብና ፡ ድርጎ ፡ እያደረጁ ፡ በዕለት ፡ መፍቅድ ፡ ይረዷቸው ፡ የነበሩ ፡ የክቡር ፡ ብላታ ፡ አሸኔ ፡ ኪዳነ ፡ ማርያም ፡ ባለቤት ፡ ክብርት ፡ ወይዘሮ ፡ በላይነሽ ፡ ጐበና ፡ ናቸው ።

ከዚህም ፡ ኹሉ ፡ ትጋትና ፡ ድካም ፡ በኋላ ፡ ባ፲፱፻፳፱ ፡ ዓ ፡ ም ፡ የንጉሠ ፡ ነገሥቱን ፡ ተመልሶ ፡ መምጣትና ፡ ከኢትዮጵያ ፡ ዠምሮ ፡ የመላ ፡ አፍሪቃን ፡ ነጻነት ፡ ጥቂት ፡ እንኳ ፡ ሳያፍሩ ፡ ሳይፈሩ ፡ በመናገራቸው ፡ ፋሺስቶች ፡ በጨለማ ፡ ውስጥ ፡ ስላሰሯቸው ፡ ምንም ፡ ዐይናቸው ፡ ቢጠፋ ፡ በ፲፰፻፳፰ ፡ ገጽ ፡ እንደ ፡ ገለጹት ፡ የሀገርና ፡ የስም ፡ ተራ ፡ መሰብሰብና ፡ መተርጐም ፡ ሲያስቡ ፡ ባ፲፱፻፴፮ ፡ ዓ ፡ ም ፡ ሠኔ ፡ ፳፬ ፡ ቀን ፡ ዐርፈው ፤ ደብረ ፡ ሊባኖስ ፡ ተቀበሩ ።

ደስታ ፡ ተክለ ፡ ወልድ ።

ስለ አዲሱ እትም፥ ከአንባቢያን የተሰጡ አስተያየቶች፥ በከፊል...

“ቀደም ብሎ በአለቃ ኪዳነ ወልድ ክፍሌ ተዘጋጅቶ፥ ለዘመናት የዕውቀት ምንጭ ሆኖ ሲያገለግል የኖረው፥ ‘መጽሐፈ ሰዋስው ወግስ ወመዝገበ ቃላት ሐዲስ’ በአ፣ በ፣ ገ፣ ደ... የፊደል ተራ በመዘጋጀቱ የፈለጉትን ቃል በፈለጉት ደቂቃ ለማውጣት ለብዙዎች አስቸጋሪና የማይለመድ ሁኖ ዘመናትን አሳልፏል፤ ይሁን እንጂ ‘ለሁሉም ጊዜ አለው’ እንዲል መጽሐፉ እንሆ ጊዜው ደርሶ ቅን በሆነ የቤተ ክርስቲያን መንፈሳዊ ልጃችን፥ በማርቆስ ደስታ በ ‘ሀ፣ ለ፣ ሐ፣ መ...’ የፊደል ተራ በገጽ ቁጥር ማውጫ በመዘጋጀቱ፥ የፈለጉትን ቃል በቀላል መንገድ አግኝቶ፥ አድካሚ የነበረውን የፍለጋ ጉዞ እጅግ አሳጥሮታል፤ ለመጠቀምም ምቹ መንገድ ቀይሶለታል። በዚህም መልካም ሥራው አምላከ ሊቃውንት በኑሮው ሁሉ እንዲረዳው መልካም ምኞቴን እገልጻለሁ።“

አባ አብርሃም
የባሕር ዳር አገረ ስብከት ሊቀ ጳጳስ

“ጊዜ በዶላር በሚመነዘርበት አገር በምድረ አሜሪካ ላይ፥ እውቀት እንጅ ገንዘብ የማይገኝበትን፥ የሊቁን የአለቃ ኪዳነ ወልድ ክፍሌን፥ “መጽሐፈ ሰዋስው ወግስ፥ ወመዝገበ ቃላት ሐዲስ” አሁን በሀ፣ ለ፣ ሐ፣ መ...፲ የፊደል ተራ የቃላት ማውውጫ፥ የተዘጋጀው፥ አዲሱ እትም፥ ጊዜ ቆጣቢና ዘመኑን የዋጀ ሁኖ አግኝቸዋለሁ። ወንድሜ ማርቆስ ይህን ትዕግስት ጠያቂ ሥራ እንዲጀምር ያነሳሳውና እንዲፈጽም ያደረገው አምላክ ለወገን የሚጠቅም ሌላ ሥራ እንዲሰራ ብርታቱን ያድለው ዘንድ ምኞቴና ጸሎቴ ነው።”

መልአከ አርያም ቀሲስ ብርሃኑ ጎበና
የኖኅተ ምሥራቅ ኪዳነ ምህረት ቤተ ክርስቲያን አስተዳዳሪ
Maryland, USA.

ቀዳማዊ ፡ ሐጼ ፡ ኀይለ ፡ ሥላሴ ፡
ንጉሠ ፡ ነገሥት ፡ ዘኢትዮጵያ ፡
ኢይፈቅድ ፡ ይንግርዎ ፡
ግዕዘ ፡ ለሰብእ ፡ ግእዝ ፧
እስመ ፡ ለሊሁ ፡ የአምሮ ።

ኦርቶዶክሳውያን ፡ ሊቃውንት ፡

መምህር ፡ ክፍለ ፡ ጊዮርጊስ ።

አለቃ ፡ ኪዳነ ፡ ወልድ ፡ ክፍሌ ።

ትንትመ ፡ ዝንቱ ፡ መጽሐፍ ፤ አመ ፳ወ፩ ፡ ዓመት ፡ መንግሥቱ ፡
ለቀዳማዊ ፡ ኀይለ ፡ ሥላሴ ፡ ንጉሠ ፡ ነገሥት ፡ ዘኢትዮጵያ ።

መክፆተ ፡ አርእስት ።

መክሥት ፡ አርእስት ።

መክሥተ ፡ አርእስት ።

መክሥት ፡ አርእስት ።

መክሥተ ፡ አርእስት ።

ምእማር ፡ ወምስትእማር ።

ማመልከቻና ፡ ማስታወቂያ ።

ናቀድም ፡ ወንኤምር ፡ ከመ ፡ ዝንቱ ፡ መጽሐፍ ፡ መዝገበ ፡ ቃል ፡ ወመጽሔተ ፡ ፊደል ፥ ግቡር ፡ ሐዲስ ፡ ወጽሑፍ ፡ ሥልሰ ፡ መጠነ ፡ ሰብዐቱ ፡ አዝማን ፤ ወከመ ፡ ለሊሁ ፡ ውፁእ ፡ ወእስትጉቡእ ፡ በኪን ፡ እመጽሐፈ ፡ ጠቢብ ፡ ዲልማን ፡ ወእመጻሕፍት ፡ ካልኣን ፡ እለ ፡ ያረትዑ ፡ ቃለ ፡ ፍኖተ ፡ ግእዝ ፡ ዘበአማን ። እስመ ፡ ርቱዓት ፡ ፍናዊሁ ፡ ለእግዚአ ፡ ልሳን ፡ ግእዝ ፥ ፍናወ ፡ ቃለ ፡ ሕግ ፡ ወትእዛዝ ፤ ጻድቃን ፡ የሐውርዎን ፡ ወኃጥኣን ፡ ይስእንዎን ፡ በከመ ፡ ጽሑፍ ፡ (ሆሴ ፲፬ ፡ ፱) ።

ዲልማንሰ ፡ ሉተራዊ ፡ እምነገደ ፡ ጌርመን ፡ ማእምረ ፡ ልሳናት ፡ ሴማውያን ፡ ወመተርጕመ ፡ ግእዝ ፡ ኀበ ፡ ላቲን ። ጽሩየ ፡ ዐይን ፡ ወበሊኀ ፡ ልሳን ፥ ዘርቱዐ ፡ ይመትር ፡ ቃለ ፡ መጻሕፍት ፡ ወነገረ ፡ ኵሎን ፡ በሓውርት ፤ ወቦ ፡ እለ ፡ ይብሉ ፡ በእንቲአሁ ፡ እምደቂቀ ፡ ያፌት ፡ አርዳኢሁ ፡ በሉብዎ ፡ ወበአንክሮ ፥ ዘከመ ፡ ወረደ ፡ ላዕሌሁ ፡ መንፈስ ፡ ጥበብ ፡ ወአእምሮ ፥ ወአስተራትዖሙ ፡ በተምህሮ ።

ወንሕነኒ ፡ ዓዲ ፡ ኢሰማዕነ ፡ ወኢርኢነ ፡ ግሙራ ፥ ወኢነገሩነ ፡ አበዊነ ፡ በቃለ ፡ ነከራ ፥ ከመ ፡ ቦ ፡ ባዕድ ፡ እምጸዓድው ፡ ማእምረ ፡ ግእዝ ፡ ከማሁ ፥ ኢእምቅድሜሁ ፡ ወኢእምድኅሬሁ ። ዲልማንኬ ፡ ድልወ ፡ ብፅዓን ፡ ወቡራኬ ፡ ምስለ ፡ አበዊነ ፡ በውሳኔ ፥ እስመ ፡ ሎቱ ፡ መጽሐፍ ፡ ዘከመ ፡ ዝኬ ፤ ኅጽዋ ፡ ወመጋቢሃ ፡ ለልሳነ ፡ ግእዝ ፡ ህንደኬ ፥ ንግሥተ ፡ ሳባ ፡ ወኖባ ፡ ወኢትዮጵያ ፤ ወግብሩሂ ፡ ክሡት ፡ ግብረ ፡ ሐዋርያ ፥ ዘያሜንን ፡ ግብጸ ፡ ወእስክንድርያ ። ማእረሩሰ ፡ ለግእዝ ፡ ብዙኅ ፡ ወፍድፋድ ፥ ወገባሩ ፡ ኅዳጥ ፡ ወውኁድ ፤ ሰአልዎ ፡ እንከ ፡ ኦ ፡ አርዳእ ፥ ለበዓለ ፡ ማእረር ፡ እግዚእ ፥ ከመ ፡ ይወስክ ፡ ካዕበ ፡ እምድሩ ፥ ገባረ ፡ ለማእረሩ ።

ከኹን ፡ ቀደም ፡ ንጉሥና ፡ ጳጳስ ፡ ስለ ፡ ሕዝብ ፡ በየወረዳው ፡ ያቆሙት ፡ ታላላቅ ፡ ጉባኤ ፡ ሰፋፊ ፡ የተማሪ ፡ ቤት ፡ ከሌለ ፡ ዘንድ ፥ ካባትና ፡ ከናት ፡ ቤት ፡ ኰብልሎ ፡ አገር ፡ ላገር ፡ ዞሮ ፡ በልመና ፡ እንጀራ ፡ የሚማሩት ፡ ትምርት ፡ እንደ ፡ ቅምሻና ፡ እንደ ፡ ጕርሻ ፡ የማያጠግብ ፡ ስለ ፡ ኾነ ፡ በሸመታና ፡ በቧገታ ፡ በራቻና ፡ በሽት ፡ ይመሰላል ። ከዚህ ፡ ምሳሌም ፡ የተነሣ ፥ ጥፈትና ፡ ትምርት ፡ እየቅል ፡ ኹኖ ፡ ጥፈት ፡ ዐዋቆች ፡ ከሰዋስው ፡ ትምርት ፡ የራቁ ፥ መጽሐፍ ፡ ዐዋቆችም ፡ ጥፈት ፡ የማያውቁ ፡ ስለ ፡ ኾኑ ፥ የትምርቱ ፡ አበጋዝ ፡ ጳጳሱም ፡ አኩቶ ፡ ፈጽሞ ፡ የግእዝን ፡ መልክአ ፡ ፊደል ፡ የማያውቅ ፡ ባዕድ ፡ የውጭ ፡ አገር ፡ ሊቅ ፡ ስለ ፡ ኾነ ፡ በዚህ ፡ ምክንያት ፡ የግእዝ ፡ አዝመራ ፡ የትምርቱ ፡ ሰብል ፡ በመምህራን ፡ ማጭድ ፡ በበሊኅ ፡ አእምሮ ፥ ተለቅሞ ፡ ታጭዶ ፡ ነዶው ፡ ታስሮ ፥ ተሰብስበና ፡ ተከምሮ ፥ በታላቁና ፡ በሰፊው ፡ በትምርት ፡ ዐውድማ ፡ ተጥሎ ፥ ምርቱና ፡ ግርዱ ፡ ተንጣሎ ፥ ገና ፡ አልታፈሠም ፤ አልተዛቀም ፤ ስፍሩና ፡ ቍጥሩ ፡ ውጤቱ ፡ አልታወቀም ፤ አዝመራው ፡ በዝቶ ፡ ሠራተኛው ፡ አንሷል ። ከብዙ ፡

በጥቂቱም ፡ የተሠራ ፡ ቢኖር ፡ ተፈጭቶ ፡ ያልተነፋ ፡ ዱቄት ፡ ተበራይቶ ፡ ያልተመረተ ፡ ምርት ፡ ይመስላል ፤ የግሱና ፡ የፊደሉ ፡ እብቅ ፡ ቂንዱና ፡ ግርዱ ፥ የጥፈቱ ፡ ፍሬና ፡ ገለባ ፡ በትምርት ፡ ነፋስ ፡ አልተለየም ። ይልቁንም ፡ የ፪ቱ ፡ አዐና ፡ የ፫ቱ ፡ ሀሐኀ ፡ ግእዛቸው ፡ ከራብዓቸው ፡ በመልክ ፡ ብቻ ፡ ተለይቶ ፡ በድምፅ ፡ ስላልተለየና ፡ ልዩነቱ ፡ ስላልታወቀ ፥ በግእዙ ፡ በታ ፡ ራብዕ ፡ (ጐሥዓ ፡ ሞዓ (አ) ፡ በልዓ ፡ በዝኃ ፡ በርሃ) ፡ በራብው ፡ ፈንታ ፡ ግእዝ ፡ (ጸሐፊ ፡ ከሀሊ ፡ ወሀቢ) ፡ ተጥፎ ፡ ይገኛል ። የራብዕ ፡ ጠባዩ ፡ አፍ ፡ ማስከፈትና ፡ ቃል ፡ ማገንታት ፥ ዝርዝር ፡ ማሳየት ፡ ነው ፤ ለግእዝ ፡ ግን ፡ ይህ ፡ ኹሉ ፡ የለውም ፤ በ ፡ ባ ፡ ገ ፡ ጋ ፡ ደ ፡ ዳ ፡ በድምጥና ፡ በመልክ ፡ ልዩ ፡ ልዩዎች ፡ እንደ ፡ ኾኑ ፥ አዐና ፡ ሀሐኀም ፡ ከራብዖቻቸው ፡ ከኣዓ ፡ ከሃሓኃ ፡ ልዩዎች ፡ ናቸው ። የራብዖች ፡ ጠባይ ፡ ከግእዞች ፡ ጠባይ ፡ እንደ ፡ መልካቸው ፡ ፍጹም ፡ ልዩ ፡ ሲኾን ፥ የመልክና ፡ የድምጥ ፡ የጠባይ ፡ አንድነት ፡ ወይም ፡ ተወራራሽነት ፡ ሳይኖራቸው ፥ በግእዝ ፡ በታና ፡ በግእዝ ፡ ፈንታ ፡ ራብዕን ፡ መጣፍ ፡ የስሕተት ፡ ስሕተት ፡ ነው ፤ ስሕተትም ፡ የሠለጠነበት ፡ ምክንያት ፡ ጥፈትና ፡ ትምርት ፡ ተባብረው ፡ ባንድ ፡ ሰው ፡ እጅ ፡ ስላልተገኙ ፡ ነው ። ጥፈት ፡ የማያውቁ ፡ መምህራን ፡ የተጣፈውን ፡ ከመተርጐም ፡ በቀር ፡ የጸሐፍትን ፡ ስሕተትና ፡ ግድፈት ፡ ማረምና ፡ ማቅናት ፡ እንዳይችሉ ፥ ሰዋስው ፡ የማያውቅ ፡ ጸሓፊም ፡ መልክአ ፡ ፊደሉን ፡ ሐረጉን ፡ ቅጠሉን ፡ አጣጣሉን ፡ ብቻ ፡ ከማሳመር ፡ በቀር ፡ ንባቡንና ፡ አገባቡን ፡ አጥርቶ ፡ ማወቅ ፡ ፊደሉን ፡ መጠንቀቅ ፡ አይችልም ።

ስሕተት ፡ ፊደል ፡ መለወጥ ፡ ነው ፥ ግድፈት ፡ ግን ፡ ፊደልን ፡ መጣል ፡ ነው ፤ ሚካኤል ፡ ገብርኤል ፡ ያለውን ፡ ሚኤል ፡ ገብርል ፡ እንደ ፡ ማለት ። አፈ ፡ ወርቅም ፡ ትምርትን ፡ ከጥፈት ፡ አስተባብሮ ፡ አለመማር ፡ የጥፈት ፡ ዕንቅፋት ፡ መኾኑን ፡ ሲያጠይቅ ፡ በታስዕ ፡ ድርሳኑ ፥ ስለ ፡ ተማሪና ፡ ስለ ፡ ትምርት ፤ ወበከመ ፡ ዘይመጽእ ፡ ኀበ ፡ ትምህርተ ፡ መጽሐፍ ፡ ይደልዎ ፡ ከመ ፡ ይስማዕ ፡ ቅድመ ፡ ፍካሬ ፡ ሆህያት ፡ ከለ ፡ በኋላ ፥ ስለ ፡ ጥፈትና ፡ ስለ ፡ ጣፊም ፤ ወለጸሓፊኒ ፡ ኢይትከሀሎ ፡ ጠንቅቆተ ፡ ጽሒፍ ፡ ለእመ ፡ ኢያእመረ ፡ ሥርዐተ ፡ ሆህያት ፤ ወባሕቱ ፡ ለእመ ፡ አዝለፈ ፡ አስተሐይጾ ፡ ውስቴታ ፥ ወአብዝኀ ፡ ተመላልሶ ፡ ውስተ ፡ አእምሮ ፡ ፍካሬሃ ፡ ኢይረክቦ ፡ ዕቅፍት ፡ ብኋል ። ጥሩ ፡ መስታዮት ፡ ከሌለ ፡ ፊትን ፡ ባይን ፡ ማየት ፥ እድፉን ፡ ጕድፉን ፡ መከላት ፡ እንዳይቻል ፡ የትምርትና ፡ የጥፈትም ፡ ሥራ ፡ እንዲህ ፡ ነው ፤ ጥሩ ፡ መምህርና ፡ ጥሩ ፡ መጽሐፈ ፡ ግስ ፡ ካልተገኘ ፡ ጥሩነት ፡ የለውም ። መምህርና ፡ መጽሐፍ ፡ የተማሪ ፡ ቤት ፡ እነዚህ ፡ ፫ቱ ፡ በጥሩ ፡ ምንጭና ፡ በፈሳሽ ፡ በወራጅ ፥ ተማሪና ፡ ጣፊም ፡ በውሃ ፡ ቀጅ ፡ ይመሰላሉ ፤ በጥፈትና ፡ ባነጋገር ፡ የፊደል ፡ ጥንቃቄ ፡ ከሌለ ፡ ግን ፡ ምንጮ ፡ ደፈረሰ ፡ ማለት ፡ ነው ። ሀገራችንና ፡ ቋንቋችን ፡ ያረገዙትን ፡ ለመውለድ ፡ ወልዶም ፡ ለማሳደግ ፡ ሐኪምና ፡ ጊዜ ፡ አላገኙም ፤ የተወለደውም ፡ ትምርታችን ፡ ወላጆቹና ፡ ሞግዚቶቹ ፡ ታርደው ፡ ተሰደው ፡ ስላለቁ ፥ እንደ ፡ ሙት ፡ ልጅ ፡ ኹኖ ፡ ከመጫጩትና ፡ ከመመሥጨት ፡ በቀር ፡ እያደገና ፡ እየሰፋ ፡ እየፋፋ ፡ መኼድ ፡ አልቻለም ። የግሱም ፡ አከኼድ ፡ እንደ ፡ ፊደሉ ፡ እንደ ፡ ሀለሐመ ፡ ተፋልሶ ፡ በግጥም ፡ አከኼድ ፡ ስለ ፡ ኾነ ፡ ተራውና ፡ ሥራው ፡ ተበላሽቷል ።

ፊደልን ፡ በሀ ፡ መዠመር ፡ ስሕተት ፡ እንደ ፡ ኾነ፣ግስንም ፡ መነሻውን ፡ ትቶ ፡
በመድረሻው ፡ ፊደል ፡ መሰደር ፡ መደርደር ፡ ፍጹም ፡ ስሕተት ፡ ነው ፤ የቅኔና ፡ የባለ
ቅኔ ፡ እንጂ ፡ የመዝገበ ፡ ቃል ፡ ሕግ ፡ አይዶለም ፤ ሐረግ ፡ በማፉ ፡ ተይዞ ፡ እንዳይሳብ፣
ዘርና ፡ ነባርም ፡ ሥሩና ፡ መነሻው ፡ እያለ ፡ በመድረሻው ፡ ተራ ፡ አይጣፍም ። በዚሁ ፡
ላይ ፡ ደግሞ ፡ የአዐ፣የሀሐኅ፣የሠሰ፣የጸፀ ፡ ግሳቸውና ፡ ነባራቸው ፡ ልዩ ፡ ልዩ ፡ ሲ
ኾን ፡ ዐብረው ፡ በአንድነት ፡ መጣፋቸውና ፡ በአንድነት ፡ መገሰሳቸው ፡ እጅግ ፡ ታላቅ ፡
ግፍ ፡ ነው ፤ ግእዝ ፡ ተምሮ ፡ የውጭ ፡ አገር ፡ ቋንቋ ፡ ለጨመረ ፡ ይልቁንም ፡ ዕብራይ
ስጥና ፡ ዐረብ ፡ ለተማረ ፡ በጣም ፡ ያሳዝናል ። ባላንድ ፡ ቋንቋ ፡ እንዳንድ ፡ ዐይና ፡ ሰው ፡
ነው ፤ ባለኹለት ፡ ግን ፡ እንደ ፡ ፪ ፡ ዐይና ፡ ነውና፣በግራና ፡ በቀኝ ፡ አብዝቶና ፡ አጥ
ርቶ ፡ መዝኖ ፡ አስተካክሎ ፡ አስረግጦ ፡ ማየት ፡ ይችላል ። ይኸውም ፡ ሊታወቅ ፡ በሮ
ማውያን ፡ ዘንድ ፡ የከበሩ ፡ ትምርት ፡ ክጥፈት ፡ ያስተባበሩ፣በትምርታቸውም ፡ የተ
ደነቁና ፡ የታወቁ፣በሀገራቸው ፡ ግን ፡ እንደ ፡ ነቢያት ፡ የተናቁ ፡ እንደ ፡ ሐዋርያት ፡
የተጠቁ፣እንደ ፡ ዮሴፍም ፡ ወንድሞቻቸው ፡ ጠልተው ፡ ተመቅኝተው ፡ ለማይረባ ፡
ዋጋ ፡ የሸጧቸው፣ያንከበሩ ፡ ሊቀ ፡ መምህር ፡ ክፍሌ ፡ ወልደ ፡ አባ ፡ ተክሌ ፡ ብዙ ፡
የውጭ ፡ አገር ፡ ባህል፣ቋንና ፡ ፊደል ፡ ስለ ፡ ሰሙና ፡ ስላዩ ፡ ስላነበቡ፣ይልቁንም ፡
ታላቁን ፡ የዲልማንን ፡ ግስ ፡ ስላገኙ፣ሥራን ፡ መንቀፍ ፡ በሥራ ፡ ነው ፡ እንጂ ፡ በቃል ፡
ብቻ ፡ መንቀፍ ፡ አይበቃም ፡ ብለው፣ያን ፡ የቀድሞውን ፡ ግስ ፡ በሥራ ፡ ነቅፈው ፡
ይህን ፡ ሐዲስ ፡ ግስ ፡ አውጥተዋል ። ፫ቱ ፡ ሀሐኅና ፡ ፪ቱ ፡ አዐ ፤ ፪ቱ ፡ ሠሰና ፡ ፪ቱ ፡
ጸፀ ፡ ምንም ፡ እንደ ፡ ቀድሞ ፡ የድምፅ ፡ ልዩነት ፡ ባይኖራቸው ፡ የመልክ ፡ ልዩነት ፡
አላቸውና፣ምስጢራቸውና ፡ ስማቸውም ፡ እንደ ፡ መልካቸው ፡ እየቅል ፡ ነውና ፤
ስንኳን ፡ በጥፈት ፡ በትምርትም ፡ በገሳሰስም ፡ ሊለዩ ፡ ይገባል ፡ ብለው ፡ እየብቻቸው ፡
ለያይተውልናል ። ይህነንም ፡ ግስ ፡ ያወጡት፣ስለ ፡ ሃይማኖት ፡ ተሰደው ፡ ምጽዋዕ ፡
በሚባለው ፡ ደሴት ፡ ካቡን ፡ ዮሴፍ ፡ ቤት ፡ ሳሉ ፡ ነው ።

ግሱንም ፡ ጨርሰው ፡ ከምጽዋዕ ፡ ወደ ፡ ከረን ፡ ማኅበር ፡ ሲልኩ ፡ የጣፉት ፡ መል
እክት ፡ እንሆ ፡ እንዲህ ፡ ይላል ።

የዚህ ፡ ግስ ፡ ሥራው ፡ ገና ፡ አልተጨረሰም ፤ ስምና ፡ ግብር ፡ ግዕዝ ፡ ብሔር ፡
ቀርቶታል ፤ ጊዜ ፡ ቢገኝ ፡ ኋላ ፡ ሲታተም ፡ ይጨረሳል ።

ተራም ፡ ቤቱን ፡ ሳይለቅ ፡ አንዳንድ ፡ የፊደል ፡ ተራ ፡ ተዛውሮ ፡ ይገኛል ፤ ኋላ ፡
ይቀናል ። ዐማርኛው ፡ ለሰው ፡ እንዲሰማ ፡ የሀገረ ፡ ሰብ ፡ ዐማርኛ ፡ አለበት ፤ ሥርና ፡
ሥራ ፡ በብዙ ፡ አንድ ፡ ዐማርኛ ፡ ይኾናሉ ፤ ሥራ ፡ ሲበዛ ፡ ሥሮች፣ሥርም ፡ ሲበዛ ፡
ሥሮች ፡ ይባላል ፤ እንዲህ ፡ ያለ ፡ ሲገኝ ፡ ያለመምህር ፡ ለኹሉ ፡ አይሰማም ። ስለዚህ ፡
ሥራ ፡ ብሎ ፡ በብዙ ፡ ሥራዎች ፡ እንደ ፡ ማለት ፡ ያለ ፡ ይጥፏል ፤ ለሰው ፡ እንዲረዳ ፡
ነው ፡ እንጂ ፡ መልካም ፡ ዐማርኛ ፡ አይዶለም ።

ሦስቱ ፡ ሀሐኅ፣ኹለቱ ፡ ሠሰ፣ኹለቱ ፡ አዐ፣ኹለቱ ፡ ጸፀ ፡ እንዳይሳሳቱ ፡ በጣም ፡
መጠንቀቅ ፡ ያስፈልጋል ፤ አለዚያ ፡ ተራ ፡ ይበላሻል ። የፊደልም ፡ ተራ ፡ ሀላዊ ፡

ሳይል ፡ (ጎ) ሀለደ ፡ አይልም ፤ ከላ ፡ ለ ፡ ይቀድማል ፡ ብሎ ፡ ሀለደ ፡ ቢል ፡ ከዊ ፡ ደ ፡ አይቀድምም ፡ ይላሉ ። ኹሉ ፡ እንዲህ ፡ ነው ፤ ቤቱን ፡ ካለቀቀ ፡ ግእዝ ፡ ኃምስ ፡ ቢቀዳደሙ ፡ ግድ ፡ የላቸውም ፤ ፫ኛው ፡ ፊደል ፡ ያለተራው ፡ እንዳይገባባቸው ፡ ይጠብቃሉ ። ፍችውም ፥ አእማሬ ፡ ያወቀ ፥ አእማሬት ፡ የወደደች ፥ እንዲህ ፡ ያለ ፡ ፍች ፡ አለው ፤ ያንዱ ፡ ፍች ፡ ለኹሉ ፡ ይኾናል ። የፊደል ፡ ግድፈት ፡ ተጠንቅቃችኹ ፡ ተመልከቱ ፤ ዕለቱን ፡ ተጨርሶ ፡ ሳይታረም ፡ መጥቶላችኋል ። ሰላመ ፡ እግዚአብሔር ፡ የሀሉ ፡ ምስለ ፡ ኵልክሙ ፤ አሜን ።

ከዚህ ፡ በኋላ ፡ ግን ፡ ለማረምና ፡ ለማሳተም ፡ ዕረፍትና ፡ ጊዜ ፡ አላገኙም ፤ ተከረን ፡ ወደ ፡ ሮማ ፡ ከሮማ ፡ ወደየሩሳሌም ፡ ሲሉ ፡ ብዙ ፡ ጊዜ ፡ ዐለፈ ፤ ይልቁንም ፡ የፊደሉን ፡ ተራ ፡ እንደ ፡ ገና ፡ ለማፍረስ ፡ ለመናድ ፥ በዚያው ፡ በጥንቱ ፡ ሕግ ፡ በአሌፋት ፡ መንገድ ፡ በአበገደ ፡ ለማስኬድ ፡ ፍጹም ፡ ሐሳብ ፡ ነበራቸውና ፤ በዚህ ፡ ምክንያት ፡ ሳይታተም ፡ ቈየ ። ኋላም ፡ በጊዜ ፡ ሞት ፡ ፲ ፡ ዓመት ፡ ምሉ ፡ ከርሳቸው ፡ ጋራ ፡ ለነበረው ፡ ለሀገራቸው ፡ ልጅ ፡ ለተማሪያቸው ፡ እንዲህ ፡ ብለውታል ፤ ልጄ ፡ ሆይ ፡ ይህነን ፡ ግስ ፡ ማሳተም ፡ ብትፈልግ ፡ እንደ ፡ ገና ፡ ጥቂት ፡ ዕብራይስጥ ፡ ተምረኽ ፡ ማፍረስና ፡ ማደስ ፡ አለብኽ ፤ በመዠመሪያው ፡ አበገደን ፡ ጥፈኽ ፡ የፊደሉን ፡ ተራ ፡ በዚያው ፡ አስኪደው ። አንባቦችም ፡ እንዳይቸገሩ ፡ ከፊደል ፡ ቀጥለኽ ፡ ዐዌር ፡ ሰዋስው ፡ አግባበት ፤ የጐደለውና ፡ የጠበበው ፡ ኹሉ ፡ መልቶ ፡ ሰፍቶ ፡ ሊጣፍ ፡ ፈቃዴ ፡ ነው ፤ ከሌላው ፡ ንግድ ፡ ይልቅ ፡ ይህን ፡ ፩ ፡ መክሊት ፡ ለማብዛትና ፡ ለማበርከት ፡ ትጋ ፤ ዘር ፡ ኹን ፥ ዘር ፡ ያድርግኽ ፤ ካላጣው ፡ ዕድሜ ፡ አይንፈግኽ ፤ ለሀገርኽ ፡ ያብቃኽ ፡ ብለው ፡ ተሰናበቱት ።

ከዚህም ፡ በኋላ ፡ ሩብ ፡ ሰዓት ፡ ያኽል ፡ ቈይተው ፡ እግዚኦ ፡ ተመጠዋ ፡ ለነፍስየ ፡ ብለው ፡ ከሥጋ ፡ ርስት ፡ ከዚህ ፡ ዓለም ፡ ሕይወት ፡ ተለዩ ። ገና ፡ አስቀድመው ፡ በግንቦት ፥ ዘንድሮ ፡ ነሐሴን ፡ ብጨርስ ፡ ጳጕሜን ፡ አላልፋትም ፡ እንዳሉ ፡ በ፲፱፻ ፡ ዓ ፡ ም ፡ በጳጕሜ ፡ በ፫ ፡ የሩፋኤል ፡ ለት ፡ ዐርፈው ፡ በደብረ ፡ ጽዮን ፡ ተቀበሩ ። ዕድሜያቸውም ፡ ፹፫ ፡ ዓመት ፡ ከ፬ ፡ ወር ፡ ከ፳ ፡ ቀን ፡ ነው ። እስከዚህ ፡ ማስታወቂያ ፡ ነው ።

የታሪክ፡ መግቢያ።

ፊት፡ በር፤ ወይም፡ ጥንተ፡ ነገር።

በስመ፡ እግዚአብሔር፡ ሕያው፡ መሓሪ፡ ወመስተሣህል፥ዋሕደ፡ መለኮት፡
ወኀይል፡ ወሥሉስ፡ አካል። ወሥላሴሁኒ፡ ፍጽምት፡ በፍና፡ አካላት፡ ወበአስማት፤
ሥላሴ፡ ዕሪት፡ እንበለ፡ ፍልጠት፤ እንተ፡ ኢትትኌለቍ፡ በመለኮት። ፈጣሬ፤ ኵሉ፡
ፍጥረት፥ወጸጋዌ፡ ኵሎን፡ ሀብታት፤ ፈጣሪ፡ በኢጻምዎ፥ወጸጋዊ፡ በኢደንጽዎ፤
ፈጢርሰ፡ ወጸግዎ፡ አምጽአት፡ ኵሉ፡ በቃሉ፡ እምኢህልዎ፡ ኀበ፡ ህልዎ፤ ንዌጥን፡

(ዘይክል፡ ኵሎ፡ ወአልቦ፡ ዘይስእኖ)።

ጽሒፈ፡ በለብዎ፥ወነጊረ፡ በአሰርግዎ፥አርእስተ፡ ዝንቱ፡ መዝገብ፡ ምሉአ፡ ጥበብ።
ከመ፡ ናስምዕ፡ ሰብአ፡ በቃል፡ ሐዋዝ፡ ወበነገር፡ ምዑዝ፡ ጥንተ፡ ነገሩ፡ ለግእዝ፥
ዘከመ፡ እፎ፡ ልደቱ፡ ወዘከመ፡ እፎ፡ ርደቱ፡ እምአይ፡ ነገድ፡ ወእምአይ፡ ትውልድ፤
እስከ፡ አመ፡ ዐርገ፡ እምኀቤነ፡ ብሉየ፡ መዋዕል፡ ብልየቱ፥እንዘ፡ ከመ፡ ንስር፡ ይት
ሔደስ፡ ውርዙቱ። ወከመ፡ ተዐለዋ፡ ዓዲ፡ ኀቤሁ፡ መጻሕፍት፡ አምላካውያት፡ ወአ
ዋልዲሆን፥እምአይ፡ ክናፍር፡ ወእምአይ፡ ልሳን፥በአይ፡ መዋዕል፡ ወበአይ፡ አዝ

ማን ፤ እስመ ፡ ዛቲ ፡ ጥበብ ፡ ጥበበ ፡ መጽሐፍ ፥ ተረስዐት ፡ እምኵሉ ፡ ሰብእ ፥ ወተኀብ
አት ፡ እምአዕዋፍ ፤ አዕዋፍሰ ፡ ካህናት ፡ ወሊቃነ ፡ ካህናት ።

ወጽሒፍትነሂ ፡ አኮ ፡ በአንኆ ፡ በቃለ ፡ ዝንጋዔ ፤ አላ ፡ በአኅጽሮ ፡ ወበጥእጣኤ ።
ሎቱ ፡ ስብሐት ፡ እስከ ፡ ለዓለም ፤ ወእስከ ፡ ዳግም ፡ ጉባኤ ፥ ዘበቱ ፡ ይትከፈል ፡ ማኅ
በረ ፡ ምእመናን ፡ ለክልኤ ፤ በመልክአ ፡ ቍርባን ፡ ጽዋዔ ።

ሙብአ ፡ ታሪክ ፡ ወዜና ፡ ውስተ ፡ ቤተ ፡ ግእዝ ፡ ቅድምና ፤ እምኦሪተ ፡ ሙሴ ፡
ወእምአብረክሲስ ፥ ጥንተ ፡ ብሉይ ፡ ወጥንተ ፡ ሐዲስ ፡ (ዘፍ፲፩ ፡ ፩-፱ ። ግብ፪ ፡
፩-፲፫) ። ያለም ፡ ቋንቋ ፡ ኹሉ ፡ በየነገዱ ፡ ስም ፡ ሲጠራ ፥ ግእዝ ፡ ብቻ ፡ በማንም ፡
ነገድ ፡ ስም ፡ አልተጠራም ፤ በራሱ ፡ በገንዘቡ ፡ እንጂ ። ግእዝ ፡ ማለት ፡ ፩ ፡ ፩ኛ ፡
መዠመሪያ ፡ ማለት ፡ ስለ ፡ ኾነ ፥ የብሉይ ፡ መምህራን ፡ ይልቁንም ፡ የጀርመን ፡ ሊቃ
ውንት ፤ ወኮነ ፡ ኵሉ ፡ ምድር ፡ አሐተ ፡ ከንፈረ ፡ ወአሐደ ፡ ነገረ ፡ ያለውን ፡ ይዘው ፡
ተመርኵዘው ፥ ግእዝ ፡ የአዳም ፡ ቋንቋ ፡ ነው ፡ ይላሉ ። ይህችንም ፡ ባህል ፡ ያነቃትና ፡
ያፈለቃት ፥ ከብሉይ ፡ መምህራን ፡ ያጣበቃት ፡ ሲዲ ፡ ጳውሎስ ፡ ነው ፡ ይባላል ፤ መፀ
ልም ፡ ዮሐንስ ፡ የሚሉም ፡ አሉ ፤ ፪ቱም ፡ ጀርመኖች ፡ ናቸው ። ዳግመኛም ፡ የሐዲስ ፡
መምህራን ፥ እሊህም ፡ ፪ቱ ፡ የውጭ ፡ አገር ፡ ሰዎች ፡ ሳይቀሩ ፥ ወአኀዙ ፡ ይንብቡ ፡
በልሳናት ፡ ካልኣት ፡ ያለውን ፥ ኢትዮጵያ ፡ ታበጽሕ ፡ እደዊሃ ፡ ኀበ ፡ እግዚአብሔር ፡
ካለው ፡ አያይዘው ፥ ልሳናት ፡ ካልኣት ፡ ከተባሉት ፡ ፩ኛው ፡ ግእዝ ፡ ነውና ፥ ከኢትዮ
ጵያም ፡ ለፋሲካ ፡ በዓል ፡ የኼዱት ፡ ፈላሾችና ፡ አይሁድ ፡ የጰራቅሊጦስ ፡ ለት ፡ የጴጥሮ
ስን ፡ ስብከት ፡ (፲፬-፴፩) ፡ በግእዝ ፡ ቋንቋቸው ፡ ስለ ፡ ሰሙ ፡ አምነው ፡ ተጠምቀው ፡
ከ፫ቱ ፡ ሺሕ ፡ አርድእት ፡ ተቈጥረዋል ። «አሰማማቸውም ፡ እንዲህ ፡ ነው ፤ ቅዱስ ፡
ጴጥሮስ ፡ በራሱ ፡ ቋንቋ ፡ በዕብራይስጥ ፡ እየጮኸ ፡ ሲሰብክ ፥ መንፈስ ፡ ቅዱስ ፡ ለያን
ዳንዱ ፡ ኹሉ ፡ በያገሩ ፡ ፊደል ፡ በቋንቋ ፡ በቋንቋው ፡ ያሰማል ፤ ለመዶ ፡ ኻያው ፡ ቤተ ፡
ሰብ ፡ ግን ፡ ይልቁንም ፡ ለሐዋርያት ፥ ያለምን ፡ ኹሉ ፡ ፊደልና ፡ ቋንቋ ፡ ከመ ፡ ቅጽ
በት ፡ ገልጦላቸዋል» ። ከነዚሁ ፡ ደግሞ ፡ እስከ ፡ እስጢፋኖስ ፡ ሞት ፡ የቈዩና ፡ ወዲያው ፡
በቶሎ ፡ የመጡ ፡ አሉ ፤ በፊትም ፡ በኋላም ፡ የመጡት ፡ ከምሴተ ፡ ኀሙስ ፡ እስከ ፡ ጰራ
ቅሊጦስ ፡ ባይናቸው ፡ ያዩትን ፡ ከሐዋርያትም ፡ የሰሙትን ፡ የክርስቶስን ፡ ሥራና ፡ መ
ከራ ፡ መሲሕነቱን ፡ ተረድተው ፥ እንደ ፡ ኖባ ፡ ንግሥት ፡ ጃን ፡ ደረባ ፡ እየዞሩ ፡ በያህ
ጉሩ ፡ ሰብከዋል ፥ ርሱ ፡ ለሱዳኖች ፡ እንደ ፡ ሰበከ ። መጥምቁ ፡ ዮሐንስ ፡ ለጌታችን ፡
ስብከት ፡ መሪ ፡ ፊታውራሪ ፡ ዐዋጅ ፡ ነጋሪ ፡ እንደ ፡ ኾነ ፡ መጠን ፥ በጴጥሮስም ፡ ስብ
ከት ፡ ያመኑት ፡ ፈላሾችና ፡ አይሁድ ፥ ለሐዋርያት ፡ መንገድና ፡ አካኼድ ፡ መሪዎችና ፡
ፊታውራሮች ፡ ዐዋጅ ፡ ነጋሮች ፡ ኹነዋል ፡ ብለው ፥ አምልተው ፡ አስፍተው ፥ ሥር ፡
መሠረት ፡ ሰጥተው ፡ ቀዋሚ ፡ አፈታት ፡ ይፈቱታል ። ሐተታውንም ፥ ኢትዮጵያ ፡ እን
ዲህ ፡ አስቀድማ ፡ በልጆቿ ፡ ሐዋርያነት ፡ የወንጌልን ፡ እስኩታ ፡ ገፈታ ፡ ተቀብላ ፡
ቀምሳ ፥ ሕገ ፡ ኦሪትንም ፡ ሳትረሳ ፥ ኹለቱንም ፡ እያጣጣመች ፥ በክርስቶስና ፡ በሐዋር
ያት ፡ ደም ፡ የበቀለው ፡ ትምርት ፡ በሰማዕታት ፡ ደም ፡ ዘርዝሮ ፡ ሠለስቱ ፡ ምእትን ፡

እስኪያፈራ፡ድረስ፡፫፻፡ዓመት፡ከቈየች፡በኋላ፥ስለ፡ጥምቀትና፡ስለ፡ቍርባን፡ርቧው፡ራሷ፡ወዳ፡ለምዳ፡እጅ፡መንሻዋን፡ሰዳ፡ጳጳስ፡ላኩልኝ፡አለች፡እንጂ፤ ከቅዱስ፡ማርቆስ፡፳ኛ፡ካትናቴዎስ፡በፊት፥ዐስቦና፡ሹሞ፡የላከላት፥ወይም፡ተከራክሮ፡ያሳመናት፡ባዕድ፡የውጭ፡አገር፡ሰው፡የለም። በብሉይም፡ኸነ፡በሐዲስ፡እጂና፡ልቧ፡ከነቢያት፡ከሐዋርያት፡ደም፥ከጻድቃን፡በቀል፡ከሰማዕታት፡ቂም፡ንጹሕ፡ነው፡ብለው፥እንዲህ፡ያትታሉ። እስከዚህ፡የታሪክ፡መግቢያ፡ነው።

ታሪክና፡መቅድም፡
የሰዋስውና፡የግስ፡ወንድም።

ይህም፡ታሪክ፡በ፫፡አርእስት፡ይከፈላል፡
፩ኛው፡ክፍል፤ ስለ፡ነገድና፡ስለ፡ቋንቋ፡ስለ፡ሀገርም፡ስም፡መፋለስ።
፪ኛው፡ክፍል፤ ስለ፡ብሉይና፡ስለ፡ሐዲስ፡ወደ፡ግእዝ፡ቋንቋ፡መመለስ።
፫ኛው፡ክፍል፤ ስለ፡ፊደል፡ተረክበና፡ጥንት፡ስለ፡ትምርቷም፡ሰማያዊነት።
፬ኛው፡ክፍል፤ መቅድም፡ነው።

፩ኛ፡ክፍል።

ስለ፡ነገድና፡ስለ፡ቋንቋ፡ስለ፡ሀገርም፡ስም፡መፋለስ።

ከማየ፡አይኅ፡በኋላ፡ሳባንና፡አቢስን፡የወረሱ፥በሳባ፡በአቢስ፡የነገሡ፡የሳብ፡የአቢስ፡ባላባቶችና፡መደበኞች፡ነገደ፡ካም፡ናቸው። ካም፡ኵሽን፥ኵሽ፡ሳባንና፡አቢስን፡ይወልዳል፤ ከነዚህም፡ሌላ፡፳፪፡ነገድ፡ወልዷል። ከ፳፪ቱ፡ነገድ፡ሸበእና፡ድዳን፡የሚባሉት፡እነዚህ፡፪ቱ፡ነገድ፡እንደ፡ምናሴና፡እንደ፡ኤፍሬም፡የልጅ፡ልጆች፡ናቸው፡(ዘፍ፲፡፯)። አቢስ፡የበኵሩ፡የሳባ፡ሳብዓይ፡የናምሩድ፡ተከታይ፡፯ኛ፡ልጅ፡ነው፤ ከሳባ፡እስከ፡ናምሩድ፡፯ቱ፡ሸበእና፡ድዳን፡ሳይቀሩ፡፳ቱ፡ነገድ፡በኦሪትና፡በዜና፡መዋዕል፡ተጥፈዋል፤ የቀሩት፡ኻያው፡ግን፡በታሪክ፡እንጂ፡በቅዱስ፡መጽሐፍ፡ውስጥ፡አይገኙም። አንዳንዱ፡ታሪክ፡በአቢስ፡ፈንታ፡ከለው፥በከለው፡ፈንታ፡አቢስ፡ይላል፤ ከለው፡የአቢስ፡፪ኛ፡ስም፡ነው፤ ኢትዮጲስ፡የኵሽ፡፪ኛ፡ስም፡እንደ፡ኸነ።

የወንድሞቻቸው፡የበለው፡የኖባ፡የሐዊላ፡ምድር፡በየስማቸው፡እንደ፡ተጠራ፥የሳባና፡የአቢስም፡ክፍል፡በየስማቸው፡ተጠርቷል። ሳባ፡የትግሮች፥አቢስ፡ያማሮች፡አገር፡ነው። ከባቢሎንም፡ግንብ፡በኋላ፡አንድ፡የነበረው፡ፊደልና፡ቋንቋ፡ሲለያይ፥ቋንቋቸውም፡እንደ፡ሀገራቸው፡በየስማቸው፡ተሰይሟል። ከሳባም፡ቋንቋ፡በኋላ፡ሳባን፡የመሰለ፡በየዘመኑ፡የታከለ፡ብዙ፡ልዩ፡ልዩ፡ዐይነት፡ፊደልና፡ቋንቋ፡እንዳላቸው፡ታውቋል፤ ይኸውም፡በየዋሻውና፡በየደንጊያው፡በየሐውልቱ፡ላይ፡ተጥፎ፡ይገኛል።

ግእዝ ፡ ግን ፡ በ፫ ፡ ሺሕ ፡ ከ፭፻ ፡ ዓመተ ፡ ዓለም ፡ ፭ኛው ፡ መቶ ፡ ሳይፈጸም ፡ በያዕቆብ ፡ ዘመን ፡ ከእስያ ፡ ክፍል ፡ ከየመን ፡ ፈልሰው ፡ እንዳንበጣ ፡ በዝተው ፡ ምድር ፡ አላብሰው ፥ አተርትረው ፡ በባብ ፡ እልመንደብ ፡ ተሻግረው ፡ ሳባንና ፡ አቢስን ፡ ለመውረስ ፥ እንደ ፡ ያዕቆብ ፡ ወዳፍሪቃ ፡ ክፍል ፡ ወደ ፡ ምድረ ፡ ካም ፡ የገቡ ፡ የነገደ ፡ ሴም ፡ ቋንቋ ፡ ነው ።

ባብ ፡ እልመንደብ ፡ ማለት ፡ የመከራና ፡ የጭንቅ ፡ በር ፥ ወይም ፡ የታረደ ፡ የተቈረጠ ፡ ምድር ፡ ማለት ፡ ነው ። በኤርትራና ፡ በህንድ ፡ ውቅያኖስ ፡ ጫፍ ፡ በ፪ቱ ፡ ባሕሮች ፡ መከከል ፡ ወሰን ፡ ደንበር ፡ ኹኖ ፡ የቆመ ፥ እስያና ፡ አፍሪቃ ፡ የብስ ፡ ለየብስ ፡ ገጥመው ፡ ተያይዘው ፡ የነበሩበት ፥ ከእስያ ፡ ወዳፍሪቃ ፡ ከአፍሪቃ ፡ ወደ ፡ እስያ ፡ የሚያሳልፍ ፡ ጠባብ ፡ መተላለፊያ ፡ በር ፡ ነበረ ። ኋላ ፡ ግን ፡ እስክንድር ፡ መቄዶናዊ ፡ በስዩስና ፡ በሳይድ ፡ መከከል ፡ እንደ ፡ ነበረው ፡ በር ፥ የብሱን ፡ ቈርጦ ፡ መሬቱን ፡ ቈፍሮ ፡ ኹለቱን ፡ ባሕሮች ፡ ገጥሞና ፡ አገናኝቶ ፡ እስያና ፡ አፍሪቃን ፡ በባሕር ፡ ስለ ፡ ለያያቸው ፥ ከዚያ ፡ ወዲህ ፡ የብስነቱ ፡ ቀርቶ ፡ ባሕር ፡ ኹኗል ።

የመጡበትንም ፡ ምክንያት ፡ ትግሬው ፡ አቶ ፡ ፍሥሓዬ ፡ በታሪኩ ፡ ውስጥ ፡ እንዲህ ፡ ይላል ። ክርሕቀቱ ፡ ብዛት ፡ የተነሣ ፡ ይህን ፡ ጊዜ ፡ በማይባል ፡ ዘመን ፡ በሳሊማና ፡ በቦሬ ፡ በረሓ ፡ ቍጥር ፡ የሌለው ፡ ሕዝብ ፡ ወደ ፡ ኢትዮጵያ ፡ ገባ ። ክፍላቸውና ፡ ነገዳቸው ፡ በሺሑ ፡ ቋንቋ ፡ ፩ ፡ ዔዳ ፤ ፪ ፡ ጊም ፡ ዔዳ ፤ ፫ ፡ አሰላ ፡ ዔዳ ፤ ፬ ፡ ኰልስ ፡ ዔዳ ፡ ይባላል ፡ «ዔዳ ፡ በዕብራይስጥ ፥ ማኅበረ ፡ ሕዝብ ፥ ጉባኤ ፡ ሕዝብ ፥ የታከበ ፡ የተሰበሰበ ፡ ብዙ ፡ ሰው ፡ ማለት ፡ ነው ፤ ሲያበዛ ፡ ዓዳት ፡ ይላል» ። ፭ኛዎች ፡ ሐመደ ፤ ፮ኛዎች ፡ ደብዓ ፡ ይባላሉ ፤ ሐመድ ፡ ማለት ፡ ዐፈር ፡ መሬት ፡ ማለት ፡ ነውና ፡ ብዛታቸውን ፡ ያስታውቃል ። በኋላ ፡ የመጡ ፡ እነዚህ ፡ ኹለቱ ፡ ሐመደና ፡ ደብዓ ፡ ትግሪኛ ፡ ይናገሩ ፡ ነበር ፤ በደብዓ ፡ ዘመን ፡ ከጦርነት ፡ ላይ ፡ ፯ ፡ ዓመት ፡ ምሉ ፡ ዝናም ፡ ሳይዘንም ፡ ድርቅ ፡ ኹኖ ፡ ነበር ፡ ይባላል ። በዚያ ፡ ዘመን ፡ ቶባስ ፡ የሚባል ፡ ኀያል ፡ ንጉሥ ፡ የዐረብን ፡ አገር ፡ ጠቅልሎ ፡ ይገዛ ፡ ነበረና ፥ ኢትዮጵያንም ፡ አጥቅቷታል ፤ ከዚህ ፡ የተነሣ ፡ ሰዎች ፡ ኹሉ ፡ ወርቃቸውን ፡ እየቀበሩ ፡ በያህጉሩ ፡ ተሰደዱ ፤ ኢትዮጵያም ፡ ሰው ፡ ስላነሳት ፡ ውድማ ፡ ኹና ፡ ነበር ፡ ይላሉ ። በደብዓ ፡ ዘመን ፡ የኾነው ፡ መከራና ፡ መቅሠፍት ፡ ዘመኑ ፡ አይታወቅም ፤ እንዳልጠይቅም ፡ ለጥያቄው ፡ ምላሽ ፡ የሚሰጥ ፡ ታሪክ ፡ ዐዋቂ ፡ ሰው ፡ ባገር ፡ ታጣ ፡ ብሎ ፡ ይተርካል ።

የሮማውያን ፡ ታሪክ ፡ ግን ፡ ስደታቸውን ፡ ከእስራኤል ፡ ስደት ፡ አነጻጽሮ ፥ ነገደ ፡ ሴም ፡ ወዳፍሪቃ ፡ ክፍል ፡ መግባታቸው ፥ በኢትዮጵያ ፡ መስፈራቸው ፡ እስራኤል ፡ በግብጽ ፡ሳሉ ፡ ነው ፡ ይላልና ፤ ይህ ፡ ፯ ፡ ዓመት ፡ ዮሴፍ ፡ ለፈርዖን ፡ የተረጐመለት ፡ ፯ቱ ፡ ዓመት ፡ ዘመነ ፡ ረኃብ ፡ እንደ ፡ ኾነ ፡ በግልጥ ፡ ይታወቃል ፡ (ዘፍ፵፩ ፡ ፲፯–፴፪) ።

እሊህንም ፡ ነገደ ፡ ሴም ፡ ያልናቸውን ፡ ሕዝብ ፡ የነጮችና ፡ የዐረቦች ፡ ታሪክ ፡ ሒምያር ፡ ነገደ ፡ ዮቅጣን ፡ ሐበሻት ፡ ይላቸዋል ። ዮቅጣን ፡ የተባለም ፥ ፲፫ ፡ ነገድ ፡ የወለደው ፡ ታናሹ ፡ የዔቦር ፡ ልጅ ፡ የፋሌግ ፡ ወንድም ፡ ነው ፡ (ዘፍ፲ ፡ ፳፭–፳፱) ።

እስክንድርም ፡ በዠግንነታቸው ፡ ቲግሮች ፡ ብኋቸዋል ፤ ነብሮች ፡ ማለት ፡ ነው ። ሕምያር ፡ ማለት ፥ ቀያዮች ፡ የቀይ ፡ ዳሞች ፡ ደበብ ፡ ያሉ ፥ ጡብና ፡ ሸክላ ፡ የሚመሰስሉ ፥ ማእከላዊ ፡ ሕብር ፡ ያላቸው ፡ ማለት ፡ ነው ፤ አዳሎችም ፡ ቀይ ፡ ሰው ፡ ሲሉ ፡ አሳሒመራ ፡ የሚሉት ፡ ከዚህ ፡ የወጣ ፡ ስም ፡ ይመስላል ። ሐበሻት ፡ ደግሞ ፡ የ፮ቱ ፡ ዔዳ ፡ ጠቅላይ ፡ ስም ፡ ነው ፤ ስምነቱም ፡ ቀዳማዊ ፡ እንጂ ፡ ደኃራዊ ፡ አይዶለም ፤ ገና ፡ ወዳፍሪቃ ፡ ሳይመጡ ፡ በዚያው ፡ በገራቸው ፡ በየመን ፡ ሳሉ ፡ ሐበሻት ፡ ሲባሉ ፡ ኑረዋል ። ትርጓሜውም ፥ ነጻነትና ፡ ልዩነት ፡ አንድነት ፡ ያለው ፡ ሕዝብ ፤ አንድነቱ ፡ እንደ ፡ ችቦና ፡ እንደ ፡ ነዶ ፡ ባንድ ፡ ሕገ ፡ መንግሥት ፡ የታሰረ ፥ ለብቻው ፡ የቆመ ፡ ከነገደ ፡ ካም ፡ የተለየ ፡ ሴማዊ ፡ ማኅበር ፡ ማለት ፡ ነው ።

ዐረቦች ፡ ግን ፡ ቅልቅል ፡ ድብልቅ ፡ ማለት ፡ ነው ፡ ይላሉ ፤ ምክንያቱም ፡ የዮቅጣን ፡ ልጆች ፡ ፲፫ ፡ ነገድ ፡ ሲኾኑ ፡ ወዳፍሪቃ ፡ የመጡትና ፡ ያልመጡት ፡ የልጅ ፡ ልጆቻቸው ፡ ፫ቱ ፡ ነገድ ፡ በንግሥተ ፡ አዜብ ፡ አባቶች ፡ በሸባእ ፡ ሕዝብ ፡ ላይ ፡ ፩ ፡ ታላቅ ፡ መንግሥት ፡ አቁመው ፡ ነገደ ፡ ሴም ፡ ነገደ ፡ ዮቅጣን ፡ ተብለዋል ፡ እንጂ ፤ እንደ ፡ እስራኤል ፡ በየነገዳቸው ፡ ተለይተው ፡ አልተጠሩምና ፥ ስለዚህ ፡ ነው ። እውነተኛው ፡ ታሪክ ፡ ይህ ፡ ከኾነ ፤ አቢስ ፡ አቢሲኒያ ፡ ማለትና ፡ ሐበሽ ፡ ሐበሻ ፡ ማለት ፡ በነገድ ፥ በትውልድ ፥ በፊደል ፥ በዘመን ፡ ልዩ ፡ ልዩዎች ፡ እንደ ፡ ኾኑ ፡ ማስተዋል ፡ ይገባል ።

....

....

ኢትዮጵያም ፡ ማለት ፡ ከኵሽ ፡ ሞት ፡ በኋላ ፡ በ፪ ፡ ሺሕ ፡ ከ፬፻፶ ፡ ዓመት ፡ በበጥሊሞስ ፡ ዘመን ፡ የወጣ ፥ ሐዲስ ፡ እንግዳ ፡ ጽርአዊና ፡ ደኃራዊ ፡ ስም ፡ ነው ። ፸ ፡ ሊቃናት ፡ ብሉያትን ፡ ከዕብራኒ ፡ ወደ ፡ ዮናኒ ፡ ሲመልሱ ፡ ዕብራይስጡ ፡ ኵሽ ፡ የሚለውን ፡ የኵሽን ፡ ስም ፡ ኹሉ ፡ ኢትዮፕስ ፡ ስላሉት ፥ በዚህ ፡ ምክንያት ፡ ከግብጽ ፡ ወዲህ ፡ ያለው ፡ የኵሽ ፡ አገር ፡ ኹሉ ፡ ኢትዮጵያ ፡ ተብሏል ። የግእዝም ፡ ብሉይ ፡ ከጽርእ ፡ ስለ ፡ ተቀዳ ፡ እንደ ፡ ጽርኡ ፡ ኢትዮጵያ ፡ ይላል ፡ እንጂ ፥ እንደ ፡ ዕብራይስጡ ፡ ኵሽ ፡ አይልም ፤ ትርጓሜውም ፡ ጥቍር ፡ ጠቋራ ፡ ማለት ፡ ነው ፡ (ዘፍ፪ ፡ ፲፫ ። ኤር፲፫ ፡ ፳፫) ። ፪ኛም ፡ የሀገር ፡ ስም ፡ ሲኾን ፥ ቈላ ፡ በረሓ ፡ ምድረ ፡ በዳ ፡ ማለት ፡ ስለ ፡ ኾነ ፥ በረሓነት ፡ ላለው ፡ ለእስያም ፡ ክፍል ፡ ለቃዴስ ፡ በርኔና ፡ ለሐቅለ ፡ ሲና ፡ ይነገራል ፡ (መዝ ፸፩ ፡ ፱ ። ፸፫ ፡ ፲፬) ። በ፲፫ኛው ፡ ሴክል ፡ በላስቶች ፡ ዘመን ፡ ነብሪድ ፡ ይሥሐቅ ፡ እልመለክን ፡ ምኒልክ ፡ እያለ ፡ እንደ ፡ ሐሳቡ ፡ ከረብ ፡ ወደ ፡ ግእዝ ፡ የመለሰው ፡ ክብረ ፡ ነገሥት ፡ ግን ፡ ኵሽን ፡ ኵግ ፡ ኵሳ ፡ አክሁናስ ፡ ብሎ ፡ ኢትዮጲስን ፡ የአክሁናስ ፡ ልጅ ፡ ይለዋል ፤ የመላ ፡ የግምት ፡ የነሲብ ፡ አነጋገር ፡ ነው ፤ የነብሪድ ፡ ይሥሐቅ ፡ ጕሽ ፡ ክብረ ፡ ነገሥት ፥ ከጠራውና ፡ ከበሰለው ፡ ከቅዱስ ፡ መጽሐፍ ፡ ይቀድማልን ፥ ወይስ ፡ ይሻላልን ። አሪት ፡ ነቢያትን ፡ ላላዩ ፡ ላልሰሙ ፡ ወይም ፡ አይተው ፡ ሰምተው ፡ ለማያስተውሉ ፡ እውነት ፡ ይመስላቸው ፡ ይኾናል ። ወይመስሎሙ ፡ ወልደ ፡ ዮሴፍ ፡ (ሉቃ ፫ ፡ ፳፫) ። እለሰ ፡ አልበሙ ፡ ትምህርት ፡ ወእለ ፡ ኢለበዉ ፡ ይመይጥዎ ፡ ለቃለ ፡ መጽሐፍ ፡ (፪ጴጥ ፡ ፫ ፡ ፲፮) ።

የአፍሪቃ : ሰዎች : መጥቈራቸው : ኢትዮጵያም : መባላቸው ፥ ያልተማሩ : ሰዎች : እንደሚሉት : የካም : ዘር : በመኾን : አይዶለም ። ወምድረ : ካምሰ : መርቄ : ይእቲ : እንጂ : ይላል : (ኩፋሌ) ። ሔኖክ : ያያቸው : ፲፪ቱ : መሰክወ : ፀሓይ : ከመንፈቀ : ሰማይ : ወዲህ : ወደ : ደቡብና : ወደ : አዜብ : በአፍሪቃ : አንጻር : ስለ : ኾኑ : የአፍሪቃ : ሰዎች : ለፀሓይ : ይቀርባሉና ፥ ፈላስፎችም : ምድርን : በሎሚ : በንቍላል : መስለው : ወገቧ : ክበቧ : አፍሪክ : አመሪክ : ነው : ይላሉና ፤ የአፍሪቆች : ጥቍረት : አየራቸውና : መሬታቸው : ወደ : ላይ : ከፍ : ያለ : የምድር : ደረት : የፀሓይ : ጎረቤት : ስለ : ኾነ : ከሙቀት : ብዛት : ከሐሩር : ከዋዕይ : ከመሬት : ርስን : ከነፋስ : ከፀሓይ : ነው : እንጂ ፤ አባታቸው : ኵሽ : ጥቍር : ኹኖ : እንደ : ቍራ : ጸልሞ ፥ ወይም : እንደ : ከነዓን : ተረግሞ : በመርገም : ምክንያት : አይዶለም : (ማሕ፩ : ፭ : ፮) ። ያልተረገመው : ካም : ተረግሞ : ጥቍረት : በመርገምስ : ቢኾን : ወዲያ : ማዶ : በእስያ : ክፍል : በአፍሪቃ : ድንበር : ያሉት : የካም : ነገድ : የከነዓን : ትውልድ : የሚጽራይም : ልጆች : እነሉድ : የኵሽም : ልጆች : እነናምሩድ : እንደ : ያፌትና : እንደ : ሴም : ዘር : ቀያዮች : ነጫጮች : ብጮች : ባልኾኑም : ነበር ። የራስ : ቅማልና : የልብስ : ቅማል : ካንድ : ሰው : ተገኝተው : ነጭና : ጥቍር : መኾናቸው : በቦታ : ምክንያት : እንጂ : ነው ፤ ፍጥረት : ኹሉ : በፈጣሪው : ትእዛዝ : ያለበትን : ዓለም : የበቀለበትን : መሬት : ርስቱን : መካነ : ፍጥረቱን : ይመስል : ዘንድ : ግድ : እንዳለበት : የታወቀ : የተረዳ : ነው ። እንሆ : ባ፫ቱ : ክፍል : ዓለም : በእስያና : በአፍሪቃ : በኤውሮፓና : ባመሪቃ : በውስትራልያ : ያለው : ሕዝብ ፥ ሰማያዊ : ንጉሥ : ያዘጋጀው : የሕያው : የመንግሥቱ : ዐላማ : እንደ : መኾኑ : ቀይ : ጥቍር : ነጭ : ብጫ : ተብሎ : ባራት : ዐይነት : ስሞች : ይጠራል ። ቀለሙና : ሕብሩ : እንደ : መሬቱና : እንዳየሩ : ልዩ : ልዩ : ዐይነት : ስለ : ኾነ ፥ ቈርበቱና : ገላው : ቀርበ : ሲያዩት : የስንዴ : ሊጥ : የዘጲ : ዕንጨት : ፍልጥ : መዳብና : ንሓስ ፥ ወይም : ወርቀ : ዘቦ : ደማስ : ይመስላል ። ለዚህም : ላራቱ : ዐይነት : ሕብር : ፫ : ፫ : ዕርከን : አለውና ፥ ክፍሉ : እስከ : ፲፪ : ይደርሳል ። በካምና : በሦስቱ : ልጆቹ : ሳይኾን : ባራተኛው : ብቻ : በከነዓን : ላይ : የተነገረው : የኖኅም : ርግማን : አምላካዊ : ትንቢት : ስለ : ኾነ : ከከነዓን : ስም : ይሰማማል ፤ ከነዓን : ማለት : ታዛዥና : ተገዥ : ፈቃደኛ : ትሑት : ማለት : ነውና ። ትርጓሜውም : ነጋዴ : ተብሎ : ለወንድሞቹና : ላጎቶቹ : ቀረጥና : ግብር : መክፈሉን ፥ ነጋዴ : ኹሉ : በርሱ : ስም : ከነዓን : መባሉን ፥ ኋላም : በሴም : ዕፃ : ካቀናው : ርስት : ተነቅሎ : የባሮች : ባሪያ : የእስራኤል : ተገዥ : መኾኑን : ያሳያል : እንጂ ፤ የመልክን : ጥቍረት : አያሳይም : (ዘፍ፱ : ፳፭ ። ሕዝ፲፮ : ፫) ።

በዚህ : ላይ : ደግሞ : የከነዓን : ዘር : ወዳፍሪቃ : ክፍል : አልመጣም ። ካንድ : አባት : ካንድ : እናት : ቀይና : ጥቍር : መወለዱም : ካንድ : ወይን : ዘለላ : ካንድ : ራስ : ማሽላ : ነጭ : ዐይነትና : ጥቍር : ዐይነት : ፍሬ : እንዲገኝ : ይህም : እንደዚያ : ነው ፤ የናት : ሆድ : ዝንጕርጕር : እንዲሉ ። የሴቶች : ጠባይ : እንደ : ኅሥሥት : ጠባይ : ተለዋጭ : ተገልባጭ : ተታላይ : ያየውን : መሳይ : ስለ : ኾነ ፥ የሌላ : ወንድ :

መልክ ፡ በማየትና ፡ በመመልከት ፡ በመውደድና ፡ በመመኘት ፡ ሳሉ ፡ ከባሎቻቸው ፡ የሚቀበሉት ፡ ዘር ፡ ሌላውን ፡ እንጂ ፡ አባቱን ፡ አይመስልም ። ሴትና ፡ መሬት ፡ ዘር ፡ መለወጣቸው ፡ ከጥንት ፡ ከፍጥረት ፡ ከሰብአ ፡ ትካት ፡ ዠምሮ ፡ ነው ፤ ይህነንም ፡ ገበሬና ፡ ወላድ ፡ አለጥርጥር ፡ ያውቁታል ። ሴቶችም ፡ ዐይናቸው ፡ የወደቀበትን ፡ ልባቸው ፡ የጐመዠበትን ፡ በፎቶግራፍ ፡ ፅንስ ፡ እንዲያነሡትና ፡ ያን ፡ አስመስለው ፡ እንዲወልዱ ፥ እንሆ ፡ በላባንና ፡ በያዕቆብ ፡ በጎች ፡ ይታወቃል ፡ (ዘፍ፴ ፡ ፴፯–፵፪) ። ሌላም ፡ የሚያዩትና ፡ የሚወዱት ፡ ባይኖር ፡ ባሎቻቸውን ፡ በፍጹም ፡ ልቡና ፡ ካሎደዱና ፡ የባሎቻቸው ፡ መልክ ፡ በልቡናቸው ፡ ካልተሣለ ፥ በሠም ፡ ላይ ፡ የሚፈስ ፡ ጥሩ ፡ ወርቅ ፡ አፍሳሹን ፡ ትቶ ፡ ሠሙን ፡ እንዲመስል ፥ ልጆችም ፡ አባቶቻቸውን ፡ መምሰል ፡ ትተው ፡ ፈጽመው ፡ እናቶቻቸውን ፡ ይመስላሉ ፤ ወይም ፡ ከባት ፡ ከናታቸው ፡ ጥቂት ፡ ጥቂት ፡ ነሥተው ፡ እንደ ፡ በቅሎ ፡ መካከለኞች ፡ ይኾናሉ ።

ከናምሩድ ፡ አገር ፡ ከባቢሎን ፡ እስከ ፡ ግብጽና ፡ እስከ ፡ የመን ፡ እስከ ፡ ፊንቂ ፡ እስከ ፡ ከነዓን ፡ በእስያ ፡ ውስጥ ፡ ያለው ፡ ዐረብ ፡ ሦስቱ ፡ እጅ ፡ የካም ፡ የኵሽ ፡ ዘር ፡ ነው ፤ ተከፍሎም ፡ ወደ ፡ ህንድ ፡ የተሻገረና ፡ ወደ ፡ ኤውሮፓ ፡ የኼደ ፡ አለ ። ኋላም ፡ በየጊዜው ፡ የሴም ፡ የያፌት ፡ ዘር ፡ ተጨምሮበታል ፤ ሰናክሬምም ፡ በነገሠ ፡ ጊዜ ፡ እንደ ፡ ገና ፡ ደበላልቆታል ፤ በዘመኑ ፡ ኹሉ ፡ እንደ ፡ እስራኤል ፡ ያልነቀለውና ፡ ያልተከለው ፡ ያላፈለሰው ፡ ሕዝብ ፡ የለም ። ዛሬም ፡ በ፭ቱ ፡ ክፍል ፡ ዓለም ፡ ያለው ፡ የሕዝብና ፡ የአሕዛብ ፡ ትውልድ ፡ እንዳረብ ፡ ዘር ፡ ውጥንቅጥ ፡ ኹኗል ። ሕዝብ ፡ ኹሉ ፡ በየሐረጉና ፡ በየጒንዱ ፡ በየቦታውና ፡ በያጸዱ ፥ በየዕፃውና ፡ በየክፍሉ ፡ በየፈንታውና ፡ በየዕድሉ ፡ በየነገዱና ፡ በያባቱ ፡ በየመንግሥቱና ፡ በየርስቱ ፡ ተወስኖ ፡ መኖር ፡ ስላልቻለና ፡ ፍጹም ፡ ዐርነት ፡ ስላገኘ ፥ በየኼደበት ፡ በየደረሰበት ፡ አለጐሣውና ፡ አለሕዝቡ ፡ ከማንም ፡ ሕዝብ ፡ እየተጋባ ፡ ዘሩና ፡ ደሙ ፡ እንዳለሌና ፡ እንደ ፡ ባዝራ ፡ እንደ ፡ ዘይትና ፡ እንደ ፡ ወይራ ፥ እንደ ፡ ጌሾና ፡ እንደ ፡ ብቅል ፡ እንደ ፡ ንፍሮ ፡ እኽል ፡ ተቀላቅሏል ። ይልቁንም ፡ የሮማውያን ፡ ዘር ፡ (ዳን፪ ፡ ፵፫) ። በዘር ፡ በሩካቤ ፡ ያልተዲያቀለ ፡ ያልተቀላቀለ ፥ አንዱ ፡ ካንዱ ፡ ያልተጫጨና ፡ ያልተጋባ ፡ ያልተዋለደ ፡ ያልተራባ ፡ ሕዝብና ፡ ነገድ ፡ አይገኝም ፤ ቋንቋውም ፡ እንደ ፡ ዘሩ ፡ ኹኗል ። ከዚህ ፡ የተነሣ ፡ ምድራዊ ፡ ሰው ፡ ኹሉ ፡ ካምን ፡ ክዶ ፡ የሴም ፡ ዘር ፡ ብቻ ፡ ነኝ ፥ ሴምን ፡ ክዶ ፡ የካም ፡ ዘር ፡ ብቻ ፡ ነኝ ፥ ወይም ፡ የያፌት ፡ ብቻ ፡ ነኝ ፡ ቢል ፥ በበዛው ፡ በጸናው ፡ ከሦስት ፡ አንዱን ፡ ብቻ ፡ ሚሶውን ፡ መናገር ፡ ነው ፡ እንጂ ፤ ነገሩ ፡ ጥሩ ፡ እውነት ፡ አይኾንም ። በለብዙ ፡ አባትስ ፡ ይቅርና ፡ ያላንድ ፡ አባት ፡ ያላንድ ፡ ምክንያት ፡ ከሴት ፡ ብቻ ፡ የተወለደው ፥ የናቱ ፡ ትውልድ ፡ ከሴም ፡ ከአብርሃም ፡ እስከ ፡ ኢያቄም ፡ እየተንኳለለ ፡ የወረደው ፡ እንደ ፡ ሰውነቱ ፡ ወልደ ፡ ዳዊት ፡ ወልደ ፡ አብርሃም ፡ የተባለው ፡ ጌታችን ፡ መድኀኒታችን ፡ ኢየሱስ ፡ ናዝራዊ ፡ ቢኾን ፡ የሴም ፡ ዘር ፡ ብቻ ፡ ነው ፡ አይባልም ፥ ከካምም ፡ ተወልዷልና ፤ ከያፌትም ፡ ይኖረው ፡ ይኾናል ፤ እንደ ፡ ካም ፡ ባይጣፍ ፡ ነው ፡ እንጂ ፡ (ማቴ ፩ ፡ ፫ ፡ ፭ ፡ ፮) ።

እንደዚህም ፡ ኹሉ ፡ በኋላ ፡ የመጡት ፡ ነገደ ፡ ሴም ፡ ከባላባቶቹ ፡ ከነገደ ፡ ካም ፡ ተዋልደው÷በጥበብ ፡ በኀይል ፈድፍደው ፡ የኵሽን ፡ ዘር ፡ የሳባንና ፡ የአቢስን ፡ ማኅበር ፡ እያበቁት ፡ እየተበራቱት ፡ ኼደዋል ፤ ኋላ ፡ የመጣ ፡ ዐይን ፡ አወጣ ፡ እንዲሉ ። ነገደ ፡ እስራኤል ፡ በከነዓን÷ነገደ ፡ ይስማኤል ፡ በሚጽራይም ፡ ኋላ ፡ ገብተው ፡ እንደ ፡ ሰፈሩ÷ነገደ ፡ ዮቅጣንም ፡ በኵሽ ፡ ላይ ፡ ሰፍነዋል ። ኋላም ፡ እንዲህ ፡ ጥቂት ፡ በጥቂት ፡ እያሉ ፡ ነገሥተ ፡ ሳባን ፡ ወግተው ፡ የኵሽን ፡ መንግሥት ፡ ቀምተው ፡ ጭራሽ ፡ በነገሡ ፡ ጊዜ ፡ ግእዝ ፡ ቋንቋቸው ፡ ዐብሮ ፡ ነግሧል ፤ ቋንቋን ፡ የሚያሰፋው ፡ መንግሥት ፡ እንጂ ፡ ነው ። ጥንታዊውም ፡ ያንድነት ፡ ስማቸው ፡ ሐበሻት ፡ መባል ፡ ወደ ፡ አግዓዝያን ፡ ተለውጧል ። አግዓዝያን ፡ ማለት ፡ ራሳቸውን ፡ ለኵሽ ፡ ከመገዛት ፡ ነጻ ፡ ያወጡ÷ነጻነት ፡ ያላቸው ፡ ጌቶች ፡ ባለግዕዛኖች ፡ ማለት ፡ ስለ ፡ ኾነ ፤ ብሔረ ፡ ሳባን ፡ አግዓዚት ፡ አግዓዝያ ፡ ብሔረ ፡ አግዓዚ ፡ አሰኝተው÷የአቢስንም ፡ ክፍል ፡ ዐምሐራ ፡ አሰኝተዋታል ፤ ነጻ ፡ ሕዝብ÷ጨዋ ፡ የጨዋ ፡ ልጅ ፡ ማለት ፡ ነው ። ፪ኛም ፡ ግዕዝ ፡ አግዐዘ ፡ ብሎ ፡ ተጓዘ ፡ አጓዘ ፡ ይላልና ፤ አግዓዝያን ፡ ማለት÷የሚያጕዙና ፡ የሚጓዙ÷ተሰደው ፡ ተጕዘው ፡ የመጡ÷ስደተኞች ፡ ባለብዙ ፡ ጓዞች ፡ ማለትን ፡ ያሳያል ። ከታናሹ ፡ ነገድ ፡ ከዮቅጣንም ፡ ልጆች ፡ በኋላ ፡ የታላቁ ፡ ነገድ ፡ የፋሌግ ፡ ልጆች ፡ ነገደ ፡ አብርሃም ፡ በየጊዜው ፡ እየተጓዙ ፡ ከነኦሪታቸው ፡ ወደ ፡ ኢትዮጵያ ፡ ገብተዋል ። ከዳዊትና ፡ ከሰሎሞን ፡ በፊት ፡ ከኵሽ ፡ ዠምሮ ፡ የነበረው ፡ ጥንታዊው ፡ የሳባ ፡ መንግሥት ፡ ከነድልነዓድ ፡ ቤት ፡ ወጥቶ ፡ ከኵስም ፡ ወደ ፡ ላስታ ፡ ወደ ፡ ዛጔ ፡ ጾታ ፡ እስኪያልፍ÷ዐማርኛም ፡ በላስቶች ፡ ዘመን ፡ ከብዙ ፡ ዐይነት ፡ ቋንቋ ፡ ተመርጦ ፡ የመንግሥት ፡ ቋንቋ ፡ እስኪኾን ፡ ድረስ÷ሴቱም ፡ ወንዱም ፡ ልጁም ፡ ዐዋቂውም ፡ የሚናገርበት ፡ የኢትዮጵያ ፡ ጥሩ ፡ ቋንቋ÷ግእዝ ፡ ብቻ ፡ እንደ ፡ ነበረ ፡ ዓለም ፡ ኹሉ ፡ ይመሰክራል ። ለብሉይ ፡ ለሐዲስ ፡ መብቃቱና ፡ ጥሩ ፡ ቋንቋነቱም ፡ ከሰላማ ፡ ወዲህ ፡ ነው ፡ እንጂ ፤ ከሰላማ ፡ በፊት ፡ እንዲህ ፡ እንደ ፡ ዛሬው ፡ ካዕብና ፡ ሣልስ÷ራብዕ ፡ ኃምስ÷ሳድስ ፡ ሳብዕ ፡ አልነበረውም ። ከብልየት ፡ ደዌ ፡ መታደሱንና ፡ መፈወሱን÷የፊደሉንና ፡ የግሱን ፡ ዐመል ፡ ኋላ ፡ በመቅድም ፡ እናመጣዋለን ። ፩ኛው ፡ ክፍል ፡ ከብዙ ፡ በጥቂቱ ፡ ከምሉ ፡ በክፍሉ ፡ ይህ ፡ ነው ።

፪ኛ ፡ ክፍል ።

ስለ ፡ ብሉይና ፡ ስለ ፡ ሐዲስ ፡ ወደ ፡ ግእዝ ፡ ቋንቋ ፡ መመለስ ።

ኢትዮጵያ ፡ ኢትዮጲስ ፡ ማለት ፡ በሴም ፡ በካም ፡ ቋንቋ ፡ በግእዝ ፡ በሳባ ፡ ያይዶለ÷በያፌት ፡ ቋንቋ ፡ በዮናን ፡ በጽርእ ፡ ልሳን ፡ ነው ፡ ብለናልና ፤ ብሉያችን ፡ የተቀዳበት ፡ ምንጯ÷ነቁና ፡ ዐዘቅቱ ፡ ሥር ፡ መሠረቱ ፡ ከሰብዓ ፡ ሊቃናት ፡ ትርጓሜ ፡ ከጥንታዊ ፡ ጽርእ ፡ እንደ ፡ ኾነ ፡ ርሱ ፡ ራሱ ፡ ቃሉ ፡ ባለቤቱ ፡ ይመሰክራል ፤ ቍጥር ፡ ከሌላቸው ፡ ከአዋልድ ፡ ወገን ፡ ሌላ ፡ ምስክር ፡ አያሻውም ፤ በውስጡ ፡ ያለው ፡ ጥሬ ፡ ንባብ ፡ የአህጉርና ፡ የሰው ፡ ስም ፡ ኹሉ ፡ የጽርእ ፡ የዮናን ፡ ቃል ፡ ነውና ። የአህጉር ፡ ስም ፡ ኵሽን ፡ ኢትዮጵያ÷ሚጽራይምን ፡ ግብጽ÷ያም ፡ ሱፍን ፡ ባሕር ፡ ቀይሕ ፡ ወይም ፡

ባሕረ ፡ ቈሐት ፡ በማለት ፡ ፈንታ ፡ ባሕረ ፡ ኤርትራ ፡ ማለት ፤ ፍሌሼትን ፡ ኢሎፍሊ ፥ ዐዛን ፡ ጋዛ ፥ ዐሞራን ፡ ገሞራ ፥ ጺርን ፡ ጢሮስ ፡ ማለት ። ልባኖንን ፡ ሊባኖስ ፥ ያፎን ፡ ኢዮጴ ፥ አራምን ፡ ሶርያ ፥ ባቤልን ፡ ባቢሎን ፥ ሔዴቄልን ፡ ጤግሮስ ፥ አራም ፡ ናሃራ ይም ፡ ያለውን ፡ ማእከለ ፡ አፍላግ ፡ በማለት ፡ ፈንታ ፡ መስጴጦምያ ፡ ማለት ፥ ይህን ፡ የመሰለው ፡ ኹሉ ፡ ነው ። የሰው ፡ ስም ፡ ያልነውም ፡ በመጨረሻው ፡ ያስ ፡ ያስ ፡ የሚ ለው ፡ ኹሉ ፡ የጽርእ ፡ ልማድ ፡ ነው ፤ ዕብራይስጡ ፡ ሒዝቅያሁ ፡ ዮሽያሁ ፡ ወይም ፡ ይሻዕያህ ፡ ይርምያህ ፡ ይላል ፡ እንጂ ፤ ያስ ፡ አይልም ። ይልቁንም ፡ መጽሐፈ ፡ ዳንኤል ፡ ዕብራይስጡ ፡ (ውሊብኖት ፡ ይሩሻላይም ፡ ዐድ ፡ ማሽያሕ ፡ ናጊድ) ፡ ያለውን ፡ ወትትሐ ነጽ ፡ ኢየሩሳሌም ፡ እስከ ፡ ክርስቶስ ፡ ንጉሥ ፡ በማለቱ ፡ አለጥርጥር ፡ ያስረዳል ፤ ክር ስቶስ ፡ ማለት ፡ በጽርእ ፡ ነውና ። ያጣጣፉም ፡ ሥርዐት ፡ ኢያሱንና ፡ መሳፍንትን ፡ ሩትን ፡ ጨምሮ ፡ ፫ ፡ ብሔረ ፡ ኦሪት ፡ ማለት ፥ ባራተኛውም ፡ ነገሥት ፡ ከዩአቄም ፡ በኋላ ፡ ኢኮንያንን ፡ ባባቱ ፡ ስም ፡ መልሶ ፡ ዩአቄም ፡ ማለት ፥ ይህ ፡ ኹሉ ፡ የሰብዓ ፡ ሊቃናት ፡ ነው ፡ እንጂ ፤ የዕብራይስጥ ፡ ባህል ፡ አይደለም ።

ዳግመኛም ፡ በዚህ ፡ በኛ ፡ ብሉይ ፡ ወደ ፡ ግእዝ ፡ ያልተመለሰ ፡ ብዙ ፡ የጽርእ ፡ ቃል ፡ እንዳለበት ፡ በጽርኡም ፡ ብሉይ ፡ ወደ ፡ ጽርእ ፡ ያልተመለሰ ፡ የዕብራይስጥ ፡ ቃል ፡ አለና ፤ እንደዚሁ ፡ ደግሞ ፡ በኛም ፡ ብሉይ ፡ ውስጥ ፡ ከዚያው ፡ ከጽርኡ ፡ የተቀዳ ፥ አዶናይ ፡ ኤሎሄ ፡ ጸባኦት ፥ ይህን ፡ የመሰለ ፡ አንዳንድ ፡ የዕብራይስጥ ፡ ቃል ፡ ይገኛል ፤ ወደ ፡ ግእዝ ፡ ያልተመለሰው ፡ ቃል ፡ ጽርኡም ፡ ዕብራይስጡም ፡ ጥሬ ፡ ይባላል ። ጥሬ ነቱንም ፡ የቀውስጦስን ፡ ገድል ፡ የጣፉ ፡ ሰዎች ፥ ይልቁንም ፡ አባ ፡ ጊዮርጊስ ፡ በመጽ ሐፈ ፡ ምስጢር ፡ ሰፈዳቸው ፡ ሳያበጥሩ ፡ ሳያንጠረጥሩ ፤ ወከመሰ ፡ ተዐለዋ ፡ መጻሕ ፍተ ፡ ነቢያት ፡ እምዕብራይስጢ ፡ ኀበ ፡ ግእዝ ፥ ትረክብ ፡ ትእምርተ ፡ በመጽሐፈ ፡ ነገሥት ፡ እንዘ ፡ ይብል ፥ አዶናይ ፡ ኤሎሄ ፡ ጸባኦት ፡ ብለው ፡ ዕብራይስጡን ፡ ብቻ ፡ ዐፍነው ፡ ሸፍነው ፡ ጠቅሰውታል ። እንደዚህ ፡ ያለው ፡ ጥቅስ ፥ ቈርበት ፡ ነክ ፡ ምስ ጢረ ፡ በክ ፥ ወይም ፡ ማታለያ ፡ ሽፍጥ ፡ ገበሬ ፡ አስደንግጥ ፡ ይባላል ። ከዕብራይስጥ ፡ ከተመለሰ ፡ የጽርኡን ፡ ጥሬ ፡ ማን ፡ አገባው ፤ ጽርእ ፡ ከዕብራይስጥ ፡ ይቀድማልን ፥ ወይስ ፡ ፪ኛ ፡ በጽርእ ፡ ታረመን ፡ ብሎ ፡ ለሚጠይቅ ፥ እውነተኛ ፡ ምላሽ ፡ አይገኝም ።

የቀውስጦስም ፡ ገድል ፡ ኦሪት ፡ ነቢያት ፡ በሰሎሞን ፡ ጊዜ ፡ ከዕብራይስጥ ፡ እንደ ፡ ተመለሱ ፡ ተናግሮ ፡ ፪ኛ ፡ ደግሞ ፡ ከዕብራይስጥ ፡ በዒዋዌ ፡ ጠፍተው ፡ ከሚጠት ፡ በኋላ ፡ ዘሩባቤል ፡ አይዙር ፡ ከሚባለው ፡ ከኢትዮጵያ ፡ ንጉሥ ፡ ለምኖ ፡ አሶስዶ ፡ ከግ እዝ ፡ ወደ ፡ ዕብራይስጥ ፡ እንዳስተረጐመ ፡ ይናገራል ። አይዙርስ ፡ ዘነግሠ ፡ መንፈቀ ፡ መዓልት ፡ በሰብዐቱ ፡ ምእት ፡ ሰብዓ ፡ ወክልኤቱ ፡ (በ፲፻፸፪) ፡ ዓ ፡ ም ፡ (ታሪ ፡ ነገ) ። ይህ ነንስ ፡ ወዲያ ፡ እንተወውና ፡ ብሉያችን ፡ በዘመኑ ፡ ብሉይ ፡ ከዕብራይስጥ ፡ ተመል ሷል ፡ ማለት ፥ በነብሪድ ፡ ይሥሐቅ ፡ እጅ ፡ ሳይከካና ፡ ሳይቦካ ፡ ሳይጋገር ፡ ምጣድ ፡ ሳይ ነካ ፡ እምኀበ ፡ አልቦ ፡ የተገኘ ፡ የሐሳብ ፡ የምኞት ፡ የሕልም ፡ እንጀራ ፡ ነው ።

በማሕልይም ፡ ውስጥ ፡ እንደ ፡ ዚቅና ፡ እንደ ፡ ስሯጽ ፡ ከያሬድ ፡ በኋላ ፡ የገባ ፡ መዘምራን ፡ የማያዜሙት ፡ መምህራን ፡ የሚተረጕሙት ፡ ጥሬነት ፡ የሌለው ፡ ትርፍ ፡

ንብበ ፡ አለ ፤ ስሙንም ፡ ከጽርኡ ፡ ምላሽ ፡ ለይተው ፡ ዕብራይስጥ ፡ ይሉታል ። ርሱ ፡ ግን ፡ ከግእዝ ፡ በቀር ፡ እንደ ፡ ሌላው ፡ ጥሬ ፡ በዕብራይስጥ ፡ አይገኝምና ፤ ግእዝ ፡ እንጂ ፥ ዕብራይስጥ ፡ ሊሉት ፡ አይገባም ፤ ዕብራይስጥ ፡ ብሎ ፡ ስም ፡ የሰጠው ፡ ከማኅል ፡ አግብቶ ፡ ያስቀመጠው ፡ ከቶ ፡ ማን ፡ እንደ ፡ ኾነ ፡ አልታወቀም ። በጽርእ ፡ በዮናን ፡ የሌለውን ፡ ከዕብራይስጥ ፡ የማይገኘውን ፡ ዕብራይስጥ ፡ ብሎ ፡ ዐፍሦ ፡ ማግባት ፡ የድፍረት ፡ ድፍረት ፡ ነው ፤ ከባሮቹ ፡ ከነቢያት ፡ ይልቅ ፡ ጌታን ፡ ማሳበል ፡ ይኾናል ፤ አስጣፊውና ፡ አስተርጓሚው ፡ ርሱ ፡ ባለቤቱ ፡ ነውና ፡ (ዘዳ፩ ፡ ፪ ። ፲፪ ፡ ፴፪ ። ራእ፳፪ ፡ ፲፰ ፡ ፲፱) ።

ብሉያትም ፡ ከጽርእ ፡ ወደ ፡ ግእዝ ፡ የተመለሱ ፡ ከሐዲስ ፡ ጋራ ፡ በዘመነ ፡ ሐዲስ ፡ ከዚያውም ፡ በ፩ኛው ፡ መቶ ፡ ነው ፡ እንጂ ፤ ሱቱኤል ፡ ዕዝራን ፡ ያላየ ፡ ያልሰማ ፡ ስለ ፡ ጣፈው ፡ ዐጥፎ ፡ ደርቦ ፡ እየዋሸ ፡ ታሪክ ፡ ያበላሸ ፡ የቀውስጦስ ፡ መጽሐፈ ፡ ገድልና ፡ መጽሐፈ ፡ ምስጢር ፡ እንደሚሉት ፡ በዘመነ ፡ ብሉይ ፡ አይዶለም ። የመለሳቸውም ፡ ዕብራዊ ፡ ሌዋዊ ፡ ወይም ፡ ግብጻዊ ፡ ያይዶለ ፡ ጽርአዊውና ፡ ጢሮሳዊው ፡ ፍሬ ፡ ምናጦስ ፡ ነው ። እንዲህ ፡ ስላልነ ፡ ግን ፡ የቈፍራውን ፡ ሥራ ፡ ላለቃው ፡ ሰጥቶ ፡ መናገር ፡ ነው ፡ እንጂ ፤ ከርሱ ፡ ጋራ ፡ ኹነው ፡ እንደ ፡ ርሱ ፡ ዐብረው ፡ የመለሱ ፥ ግእዝና ፡ ጽርእ ፡ ዐረብና ፡ ሱርስት ፡ የሚያውቁ ፡ ብዙ ፡ ያገር ፡ ልጆች ፥ የውጭ ፡ አገር ፡ ሰዎች ፡ አሉ ፡ (ስንክ ፡ ሐምሌ፳፮) ። ከሣቴ ፡ ብርሃን ፡ ከተባለው ፡ ከንደኛው ፡ ሰላማ ፡ ከፍሬ ፡ ምናጦስ ፡ የቀረውም ፡ ብሉይ ፥ ከላስቶች ፡ መንግሥት ፡ በኋላ ፡ ብርሃነ ፡ አዜብ ፡ በተባለው ፡ በካልእ ፡ ሰላማ ፥ ከዐረብ ፡ ቋንቋ ፡ ተመልሷል ። ይኸውም ፡ ሊታወቅ ፡ የብሉይ ፡ መምህራን ፡ ስለ ፡ ጥበብና ፡ ስለ ፡ መክብብ ፡ እንዲህ ፡ ያትታሉ ፤ ከዕብራይስጥ ፡ ወደ ፡ ጽርእ ፡ ከጽርእ ፡ ወደ ፡ ዐረብ ፡ ከዐረብ ፡ ወደ ፡ ግእዝ ፡ የተመለሰው ፡ ጥበብን ፡ አስቀድሞ ፡ መክብብን ፡ ያስከትላል ። ከዕብራይስጥ ፡ ወደ ፡ ጽርእ ፡ ከጽርእ ፡ ወደ ፡ ግእዝ ፡ የተመለሰው ፡ ግን ፡ መክብብን ፡ አስቀድሞ ፡ ጥበብን ፡ ያስከትላል ፡ ብለው ፡ ይተርካሉ ። ይህም ፡ ታሪክ ፡ ፳ቱ ፡ መጽሐፈ ፡ ሰሎሞን ፥ ወይም ፡ መላው ፡ የግእዝ ፡ ብሉይ ፡ ከጽርእ ፡ ብቻ ፡ እንዳልተመለሰ ፥ ፪ኛ ፡ ደግሞ ፡ ከዐረብ ፡ እንደ ፡ ተመለሰ ፡ ያሳያል ፤ አስተያየቱ ፡ ግን ፡ እንደ ፡ ብልዝ ፡ ዐይን ፡ ነው ፤ አንዱን ፡ ነገር ፡ ፪ ፡ አድርጎታል ። የዐረብም ፡ ቋንቋ ፡ በግብጽ ፡ የሠለጠነ ፡ ከፍሬ ፡ ምናጦስ ፡ በኋላ ፡ ፬፻ ፡ ዓመት ፡ ቈይቶ ፡ በተንበላት ፡ ዘመን ፡ ነው ።

ስለ ፡ ካልእ ፡ ዕዝራም ፡ እንዲህ ፡ ያትታሉ ፤ ከዐረብ ፡ ወደ ፡ ግእዝ ፡ የተመለሰው ፡ በቀዳሚት ፡ ዓመተ ፡ መንግሥቱን ፡ ያስቀድማል ፤ ከጽርእ ፡ ወደ ፡ ግእዝ ፡ የተመለሰው ፡ ግን ፥ ወእምጽአ ፡ ኢዮስያስን ፡ ያስቀድማል ፡ ብለው ፡ ይተርካሉ ። ይህም ፡ ታሪክ ፡ ምንም ፡ መላው ፡ ብሉይ ፡ ከዐረብ ፡ ቋንቋ ፡ ባይመለስ ፡ የጽርኡ ፡ ቅሬታ ፡ ከዐረብ ፡ ተመልሷልና ፥ ከጽርእም ፡ የተመለሰው ፡ በዐረብ ፡ ታርሟልና ፤ ታሪክነቱ ፡ ለውነት ፡ የቀረበ ፡ ነው ፡ እንጂ ፥ ጥሩ ፡ እውነት ፡ አይዶለም ። ፍሬ ፡ ነገሩ ፡ ግን ፡ ብሉያትን ፡ ከሐዲስ ፡ ጋራ ፡ በዘመነ ፡ ሐዲስ ፡ መመለሱን ፡ መደብ ፡ አድርጎ ፥ በዘመነ ፡ ብሉይ ፡ ከዕብራይስጥ ፡ አለመመለሱን ፡ ያስረዳል ።

የሰው፡ ኹሉ፡ ብሉይ፡ ኋላ፡ በዕብራይስጥ፡ ይታረም፡ እንጂ፥መዠመሪያ፡ ከጽርእ፡ ተቀድቷል፤ የኛ፡ ብሉይ፡ ግን፡ በዕብራይስጥ፡ ስላልታረመና፡ የቅጂ፡ ቅጂ፡ ስለ፡ ኾነ፥ከናቱ፡ ከምንጩ፡ ከጽርእ፡ ብቻ፡ እንጂ፡ ካያቱና፡ ከቅድም፡ አያቱ፡ ከዕብራይስጥ፡ አይሰማማም፤ ዐልፎ፡ ዐልፎ፡ መሥመር፡ ይጥላል፥ቃል፡ ይለውጣል። ይህነንም፡ ዕብራይስጥና፡ ጽርእ፡ የሚያውቁ፡ ግእዝ፡ የተማሩ፥እንደነመዐልም፡ዮሐንስ፥እንደነዲልማን፡ እንደነኮይዲ፡ ያሉ፡ ብዙ፡ ዐዋቆች፡ ይመሰክራሉ። ጀርመናዊው፡ ሊቅ፡ ሲዲ፡ ጳውሎስም፡ ለጐንደር፡ ሊቃውንት፥ትፈቅዱ፡ እንደ፡ ኾነ፡ ብሉያችኹን፡ ከዕብራይስጥ፥ሐዲሳችኹን፡ ከጽርእ፡ እያሰማማኹ፡ ዐርሜ፡ ንባቡን፡ ከነትርጓሜው፡ አሳትሜ፡ ብዙ፡ መጻሕፍት፡ ላምጣላችኹ፡ ቢላቸው፡ አንፈልግም፡ ብለው፡ በምቀኝነት፡ እንዳስቀሩት፥ቅንነት፡ ያላቸው፡ ብዙ፡ ሰዎች፡ ይተርኩታል፤ ርሱም፡ በታሪኩ፡ ጥፎታል፡ ይባላል።

የአዋልድም፡ ነገር፡ እንዲህ፡ ነው፤ ኩፋሌና፡ ሔኖክ፡ ሳይቀሩ፡ የብሉይ፡ አዋልድ፡ ኹሉ፡ መዠመሪያ፡ እንደናቶቻቸው፡ ከጽርእ፡ ከዮናን፡ ተመልሰዋል፤ ከዐረብም፡ የተመለሱና፡ በዐረብ፡ የታረሙ፡ አሉ። በበጥሊሞስ፡ ጊዜ፡ ታሪኩና፡ ሥራው፡ገና፡ ወደ፡ ፊት፡ የሚጨመር፡ ዥምርና፡ ውጥን፡ ስለ፡ ኾነ፥፪፡ ሊቃናት፡ እንደ፡ መቃቢስ፡ ዘብንያምና፡ እንደ፡ መቃቢስ፡ ዘሞአብ፡ ከዕብራኒ፡ ወደ፡ ዮናኒ፡ ያልመለሱት፡ ደገኛው፡ ታሪክ፡ ፪ቱ፡ ክፍል፡ መቃብያን፡ ብቻ፡ በሰላማና፡ በሰላማ፡ ከጽርእ፡ ከዐረብ፡ ሳይመለስ፡ ቀርቶ፥ከግራኝ፡ በኋላ፡ በሱስንዮስ፡ ዘመን፡ ኢየሱሳውያን፡ ከሮማይስጥ፡ መልሰውታል። የኢትዮጵያ፡ ሰዎች፡ ግን፡ ፆ፡ የጊቱ፡ ዓመት፡ ደምና፡ ቂም፡ እየታሰባቸው፡ ሮማውያንን፡ ስለ፡ ጠሉና፡ ከሮማይስጥ፡ ስለ፡ ተመለሰ፡ መጽሐፉን፡ አልተቀበሉትም። ኋላም፡ በቴዎድሮስ፡ ከጐንደር፡ ተዘርፎ፡ ወደ፡ መቅደላ፡ ስለ፡ ወጣ፡ እንግሊዞች፡ ማርከው፡ ወስደውታል፤ ዛሬ፡ ግን፡ በሮማውያን፡ እጅ፡ ከብሉያት፡ ጋራ፡ ታትሞ፡ ሰው፡ ኹሉ፡ እየገዛ፡ ያነበዋል።

በቴዎድሮስ፡ ጊዜ፡ የተቃጠሉት፡ የተቈነጸሉት፥ይልቁንም፡ ተዘርፈውና፡ ተማርከው፡ የኼዱት፡ የኢትዮጵያ፡ መጻሕፍት፡ በግራኝ፡ ጊዜ፡ ከጠፉት፡ ቢበልጡ፡ እንጂ፥አያንሱም፤ እንግሊዞች፡ ብቻ፡ በያይነቱ፡ ፲፰፻፷፰፡ መጽሐፍ፡ ወስደዋል፡ ይባላል። ከዚያም፡ በፊት፡ ከዚያም፡ በኋላ፡ ብዙ፡ መጻሕፍት፡ ወደ፡ ኤውሮፓ፡ ተሻግረዋል፥ዛሬም፡ ይሻገራሉ፤ የግእዝ፡ መጻሕፍት፡ እንደ፡ እስራኤል፡ ዘር፡ ያልኼዱበትና፡ የሌሉበት፡ ሀገርና፡ መንግሥት፡ አይገኝም፤ ትምርታቸውንም፡ ከኛ፡ ይልቅ፡ የውጭ፡ አገር፡ ሰዎች፡ ጠግበውታል። ይኸውም፡ ዲልማን፡ በጣፈው፡ ግስ፡ ይታወቃል፤ የመጽሐፉ፡ አርእስት፡ መቅድሙ፡ በትጋትና፡ በቀን፡ ብዛት፡ የሰበሰበውን፡ መዝገበ፡ ቃል፡ ፺፱፡ መጽሐፍ፡ አንብቦ፡ ከዚያ፡ እንደ፡ ለቀመው፡ ይተርካል። የብራና፡ መጽሐፍ፡ ጥፈቱና፡ ሥራው፡ እጅግ፡ የሚያደክም፡ ሲፈለግም፡ በቅርብ፡ ጊዜ፡ የማይገኝ፡ ሩቅ፡ ስለ፡ ኾነ፥ወደ፡ ውጭ፡ አገር፡ መኼዱ፡ ምንም፡ ባንድ፡ ወገን፡ ቢያሳዝን፥ባንድ፡ ወገን፡ ደግሞ፡ የግእዝን፡ ቋንቋ፡ በኤውሮፓ፡ ዘርቶ፡ የዲልማንን፡ መጽሐፍ፡ በማብቀሉና፡ በማፍራቱ፡ እጅግ፡ ደስ፡ ያሰኛል፡ (መዝ፡፻፴፮፡፩፡፮)።

ሐዲሳችን ፡ ግን ፡ ፪ኛ ፡ በካልእ ፡ ሰላማ ፡ ከዐረብ ፡ ቋንቋ ፡ ተመልሷል ። ይኸውም ፡ ሳዊሮስ ፡ ዘእስሙናይን ፤ በእንተ ፡ ብዝኃ ፡ ተደምሮቶሙ ፡ ምስለ ፡ ተንባላት ፡ እስመ ፡ ጠፍአ ፡ ልሳኖሙ ፡ ቅብጥ ፡ ዘእምኔሁ ፡ የአምሩ ፡ ጽድቀ ፡ ሃይማኖቶሙ ፡ ይላልና ፤ ተንባላት ፡ ግብጽ ፡ ከገቡና ፡ የቅብጥን ፡ ቋንቋ ፡ ካጠፉት ፡ በኋላ ፡ ብዙ ፡ ቈይቶ ፡ ነው ። ካልእ ፡ ሰላማም ፡ የመጣው ፡ ካፄ ፡ ይኩኖ ፡ አምላክ ፡ በኋላ ፡ በአግብአ ፡ ጽዮን ፡ ዘመን ፡ ያን ፡ ጊዜ ፡ እንደ ፡ ኸነ ፡ ርግጡ ፡ ታውቋል ፤ ካንደኛው ፡ ሰላማ ፡ እስከ ፡ ኹለተኛው ፡ ቢቈጥሩ ፡ ትርፉን ፡ ትቶ ፡ ፱፻ ፡ ዓመት ፡ ይገኛል ። የፊተኛውና ፡ የኋለኛው ፡ ሐዲስ ፡ አብነቱ ፡ በጥፈት ፡ ተዛንቆ ፡ ሌላ ፡ ዐይነት ፡ በመኸን ፡ ከጽርእ ፡ ከዐረብ ፡ ተጣልቷና ፤ እንደ ፡ ገና ፡ መታረቅና ፡ መስማማት ፡ አንድ ፡ ወገን ፡ መኸን ፡ ያሻዋል ። ሊቃውንትና ፡ የሐዲስ ፡ አዋልድ ፡ እኩሉ ፡ ከጽርእ ፡ እኩሉ ፡ ከዐረብ ፡ ተመልሰዋል ፤ ከሌላም ፡ ቋንቋ ፡ የተተረጐመ ፡ ይኖራል ። ከጽርእ ፡ በተመለሱት ፡ የጽርእ ፡ ጥሬ ፡ እንዲገኝባቸው ፡ ከዐረብም ፡ በተመለሱት ፡ የዐረብ ፡ ጥሬ ፡ ይገኝባቸዋል ፤ የመላሾቹና ፡ የተርጓሞቹም ፡ ስም ፡ ካንዳንድ ፡ በቀር ፡ የኹሉ ፡ አልተጻፈም ።

፫ኛ ፡ ሐተታ ።

አሪት ፡ ነቢያት ፡ ቈራሽ ፡ በጊዋዌ ፡ ጠፍተው ፡ ከዕብራውያን ፡ እጅ ፡ ስለ ፡ ታጡ ፡ እንደ ፡ ገና ፡ ዕዝራ ፡ አስጥፏቸዋል ፡ የሚሉት ፡ ግን ፡ ፈራሽ ፡ ነገር ፡ ነው ፤ ንባቡ ፡ እንጂ ፡ ትርጓሜው ፡ እውነት ፡ አይዶለም ። ይህን ፡ ታሪክ ፡ ከኢትዮጵያ ፡ በቀር ፡ ሌሎች ፡ አብያተ ፡ ክርስቲያናት ፡ አይሉትም ፥ አይቀበሉትም ፤ መጽሐፉን ፡ ቅሉ ፡ እንደ ፡ አይሁድ ፡ ነቅፈው ፡ ከቍጥር ፡ አውጥተውታል ። ይህን ፡ መጽሐፈ ፡ ግስ ፡ ያወጡ ፡ መምህር ፡ ክፍለ ፡ ጊዮርጊስ ፡ ግን ፡ የሕዝቅኤል ፡ በቀኝ ፡ በግራ ፡ ጐን ፡ መተኛት ፡ እልፍ ፡ አእላፍ ፡ ሙታን ፡ ማስነሣት ፡ በራእይ ፡ በሕልም ፡ እንደ ፡ ኸነ ፥ የሱቱኤል ፡ ዕዝራም ፡ መጻሕፍትን ፡ ማስጣፍ ፡ የተጣፉትን ፡ ፸፬ ፡ ብሎ ፡ መቍጠር ፡ በራእይ ፡ በሕልም ፡ ነው ፡ እንጂ ፤ በብርዕ ፡ በቀለም ፡ አይዶለም ፡ ብለዋል ። ስለ ፡ ምን ፡ ቢሉ ፥ እስራኤል ፡ የተማረኩ ፡ ፫ ፡ ጊዜ ፡ እንጂ ፡ ነው ፤ መዠመሪያውና ፡ ኹለተኛው ፡ ምርኮ ፡ አልጐዳቸውም ። ሕዝቡ ፡ ከነጓዛቸው ፡ ካህናቱ ፡ ከነመጽሐፋቸው ፡ ሳይቀሙ ፡ ሳይንገላቱ ፡ ሳይሳቡ ፡ ሳይጐተቱ ፡ በክብረት ፡ ወርደዋል ፤ ኀሳራቸውና ፡ መከራቸው ፡ በሦስተኛው ፡ ነው ፡ (ኤር፶፪ ፡ ፳፰–፴) ። ስለዚህ ፡ ነገር ፡ መጻሕፍት ፡ ከብዛት ፡ አንሰዋል ፡ እንጂ ፥ አባቶቻችን ፡ እንደሚሉት ፡ ተጨርሰው ፡ ዕልም ፡ ድርግም ፡ ብለው ፡ አልጠፉም ፤ የኢትዮጵያ ፡ መጻሕፍት ፡ ከለዳውያንን ፡ በሚመስሉ ፡ በጕዲትና ፡ በፈላሾች ፡ በነግራኝ ፡ ዘመን ፡ ቈራሽ ፡ እንዳልጠፉ ፡ ዘራቸው ፡ እንዳልተመተረ ። ዕዝራ ፡ ግን ፡ ስለ ፡ ማነሳቸው ፡ ያዝን ፡ ይቈረቈር ፡ ነበረና ፤ ከሚጠት ፡ በኋላ ፡ በዝተው ፡ እንዲጣፉ ፡ ቍጥራቸውንም ፡ የኋለኞች ፡ አይሁድ ፡ እንዲህ ፡ በ፸፬ ፡ እንዲወስኑት ፡ ጌታ ፡ በራእይ ፡ ገልጾለታል ። የአይሁድን ፡ ቍጥር ፡ ለማየትና ፡ ለመረዳት ፡ ፸፬ ፡ መኸኑን ፡ ለማግኘት ፡ በ፲፱፻፲፮ ፡ ዓ ፡ ም ፡ ከትርጓሜው ፡ ጋራ ፡ የታተመ ፡ ሐዲሱን ፡ መጽሐፈ ፡ ሕዝቅኤል ፡ ከ፭፻፲፩ ፡ ገጽ ፡ እስከ ፡ መጨረሻው ፡ ተመልከት ። ሕዝቅኤልም ፡ ከዕዝራ ፡ አስቀድሞ ፡ በባቢ

ሎን፡መጽሐፈ፡አሪትን፡እንደ፡ጻፈ፡ከዚያው፡ታገኛለኽ፡(ገጽ፡፭፻፮)።ዕዝራም፡ከሕዝቅኤል፡ሞት፡በኋላ፡ባ፸ኛ፡ዓመት፡መነሣቱን፡አመ፡፴፡ክረምት፡እምዘወድቀት፡ሀገሪትነ፡ብሎ፡ርሱ፡ራሱ፡ዕዝራ፡በጥንተ፡መጽሐፉ፡ይነግርኻል።ይልቁንም፡ወተጽሕፉ፡በእማንቱ፡፵፡መዋዕል፡፺ወ፬፡መጻሕፍት፡ካለ፡በኋላ፡ወይቤለኒ፡ልዑል፡ዝኩ፡ዘቀደምከሙ፡ጽሒፈ፡ገሃደ፡ረሲ፡ወያንብቦ፡ኵሉ፡ዘይደልዎ፡ወዘኢይደልዎ፡ይላልና።ከቍጥርም፡ስላልገቡት፡መጻሕፍት፡ስለ፡ብሉይ፡አዋልድ፡ጌታ፡ወለዝንቱሰ፡ዕቀቦ፡ከመ፡ተሀቦሙ፡ለጠቢባን፡ሕዝብ፡እስመ፡ቦሙ፡ማኅቶተ፡ብርሃን፡ወነቅዐ፡ጥበብ፡ወአእምሮ፡ከመ፡ውሒዝ፡ብሎታል።

ኹለተኛም፡ከእሊህ፡ከ፺፬ቱ፡የከፈሏቸውንና፡ከ፸፡ሊቃናት፡ቍጥር፡ያወጧቸውን፡መጻሕፍት፡ለብቻቸው፡፲፬፡ይሏቸዋል።ደረቅ፡ትንቢት፡ያላቸውን፡ግን፡ከዕብራይስጥ፡አጥፍተዋቸዋል።ወያንብቦ፡ኵሉ፡ያለው፡ከዕብራይስጥ፡ወደ፡ጽርእ፡ቋንቋ፡ተመልሰው፡ለአሕዛብ፡ኹሉ፡እንዲሰጡና፡እንዲናኙ፡የትምርታቸው፡ጕርፍ፡ሕዝቅኤል፡እንዳየው፡ፈሳሽ፡ወንዝ፡ኹኖ፡ከኹሉ፡እንዲደርስ፡በዓለም፡ኹሉ፡እንዲመላ፡ያጠይቃል፡(ሕዝ፵፯፡፩-፲፪)።ዘይደልዎ፡የተባለ፡አይሁዳዊ፡ወዘኢይደልዎ፡አረማዊ፡ነው፤እንደ፡ኅጽዋ፡ለህንደኬ፡እንደነቆርነሌዎስ፡ያሉ፡ብዙ፡አንባብያን፡ብዙ፡አማንያን፡አሉና፡(ግብ፰፡፳፮-፴፰።ዮሐ፲፪፡፳።ዘካ፲፬፡፲፮-፲፱)።ዕዝራ፡የበጥሊሞስ፡ጸሐፍቱ፡የ፸፡ሊቃናት፡አምሳል፡ናቸው።፵፡መዋዕል፡ያለውም፡ዘመነ፡በጥሊሞስን፡ወይም፡ከዕርገት፡በኋላ፡እስከ፡ጥጦስ፡ያለ፡ዘመነ፡አይሁድን፡ያሳያል።የብሉይን፡ቍጥር፡፵፮፡ብለው፡የወሰኑ፡ያን፡ጊዜ፡ነውና፤ዓመቱን፡በዕለት፡መቍጠር፡የብሉይ፡ልማድ፡ነው።አሐቲ፡ዕለት፡ትኩንክሙ፡ከመ፡ዓመት፤ወአነ፡ወሀብኩክ፡ዓመታተ፡ኃጢአቶሙ፡በኍልቌ፡መዋዕል፡ሠለስቱ፡ምእት፡ወተስዓ፡ዕለት፡ወረሰይኩ፡ለከ፡ዕለተ፡ከመ፡ዓመት፡እንዳለ፡(ዘኍ፲፬፡፴፬።ሕዝ፬፡፭-፮)። የሱቱኤል፡መጽሐፍ፡ከሥር፡እስከ፡ጫፉ፡ራእይና፡ሕልም፡ነው፤የነቢያት፡ቃል፡ስንኳን፡ራእዩ፡ትንቢቱ፡ቢኾን፡ወትሮ፡በቁሙ፡አይፈታም፤ማስተዋል፡ያሻል።ከእልፍ፡አሪት፡አንድ፡ሺሕ፡ኹለት፡ሺሕ፡ቢቃጠል፡አነሰ፡ጐደለ፡ይባላል፡እንጂ፥ጫራሽ፡ጠፋ፡ተደመሰሰ፡አይባልም፤ቅዱሳት፡መጻሕፍት፡ከግዜር፡የተገኙ፡የግዜር፡ምስክሮች፡ናቸውና፤ተጨርሰው፡ሊጠፉ፡አይችሉም።ከለዳውያንም፡የተላኩ፡እስራኤልን፡ለመቅጣት፡ነው፡እንጂ፥መጻሕፍትን፡ለማጥፋት፡አይዶለም፤ቤተ፡መቅደስም፡መቃጠሉ፡ቤተ፡ጣዖት፡ስላደረጉት፡ነው።መጻሕፍትሳ፡በምን፡ምክንያት፡ይጠፋሉ፤አምልኮቱን፡እንኳ፡የካዱት፡ሕዝቡና፡ካህናቱ፡ጫራሽ፡እንዲጠፉ፡አላደረገም።መጻሕፍቱንና፡ንዋያቱን፡ርሱ፡ባለቤቱ፡ጠብቋቸዋል።

ያልጠራ፡ያልበራ፡እንቶ፡ፈንቶ፡ታሪክ፡በዋቆችና፡በመርማሮች፡ዘንድ፡ያሳፍራል፡እንጂ፥አያኰራም፤ኢትዮጵያንም፡እንደ፡ርጎ፡የሚያረካትና፡የሚያስመካት፥ጃንሆይና፡እቴጌም፡የሚያሰኛት፡ምንጯ፡ሲማስና፡ዱሯ፡ሲጣስ፡ከጥንት፡ዠምሮ፡የነበረው፡የነገደ፡ኵሽ፡ልብሰ፡መንግሥት፡አርድ፡አንቀጥቅጥ፡የዘውዳ

ቸውም ፡ ፈርጥ ፥ የነጻነቷ ፡ ሽልማትና ፡ ጌጥ ፡ መንግሥተ ፡ ሳባዋ ፥ አሮጌው ፡ ካባዋ ፡ ነው ፡ እንጂ ፥ በኋላ ፡ ዘመን ፡ እንደ ፡ እጅ ፡ መንሻ ፡ ኹኖ ፡ የመጣላት ፡ የሰሎሞን ፡ ድርብ ፡ ምኒልክ ፡ የዘውዱ ፡ ቀጸላ ፥ የንግሥተ ፡ አዜብ ፡ ወርቅ ፡ ድባብ ፡ የየመን ፡ ጃን ፡ ጥላ ፡ አይዶለም ። የሰሎሞኑና ፡ የየመኑስ ፥ በሰንበት ፡ ላይ ፡ ደብረ ፡ ዘይት ፡ እንዲሉ ፥ ዕለተ ፡ በዓል ፡ የገጠመው ፡ የስንክሳር ፡ ታሪክ ፡ ወበዛቲ ፡ ነው ። ፪ኛው ፡ ክፍል ፡ ባለብዙ ፡ ፍሬ ፡ የታመነ ፡ የመጻሕፍት ፡ ወሬ ፡ እስከዚህ ፡ ነው ።

፫ኛ ፡ ክፍል ።

ስለ ፡ ፊደል ፡ ተረክቦና ፡ ጥንት ፥ ስለ ፡ ትምርቷም ፡ ሰማያዊነት ።

ፊደልና ፡ ጥፈት ፡ ለአዳም ፡ ልጆች ፡ የተገለጡና ፡ የተሰጡ ፡ በአዳም ፡ ዕድሜ ፡ ነው ፤ ከዚያውም ፡ በሳብዓይ ፡ ምእት ፡ በሣልሳይ ፡ ትውልድ ፡ በሄኖስ ፡ ዘመን ፡ እንደ ፡ ኾነ ፡ ታውቋል ። የተሰጡበትም ፡ ምክንያት ፡ ይህ ፡ ነው ፤ ሰው ፡ በግዜር ፡ ምሳሌ ፡ መፈጠሩ ፡ እንደ ፡ መላእክት ፡ ሕያው ፡ ኹኖ ፡ በሕገ ፡ ልቡና ፡ ሊኖር ፡ እንጂ ፥ በተፈጥሮ ፡ የተሰጠውን ፡ ሕግ ፡ ረስቶ ፡ ዘንግቶ ፡ እንደ ፡ ገና ፡ መጽሐፋዊ ፡ ሕግ ፡ ሊጥፍና ፡ ሊያስጥፍ ፡ ልቡናውን ፡ በመጽሐፍ ፡ ሊደግፍ ፥ ሕይወቱንም ፡ ዐጥቶ ፡ ሊቀበር ፡ ከመሬት ፡ ሊወተፍ ፡ እንደ ፡ ቅጠል ፡ ሊረግፍ ፡ አልነበረም ። መጽሐፈ ፡ ኩፋሌ ፡ ሺሑን ፡ ዓመት ፡ ፩ ፡ ዕለት ፡ ብሎ ፥ አዳም ፡ ዕለቱን ፡ ተፈጥሮ ፤ ወዲያው ፡ በድሎ ፡ አንዲቱን ፡ ቀን ፡ እንኳ ፡ ሳይፈጽም ፡ ሞተ ፡ ይላል ፤ ይኸውም ፡ ለሺሕ ፡ ፸ ፡ ዓመት ፡ ሲቀረው ፡ በ፱፻፴ ፡ ማለት ፡ ነው ። ሺሑ ፡ ዓመት ፡ በግዜር ፡ ዘንድ ፡ ፩ ፡ ዕለት ፡ ሲባል ፡ አንዱ ፡ ሰዓት ፡ ደግሞ ፡ ፵፩ ፡ ዓመት ፡ ከ፰ ፡ ወር ፡ ከ፫ ፡ ቀን ፡ ከ፯ ፡ ሰዓት ፡ ከ፪ ፡ ደቂቃ ፡ ከ፴ ፡ (ሴኮንድ) ፡ ቅጽበት ፡ ይኾናል ። አዳምም ፡ የባሕርይ ፡ ጠላት ፡ የሌለበት ፡ መስሎ ፡ ዐርፎ ፡ ተዘልሎ ፡ በተድላ ፡ ሳለ ፥ የኅሊና ፡ ጽነት ፡ ኀጢአትና ፡ ሞት ፡ እነዚህ ፡ ሦስቱ ፡ የባሕርይ ፡ ሳይኾኑ ፡ ከባሕርይ ፡ ጋራ ፡ እንደ ፡ ፈትልና ፡ እንደ ፡ ሠም ፡ እንደ ፡ ፀምርና ፡ እንደ ፡ ቀለም ፡ ተሰማሚነት ፡ ስላላቸው ፥ ከአፍአ ፡ መጥተው ፡ ባሕርዩን ፡ እንደ ፡ ፈትል ፡ እንደ ፡ ፀምር ፡ ቀልመው ፡ አሳድፈው ፡ ንጣቱን ፡ ጥራቱን ፡ አጠፉበት ። ርሱም ፡ እንደ ፡ መላእክት ፡ ነጻነትና ፡ ልጅነት ፡ የልጅነት ፡ ሥልጣን ፡ ስላለው ፡ ተሰማሚነትን ፡ በርትዐት ፡ ጨቍኖ ፡ ከጽነትና ፡ ከኀጢአት ፡ ጋራ ፡ መዋጋት ፡ መታገል ፥ ተዋግቶና ፡ ታግሎም ፡ ማሸነፍ ፡ መጣል ፥ ምክረ ፡ ከይሲንም ፡ አለመስማት ፡ አለመቀበል ፡ ሲቻለው ፤ እግዜር ፡ በልቡናው ፡ ያዳፈነለትን ፡ እሳተ ፡ ሕግ ፡ ገላልጦና ፡ አንድዶ ፡ በመሞቅ ፡ ፈንታ ፡ አጥፍቶ ፡ ይርቅ ፡ ዘንድ ፥ እንደ ፡ ዲያብሎስ ፡ ጽድቅን ፡ ጠልቶ ፡ ዐመፃን ፡ ቢወድ ፥ ውዱና ፡ ፈቃዱ ፡ ጽነትን ፥ ጽነት ፡ ኀጢአትን ፥ ኀጢአት ፡ ሞትን ፡ ከርግማን ፡ ጋራ ፡ ስበው ፡ ተሳስበው ፡ ተባብረው ፥ ተጫፍረው ፡ መጡበት ። የባሕርይም ፡ አለመኾናቸው ፡ ሊታወቅ ፡ ፯ ፡ ዓመት ፡ ምሉ ፡ በገነት ፡ ሲኖር ፡ የኅልዮና ፡ የነቢብ ፡ የገቢር ፡ ኀጢአት ፡ አልተገኘበትም ። እስከ ፡ ሺሕ ፡ ዓመት ፡ ግን ፡ እንደዚሁ ፡ በጽድቅና ፡ በርትዕ ፡ በንጽሐ ፡ ጠባይዕ ፡ ጸንቶ ፡ ቢኾን ፡ ብልየትና ፡ ሞት ፡ ሳያገኙት ፡ ረቆ ፡ ታድሶ ፡ በግዘፉ ፡ ፈንታ ፡ ርቀትን ፡ ለብሶ ፡ ሺሕ ፡ ዓመት ፡ ያልመሉ ፡ ልጆቹ ፡ እያዩት ፡ ከዓለመ ፡ ሥጋ ፡ ወደ ፡ ዓለመ ፡

ነፍስ ፡ ሊያርግ ፡ ነበር ፤ ዳግማይ ፡ አዳም ፡ የተባለው ፡ ልጁ ፡ በትንሣኤ ፡ ረቆ ፡ ታድሶ ፡ ወንድሞቹ ፡ እያዩት ፡ እንዳረገ ።

እንዲህ ፡ በተፈጥሮው ፡ ንጹሕና ፡ ጽሩይ ፡ ምዑዝና ፡ ጥዑም ፡ የነበረ ፡ የሰው ፡ ምንጭ ፡ አዳም ፡ ከ፻ ፡ ዓመት ፡ በኋላ ፡ ፍትወታት ፡ እኩያት ፡ ኀጣውእ ፡ ተሰብስበው ፡ ገብተው ፡ ሲዋኙበት ፡ ምድራዊነቱ ፡ ተናውጦ ፡ ሰማያዊነቱም ፡ ተበጥብጦ ፡ ንጽሐ ፡ ጠባይዑ ፡ ስላደፈና ፡ ስለ ፡ ደፈረሰ ፡ በዘር ፡ በሩካቤ ፡ ከርሱ ፡ እየተቀዳ ፡ ሞትና ፡ መቃብር ፡ ሳያቋርጡ ፡ የሚጠጡት ፡ ምድራዊ ፡ ሰው ፡ ኹሉ ፡ በፈሳሽነቱ ፡ እያተለና ፡ እየጐሸ ፡ እየሻገተና ፡ እየገማ ፡ እየተበላሸ ፡ ከፈጣሪውም ፡ እየሸሸ ፡ ኼደ ። ምድር ፡ አፍ ፡ አውጥታ ፡ እስክትከሰውና ፡ እስክትፋረደው ፥ ሰማይም ፡ ስለ ፡ ምድር ፡ በንፍር ፡ ውሃ ፡ እስኪጠብሰውና ፡ እስኪያነደው ፤ ዳኛውም ፡ እግዜር ፡ ሰውን ፡ በመፍጠሩ ፡ ዐዝኖ ፡ ተጠጥቶ ፡ ያንድ ፡ ሰው ፡ ዘር ፡ ብቻ ፡ አስቀርቶ ፡ ኹሉን ፡ በማየ ፡ አይኅ ፡ እስኪያጠፋው ፡ ድረስ ፡ ከመባስ ፡ በቀር ፡ መመለስ ፡ አልቻለም ።

በሄኖስም ፡ ዘመን ፡ ከነበሩ ፡ ሰዎች ፡ ደቂቀ ፡ ሴት ፡ ብቻ ፡ ከናባታቸው ፡ ሲቀሩ ፡ የቃየልና ፡ የወንድሞቹ ፡ ዘር ፡ ልጁም ፡ ዐዋቂውም ፡ ተጨልጠውና ፡ ተገርኝተው ፡ ወዳምልኮ ፡ ጣዖት ፡ ስለ ፡ ኼዱ ፡ ክፉታቸውም ፡ በብዛታቸው ፡ ልክ ፡ ስለ ፡ ኾነ ፡ የማየ ፡ አይኅን ፡ እስኩታ ፡ ገፈታ ፡ ቀምሰዋል ፤ ማየ ፡ ግዮን ፡ እንደ ፡ ጭፍራ ፡ ታዞ ፡ ከሰውም ፡ ከከብትም ፡ ሢሶ ፡ ሢሶውን ፡ አጥፍቷል ፤ ምድርም ፡ ቀድሞ ፡ በአዳም ፡ እንደ ፡ ተረገመች ፡ የዘሩባትን ፡ ዘር ፡ ቈርጥማ ፡ ያልዘሩባትን ፡ ሦክና ፡ አሜከላ ፡ ደንደር ፡ ኰሸሽላ ፡ ዶቢና ፡ ሳማ ፡ ኵርንችት ፡ ዐቃቅማ ፡ አበቀለች ፤ ይህም ፡ ኹኖ ፡ ባሱ ፡ እንጂ ፥ አልተመለሱም ። ከዚህ ፡ በኋላ ፡ ግን ፡ በለመዱት ፡ ግብር ፡ ስቦ ፡ ለመመለስ ፡ የአዳም ፡ እረኛ ፡ ይቅርታው ፡ እየሮጠ ፡ ተከተላቸው ፤ መከተሉም ፡ ይህ ፡ ነው ። ዕንጨት ፡ ደንጊያውን ፡ ጠርበው ፡ አለዝበው ፡ ብዙ ፡ ዐይነት ፡ ቀለም ፡ እየቀቡ ፡ ሸልመው ፡ አስጊጠው ፡ በሚያመልኩት ፡ በሥዕሉና ፡ በምስሉ ፡ ፈንታ ፡ በደንጊያና ፡ በንጨት ፡ ሰሌዳ ፡ በእንስሳትም ፡ አነዳ ፡ ተቀርጾ ፡ ተጥፎ ፡ ተደጒሶ ፡ ታፍፎ ፡ ኹለንተናው ፡ ገዝፎ ፡ የሚታይና ፡ የሚዳሰስ ፡ መጽሐፋዊ ፡ ሕግ ፡ ያቆምላቸው ፡ ዘንድ ፡ ስላሰበ ፥ ሄኖስን ፡ በራእይ ፡ እንደ ፡ ሙሴ ፡ ስቦ ፡ በባለሟልነት ፡ አቅርቦ ፡ ረቂቁን ፡ ሕግና ፡ ትእዛዝ ፡ አግዝፈው ፡ አጕልተው ፡ የሚያሳዩ ፡ የዐይነ ፡ ልቡና ፡ መነጽሮች ፡ ፊደላትን ፡ ሰጠው ። ፳፪ቱን ፡ አሌፋት ፡ በ፳፪ቱ ፡ ሥነ ፡ ፍጥረት ፡ አምሳል ፡ በጸፍጸፈ ፡ ሰማይ ፡ ጥፎ ፡ አሳይቶ ፡ ወዲያው ፡ በልቡ ፡ እየሣለ ፡ ሥነ ፡ ፍጥረትን ፡ ዐሠርቱ ፡ ቃላትን ፡ በቃል ፡ በፊደል ፡ ያስተምራቸው ፡ ዘንድ ፥ ያለፈውንም ፡ ታሪክና ፡ ዜና ፡ ተረስቶና ፡ ተዘንግቶ ፡ እንዳይቀር ፡ ለቅሞ ፡ ሰብስቦ ፡ ይጥፍላቸው ፡ ዘንድ ፡ ሥራውንና ፡ አሠራሩን ፡ ኹሉ ፡ ነድፎ ፡ አሳይቶ ፥ ፊደላትም ፡ በስማቸውና ፡ በቍጥራቸው ፡ የፈጣሪና ፡ የፍጥረት ፡ ምሳሌ ፡ እንደ ፡ ኾኑ ፡ ምስጢራቸውን ፡ አስረድቶ ፤ የጥፈትና ፡ የትምርት ፡ አበጋዝ ፥ የዕውራን ፡ ዐይን ፡ የሐንካሳን ፡ ምርኵዝ ፤ የሰው ፡ ኹሉ ፡ መገሥጽ ፡ መናዘዝ ፡ አድርጎታል ። መናዝዝነቱም ፡ የአዳምን ፡ ተስፋ ፡ ዳግማይ ፡ አዳምን ፡ በአርአያ ፡ ፊደል ፡ ሥሎ ፡ መስሎ ፥ ስሙንም ፡ አሌፍ ፡ ወታው ፡ ብሎ ፡ በማሳየትና ፡ በመስበክ ፡ ነው ፤ የኋላ ፡ ልጆች ፡ ነቢያት ፡ ይልቁንም ፡

ዳዊት፡ኤርምያስ፡አቡቀለምሲስ፡ርሱን፡መስለውና፡ተከትለው÷ከባለቤቱም፡አፍ፡ ተቀብለው፡ፊደላዊ፡ስሙን፡በፊደል፡እንደ፡ሰበኩ ። የጽርእ፡ ፊደል፡ በአልፋ፡ ዝምሮ፡በዖሜጋ፡ስለ፡ጨረሰ÷ቀድሞ፡ለሄኖስ፡አነ፡ውእቱ፡አሌፍ፡ወታው፡ያለ ውን፤ኋላ፡ለዮሐንስ፡አልፋ፡ወዖ፡ብሎ፡መድገሙ፡የራእያቸውን፡አንድነት፡ያሳ ያል ። ተቀብዩና፡ሠራተኛው፡ሄኖስ፡ብቻ፡ሲኾን÷የፊደላት፡መሰጠትና፡መገለጥ፡ በጊዜያቸው፡በዘመናቸው፡ስለ፡ኾነ÷ይህን፡የሄኖስን፡ሥራ፡ ገድለ፡ አዳም፡ ለአ ዳም፡ብቻ÷ፈላስፋው፡ቀሬጦን፡ለሴት፡ብቻ፡ሰጥቶ፡ይተርካል፤በለቤትነት፡ግን፡ ከሄኖስ፡አይወጣም ።

ሄኖስ፡ማለት÷ፍጹም፡ሰው÷ነፍስና፡ሥጋ፡ያለው÷ነባቢ፡ለባዊ፡ሕያው፡ ማለት፡ነውና፤ስሙ፡ከግብሩ፡የተስማማ፡የደብር፡ቅዱስ፡ሰው፡ሄኖስም፡እንዲህ፡ ከፈጣሪው፡ ተሹሞና፡ቀስ፡የሚያዝ፡የሚናዝዝ÷የታቦተ፡ሕጉ፡ዐቃቢና፡ገበዝ÷ የመሲሑም፡ጸሓፌ፡ትእዛዝ፡ስለ፡ኾነ÷እውታረ፡ልቡናው፡በድሕንጻ፡መንፈስ፡ ተቃኝቶለት፡ፊደሉን፡ከቋንቋ፡ቋንቋውን፡ከፊደል፡አስማምቶ÷ቀኝ፡እጁን፡በነ ፍስ፡ግራ፡እጁን፡በሥጋ÷ዐሥር፡ጣቶቹን፡ባሠርቱ፡ቃላት፡መስሎ፡አነጻጽሮ÷ በንደበቱና፡በጣቱ፡እያነበበና፡እየጣፈ፡የፊደልን፡ሥራ፡ከሕግና፡ከትእዛዝ፡ጋራ፡ አምልቶ፡አስፍቶ፡አስተምሯል ። ሕግ፡አታድርግ፡አታድርግ፡ትእዛዝ፡ግን፡አድ ርግ፡አድርግ፡የሚለው፡ቃል፡ነው፤የ፪ቱም፡ራስና፡ቀንድ፡በፍጹም፡ልቡና፡ እግዜርንና፡ባልንጀራን፡መውደድ፡ናቸው ። በመሐላም፡ጊዜ፡የግዜርን፡ስም፡ብቻ፡ እንዲጠሩ÷አጠራሩንም፡እንዲፈሩና፡እንዲያከብሩ፡እንደ፡ቀድሞቻቸው፡ግን፡ ደመ፡አቤል፡ያጥፋን፡እያሉ፡በሩቅ፡ብእሲ፡ደም፡ወይም፡በጣዖት፡ስም፡እንዳ ይምሉ፡አስጠንቅቋቸዋል ። ወውእቱ፡ዘአኀዘ፡ይጸውዕ፡ስመ፡እግዚአብሔር፡እን ዳለ፡(ኩፋሌ) ። ልጁም፡ቃይናን፡እንደ፡ሰሎሞን፡ንጉሥና፡ነቢይ፡ወዲህም፡ ፈላስፋ፡ነበረና፡ሕዝቡን፡እንዳባቱ፡በቀና፡መንገድ፡መርቷቸዋል ። ከርሱም፡ በኋላ፡እስከ፡ላሜኽና፡እስከ፡ኖኅ፡ተያይዞና፡ተከታትሎ፡የሚመጣው፡ኹሉ፡ ተገልጦለት፡ለነመላልኤል፡ለልጆቹና፡ለሕዝቡ፡በሰላድወ፡እብን፡እየጣፈ፡ከቤተ፡ መዛግብት፡እንዳኖረው፡የአይሁድ፡ኩፋሌ፡በዕብራይስጥ፡ቃል፡ይተርካል ።

በዚህም፡በሄኖስና፡በቃይናን፡ሥራ፡ግራዝማች፡ዲያብሎስ፡ቀንቶ፡ተመቀ ኝቶ፡ጥሩውን፡ትምርት፡ለማደፍረስ፡በስንዴውም፡ፊደል፡መካከል፡ክርዳድ፡ለመ ዝራት፡ለመነስነስ፤ፔንሙ፡የሚባል፡፩ኛውን፡ያጋንንት፡አለቃ፡ጸሓፌ፡ትእ ዛዝ፡አድርጎ፡በጠላትነት፡አስነሥቷል፤በሙሴ፡በአሮን፡እነኢያኔስን፡እንዳስነሣ። ፔንሙም፡ከግዜር፡በተገኘው፡በቅዱሱ፡ፊደል፡ሌላ፡ርኩስ፡ትምርት፡ጥንቈ ላና፡ሟርት፡ስመ፡አጋንንት፡እንዲጥፉና፡እንዲያነቡ፡ያስተምራቸው፡ዘንድ፤ ጌታ፡ለሄኖስ፡እንዳሳየው፡ኹሉ÷ርሱም፡በምትሀቱ፡ቀለምና፡ክርታስ፡በእጁ፡ ይዞ፡ርኩስ፡ትምርቱን፡እየጣፈና፡እየጠለሰመ፡መጽሐፍ፡አድርጎ፡አሳይቷቸዋል። በቃሉም፡ጩኾ፡እየሰበከ÷ሳይሞኽም፡ቀርቦ፡እንደ፡ባለቅኔ፡እያሾከሾከ፡ምስጢ ሩን፡ኹሉ፡በዦሯቸውና፡ባይናቸው፡አጥግቧቸዋል ። ይልቁንም፡ጽልሙታን፡

ከዋክብት ፡ የተባሉ ፡ የደቂቀ ፡ ሴትን ፡ አለቆች ፡ እነስማዝያን ፡ ማሩን ፡ አምርሮ ፡ ወተቱን ፡ አጥቍሮ ፡ በመንገርና ፡ በማሳየት ፡ እንደናታቸው ፡ እንደ ፡ ሔዋን ፡ እያስጐመዡ ፡ ማርኳቸዋል፤ሕዝቡንም ፡ ባለቆቹ ፡ ዐድሮ ፡ እየሳበ ፡ ጭፍራ ፡ አድርጓቸዋል ። ዛሬም ፡ የርሱን ፡ አሠር ፡ ተከትለው ፡ በቅዱሱ ፡ መጽሐፍ ፡ በዳዊት ፡ በወንጌል ፡ በኍልቈ ፡ ፊደል ፡ የሚያሻሽሩ ፥ ርሱንም ፡ እንዳረግ ፡ በገዛ ፡ አስማቱ ፡ የሚስቡ ፡ የሚጐትቱ ፥ ምስጢሩንም ፡ በዡሯቸው ፡ ሰምተው ፡ እያዜሙ ፡ ለጠየቋቸው ፡ የሚያሰሙ ፥ ለዲያብሎስም ፡ መልክ ፡ ደርሰው ፡ ጠላታቸውን ፡ ለመጕዳት ፡ በዳዊት ፡ ፈንታ ፡ መልኩን ፡ የሚደግሙ ፥ የሰብአ ፡ ትካት ፡ ቍራጮች ፡ ብዙ ፡ ሰዎች ፡ አሉ ። ጌታም ፡ በወንጌል ፡ ወሰበ ፡ ይነውሙ ፡ ሰብእ ፡ መጽአ ፡ ጸላኢ ፡ ወዘርዐ ፡ ክርዳደ ፡ ማእከለ ፡ ሥርናይ ፡ ውንለፈ ፡ ያለው ፥ ከአዳም ፡ ከሄኖስ ፡ እስከ ፡ ርሱ ፡ ድረስ ፡ ለነበረው ፡ መጽሐፍና ፡ ትምርት ፡ ላለፈው ፡ ኹሉ ፡ ነው ፡ እንጂ፤ከርሱ ፡ በኋላ ፡ ወደ ፡ ፊት ፡ ለሚመጣው ፡ ብቻ ፡ አይደለም ፡ (ማቴ፲፫ ፡ ፶፪—፴) ።

ከዚህም ፡ ቀጥለን ፡ ላለፈውና ፡ ለሚመጣው ፡ ከመጽሐፈ ፡ ሔኖክ ፡ እንጠቅሳለን ።(ሔኖ፲፱ ፡ ፶፪—፶፫) ፡ ወራብዕ ፡ ስሙ ፡ ፔንሙ፤ዝ ፡ ውእቱ ፡ ዘአርአየ ፡ ለውሉደ ፡ ሰብእ ፡ መሪረ ፡ ወመዐርዒረ፤ወአርአዮሙ ፡ ኵሎ ፡ ኅቡአተ ፡ ጥበቦሙ ፡ (ለአጋንንት) ፡ ወአለበዎሙ ፡ ውእቱ ፡ ለሰብእ ፡ መጽሐፈ ፡ በማየ ፡ ሕመት ፡ ወበክርታስ ። ወበእንተ ፡ ዝ ፡ ብዙኃን ፡ ይስሕቱ ፡ እምዓለም ፡ ወእስከ ፡ ለዓለም ፡ ወእስከ ፡ ዛቲ ፡ ዕለት፤እስመ ፡ ኢተወልደ ፡ ሰብእ ፡ ለዘከመ ፡ ዝ ፡ ግብር ፥ ከመ ፡ ያጽንዑ ፡ ሃይማኖቶሙ ፡ በቀለም ፡ ወበረቅ፤እስመ ፡ ኢተፈጥረ ፡ ሰብእ ፡ ዘእንበለ ፡ ከመ ፡ መላእክት ፥ ከመ ፡ ይኩኑ ፡ ጻድቃነ ፡ ወንጹሓነ ። ወሞት ፡ ዘኵሎ ፡ ያማስን ፡ እምኢገሰሶሙ፤ አላ ፡ በዝ ፡ አእምሮቶሙ ፡ ይትሀጐሉ፤ወበእንተ ፡ ዝ ፡ ይበልዐኒ ፡ ኀይል ፡ እንዳለ ።

ኀጢአት ፡ የባሕርያችን ፡ ናት ፡ ለሚሉም ፡ አለመኾኗን ፡ ሲያጠይቅ ፥ መሐልኩ ፡ ለክሙ ፡ ኃጥአን ፡ ከመ ፡ ኢኮነ ፡ ደብር ፡ ገብረ ፡ ወኢይከውን፤ወኢወግር ፡ አመተ ፡ ለብእሲት ፤ ከማሁ ፡ ኀጢአትኒ ፡ ኢተፈነወት ፡ ዲበ ፡ ምድር፤ አላ ፡ ሰብእ ፡ እምርእሰሙ ፡ ፈጠርዋ፤ወለመርገም ፡ ዐቢይ ፡ ይከውኑ ፡ እለ ፡ ገብርዋ ፡ ብሎባቸዋል ።

ሐተታ ።

የአዳም ፡ ኀጢአት ፡ ካባት ፡ ወደ ፡ ልጅ ፡ መውረዱ ፡ አዳምን ፡ መስለው ፡ ተከትለው ፡ በሚሠሩት ፡ ብቻ ፡ ነው ፡ እንጂ ፥ በማይሠሩትና ፡ በሚነቅፉት ፡ እንደ ፡ ሔኖክ ፡ በሚጸየፉት ፡ በልጆቹ ፡ ኹሉ ፡ አይደለም፤ይኸውም ፡ ቡርክት ፡ አንቲ ፡ እምአንስት ፡ ወቡሩክ ፡ ፍሬ ፡ ከርሥኪ ፡ በተባሉት ፡ በናትና ፡ ልጁ ፡ ይታወቃል ። ጽድቁም ፡ እንደ ፡ ኀጢአት ፡ ነው ፤ ከባሕርይ ፡ ተከፍሎ ፡ በመወለድ ፡ አይወረስም፤ አባትን ፡ መስሎ ፡ በመሥራት ፡ ብቻ ፡ እንጂ ፡ (ሕዝ፲፰ ፡ ፩ና ፡ ፳) ። በዘርም ፡ እንዳይወርድ ፡ የአዳም ፡ ኀጢአት ፡ የነፍስ ፡ ነው ፡ እንጂ ፥ የሥጋ ፡ አይደለም፤ነፍስም ፡ እንደ ፡ አዳም ፡ ነፍስ ፡ ከፈጣሪ ፡ እፍታ ፡ በንጽሐ ፡ ጠባይዕ ፡ ተገኝታ ፡ ካባት ፡ ከናት ፡ በተከፈለው ፡ በዘርና ፡ በደም ፡ ታድራለች ፡ እንጂ ፥ ርሷ ፡ አትከፈልም ፡ (ኢሳ፶፱ ፡ ፫ ። ዘካ፲፪ ፡ ፩) ። ወእንዘ ፡ ማይ ፡

ውእቱ፡ ታረግዖ፡ በጥበብከ፡ ወትነፍኁ፡ ላዕሌሁ፡ መንፈሰ፡ ሕይወት ። ወእምአሐቲ፡
መዝገብ፡ ዘእምእስትንፋሰ፡ አፉሁ፡ ይሠርጻ፡ ወያሕመለምላ፡ ነፍሳት፡ እለ፡ ይትወ
ለዳ፡ እምዝንቱ፡ዓለም፡እንዳለ፡(ቅዳ፡ አት ። ግሩ) ። ሱቱኤል፡ዕዝራም፡ ወዘሰ፡ ነገረ፡
ሞት፡ እምከመ፡ ወፅአ፡ ቃለ፡ ትእዛዝ፡ እምኀበ፡ ልዑል፡ ወይቤ፡ እገሌአ፡ ይሙት ፤
ወትወፅእ፡ እምላዕሌሁ፡ መንፈሱ፡ እምነ፡ ሥጋሁ፡ ከመ፡ ትግባእ፡ ኀበ፡ ዘወሀባ፡
(ዘፈነዋ) ፤ ወቃቀድም፡ሰጊደ፡ ለስብሐተ፡ ልዑል፡ያለው፡ቃል፡ ከዚህ፡ ይሰማማል።
የእክል፡ የተክል፡ ዘር፡ ዝናም፡ ካላገኘ፡ እንዳይበቅል፡ የሰውም፡ ዘር፡ ሥጋ፡ አለነ
ፍስ፡ አይበቅልም ። ነፍስም፡ ስትፈጠር፡ እንደ፡ መላእክት፡ነጻነትና፡ ዕውቀት፡ ሥል
ጣን፡ ያላት፡ የወደደችውን፡ ማድረግ፡ የምትችል፥ነባቢት፡ለባዊት፡ሕያውት፡ ፍጽ
ምት፡ አካል፡ ናት፡ እንጂ፤ ከሥጋ፡ ጋራ፡ እንደ፡ ሥጋ፡ ካባት፡ ከናት፡ ስላልተከፈ
ለች፡ በየጥቂቱ፡ ማደግ፡ የለባትም ። (መቅ፡ ወን)፡ ወገብረ፡ ላቲ፡ ሥልጣነ፡ በውስ
ቴታ፡ ትግበር፡ ዘከመ፡ ኀርየት፡ እንዘ፡ አልቦ፡ ዘይኬንና፡ ወዘይኄይላ፥ከመ፡ ይኩን፡
ሠናያቲሃ፡ ወእከያቲሃ፡ በሥምረተ፡ ኅሊናሃ፡ በአምሳለ፡ መላእክት ። ተፈጥሮዋም፡
እንደ፡ መላእክት፡ ስለ፡ ኾነ፡ ከተፈጠረች፡ ዠምሮ፡ አለሥራ፡ መኖር፡ አትችልም ፤
ግዙፉ፡ መሣሪያ፡ ሥጋዋ፡ እስኪያድግና፡ እስኪጸና፡ ድረስ፡ በራሷ፡ በገንዘቧ፡ መሥ
ራት፡ ትችላለች ፤ በርቀቷ፡ የምትሠራውን፡ ግን፡ ከፈጣሪ፡ በቀር፡ የሚያውቅላትና፡
የሚያውቅባት፡ የለም ። ቀደስኩከ፡ እምከርሠ፡ እምከ፡ (ኤር፩፡ ፭) ። እምከርሠ፡
እምየ፡ አንተ፡ አምላኪየ ። ተነክሩ፡ ኃጥአን፡ እማሕፀን ፤ እምከርሥ፡ ስሕቱ፡ ወነ
በቡ፡ ሐሰተ፡ (መዝ፶፩፡ ፺፫) ። ኀጢአትና፡ ሞት፡ ድንቍርና፡ እንዲህ፡ በስተኋላ፡
የመጡ፡ ባዕዶችና፡ እንግዶች፡ ናቸው፡ እንጂ፤ ከሥጋና፡ ከነፍስ፡ የሚሠርጹ፡ የባሕ
ርይ፡ ዘመዶች፡ አይደሉም ። የባሕርይም፡ ካለመኾናቸው፡ የተነሣ፥እንሆ፡ በአዳም፡
ኀጢአት፡ ያልተወጉና፡ ያልቈሰሉ፡ ሔኖክ፡ ኤልያስን፡ የመሰሉ፡ ሳያረጁና፡ ሳይ
ሞቱ፡ በተሐድሶ፡ የሚኖሩ፥ቅዱስ፡ ጳውሎስም፡ በተሰሎንቄ፡ ክታቡ፡ ኋላ፡ ተለው
ጠው፡ እንዲገቡ፡ የተናገራቸው፡ ብዙ፡ ጻድቃን፡ ያዳም፡ ልጆች፡ አሉ፡ (ማቴ፱፡
፲፫) ። ቦታቸውም፡ ብሔረ፡ ሕያዋን፡ ይባላል ። ወእምድኅረ፡ ዓመተ፡ ኵነኔ፡
በኀምሳ፡ ምእት፡ አመ፡ ፀሡሩ፡ ለጽልመተ፡ ሣልስ፡ ወርኅ፥ወመዕሊሁ፡ ተስዓ፡
ወክልኤቱ ፤ ይእተ፡ አሚረ፡ ነሥእዎ፡ ለዕዝራ፡ ወወሰድዎ፡ ብሔረ፡ እለ፡ ከማሁ፡
እንዳለ፡ (ዕዝ፲፬፡ ፵፰) ። ያዳምና፡ የሔዋን፡ ምንጭነት፡ ከላይ፡ አቀዳዱ፡ ወደ፡
ታችም፡ አወራረዱ፡ በጭር፡ ቃል፡ ይህ፡ ነው ።

ከመጻሕፍት፡ የተገኘውና፡ የሚገኘው፡ እውነተኛው፡ ታሪክ፡ ይህ፡ ሲኾን፥
ባ፲፱፻፷፫፡ ስለ፡ ዕርሻና፡ ስለ፡ ተግባረ፡እድ፥ስለ፡ ሃይማኖትም፡ ክርክር፥ካለቃ፡ አፈ፡
ወርቅ፡ በውጥንቅጥነት፡ ተጥፎ፡ ባዲስ፡ አበባ፡ የታተመው፡ መጽሔት፡ ጥበብ፡ ግን፡
በ፲፱፻፶፱፡ ገጽ፡ ስለ፡ ፊደልና፡ ስለ፡ ጥፈት፡ ሔኖክን፡ ጠቅሶ፡ ሲተርክ፡ መልኩን፡ እንደ፡
ሰይጣን፡ ሥዕል፡ አጥፍቶና፡ አክፍቶ፡ ገበሬ፡ አስደንግጥ፡ አድርጎታል ። መዠመሪያ፡
ምክንያቱንና፡ ጊዜውን፡ ሳይለይ፥ተቀባዩንም፡ ሳያሳይ፥የሄኖስንና፡ የሔኖክን፡ ነገር፡
ባለማስተዋል፡ ፀፍኖ፡ ሸፍኖ፡ ያልሆነውን፡ የኾነ፡ አስመስሎ፡ ፊደልና፡ ጥፈት፡ ጥን

ቱን ፡ ከሰይጣን ፡ ትምርት ፡ የተገኙ ፡ የሰይጣን ፡ ገንዘቦች ፡ እንደ ፡ ኾኑ ፡ የግዜር ፡ እን ዳይደሉ ፥ በኋላ ፡ ግን ፡ እግዜር ፡ ከሰይጣን ፡ ተውሶ ፡ በሰይጣን ፡ መሣሪያ ፡ ስሙንና ፡ ቃሉን ፡ እንዳስጣፈ ፡ ለውጦ ፡ ገልብጦ ፡ ይተርካል ። ስለ ፡ ሃይማኖትም ፡ ስሙን ፡ አርቶዶክስ ፡ አሰኝቶ ፡ እንደ ፡ ፔንሙ ፡ ጨለማውን ፡ ብርሃን ፡ ብርሃኑን ፡ ጨለማ ፡ እያለ ፡ መጻሕፍትንም ፡ እያስተባበለ ፡ ብዙ ፡ ስሕተት ፡ ጥፏል ፡ (መክ፲ ፡ ፩ ። ኢሳ፭ ፡ ፳) ። ይትኀፈሩኬ ፡ ኵሎሙ ፡ አርድእተ ፡ ፔንሙ ፡ እለ ፡ ልሳኖሙ ፡ ፀፈራ ፡ ለሕብል ፥ ወእለ ፡ ረሰያ ፡ ጽዕልተ ፡ እምንእሳ ፡ ለእመ ፡ መጻሕፍት ፡ ፊደል ፥ እንዘ ፡ ይብል ፡ ወለተ ፡ ሳጥ ናኤል ። በከመ ፡ ይቤ ፡ መጽሐፍ ፡ ዐጻዌ ፡ ኖኀቶሙ ፡ አፍ ፤ ዝሉፍ ፡ ለይትገሠጽ ፡ በቀ ስታመ ፡ ቃል ፡ ንቁጽ ፥ ሐባሊ ፡ ለይትነፃኅ ፡ ከመ ፡ ቈጽለ ፡ አርዝ ፤ ወይዘርዝር ፡ ኵሉ ፡ ዘፍጥረታተ ፡ ሕምዝ ። ወካዕበ ፡ ይቤ ፡ ኢታትሕት ፡ ሎቱ ፡ ርእሰከ ፥ ወኢታርምም ፡ ሎቱ ፡ አፉከ ፡ ለብእሲ ፡ አብድ ፡ ወመስተአብድ ፤ አላ ፡ ገሥጾ ፡ ወአመጽሉ ፡ ገጾ ፥ እስመ ፡ ነሣኤ ፡ ገጽ ፡ በዐምፆ ።

፩ኛ ፡ ክፍል ።

የሰዋስው ፡ ቡቃያና ፡ ተክል ።

መቅድመ ፡ ሰዋስው ፡ ወግስ ፡

ጸያሔ ፡ ንባብ ፡ መብእስ ፡ ወመርትዒ ፡ ነገር ፡ ሐንካስ ፡
ለዘውስተ ፡ ኀይል ፡ እምኀይል ፡ የሐውር ፡ ወይገይሥ ።

ጸዋትወ ፡ ፊደል ፡

በበ ፡ ማዕርግ ፡ ወበበ ፡ ክፍል ።

እስመ ፡ ለሊሃ ፡ ፊደል ፡ እመ ፡ መቅድመ ፡ ቃል ፤ ከዊነ ፡
ሰዋስው ፡ ዘትክል ፡ ለዘእምታሕቱ ፡ የዐርግ ፡ ኀበ ፡ ላዕል።

፩ ፤ ፊደል ፡ ማለት ፡ የቋንቋና ፡ የቃል ፡ ያነጋገር ፡ ኹሉ ፡ ምልክት ፡ አምሳል ፥ ወይም ፡ መግለጫ ፡ ማስታወቂያ ፡ ማለት ፡ ነው ። የሰው ፡ ኹሉ ፡ መልክ ፡ በጥሩ ፡ ሥዕ ልና ፡ በመስታዮት ፡ ታይቶ ፡ ተለይቶ ፡ እንዲታወቅ ፥ የማይታየውም ፡ ኅቡእ ፡ ንባብ ፡ ረቂቅ ፡ ሐሳብ ፡ በቀለም ፡ ገዝፎ ፥ በክርታስ ፡ ተጥፎ ፥ በፊደሉ ፡ መልክ ፡ ታይቶ ፡ ተለ ይቶ ፡ ይታወቃልና ፤ ስለዚህ ፡ ምልክት ፡ አምሳል ፡ መግለጫ ፡ ማስታወቂያ ፡ አሉት ። በግእዝም ፡ ፈደለ ፡ ብሎ ፡ ጣፈ ፡ ቈጠረ ፡ ለየ ፡ መረጠ ፡ ይላልና ፤ ፊደል ፡ ከዚህ ፡ ይወ ጣል ፡ ልዩ ፡ ምርጥ ፡ ማለት ፡ ነው ፤ ቅንጣቱን ፡ ቅንጣትነቱን ፡ የቃል ፡ ዘር ፡ መኾኑን ፡ ያሳያል ። ዐረቦች ፡ ሐርፍ ፥ ዕብራውያን ፡ አት ፡ ይሉታል ፤ በተገናኝ ፡ ምልክት ፡ ማለት ፡ ነው ።

፪ ፤ የግእዝ ፡ ቋንቋ ፡ ሥር ፡ መሠረት ፡ የትግሬና ፡ ያማርኛም ፡ ጥንት ፡ እሊህ ፡ ናቸው ። አ ፡ በ ፡ ገ—ጕ ፡ ደ ፡ ሀ ፡ ወ ፡ ዘ ፡ ሐ ፡ ኀ—ኍ ፡ ጠ ፡ የ ፡ ከ—ኵ ፡ ለ ፡ መ ፡ ነ ፡ ሠ ፡ ዐ ፡ ፈ ፡ ጸ—ፀ ፡ ቀ—ቍ ፡ ረ ፡ ሰ ፡ ተ ፡ «ጰ—ፐ» ።

የፊደል ፡ ኹሉ ፡ ራስ ፡ አርእስቱና ፡ መዠመሪያው ፥ ማንሻው ፡ መነሻው ፡ አልፉ ፡ አ ፡ ስለ ፡ ኾነ ፥ ፊደል ፡ ኹሉ ፡ በአ ፡ ዠምሮ ፡ በማናቸውም ፡ ይጨርሳል ፤ ምንም ፡ መዠመሪያው ፡ ፩ ፡ ቢኾን ፥ መጨረሻው ፡ ከሱርስትና ፡ ከዕብራይስጥ ፡ አይተባበርም ። ዐረብና ፡ ጽርእ ፡ ሮማይስጥ ፡ በየ ፡ በዖ ፡ በዘ ፡ ይጨርሳሉ ፤ ሌላውም ፡ ኹሉ ፡ እንደዚህ ፡ ነው ፤ መጨረሻውን ፡ ይለውጣል ። ከጥንት ፡ ከአበው ፡ ከሄኖስ ፡ ከቃይናን ፥ ኋላም ፡ ከዔቦር ፡ ከነገደ ፡ ዮቅጣን ፡ የወረደ ፥ ከከላውዴዎን ፡ ከብሔረ ፡ የመን ፡ የመጣ ፡ ጥንታዊው ፡ የግእዝ ፡ ፊደል ፡ ግን ፥ ኀን ፡ ከሐ ፡ ፀን ፤ ከጸ ፡ ደርበ ፡ ዘሩ ፡ ፳፪ ፡ ብቻ ፡ ስለ ፡ ኾነ ፡ ተራውና ፡ ስሙ ፡ ሳይፋለስ ፡ እንደ ፡ ዕብራይስጥ ፡ በአልፍ ፡ ዠምሮ ፡ በታው ፡ ይጨርሳል ።

፫ ፤ ፪ቱ ፡ ፊደላት ፡ ጰና ፡ ፐ ፡ ግን ፡ የተጨመሩ ፡ በኋላ ፡ ዘመን ፡ ነው ፤ መጨመራቸውም ፡ መጻሕፍት ፡ ከተቀዱበት ፡ ምንጭ ፡ ከጽርእ ፡ ከዮናን ፡ ለማስማማት ፡ እንጂ ፥ በግእዝ ፡ ፊደላት ፡ ሕጸጽ ፡ ኑሮ ፡ አይዶለም ። ከ፪ቱ ፡ ደግሞ ፡ መደበኛው ፡ ፐ ፡ ነው ፤ ምንም ፡ በመልክና ፡ በቅርጽ ፡ በመጥበቅና ፡ በመላላት ፡ ፪ ፡ መስለው ፡ ታይተው ፡ ፪ ፡ ቢባሉ ፥ ፊደልነታቸው ፡ ፩ ፡ ነው ፤ ሲላላ ፡ ፐ ፡ የሚባለው ፡ ሲጠብቅ ፡ ጰ ፡ ይባላል ። የጰ ፡ መልክና ፡ ቅርጽ ፡ ከጸ ፡ የወጣ ፡ ነው ፤ በራሱ ፡ ላይ ፡ ነቍጣ ፡ ጨምረው ፡ ጸን ፡ ጰ ፡ ብለውታል ፤ ድምጡ ፡ ግን ፡ የሳባ ፡ ቋንቋ ፡ ነው ፡ ይባላል ፤ ከጋልኛም ፡ ጋራ ፡ ይሰማማል ። ፐም ፡ ከፈ ፡ የወጣ ፡ ነው ፤ መልኩ ፡ ግን ፡ የጽርእ ፡ ተ ፡ ነው ፤ ፐ ፡ መባሉ ፡ በግእዝ ፡ ነው ፡ እንጂ ፥ በጽርእ ፡ በላቲን ፡ ተ ፡ ይባላል ። እኛ ፡ አኃዝ ፡ አድርገን ፡ ፲ ፡ የምንለውን ፡ ጽርአውያንና ፡ ቅብጣውያን ፡ ፐ ፡ ይሉታል ፤ ፈ ፡ ማለት ፡ ነው ። ዕብራውያንም ፡ ነቍጣ ፡ ጨምረው ፡ ፈን ፡ ፐ ፡ ይሉታል ፤ ቍጥሩም ፡ በጽርእና ፡ በቅብጥ ፡ በዕብራይስጥ ፡ ሰማንያ ፡ ነው ፤ አኃዛችን ፡ ኹሉ ፥ የጽርእና ፡ የቅብጥ ፡ ፊደል ፡ እንደ ፡ ኾነ ፡ ኋላ ፡ በበታው ፡ እናመጣዋለን ። ጰ ፡ ከጋልኛ ፡ እንዲሰማማ ፡ ፐ ፡ ደግሞ ፡ ከወላምኛ ፡ ይሰማማል ።

፬ ፤ ጰና ፡ ፐ ፡ ለግእዝ ፡ ቋንቋ ፡ በውድ ፡ እንጂ ፥ በግድ ፡ አያስፈልጉም ፤ እንሆ ፡ ዐረቦች ፡ ጴጥሮስ ፡ ጳውሎስ ፡ ጲላጦስ ፥ ወይም ፡ ፔትሮስ ፡ ፓውሎስ ፡ ፒላጦስ ፡ በማለት ፡ ፈንታ ፥ ቡጥሩስ ፡ ቡሉስ ፡ ቢላጦስ ፡ ይላሉና ፤ ዕብራውያንም ፡ ፌጥሮስ ፡ ፌሎስ ፡ ፊላጦስ ፡ ይላሉና ፤ ለግእዝም ፡ በጰና ፡ በፐ ፡ ፈንታ ፡ በ ፡ ወይም ፡ ፈ ፡ ይበቃው ፡ ነበር ። ከጽርእና ፡ ከቅብጥ ፡ ወይም ፡ ከሮማይስጥ ፡ የመጣ ፡ ጥሬና ፡ ነባር ፡ ስም ፡ ካልኾነ ፡ በቀር ፡ በግእዝና ፡ ባማርኛ ፡ በትግሪኛም ፡ ሳይቀር ፡ ጰንና ፡ ፐን ፡ የሚያስፈልግ ፡ ቃል ፡ የለንም ። ከጥንት ፡ የነበረ ፡ የግእዝ ፡ ፊደል ፡ አለመኾኑ ፥ ቅድምና ፡ ዝምድና ፡ የሌለው ፡ ባዕድና ፡ ደባል ፡ የኋላ ፡ ቅጥል ፡ መኾኑ ፡ በዚህ ፡ ይታወቃል ። ጥንታዊነትና ፡ ዘመድነት ፡ ያለው ፡ የግእዝ ፡ ፊደልስ ፡ ቢኾን ፡ ስንኳን ፡ ከግእዝ ፡ ካማርኛና ፡ ከትግሬ ፡ ከትግሪኛ ፡ በልታጣም ፡ ነበር ፥ አባታቸው ፡ ግእዝ ፡ ነውና ፤ በግስም ፡ ውስጥ ፡ ጰንገለ ፡ ሄጰ ፡ ዴፐ ፡ ገንጰለ ፡ ጰንጰወ ፡ እያለ ፡ ቢገኝ ፡ ኹሉም ፡ በበና ፡ በፈ ፡ ፈንታ ፡ የገባ ፡ ነው ።

ግእዝ ፡ ስለ ፡ ማለትና ፡ ስለ ፡ መባል ።

፭ ፤ ግእዝ ፡ ማለት ፡ ዋሕድ ፡ ማለት ፡ ነው ፥ ጕንድ ፡ እንደ ፡ ማለት ፤ ጕንድነቱም ፡ ፮ ፡ ዐጽቅ ፡ ባለው ፡ በተቋመ ፡ ወርቅ ፡ ይመሰላል ። ግእዝ ፡ የቋንቋና ፡ የፊደል ፡ ስም ፡

ሲኾን ፡ በአልፍ ፡ አ ፡ እንጂ ፥ በዐይን ፡ አይጣፍም ፤ በዐይኑ ፡ ዐ ፡ ሲጣፍ ፡ ትርጓሜው ፡ ሌላ ፡ ነው ፤ ግእዘንና ፡ ግዕዘን ፡ ተመልከት ። ከጌታችን ፡ ልደት ፡ በፊት ፡ በዘመነ ፡ ብሉይ ፡ ኋላም ፡ በዘመነ ፡ ሐዲስ ፡ እስከ ፡ አብርሀ ፡ ወአጽብሐ ፡ ዘመን ፡ ድረስ ፡ ካዕብ ፥ ሣልስ ፥ ራብዕ ፥ ኃምስ ፥ ሳድስ ፥ ሳብዕ ፡ ሳይኖር ፡ በግእዙ ፡ ብቻ ፡ ይጥፉበትና ፡ ያነቡበት ፡ ይናገሩበት ፡ ነበረና ፤ ግእዝ ፡ የተባለ ፡ ስለዚህ ፡ ነው ።

፳ ፤ ይኸውም ፡ ሊታወቅ ፡ በጥንታዊ ፡ ፊደል ፡ ተጥፎ ፡ ከአኵስም ፡ ሐውልት ፡ የተገኘ ፡ ጥንታዊው ፡ የግእዝ ፡ ንባብ ፡ እንዲህ ፡ ይላል ።

«ዘ ፡ ሐወለተ ፡ ዘአገበረ ፡ አገዘ ፡ ለአበወሀ ፡ ወሰሐበ ፡ መሐዘተ ፡ አወየ ፡ ለነ ፡ ፀበለነ ፡ ወሐለፈነ ፡ ወመጸ ፡ ነገሠ ፡ ወፈተወ ፡ የነገሠነ ፡ አነዘ ፡ ሀለከ ፡ በአ ከሰመ ፡ ዘከመ ፡ ገአዘ ፡ አበወሀ ፡ በነደየ ፡ ፀወወነ ፡ ፀወ ፡ መፀ ፡ አከሰመ ፡ ወፀአየ ፡ ዘአደወየ ፡ ወወከሐ ፡ ዘመጸአ ፡ አመ ፡ ቀደመ ፡ የተከፀወ ፡ ደመ ፡ ቀነየከ ፡ ነገሠ ፡ አከሰመ ፡ ወፈነወከወ ፡ የነጸረ ፡ አከሰመ ፡ በሐረ ፡ መነገሠተየ» ይህን ፡ የመሰለ ፡ ብዙ ፡ ንባብ ፡ አለ ፤ መልክአ ፡ ፊደሉም ፡ እንደ ፡ ሰው ፡ መልክ ፡ ብዙ ፡ ጊዜ ፡ በየዘመኑ ፡ ተለዋውጧል ። ከፊተኞች ፡ ይልቅ ፡ የኋለኞች ፡ አሻሽለውታል ፤ አሠራ ረዙንም ፡ ከሰማርያና ፡ ከፊንቂ ፡ አመሳስለውታል ፤ ካህኑ ፡ ዕዝራ ፡ ዕብራይስጥን ፡ ከአ ሶር ፡ ፊደል ፡ እንዳመሳሰለ ።

ስለ ፡ ፊደላት ፡ ፳ ፡ ፳ነት ።

፳ ፤ ቋንቋነቱና ፡ ፊደሉም ፡ ያረጀ ፡ ያፈጀ ፡ ግእዝ ፡ ብቻ ፡ ኹኖ ፡ ለሐዲሱ ፡ ዘመን ፡ አነጋገር ፡ ንባብ ፡ የሚያከፋ ፡ ምስጢር ፡ የሚያጠፋ ፥ አፍ ፡ የሚያስከፍት ፡ ነገር ፡ የሚያስጐትት ፡ ስለ ፡ ኾነ ፥ ከሣቴ ፡ ብርሃን ፡ ሰላማ ፡ በዘመነ ፡ ሐዲስ ፡ መጻሕፍ ትን ፡ ከጽርእ ፡ ወደ ፡ ግእዝ ፡ ሲመልስና ፡ ሲያስመልስ ፡ በግእዝ ፡ ቃል ፡ ብቻ ፡ ለመተ ርጐም ፡ አልመችኽ ፡ ቢለው ፥ ያይሁዶችንና ፡ ያረቦችን ፡ የጽርአችን ፡ ፊደል ፡ እንደ ፡ ቋንቋው ፡ ሥርዐት ፡ ድምጥ ፡ እየለወጠ ፡ በሚያስኬድ ፡ በንቍጣና ፡ በዋየል ፡ ፈንታ ፡ ከካዕብ ፡ እስከ ፡ ሳብዕ ፡ ድረስ ፡ ያሉትን ፡ ስድስቱን ፡ አዕጹቅ ፡ አግብቶ ፥ በጽርእ ፡ ቋንቋ ፡ ሽ ፡ የሚሉ ፡ ፊደል ፡ ስለ ፡ ሌለ ፡ ሽን ፡ ሠ ፡ ብሎ ፡ ከሽነቱ ፡ አውጥቶ ፥ በንባቡና ፡ በገባቡ ፡ ከጽርእ ፡ ፊደል ፡ አሰማምቶ ፡ እንደ ፡ ዕብራይስጥ ፡ ዐድሶታል ፤ ለብሉይና ፡ ለሐዲስ ፡ የበቃና ፡ የተቀደሰ ፡ ብርሃን ፡ የለበሰ ፡ ከዚያ ፡ ወዲህ ፡ ነው ።

፳፩ ፤ ይኸውም ፡ ሊታወቅ ፡ ከጥንት ፡ ከአበው ፡ የተገኘ ፡ ከውሉድም ፡ የተሰናኘ ፡ ትርጓሜ ፡ ፊደል ፥ ያበ ፡ ሰላማን ፡ ትጋትና ፡ ሥራ ፡ ሲተርክ ፤ ወአምጽአ ፡ ለነ ፡ ሰላማ ፡ ጳጳስ ፡ ፊደለ ፡ እምሕርክትያኑስ ፤ ወሚጠሙ ፡ በአዱ ፡ ልሳን ፥ ወእሙንቱ ፡ ሰብዐቱ ፡ ፊደላት ፡ ብሎ ፡ ይመሰክራል ። ሰባት ፡ ማለቱ ፡ ከግእዝ ፡ ጋራ ፡ ነው ፤ ከሰባቱ ፡ ደግሞ ፡ ስድስቱ ፥ ከነዚያውም ፡ ፪ ፡ ፪ቱ ፡ ግእዝና ፡ ሳድስ ፥ ካዕብና ፡ ሳብዕ ፥ ሣልስና ፡ ኃምስ ፡ ሉቱፋን ፡ ናቸው ፤ ይወራረሳሉ ። ይኸውም ፡ በገቢር ፡ አንቀጽ ፥ ሞአ ፡ ፀረ ፡ ወጸላኤ ፥ ሐነጸ ፡ ቤቶ ፡ ወጽርሖ ፡ ያለውን ፡ በተገብሮ ፥ ተሞአ ፡ ፀር ፡ ወጸላኢ ፥ ተሐንጸ ፡ ቤቱ ፡

ወጽርሑ ፡ እያለ ፡ መኼዱን ፡ መናገር ፡ ነው ። ራብዕ ፡ ግን ፡ ኃምስና ፡ ሳብዕ ፡ ሳይቀሩ ፡ ከኹሉም ፡ ተፈቃቃሪ ፡ ነው ፥ መልኩንና ፡ ድምፁን ፡ ሳይለውጥ ፡ ኹሉን ፡ ይከታል ፤ ይህም ፡ በልዐ ፡ ሥጋ ፡ ወመና ፥ ተበልዐ ፡ ሥጋ ፡ ወመና ፡ ማለቱን ፡ ያሳያል ። ኃምስ ፡ ሳብዕ ፡ ደግሞ ፡ እንደ ፡ ራብዕ ፡ ናቸው ፤ ቀሠመ ፡ ጽጌ ፡ ወፍሬ ፥ ተቀሥመ ፡ ጽጌ ፡ ወፍሬ ፡ አኀዘ ፡ ዶርሆ ፡ ወአንቆቅሖ ፥ ተእኀዘ ፡ ዶርሆ ፡ ወአንቆቅሖ ፡ እያሰኙ ፡ ገቢር ፡ ተገብሮ ፡ ይከታሉ ። ፯ ፡ ያልናቸው ፡ ፫ቱ ፡ መዋርስቶች ፡ ባይንና ፡ በዡሮ ፡ በፍንጫ ፡ ይመሰላሉ ፤ ራብዕ ፡ በአፍ ፡ ይመሰላል ። ባለቅዳሴዎች ፡ ግን ፡ ሰባቱን ፡ ኹሉ ፡ በሰባቱ ፡ ዕለታትና ፡ በሰባቱ ፡ ሀብታት ፥ በሰባቱ ፡ ምስጢራት ፡ ይመስሏቸዋል ።

፱ ፤ ሕርክትያኑስ ፡ የዐረብ ፡ ቃል ፡ ነው ፥ ጫፉ ፡ የጽርእ ፡ ይመስላል ፤ ዐረብ ፡ ግን ፡ ሐረከ ፡ ብሎ ፡ አማሰለ ፡ ይላልና ፥ ሕርክት ፡ ከዚህ ፡ ይወጣል ፤ የፊደልን ፡ ድምጥ ፡ የሚ ለዋውጡ ፡ ነቍጣትንም ፡ መወልጣን ፡ ሲል ፡ እልሐረካት ፡ ይላል ። ትርጓሜውም ፥ የተማሰለ ፡ ፩ ፡ ወገን ፡ እንዲኾን ፡ እንዲቀላቀል ፤ ነቍጣው ፡ ወይም ፡ ዋየሉ ፡ ከፊደሉ ፡ ጋራ ፡ ፩ ፡ የኾነ ፡ የተቀላቀለ ፡ ማለት ፡ ነው ። ዋየል ፡ ነቍጣ ፡ የሚባል ፡ ቅጥሉ ፡ ነው ፤ ቅጥልም ፡ ባይኖረው ፡ ሰባራና ፡ ዐንካሳ ፡ መኾኑ ፡ ራሱን ፡ ማጽነኑ ፡ እንደ ፡ ቅጥል ፡ ኹኖ ፡ ዋየል ፡ ይባላል ፤ ወይም ፡ እንደ ፡ ነቍጣ ፡ ይታሰባል ። ዋየል ፡ የላቲን ፡ ቃል ፡ ነው ፤ መላው ፡ የአ ፡ ቤት ፡ ፊደል ፡ ፯ቱ ፡ ዐይነት ፡ ኹሉ ፡ በሮማይስጥ ፡ ዋየል ፡ ይባላል ፤ ድምፅ ፡ ወይም ፡ ጕህና ፡ ማለት ፡ ነው ፥ መወልጠ ፡ ድምፅም ፡ ይሉታል ፤ ድምፅ ፡ ለራሱ ፡ መወልጥ ፡ ለሌላው ። እኛ ፡ በሰዋስው ፡ ግእዝ ፡ ዐመል ፡ ደጊመ ፡ ቃል ፡ የምንላቸውን ፡ እነዚህን ፡ ሦስቱን ፡ ኤውሮፖች ፡ ኮንሶን ፡ ዋየል ፡ ዱብል ፡ ይሏቸዋል ። እሊሁም ፡ ከነሰ ፡ ወየለ ፡ ደበለ ፡ ከማለት ፡ ጋራ ፡ ፩ ፡ ናቸው ፥ በንባብ ፡ በምስጢር ፡ ይገጥማሉ ፤ እንዲያውም ፡ በቋራሽ ፡ ከነዚህ ፡ የወጡ ፡ ይመስላሉ ። በግእዝና ፡ ባማርኛም ፡ በሌላ ውም ፡ በሴም ፡ ቋንቋ ፡ ኹሉ ፡ በዐረብ ፡ በሱርስት ፡ በዕብራይስጥ ፥ አና ፡ ሀ ፡ ወና ፡ የ ፡ እሊህ ፡ ፬ቱ ፡ እንደ ፡ ዋየል ፡ ናቸው ፤ ለራሳቸው ፡ ድምፅ ፡ እየኾኑ ፡ የሌሎቹን ፡ ድምፅ ፡ ይለዋውጣሉ ። አለዋወጣቸው ፡ እንዴት ፡ እንደ ፡ ኾነ ፡ ድምጣቸውንና ፡ ድምጥነታ ቸውን ፡ በግስ ፡ ዐመል ፡ ፍች ፡ ተመልከት ።

አዕጹቅ ፡ ያልናቸው ፡ የ፯ቱ ፡ ፊደላት ፡ ጠባይ ።

፲ ፤ በካዕብ ፡ በሳብዕ ፡ ወ ፥ በሣልስ ፡ በኃምስ ፡ የ ፥ በራብዕ ፡ በሳድስ ፡ አና ፡ ሀ ፡ አሉ ። የወ ፡ ጠባይ ፡ ራሱን ፡ ጕርዶ ፡ ሌላውን ፡ ፊደል ፡ ካዕብና ፡ ሳብዕ ፡ ማድረግ ፡ ነውና ፤ የካዕብ ፡ የሳብዕ ፡ ቅጥይ ፡ ዐንካስነት ፡ ህየንተ ፡ ወ ፡ ኹኖ ፡ በወ ፡ ፈንታ ፡ ገብ ቷል ። የየ ፡ ጠባይ ፡ ደግሞ ፡ እንደ ፡ ወ ፡ ራሱን ፡ ጕርዶ ፡ ሌላውን ፡ ፊደል ፡ ሣልስና ፡ ኃምስ ፡ ማድረግ ፡ ነውና ፤ የሣልስ ፡ የኃምስ ፡ ቅጥይ ፡ ኹሉ ፡ ህየንተ ፡ የ ፡ ኹኖ ፡ በየ ፡ ፈንታ ፡ ገብቷል ። የአና ፡ የሀም ፡ ጠባይ ፡ እንደ ፡ ወና ፡ እንደ ፡ የ ፡ ራስን ፡ ጕርዶ ፡ ወይም ፡ ሳይጕርዱ ፡ ሌላውን ፡ ፊደል ፡ ራብዕ ፡ ሳድስ ፡ ማድረግ ፡ ነውና ፤ የራብዕና ፡ የሳድስ ፡ ቅጥይ ፡ ሰባርነትና ፡ ዐንካስነት ፡ ስለ ፡ አ ፡ ስለ ፡ ሀ ፡ የገባ ፡ ነው ፤ እንደ ፡ አና ፡ እንደ ፡ ሀ ፡ ይታሰባል ፤ አና ፡ ሀ ፡ ጠባያቸው ፡ ፩ ፡ ስለ ፡ ኾነ ፡ ፪ቱ ፡ ስላንድ ፡ ይቈጠራሉ ።

ለዜማ ፡ ምልክት ፡ ሥረይ ፡ እንዳለው ÷ ለፊደልም ፡ ድምፅ ፡ ለጠበዩና ፡ ለቅጥዩ ፡ ሥረ ዮቹ ፡ ዉ ዎ ፡ ዪ ዬ ÷ አ—ሀ ፡ ናቸው ፤ ቅጥይ ፡ ኹሉ ፡ በለቤት ፡ አከል ፡ ነውና ፤ ጕንደ ፡ ፊደሉን ፡ ነዉ ፡ ነዎ ፡ ነዪ ፡ ነዬ ፡ ነአ ፡ ነሀ ፡ በማለት ፡ ፈንታ ÷ ኑ ፡ ኖ ፡ ኒ ፡ ኔ ፡ ና ፡ ን ፡ እያ ሰኘ ፡ በ፮ ፡ ስልት ፡ ማስኬዱ ፡ የነዚህ ፡ ምልክት ፡ ስለ ፡ ኾነ ፡ ነው ። የርሳቸውም ፡ ቅጥይ ፡ ምልክትነቱ ፡ ሥረይ ፡ እንደ ፡ ማለት ፡ ነው ፤ የድምጣቸውን ፡ ስልት ፡ ልዩ ፡ ልዩነቱን ፡ እያጕላ ፡ እያጋነነ ፡ ያሳያል ። እንደ ፡ ኤውሮፓ ችም ፡ ብዙውን ፡ ፊደል ፡ ጠቅልሎ ፡ አሳ ንሶ ፡ በእጅ ፡ መኪና ፡ ለመጣፍ ፤ ግእዞችን ፡ ብቻ ፡ በኡ—ቡ ÷ በኢ—ቢ ÷ በአ—ባ ÷ በኤ—ቤ ÷ በእ—ብ ÷ በኦ—ቦ ፡ እያሉ ፡ በአ ፡ ብቻ ፡ ማስኬድ ፡ ይቻላል ፤ ይህነንም ፡ ኋላ ፡ በ፮ኛው ፡ ማዕርግ ፡ ፊደል ፡ እናመጣዋለን ።

፲፭ ፤ ዳግመኛም ፡ ያራቱ ፡ ዲቃሎች ፡ የነጐኈኰቈ ፡ ቅጥይ ፡ ከግእዛቸው ፡ በቀር ፡ ኹሉም ፡ መንታ ፡ መንታ ፡ ዐይነት ፡ መኽኍ ÷ ዋየሎቻቸው ፡ ፯ ፡ ፯ ፡ ስለ ፡ ኾነ ፡ ነው ፤ የግእዛቸው ፡ ቅጥል ፡ ግን ፡ እንደነሆሎፎ ፡ እንደነሮቆቶ ፡ መኽኍ ÷ ፩ ፡ ዋየል ፡ ብቻ ፡ ወን ፡ ያሳያል ፤ ቀለበቱ ፡ ሀየንተ ፡ ወ ፡ ነው ። ይህም ፡ ገወ—ጐ ÷ ገወዪ—ጒ ÷ ገውዋ—ጓ ÷ ገወዬ—ጔ ÷ ገወሀ—ጕ ÷ እያለ ፡ ኹሉን ፡ ያሳያል ። ካዕብና ፡ ሳብዕ ፡ መተዋቸው ፡ የካዕ ቡን ፡ ድምጥ ፡ ሣልሳቸውና ፡ ሳድሳቸው ፡ ጒ ፡ ጕ ÷ የሳብዑን ፡ ድምጥ ፡ ግእዛቸው ፡ ጐ ፡ ደርበ ፡ ስለ ፡ ወረሰው ፡ ነው ። ሳድሳቸው ፡ የካዕብ ፡ ድምጥ ፡ ስለ ፡ ደረበ ፡ ኰኹን ፡ ቀደም ፡ ጐ ፡ ጕ ÷ ኈ ፡ ኍ ÷ ኰ ፡ ኵ ÷ ቈ ፡ ቍ ፡ እያለ ፡ ቦታውን ፡ ትቶ ፡ አለቦታው ፡ ገብቶ ፡ በካዕብ ፡ ቦታ ፡ ይጣፍ ፡ ነበር ፤ ዛሬ ፡ ግን ፡ ከቦታው ፡ ገብቶ ፡ መጨረሻ ፡ ኹኗል ። ሳድስ ነቱም ፡ ጕሕቈ ፡ ኵሕሰ ፡ በለው ፡ ይታወቃል ፤ ግስ ፡ በካዕብ ፡ በሣልስ ፡ አይነሣምና ። ግእዛቸው ፡ በቅኔና ፡ በመልክ ፡ ከግእዝ ፡ ጋራ ፡ እንዲገባ ፡ ሳድሳቸውም ÷ ሰርጐ ፡ እጕ ፡ ጽኵ ፡ ጽጕ ፡ ኍልቍ ፡ እያለ ፡ ከሳድስ ፡ ጋራ ፡ ይገባል ፤ ከካዕብ ፡ ግን ፡ አይተባበርም ፤ ቤት ፡ ያፈርሳል ።

፲፯ ፤ ከናባ ፡ ሰላማም ፡ በኋላ ፡ እስከናዔ ፡ ካሌብ ÷ ከዚያም ፡ በኋላ ፡ እስከ ፡ ብዙ ፡ ዘመን ፡ ሕዝቡ ፡ ሰራዊቱ ፡ ይህን ፡ ሐዲስ ፡ ግእዝ ፡ አንለምድኽ ፡ ብለው ፡ እንደ ፡ ካህ ናቱ ፡ ታዜና ፡ ወልደ ፡ አልዐሜዳ ፡ ካሌብ ፡ በማለት ፡ ፈንታ ÷ ተዘካ ፡ ወለደ ፡ አለፀመደ ፡ ከለበ ፡ እያሉ ፡ በዚያው ፡ ባሮጌው ፡ ግእዝ ፡ ሲጥፉ ፡ እንደ ፡ ኖሩ ÷ በኵስምና ፡ በሽሜ ዛና ፡ በደንጊያ ፡ ተጥፎ ፡ የሚገኝ ፡ ጥንተ ፡ ጥፈታቸው ፡ ይመሰክራል ።

ፍናወ ፡ ፊደል ፡ ወሑረታቲሁ ።

፲፰ ፤ የጥንቱ ፡ ግእዝ ፡ ፍጹም ፡ የሴም ፡ ቋንቋ ፡ ስለ ፡ ኾነ ፡ አካኼዱና ፡ መንገዱ ፡ እንደ ፡ ወንድሞቹ ፡ እንዳረብና ፡ እንደ ፡ ሱርስት ፡ እንደ ፡ ዕብራይስጥ ፡ ከቀኝ ፡ ወደ ፡ ግራ ፡ ነበረ ፤ ይህነንም ፡ በየመን ፡ ያሉ ፡ ሕምያር ፡ ነገደ ፡ ዮቅጣን ÷ ዕብራውያንም ፡ ሳይቀሩ ፡ በቃል ፡ በታሪክ ፡ ይመሰክራሉ ። ፪ኛም ፡ ፊደሉና ፡ ቋንቋው ፡ ቅን ፡ ስለ ፡ ኾነ ፡ እንደርሻ ፡ አካኼድ ፡ ከቀኝ ፡ ወደ ፡ ግራ ፡ ከግራ ፡ ወደ ፡ ቀኝ ፡ በ፪ ፡ ወገን ፡ ይጣፍና ፡ ይነበብ ፡ ነበረ ፡ ይባላል ። ይህነንም ፡ እኔ ፡ ከቃላቸው ፡ እንደ ፡ ሰማኹ ÷ በትግሬ ፡ መሬት ፡ ከዚያውም ፡ ባጋሜ ፡ ወረዳ ፡ ከዋሻ ፡ ውስጥ ፡ በደንጊያ ፡ ተጥፎ ፡ ያዩትና ፡

ያገኙት ፡ አሉ ። ኋላ ፡ ግን ፡ በሰላማ ፡ ጊዜ ፡ በአብርሀና ፡ በአጽብሐ ፡ ዘመን ፥ የያፌት ፡ ልጆች ፡ ጽርአውያን ፥ የካምም ፡ ልጆች ፡ ግብጻውያን ፡ ከያፌት ፡ ቋንቋ ፡ ሊያሰማሙ ፡ በሄራሽ ፡ ከግራ ፡ ወደ ፡ ቀኝ ፡ አዟረውት ፡ ከሴም ፡ ቋንቋ ፡ መንገድ ፡ ወጥቷል ። ከዚያ ፡ ወዲህ ፡ በጕረሮ ፡ የሚነገረው ፡ ቃል ፡ የሐውት ፡ ሐና ፡ የዐይኑ ፡ ዐ ፡ ድምጥ ፡ እየደከመና ፡ እያነሰ ፡ እየጠፋ ፡ ኼዷል ። ትግሮች ፡ ግን ፡ እስከ ፡ ዛሬ ፡ ድረስ ፡ ከቋንቋቸው ፡ አላጠፉትም ፤ እንዳይሁድና ፡ እንዳረቦች ፡ ለይተው ፡ ጠንቅቀው ፡ ይናገሩታል ።

፲፬ ፤ ፊደሉ ፡ ግእዝ ፡ ብቻ ፡ ኹኖ ፡ ከቀኝ ፡ ወደ ፡ ግራ ፡ መኼዱም ፡ በዚህ ፡ ይታወቃል ፤ በጥንታዊ ፡ ፊደል ፡ ተጥፎ ፡ ከኵስም ፡ የተገኘው ፡ አንቲካ ፡ እንሆ ፡ እንዲህ ፡ ይላል ።

የማናይ ።	ፀጋማይ ።
መሐጸበወ	ወበጺሐሙ ፡
መረሐበ	ብሔሮሙ ፡
መሰለፊአ	አፍለሰሙ ፡
መሀሰሰነአ	እንስሳሆሙ ፡
ረበከየ	ይክበር ፥ ማለት ፡ ነው ፡ ብለው ፡ ቃል ፡

በቃል ፡ ተርጕመውታል ። አኵስሞች ፡ ግን ፡ ከቀኝ ፡ ወደ ፡ ግራ ፡ ስለ ፡ ተጣፈ ፡ ዕብራይስጥ ፡ ይሉታል ። (ተረት) አበቱን ፡ አያውቅ ፡ አያቱን ፡ ናፈቅ ፡ እንዲሉ ። ወዲያ ፡ ማዶም ፡ በየመንና ፡ በናግራን ፡ እንደዚህ ፡ ያለ ፡ ይህን ፡ የመሰለ ፡ አንቲካ ፡ ጥፈት ፡ በየዋሻውና ፡ በየደንጊያው ፡ በየመቃብሩ ፡ ይገኛል ፤ የብራናም ፡ መጽሐፍ ፡ አይታጣ ፤ ሐምያሮች ፡ ግን ፡ ግእዝ ፡ ቋንቋቸውን ፡ አጥፍተው ፡ እንደ ፡ ግብጦች ፡ ዐረቦች ፡ ኹነዋል ።

ፍልሰተ ፡ ፊደላት ፡ ወአኀዛቲሆን ።

፲፭ ፤ የፊደል ፡ ተራ ፡ የተፋለሰና ፡ አልፍ ፡ አ ፡ ከርስቱ ፡ ከቀዳማዊነት ፡ ተነቅሎ ፡ በርሱ ፡ ፈንታ ፡ ሆይ ፡ ሀ ፡ መዠመሪያ ፡ ፊደል ፡ የኾነ ፡ ከፍሬ ፡ ምናጦስ ፡ ወዲህ ፡ ነው ፤ አበገደሀ ፡ የነበረውን ፡ ሀለሐመሠ ፡ ብለው ፡ ከላይ ፡ እስከ ፡ ታች ፡ ያፋለሱትም ፡ ከርሱ ፡ ጋራ ፡ ዐብረው ፡ የነበሩ ፡ ጽርአውያንና ፡ ቅብጣውያን ፡ ናቸው ፡ ይባላል ። ያፋለሱበትም ፡ ምክንያት ፡ የግእዝን ፡ ፊደል ፡ ከአኃዝነት ፡ አውጥቶ ፡ የርሳቸውን ፡ ፊደል ፡ አልፋ ፡ ቤታ ፡ ጋማ ፡ የነበረውን ፡ ፩ ፡ ፪ ፡ ፫ ፡ እያሉ ፡ በግእዝ ፡ ፊደል ፡ ላይ ፡ አኃዝ ፡ አድርጎ ፡ ለማግባት ፡ እንዲመቻቸው ፡ ነው ፤ አኃዛችን ፡ ኹሉ ፡ የጽርእና ፡ የቅብጥ ፡ ፊደል ፡ መኾኑን ፡ ኋላ ፡ በቦታው ፡ እናመጣዋለን ። ይህም ፡ ሥራ ፡ የግእዝን ፡ ፊደል ፡ ከሴም ፡ ቋንቋ ፡ ዐዋጅ ፡ አውጥቶ ፡ ጥርጊያ ፡ መንገዱን ፡ አጥፍቶ ፡ ቊጥሩን ፡ አሳስቶ ፡ በዚህ ፡ ብቻ ፡ የቀረ ፡ አይዶለም ፤ በሄኖስ ፡ ራእይ ፡ ተመሥርቶ ፡ የታነጸውን ፡ ያልፋ ፡ ወያን ፡ ምስጢር ፡ አፍርሷል ።

፲፮ ፤ ከዚያ ፡ ወዲህ ፡ በኢትዮጵያ ፡ አበገደ ፡ እየተረሳና ፡ እየጠፋ ፥ ሀለሐመ ፡ እየሰፋ ፡ ኼዷል ፤ ኋላ ፡ ግን ፡ በኹሉ ፡ አገር ፡ ጠፍቶ ፡ በሺዋ ፡ በስሜን ፡ ስለ ፡ ተገኘ ፡ እኩሉ ፡ የሺዎች ፡ ፊደል ፥ እኩሉ ፡ የስሜኖች ፡ ፊደል ፡ ይሉታል ፤ ርሱ ፡ ግን ፡ ከጥ

ንት ፡ ከሰላማ ፡ በፊት ፡ የነበረ ፡ አንቲክ ፡ ፊደል ፡ ነው ። አንቲክነቱንም ፡ ዐረቦች ፡ ሳይ ቀሩ ፡ ሴማውያንም ፡ ያፌታውያንም ፡ በፊደል ፡ ታሪክ ፡ ይመሰክራሉ ፤ በሀገራችንም ፡ ባኵስም ፡ ሐውልት ፡ በስሜን ፡ መጻሕፍት ÷ በሺዋም ፡ በያድባሩቱ ፡ በየገዳማቱ ÷ ይል ቁንም ፡ በደብረ ፡ ሊባኖስ ፡ እስከ ፡ ዛሬ ፡ አለ ፤ ያስተምሩበታል ። ስሙንም ፡ ከሀለሐመ ፡ ለይተው ፡ በዚያው ፡ በጥንቱ ፡ አጠራር ፡ አበገደ ፡ ወይም ፡ አቡጊዳ ፡ ይሉታል ፤ አቡጊ ዳም ፡ ማለት ፡ የግእዙ ፡ ተራ ፡ ሳይፋለስ ፡ ከካዕብ ፡ እስከ ፡ ሳብዕ ፡ ያሉት ፡ ፮ቱ ፡ አዕጹቅ ፡ በመፋለስና ፡ በመዋረስ ፡ እየተዛነቁ ፡ ይጣፋሉና ÷ ስለዚህ ፡ ነው ፤ መዛነቃቸውም ፡ ውጥ ንቅጥ ፡ ኹኖ ፡ የሕዝቅኤልን ፡ ምግብ ፡ ይመስላል ፡ (ሕዝ፬ ፡ ፱) ።

ማዕርግ ፡ ፊደላት ።

፲፮ ፤ የፊደላት ፡ ማዕርግ ፡ ባጣጣፍና ፡ በትምርት ፡ ከ፫ ፡ ይከፈላል ፤ ፫ቱ ፡ ክፍል ፡ የግእዝ ፡ ብቻ ፤ ፩ኛው ፡ ያማርኛ ፡ ብቻ ፤ ፪ኛው ፡ የግእዝና ፡ ያማርኛ ፡ መድበል ÷ ጉ ባኤ ፡ ፊደል ፡ ነው ። የግእዙ ፡ ማዕርግ ፡ ከ፫ ፡ መከፈሉ ÷ የወጣኒና ፡ የማእከላዊ ፡ የፍ ጹም ፡ ትምርት ፡ መኾኑን ፡ ያሳያል ፤ ያማርኛውና ፡ መድበሉም ፡ ከ፫ቱ ፡ የሚበልጥ ፡ የፍጹም ፡ ፍጹም ፡ ነው ።

፩ኛ ፡ ማዕርግ ።

፲፯ ፤ ፊደል ።	ስመ ፡ ፊደል ።	ኊልቈ ፡ ፊደል ።
አ	አልፍ ፡	አሐድ ፡
በ (ጰ)	ቤት ፡	ክልኤት ፡
ገ (ጐ)	ገምል ፡	ሠለስት ፡
ደ	ድልት ፡	አርበዕት ፡
ሀ	ሆይ ፡	ኀምስት ፡
ወ	ዋዌ ፡	ሰድስት ፡
ዘ	ዛይ ፡	ሰብዐት ፡
ሐ (ኀ—ኈ)	ሐውት ፡	ሰምንት ፡
ጠ	ጠይት ፡	ተስዐት ፡
የ	የማን ፡	ዐሥርት ፡
ከ (ኰ)	ካፍ ፡	ዕሥራ ፡
ለ	ላዊ ፡	ሠላሳ ፡
መ	ማይ ፡	አርብዓ ፡
ነ	ነሐስ ፡	ኀምሳ ፡
ሠ	ሠውት ፡	ስሳ ፡
ዐ	ዐይን ፡	ሰብዓ ፡
ፈ (ፐ)	ፈፍ ፡	ሰማንያ ፡
ጸ (ፀ)	ጸደይ ፡	ተስዓ ፡

ቀ (ቈ)	ቆፍ ፡	ምእት ፡
ረ	ርእስ ፡	በ ፡ ምእት ፡
ሰ	ሳት ፡ (ሰዓት) ፡	ገ ፡ ምእት ፡
ተ	ታው ፡	ደ ፡ ምእት ።

ሐተታ ።

፲፱ ፤ እሊህም ፡ ፳፪ቱ ፡ ፊደላት ፡ የመልክ ፡ ልዩነት ፡ ያላቸው ፡ ፬ቱ ፡ ድርቦች ፡ (ኀፀጸፐ) ፡ ሳይቀሩ ፡ ባ፭ ፡ ጾታ ፡ ተከፍለው ፡ በ፭ቱ ፡ ሕዋሳተ ፡ አፍ ፡ በጕረሮና ፡ በትናጋ ፡ በምላስና ፡ በከንፈር ፡ በጥርስ ፡ ይነገራሉ ፤ ጾታቸውና ፡ ክፍላቸውም ፡ ይህ ፡ ነው ።

፩ኛ ፤ — በጕረሮ ፡ የሚነገሩ ፡ ፭ ፤ — አ ፡ ሀ ፡ ሐ ፡ ኀ ፡ ዐ ።
(እነዚህ ፡ ፭ቱ ፡ ከመላላት ፡ በቀር ፡ መጥበቅ ፡ የላቸውም) ።

፪ኛ ፤ — በትናጋ ፡ የሚነገሩ ፡ ፬ ፤ — ገ ፡ የ ፡ ከ ፡ ቀ ።
፫ኛ ፤ — በምላስ ፡ የሚነገሩ ፡ ፭ ፤ — ደ ፡ ጠ ፡ ለ ፡ ነ ፡ ተ ።
፬ኛ ፤ — በከንፈር ፡ የሚነገሩ ፡ ፮ ፤ — በ ፡ ወ ፡ መ ፡ ፈ ፡ ጰ ፡ ፐ ።
፭ኛ ፤ — በጥርስ ፡ የሚነገሩ ፡ ፮ ፤ — ዘ ፡ ሠ ፡ ጸ ፡ ፀ ፡ ረ ፡ ሰ ።

፪ኛ ፡ ማዕርግ ።

፳ ፤ መላው ፡ የግእዝ ፡ ፊደል ፡ ከናበጋዙና ፡ ከነጓዙ ፡ ከነአኋዙ ።

አ	ኡ	ኢ	ኣ	ኤ	እ	ኦ	፩
በ	ቡ	ቢ	ባ	ቤ	ብ	ቦ	፪
ገ ጐ	ጉ	ጊ ጒ	ጋ ጓ	ጌ ጔ	ግ ጕ	ጎ	፫
ደ	ዱ	ዲ	ዳ	ዴ	ድ	ዶ	፬
ሀ	ሁ	ሂ	ሃ	ሄ	ህ	ሆ	፭
ወ	ዉ	ዊ	ዋ	ዌ	ው	ዎ	፮
ዘ	ዙ	ዚ	ዛ	ዜ	ዝ	ዞ	፯
ሐ	ሑ	ሒ	ሓ	ሔ	ሕ	ሖ	፰
ኀ ኈ	ኁ	ኂ ኊ	ኃ ኋ	ኄ ኌ	ኅ ኍ	ኆ	፱
ጠ	ጡ	ጢ	ጣ	ጤ	ጥ	ጦ	፲
የ	ዩ	ዪ	ያ	ዬ	ይ	ዮ	፳
ከ ኰ	ኩ	ኪ ኲ	ካ ኳ	ኬ ኴ	ክ ኵ	ኮ	፴
ለ	ሉ	ሊ	ላ	ሌ	ል	ሎ	፵
መ	ሙ	ሚ	ማ	ሜ	ም	ሞ	፶
ነ	ኑ	ኒ	ና	ኔ	ን	ኖ	፷
ሠ	ሡ	ሢ	ሣ	ሤ	ሥ	ሦ	፸
ዐ	ዑ	ዒ	ዓ	ዔ	ዕ	ዖ	፹

ፈ	ፉ	ፊ	ፋ	ፌ	ፍ	ፎ	፺
ጸ	ጹ	ጺ	ጻ	ጼ	ጽ	ጾ	፻
ፀ	ፁ	ፂ	ፃ	ፄ	ፅ	ፆ	፪፻
ቀ ቈ	ቁ	ቂ ቊ	ቃ	ቄ ቋ	ቅ ቍ	ቆ	፫፻
ረ	ሩ	ሪ	ራ	ሬ	ር	ሮ	፬፻
ሰ	ሱ	ሲ	ሳ	ሴ	ስ	ሶ	፭፻
ተ	ቱ	ቲ	ታ	ቴ	ት	ቶ	፮፻
ጰ	ጱ	ጲ	ጳ	ጴ	ጵ	ጶ	፯፻
ፐ	ፑ	ፒ	ፓ	ፔ	ፕ	ፖ	፰፻

፫ኛ ፡ ማዕርግ ፤ አቡጊዳ ።

፳፩ ፤ አቡጊዳስ ፡ ውእቱ ፡ ኀዉሠ ፡ ዘርዕ ፡ ወሠርጽ ፤ ወቱሱሐ ፡ መልክእ ፡ ሐንፈጽ ። ሑረቱ ፡ አምሳለ ፡ ፍርዝ ፡ እንዘ ፡ በየማኑ ፡ ወበፀጋሙ ፡ አኀዝ ፤ ወፍናዊሁኒ ፡ መብእስ ፡ ወደጋን ፥ አዕቃጼ ፡ ረዋጺ ፡ ሕፃን ። የፊደሉና ፡ የአኀዙ ፡ ተራ ፡ ከታው ፡ በታች ፡ ፬ቱን ፡ ድርቦች ፡ ኀፀጸፐንና ፡ ፪ቱን ፡ ዲቃሎች ፡ ኈቄን ፡ ጨምሮ ፡ እስካ፲፻ ፡ ይወርድና ፡ ፼ ፡ ለማለት ፡ የአልፍ ፡ አን ፡ ሳድስ ፡ እን ፡ ይጥፋል ፤ አጣጣፉም ፡ ይህ ፡ ነው ።

፩	አ	ቡ	ጊ	ዳ	ሄ	ው	ዞ	፯
፪	በ	ጉ	ዲ	ሃ	ዌ	ዝ	ሖ	፰
፫	ገ	ዱ	ሂ	ዋ	ዜ	ሕ	ጦ	፱
፬	ደ	ሁ	ዊ	ዛ	ሔ	ጥ	ዮ	፲
፭	ሀ	ዉ	ዚ	ሓ	ጤ	ይ	ኮ	፳
፮	ወ	ዙ	ሒ	ጣ	ዬ	ክ	ሎ	፴
፯	ዘ	ሑ	ጢ	ያ	ኬ	ል	ሞ	፵
፰	ሐ	ጡ	ዪ	ካ	ሌ	ም	ኖ	፶
፱	ጠ	ዩ	ኪ	ላ	ሜ	ን	ሦ	፷
፲	የ	ኩ	ሊ	ማ	ኔ	ሥ	ዖ	፸
፳	ከ	ሉ	ሚ	ና	ሤ	ዕ	ፎ	፹
፴	ለ	ሙ	ኒ	ሣ	ዔ	ፍ	ጾ	፺
፵	መ	ኑ	ሢ	ዓ	ፌ	ጽ	ቆ	፻
፶	ነ	ሡ	ዒ	ፋ	ጼ	ቅ	ሮ	፪፻
፷	ሠ	ዑ	ፊ	ጻ	ቄ	ር	ሶ	፫፻
፸	ዐ	ፉ	ጺ	ቃ	ሬ	ስ	ቶ	፬፻
፹	ፈ	ጹ	ቂ	ራ	ሴ	ት	ኆ	፭፻
፺	ጸ	ቁ	ሪ	ሳ	ቴ	ኅ	ፆ	፮፻
፻	ቀ	ሩ	ሲ	ታ	ኄ	ፅ	ጶ	፯፻

፪፻	ሬ	ሱ	ቲ	ኃ	ዔ	ጽ	ፖ	፳፻
፫፻	ሰ	ቱ	ኂ	ፃ	ጼ	ፕ	ኦ	፩
፬፻	ተ	ኍ	ዒ	ጸ	ፔ	እ	በ	፪
፭፻	ኀ	ፁ	ጺ	ፓ	ኤ	ብ	ኅ	፫
፮፻	ፀ	ጹ	ፒ	አ	ቤ	ግ	ዶ	፬
፯፻	ጰ	ፑ	ኢ	ባ	ጌ	ድ	ሆ	፭
፰፻	ፐ	ኡ	ቢ	ጋ	ዴ	ህ	ዎ	፮
፱፻	ኈ							
፲፻	ቈ							
፼	እ							

ያቡጊዳ ፡ ተረፍ ።

፳፪ ፤ መልካቸውንና ፡ ድምጣቸውን ፡ አካኼዳቸውን ፡ ለውጠው ፡ ከዕብና ፡ ሳብዕ ፡ ትተው ፡ ፫ ፡ ፫ ፡ ብቻ ፡ እየኾኑ ፡ በሕጹጽነት ፡ የሚጣፉ ፡ ፬ቱ ፡ ሐጹጻን ፡ ዲቃሎች ፡ ከናባቶቻቸው ።

ገ	—	ጐ	ጕ	ጓ	ጔ	ጒ
ኀ	—	ኈ	ኍ	ኋ	ኌ	ኊ
ከ	—	ኰ	ኵ	ኳ	ኴ	ኲ (ኹ)
ቀ	—	ቈ	ቍ	ቋ	ቌ	ቊ

የኀና ፡ የከ ፡ ዲቃሎች ፡ ኋና ፡ ኧ ፡ ቅጥላቸውና ፡ ድምጣቸው ፡ ፩ ፡ ዐይነት ፡ ፩ ፡ ስልት ፡ ስለ ፡ ኾነ ፡ ባማርኛ ፡ ይዋረሳሉ ፤ እናንተ ፡ በሚል ፡ በ፪ኛው ፡ መደብ ፡ አይታችኋል=አይታችኧል ፥ ሰምታችኋል=ሰምታችኧል ፥ ኋላ=በኧላ ፡ እያሰኙ ፡ ይዋረሳሉና ፤ ከ፪ቱ ፡ ባንዱ ፡ በወደዱት ፡ መጣፍ ፡ ይቻላል ።

ሐተታ ፤ ስለ ፡ ፊደል ፡ ቍጥር ።

፳፫ ፤ ፊደላችንና ፡ የፊደል ፡ ቍጥራችን ፡ በሀለሐ ፡ አካኼድ ፡ ተፋልሶ ፡ ከላይ ፡ እስከ ፡ ታች ፡ ስለ ፡ ተሳሳተ ፥ ቍጥሩም ፡ በዚያው ፡ በስሕተቱ ፥ ዛሬም ፡ በውነቱ ፡ ፳፻ ፡ ብቻ ፡ ስለ ፡ ኾነ ፥ የዘጠኝ ፡ መቶና ፡ ያሥር ፡ መቶ ፡ የእልፍ ፡ ምልክት ፡ ፊደል ፡ አልነበረውም ። ዛሬ ፡ ግን ፡ ባቡጊዳ ፡ ቍጥር ፡ ምእት ፡ ብሎ ፡ አምኣት ፡ ሳይሉ ፡ እልፍ ፡ ማለት ፡ ስሕተትና ፡ ግድፈት ፡ እንዳይኾን ፥ ከፐ ፡ በታች ፡ ፫ ፡ ፊደላት ፡ ኈ ፡ ቈ ፡ እ ፡ ተጨምረውለት ፡ እስከ ፡ እልፍ ፡ መልቷል ። እስከ ፡ እልፍም ፡ በፊደል ፡ መቍጠር ፡ የጥንት ፡ ልማድ ፡ ነው ፡ እንጂ ፤ ያኹን ፡ ልብ ፡ ወለድ ፡ አይዶለም ። የሴም ፡ ቋንቋ ፡ ኹሉ ፡ እንደዚህ ፡ ነው ፤ በየፊደሉ ፡ እስከ ፡ እልፍ ፡ ይቈጥራል ።

፳፬ ፤ ኈ ፡ ስለ ፡ ቀለበቱ ፡ የ፱፻ ፡ አኃዝ ፡ መኾኑ ፥ አባቱ ፡ ኀርም ፡ ኀ ፡ የሐ ፡ ተወራጅ ፡ ነውና ፥ በተራ ፡ ቍጥር ፡ እንደ ፡ ጠ ፡ ዘጠነኛነት ፡ ስላለው ፡ ነው ። ቈም ፡ ስለ ፡ ቀለበቱ ፡ ያ፲፻ ፡ ወይም ፡ የሺሕ ፡ አኃዝ ፡ መኾኑ ፥ ቆፍ ፡ ፻ ፡ ነውና ፤ የርሱን ፡ አሥር ፡

ተከትሎ፡ ነው ። እ፡ ደግሞ፡ እልፍ፡ መባሉና፡ ያ፲፡ ሺሕ፡ አኃዝ፡ መኾኑ÷በራሱ፡ ላይ፡ ስለ፡ ተቀዳጃት፡ ስላንዲቱ፡ ቅንጣት፡ ነቍጣ፡ ነው ። የእልፍ፡ እ፡ ጠባይ፡ በዕብራይስጥም፡ እንደዚህ፡ ነው ፤ ብቻውን፡ አሐዱ፡ ይባል፡ የነበረው፡ በራሱ፡ ላይ፡ ነቍጣ፡ ሲኾንበት፡ ፩፡ እልፍ፡ ይባላል ። ዕብራውያን፡ ግን፡ እልፍ፡ የሚሉት፡ እንዳረቦች፡ ዐሥሩን፡ መቶ፡ ነው ። የግእዝም፡ እልፍ፡ ጥንታዊው፡ እንደዚህ፡ ነበረ ፤ ይኸውም፡ በአኃዙ፡ አካኼድ፡ ይታወቃል፡ ምእት፡ ብሎ፡ እልፍ፡ በማለቱ ። ዐሥሩን፡ መቶ፡ ወይም፡ አንዱን፡ ሺሕ፡ አምአት፡ ብሎ፡ ፲ሩን፡ ሺሕ፡ ፩፡ እልፍ፡ ማለት፡ ከጽርእና፡ ከቅብጥ፡ የመጣ፡ የሐዲስ፡ ግእዝ፡ ልማድ፡ ነው ።

፳፫ ፤ ከኹን፡ ቀደም፡ በፊደል፡ ተራ፡ የቃጣነው፡ የአኃዙም፡ ነገር፡ እንዲህ፡ ነው ፤ ጥንታዊው፡ የግእዝ፡ አኃዝ፡ እንደ፡ ሱርስት፡ እንደ፡ ዕብራይስጥ፡ እንደ፡ ጽርእ፡ እንደ፡ ቅብጥ፡ ያው፡ ራሱ፡ ፊደሉ፡ ነው፡ እንጂ÷እንዳረብና፡ እንደ፡ ላቲን፡ ሌላ፡ ቍጥር፡ ልዩ፡ ዐይነት፡ አኃዝ፡ አልነበረውም ፤ ይህነንም፡ ባንደኛው፡ ማዕርግ፡ አሳይተናል ። በኋላ፡ ዘመን፡ ግን፡ ከሰላማ፡ ጋራ፡ የነበሩ፡ ቅብጣውያንና፡ ጽርአውያን፡ አስቀድመን፡ እንደ፡ ተናገርን ፤ የግእዝን፡ ፊደል፡ ተራውን፡ አፋልሰው፡ ከአኃዝነት፡ አውጥተው፡ የጽርእን፡ ፊደል፡ ለግእዝ፡ ፊደል፡ አኃዝ፡ አድርገው፡ አላኳያውና፡ አላምሳያው፡ አለፈርጁ፡ አላጣማጁ፡ እያቈራኙ፡ ስለ፡ ጣፉት ፤ እንሆ፡ ይህ፡ ከአሐዱ፡ እስከ፡ እልፍ፡(፩—፼)፡ ያለ፡ አኃዝ፡ ከሰብዓ፡(፸)፡ በቀር፡ ኹሉም፡ የጽርእና፡ የቅብጥ፡ ፊደል፡ ነው ።

፳፬ ፤ የፊደል፡ ትውልድ፡ አወራረዱና፡ አቀዳዱ፡ እንዴት፡ ነው፡ ብትል ፤ የፊንቅያ፡ ፊደል፡ ከዕብራይስጥ÷የጽርእ፡ ፊደል፡ ከፊንቅያ÷የላቲን፡ ፊደል፡ ከጽርእ፡ ተቀድቷል ። የጽርእ፡ ፊደላት፡ መላው፡ ፳፬፡ ናቸው ፤ የቅብጥ፡ ደግሞ፡ በነዚህ፡ ላይ፡ ፯፡ ጨምሮ፡ ፴፩፡ ነው ። ለኛ፡ ግን፡ አኃዝ፡ የኾኑልን፡ ፲፯፡ ናቸው ፤ ከነዚሁም፡ ፯ቱና፡ ፫፡ አኃዝ፡ እንጂ፡ ፊደል፡ አይባሉም ፤ ፊደልነት፡ ስለሌላቸው፡ በፊደላት፡ ተራ፡ አይጣፉም ። ፬ቱ፡ ደ፡ ነው ፤ መልኩ፡ ተለውጦ፡ ዐይኑ፡ ዐን፡ ይመስላል ፤ በወዲያ፡ ግን፡ ዴልታ፡ ፫፡ ማእዝን፡ ነው ። ፭ቱም፡ ሄ፡ ነው ፤ ኤ፡ ይሉታል ። ፯ቱም፡ ዛይ፡ ነው ፤ በጽርእ፡ ፊደል፡ ዋው፡ ስለሌለ፡ ዛይን፡ ፪፡ ጊዜ፡ ጥፈው፡ እግሮቹን፡ ዘርግተው፡ ቈልፈው፡ የገን፡ ሣልስና፡ ኃምስ፡ አስመስለው፡ ፮ና፡ ፯፡ አድርገውታል ፤ ቈላፊው፡ ዛይ፡ ነው ፤ ዝርጉ፡ ስም፡ የለውም ። አንዱን፡ አልፋ፡ ጐዳና፡ ቀንዳም፡ አድርገው፡ ጐዳውን፡ አሐዱ፡ ፩÷ቀንዳሙን፡ ዕሥራ፡ ፳፡ እንዳሉት፡ ይህም፡ እንደዚያ፡ ነው ። ፰ቱም፡ ሔት፡ ነው ፤ እንደ፡ ሬሳ፡ ተጋድሞ፡ ተጥፏል ፤ በጽርእ፡ ኤታ፡ በሮማይስጥ፡ ሐሽ፡ ይባላል ። ፱ቱና፡ ፲ቱም፡ ጤትና፡ ዮድ፡ ናቸው ፤ ቴታ፡ ዮታ፡ ይሏቸዋል ። ባለቀንዱም፡ ፳፡ ፩፡ ነው ፤ ፩ዱም፡ አልፋ፡ ነው ። ፴ና፡ ፵ም፡ ተዛውረውና፡ ተዘቅዝቀው፡ አለመልካቸው፡ ተጥፈዋል ፤ ፴፡ እንደ፡ ሥዕለ፡ ጴጥሮስ፡ ቍልቍሊት፡ ተጥፎ፡ ራብዑን፡ ሃ፡ ይመስላል ፤ አቅንቶ፡ ሲያዩት፡ ላምዳ፡ ነውና÷በጽርእ፡ ሠላሳ፡ ይባላል ። ፶ም፡ ኑን፡ ነውና÷በጽርእ፡ ኀምሳ፡ ይባላል ። ፵ም፡ ሚም፡ ነው ፤ እንደ፡ ላምዳ፡ ቍልቍሊት፡ ተጥፎ፡ ራብዑን፡ ሣ፡ ይመስላል ።

፷፪ ፤ ፸ ፡ ግን ፡ የግእዝ ፡ ሮ ፡ ነው ፤ ያሚክሮን ፡ የሚሉት ፡ ታናሹ ፡ ዖ ÷ በዴልታ ፡ ምትክ ፡ አድርገው ፡ ፬ቱ ፡ ካሉት ፡ ከዐይኑ ፡ ዐ ፡ ጋራ ፡ በስምና ፡ በመልክ ፡ ተባብሮ ፡ ፩ ፡ ዐይነት ፡ ስለ ፡ ኾነባቸው ÷ በዖ ፡ ፈንታ ፡ ሮን ፡ አግብተው ፡ አለስሙና ፡ አለቍጥሩ ፡ ሰብዓ ፡ ብለውታል ። ፹ም ፡ ፈ ፡ ነው ፤ በጽርእ ፡ ፐ ፡ ይባላል ፤ መልኩ ፡ አልተለወጠም ። ፺ ፡ ግን ፡ አኀዝ ፡ ብቻ ፡ እንጂ ፡ ፊደል ፡ ስላልኾነ ፡ ከቍጥር ፡ ስም ፡ በቀር ፡ የፊደልነት ፡ ስም ፡ የለውም ፤ መልኩ ፡ ተለውጦ ፡ እንደ ፡ ን ፡ ኹኗል ፤ ጥንተ ፡ መልኩ ፡ ግን ፡ ራሱ ፡ ገጥሞ ፡ እግሩ ፡ ቀጥ ፡ ያለ ፡ ነው ። በጽርእ ፡ ፊደል ፡ ዋውና ፡ ጳዴ ፡ ቆፍ ፡ እነዚህ ፡ ፫ቱ ፡ ስለሌሉ ፡ በታቸውን ፡ በአኀዝነት ፡ ሌሎች ፡ ወርሰውታል ። ፮ ፡ የተባለም ፡ ሬስ ፡ ነው ፤ መልኩ ፡ የግእዝን ፡ የ ፡ ይመስላል ፤ በጽርእና ፡ በቅብጥ ፡ ሮ ÷ በሮማይስጥ ፡ ፐ ፡ ይባላል ፤ ሬስ ፡ መቶ ፡ መባሉ ፡ በታውን ፡ ትቶ ፡ በቆፍ ፡ በታ ፡ ገብቶ ፡ ነው ፡ እንጂ ÷ በግእዝና ፡ በዕብራይስጥ ፡ ኹለት ፡ መቶ ፡ ነው ። ፼ም ፡ ኹለት ፡ ሮ ፡ ነው ፤ በጽርእ ፡ ሚርያ ፡ ይባላል ፤ ፪ቱን ፡ ሮ ፡ አቈራኝቶና ፡ አስተሳስሮ ፡ እልፍ ፡ ማለት ÷ እንደ ፡ ጽርአውያን ፡ መቶ ፡ ጊዜ ፡ መቶ ፡ ማለት ፡ ነው ፡ እንጂ ÷ እንደ ፡ ሴማውያን ፡ ፲ ፡ ጊዜ ፡ መቶ ፡ ወይም ፡ ሺሕ ፡ ማለት ፡ አይዶለም ።

፬ኛ ፡ ማዕርግ ።

ከግእዝ ፡ ፊደላት ፡ የተዴቀለ ፡ ያማርኛ ፡ ፊደል ።

፷፫ ፤ ምሉ ፡ ዐማርኛ ፡ ያላቸው ፡ ፊደላት ፡ ፯ ፡ ብቻ ፡ ናቸው ፤ ለቀሩት ፡ ግን ፡ ከራብዖቻቸው ፡ በቀር ፡ ያማርኛ ፡ ቅጥል ፡ የላቸውም ፤ ከነራብዑም ፡ በዥራሽ ፡ የሌላቸው ፡ አሉ ፤ (አ—ዐ ፡ ሀ—ሐ ፡ ወ—የ ፡ ጸ—ፐ) ። ፯ ፡ ያልናቸውም ፡ ምሉአንና ፡ ፍጹማን ፡ ፊደላት ፡ እነዚህ ፡ ናቸው ።

ደ	—	ጀ	ጁ	ጂ	ጃ	ጄ	ጅ	ጆ
ዘ	—	ዠ	ዡ	ዢ	ዣ	ዤ	ዥ	ዦ
ጠ	ጸፀ	ጨ	ጩ	ጪ	ጫ	ጬ	ጭ	ጮ
ከ	—	ኸ	ኹ	ኺ	ኻ	ኼ	ኽ	ኾ
ነ	—	ኘ	ኙ	ኚ	ኛ	ኜ	ኝ	ኞ
ሰ	—	ሸ	ሹ	ሺ	ሻ	ሼ	ሽ	ሾ
ተ	—	ቸ	ቹ	ቺ	ቻ	ቼ	ች	ቾ

ሐተታ ።

፷፬ ፤ ጨ ፡ የወጣ ፡ ከጠና ፡ ከጸፀ ፡ ነው ፡ እንጂ ÷ ከጠ ፡ ብቻ ፡ አይዶለም ፤ በግእዝ ፡ ጸ—ፀ ፡ የሚባለው ፡ ባማርኛ ፡ ጠና ፡ ጨ ፡ ይኾናል ። ማስረጃ ፡ ጸመ ፡ ጠመ ፡ ጸልአ ፡ ጠላ ፤ ጸጕር ፡ ጠጕር ፡ ጭገር ፤ ጸልመ ፡ ጨለመ ፤ ጼው ፡ ጨው ፤ ጸጹት ፡ ጫጩት ፤ ጸርቅ ፡ ጨርቅ ። ፀመደ ፡ ጠመደ ፤ ፀመረ ፡ ጨመረ ፤ ፀበጠ ፡ ጨበ ።

ዐማርኛና፡ትግሬ፡ትግሪኛ፡ካባታቸው፡ከግእዝ፡ጕያ፡ሳይወጡ፡ጀሸኸ፡በማለት፡ከዐረብ፡ከሱርስት፡ከዕብራይስጥ፥ዠኘቸ፡በማለት፡ከሮማይስጥና፡ከልጆቹ፡ይስማማሉ፤ጨ፡በማለት፡ግን፡ከማንም፡ከማን፡የማይገጥሙ፡ብቸኞች፡ናቸው።ሸን፡ከጥንታዊ፡ግእዝ፡ወርሰውታል፤ጀ፡የዐረቦች፡ገ፡ነው፥ዐረብ፡ገ፡ሲል፡ጂም፡ጀመል፡ይላል።ከን፡ኸ፡ማለት፡የዕብራይስጥና፡ያማርኛ፡የትግሪኛም፡ነው፤ባረብና፡ባሮጌው፡ግእዝ፡ግን፡ኸ፡የሚባለው፡ኀርም፡ኀ፡ነው፡እንጂ፥ከፍ፡አልነበረም።ሸ፡የሚባለውም፡ንጉሡ፡ሠ፡እንጂ፥ሳቱ፡ሰ፡አልነበረም፤ሠውት፡ሠና፡ሳት፡ሰ፡ተዛውረውና፡ተፋልሰው፡አለቦታቸው፡ተጥፈዋል፤መፋለሳቸውም፡በዚህ፡ይታወቃል፤ነጋሢ፡ነጋሽ፥ሢመት፡ሹመት፥ሦክ፡ሾኽ፤የመሰለው፡ኹሉ።

በጓኋኳቋ፡አንጻር፡ከግእዙም፡ካማርኛውም፡
የሚገኙ፡የራብዕ፡ዲቃሎች፡ራብዖች፡ብቻ።

(ከግእዙ)።

፲፤ ባ ዳ ዛ ጣ ላ ማ ና ሣ ፋ ጻ ፃ ራ ሳ ታ ።
ቧ ዷ ዟ ጧ ሏ ሟ ኗ ሧ ፏ ጿ ሯ ሷ ቷ ።

(ካማርኛው)።

ጃ ዣ ጫ ኻ ኛ ሻ ቻ ።
ጇ ዧ ጯ ዃ ኟ ሿ ቿ ።

ለነዚህ፡ፊደሎች፡ለኹሉም፡ዋየላቸው፡ዋ፡ነው፤ቅጥላቸው፡ኹሉ፡ህየንተ፡ዋ፡ኹኖ፡በዋ፡ፈንታ፡ገብቷል።ቅጥላቸው፡ቀርቶ፡በዝርዝር፡ፊደል፡ሲጣፉ፡ግን፡ቡአ፡ዱአ፡ጁአ፡ጩአ፡ያሰኛሉ፤በዚህም፡ዉአ፡ይገኛል፤ይኸውም፡ዋ፡ማለት፡ነው።ኹሉንም፡ዘርዝሮ፡ሲጥፋት፥በዉአ፡ደዉአ፡ጀዉአ፡እያሰኘ፡የቅጥላቸው፡መንታነት፡ስለ፪ቱ፡መኾኑን፡ያሳያል።ሟኗሧጿሯቷ፡እነዚህ፡፮ቱ፡እንደ፡ጓኋኳቋ፡ናቸውና፥ለግእዝም፡ይስማሙታል።ተሟቅሐ፡ይትመዋቃሕ፡ይትሟቃሕ።ተኗለወ፡ይትነዋሉ፡ይትኗሉ፤ምሧዕ፡መሧዕት።መጸተ፡መጿቲ፡ምጿት።ምሯጽ፡ስሯጽ።ተቷስሐ፡ይተዋሳሕ፡ይቷሳሕ፤ተቷሳሒ።አስተቷስሐ፡ያስተተዋስሕ፡ያስተቷስሕ፤አስተቷሳሒ፡መስተቷስሕ።ዋ፡ካዕብና፡ራብዕ፡ማዛመዱ፡ቅጥሉ፡የአ፡ምስለኔ፡ስለ፡ኾነለት፡ነው፡(ቍ፲)።

፫ኛ፡ማዕርግ።

፲፩፤ ጉባኤ፡ዝርዋን፡ፊደላት፥ፊደላተ፡ግእዝ፡ወዐምሐራ፡እለ፡ምስለ፡ሱርስት፡ወዐረብ፡ወምስለ፡ዕብራይስጥ፡የኀብራ።

አ	ኡ	ኢ	ኣ	—	ኤ	እ	ኦ
በ	ቡ	ቢ	ባ	ቧ	ቤ	ብ	ቦ
ገ	ጉ	ጊ	ጋ	—	ጌ	ግ	ጎ
ጐ	»	ጒ	ጓ	—	ጔ	ጕ	»
ደ	ዱ	ዲ	ዳ	ዷ	ዴ	ድ	ዶ
ጀ	ጁ	ጂ	ጃ	ጇ	ጄ	ጅ	ጆ
ሀ	ሁ	ሂ	ሃ	—	ሄ	ህ	ሆ
ወ	ዉ	ዊ	ዋ	—	ዌ	ው	ዎ
ዘ	ዙ	ዚ	ዛ	ዟ	ዜ	ዝ	ዞ
ዠ	ዡ	ዢ	ዣ	ዧ	ዤ	ዥ	ዦ
ሐ	ሑ	ሒ	ሓ	—	ሔ	ሕ	ሖ
ኀ	ኁ	ኂ	ኃ	—	ኄ	ኅ	ኆ
ኈ	»	ኊ	ኋ	—	ኌ	ኍ	»
ጠ	ጡ	ጢ	ጣ	ጧ	ጤ	ጥ	ጦ
ጨ	ጩ	ጪ	ጫ	ጯ	ጬ	ጭ	ጮ
የ	ዩ	ዪ	ያ	—	ዬ	ይ	ዮ
ከ	ኩ	ኪ	ካ	—	ኬ	ክ	ኮ
ኰ	»	ኲ	ኳ	—	ኴ	ኵ	»
ኸ	ኹ	ኺ	ኻ	ዃ	ኼ	ኽ	ኾ
ለ	ሉ	ሊ	ላ	ሏ	ሌ	ል	ሎ
መ	ሙ	ሚ	ማ	ሟ	ሜ	ም	ሞ
ነ	ኑ	ኒ	ና	ኗ	ኔ	ን	ኖ
ኘ	ኙ	ኚ	ኛ	ኟ	ኜ	ኝ	ኞ
ሠ	ሡ	ሢ	ሣ	ሧ	ሤ	ሥ	ሦ
ዐ	ዑ	ዒ	ዓ	—	ዔ	ዕ	ዖ
ፈ	ፉ	ፊ	ፋ	ፏ	ፌ	ፍ	ፎ
ጸ	ጹ	ጺ	ጻ	ጿ	ጼ	ጽ	ጾ
ፀ	ፁ	ፂ	ፃ	—	ፄ	ፅ	ፆ
ቀ	ቁ	ቂ	ቃ	—	ቄ	ቅ	ቆ
ቈ	»	ቊ	ቋ	—	ቌ	ቍ	»
ረ	ሩ	ሪ	ራ	ሯ	ሬ	ር	ሮ
ሰ	ሱ	ሲ	ሳ	ሷ	ሴ	ስ	ሶ
ሸ	ሹ	ሺ	ሻ	ሿ	ሼ	ሽ	ሾ
ተ	ቱ	ቲ	ታ	ቷ	ቴ	ት	ቶ
ቸ	ቹ	ቺ	ቻ	ቿ	ቼ	ች	ቾ
ጰ	ጱ	ጲ	ጳ	—	ጴ	ጵ	ጶ
ፐ	ፑ	ፒ	ፓ	—	ፔ	ፕ	ፖ

ቍጥር ፡ በፊደልና ፡ በአኃዝ ።

አ በ ገ ደ ሀ ወ ዘ ሐ ጠ የ ከ ለ መ ነ ሠ ዐ ፈ ጸ ቀ ቈ ኧ
፩ ፪ ፫ ፬ ፭ ፮ ፯ ፰ ፱ ፲ ፳ ፴ ፵ ፶ ፷ ፸ ፹ ፺ ፻ ፲፻ ፼

፮ኛ ፡ ማዕርግ ።

ስለ ፡ እጅ ፡ መኪና ፡ ፊደል ።

፴፪ ፤ ኤውሮፖች ፡ ፊደላቸውን ፡ ሳያሳንሱና ፡ ሳይከፍሉ ፡ እናሳንስም ፡ ሳይሉ ፡ መላውን ፡ ፊደል ፡ ፳፮ቱን ፡ ዘር ፡ ከነአኃዙና ፡ ከነጓዙ ፡ አሳክተውና ፡ አስማምተው ፡ በእጅ ፡ መኪና ፡ እንዲጥፉ ፥ የኛም ፡ ፊደል ፡ በኤውሮፖች ፡ ልክ ፡ ፳፮ ፡ ዘር ፡ ነውና ፤ እንደ ፡ መዥመሪያው ፡ ማዕርግ ፡ ሟፍራውን ፡ ትቶ ፡ አበጋዙን ፡ ብቻ ፡ ግእዝ ፡ ግእዙን ፡ ባንድ ፡ አይቅር ፡ ሰብስቦ ፡ በ፯ ፡ ዋየል ፡ ቢያስኬዱት ፡ ከእጅ ፡ መኪና ፡ ተስማምቶ ፡ እንደ ነሱ ፡ ፊደል ፡ ይኼዳል ። አኃዙንም ፡ ፲ኛውን ፡ ዘሮ ፡ አድርጎ ፡ የላይ ፡ የታች ፡ ሠረዝ ፡ ቀርቶበት ፡ ከ፩ ፡ እስከ ፡ ፱ ፡ ያለውን ፡ በ፲ቱ ፡ ዘሮነት ፡ ቢያስኬዱት ፡ ከአኃዛቸው ፡ ይሰ ማማል ። ዘሮ ፡ ማለት ፡ የአኃዝ ፡ ዋየል ፡ ወይም ፡ ምእላድ ፥ ወላጤ ፡ ፍቅድ ፡ ወመፈ ድፍድ ፡ ማለት ፡ ነው ፤ ብቻውን ፡ ሲኾን ፡ ባዶ ፡ ጠፍ ፥ አኃዝ ፡ ሲከተለው ፡ አብገር ፡ ይባላል ፤ ጥሬነቱም ፡ ዘረወንና ፡ ዘርዘረን ፡ ይመስላል ።

ፊደልና ፡ ዋየል ፡ ከነአኃዙና ፡ ከነጓዙ ።

አ በ ገ ደ ሀ ወ ዘ ሐ ኀ ጠ የ ከ ለ
መ ነ ሠ ዐ ፈ ጸ ፀ ቀ ረ ሰ ተ ጰ ፐ ።

ዲቃሎች ።

ጐ ጀ ዠ ኈ ጨ ኰ ኸ ኘ ቈ ሸ ቸ ።

ዋየሎች ።

ኡ ኢ አ—ዋ ኤ እ ኦ ።

አኃዞች ።

፩ ፪ ፫ ፬ ፭ ፮ ፯ ፰ ፱ ፲ ።

ምልክቶች ።

፡ ፥ ፣ ፤ ። . . . . ? ! ( ) - « » — × +

ዐዋጅና ፡ አገባብ ።

፴፫ ፤ ግእዝ ፡ ፊደል ፡ በግእዝነት ፡ ዋየልም ፡ በፊደልነት ፡ ሲነገር ፡ ኹሉም ፡ ራሱን ፡ ችሎ ፡ በየጠባዩ ፡ ይነገራል ። ግእዝ ፡ ኹሉ ፡ ዋየል ፡ መፈለጉ ፡ ከካዕብ ፡ እስከ ፡

ሳብዕ ፡ ነው ፤ ዋየልም ፡ ድምፁን ፡ የሚያወርስ ፡ ለግእዝ ፡ ብቻ ፡ ነው ። ይህም ፡ ራሱን ፡ ችሎ ፡ ገደለ ፡ ተገደለ ፡ ቀበረ ፡ ተቀበረ ፡ እያለ ፥ በዋየልም ፡ ታዝሎ ፥ በኡ—ቡ ፡ በኢ—ቢ ፡ በአ—ባ ፡ በዋ—ቧ ፡ በኤ—ቤ ፡ በእ—ብ ፡ በኦ—ቦ ፡ እያሰኘ ፡ ከገ ፡ እስከ ፡ ፐ ፡ ያሉትን ፡ የኹሉን ፡ አካኼድ ፡ ያሳያል ። ዋየልም ፡ በፊደልነቱ ፡ መነሻ ፡ መድረሻ ፡ መከከልም ፡ ቢኾን ፡ እንደ ፡ ግእዝ ፡ ራሱን ፡ ይችላል ፤ ይህም ፡ ኡረኡኤለእ—ኡሩኤል ፤ ኢየአ በእ—ኢዮብ ፤ አፈእአ ፡ አፍአ ፤ ኤለእየአሰእ—ኤልያስ ፤ እነኤ—እኔ ፤ እኘአ—እኛ ፤ ኦረኢተእ—ኦሪት ፡ እያሰኘና ፡ በቁም ፡ ቀሪነቱን ፡ መደብ ፡ አድርጎ ፡ ዋየልነቱንም ፡ ያሳያል ። ዋ ፡ ደግሞ ፡ በመነሻና ፡ በመድረሻ ፡ ፊደል ፡ በአንቀጽ ፡ ሲገባ ፥ በጥሬ ፡ መነሻም ፡ ሲገባ ፡ ልዩነት ፡ የለውም ። ምሳሌ ፤ ጐዋጐረ—ጓጐረ ፡ ጐዋጐዋረአ—ጓጓራ ፤ ተነእፈዋፈዋ—ተንፏፏ ፤ ፈዋፈዋተኤ—ፏፏቴ ። በጥሬ ፡ መድረሻ ፡ ሲገባ ፡ ግን ፡ የሩቅ ፡ ሴት ፡ ዝርዝር ፡ ይኾናል ። ምሳሌ ፤ በኣለዋ—ባሏ ፤ ለእጅዋ—ልጇ ፤ ዐመአ ቸዋ—ዐማቿ ። የጥሬው ፡ መድረሻ ፡ ሣልስና ፡ ራብዕ ፡ ኃምስና ፡ ሳብዕ ፡ ሲኾንበት ፡ ርሱ ፡ ራሱ ፡ ብቻ ፡ ይበቃል ፤ ይህም ፡ ሰነእጠኢ—ሰንጢ ፡ ሰንጢዋ ፤ ከአረአዋ—ካራዋ ፤ ጐፈረኤዋ—ጐፈሬዋ ፤ መኢደኦዋ—ሚዶዋ ፡ ማለቱን ፡ ያሳያል ። ማእከል ፡ ኹኖ ፡ ግእዝ ፡ ሲቀድመውና ፡ ሲከታተል ፡ ግን ፥ ድምፁን ፡ ለግእዝ ፡ እንዳያወርስና ፡ በቁም ፡ ቀሪ ፡ ኹኖ ፡ እንዲነገር ፡ በራሱ ፡ ላይ ፡ ፩ ፡ ነቍጥ ፡ ይደረግበታል ፤ ይህም ፡ አስተዋለ ፤ ተዋዋለ ፤ ከኡረ ፥ ለኢየ ፡ እያለ ፡ ሌላውን ፡ ኹሉ ፡ ያሳያል ። የኤውሮፓን ፡ ቋንቋ ፡ ተምረው ፡ ለሚጥፉና ፡ ለሚያነቡ ፡ ስላገር ፡ ቋንቋና ፡ ስለ ፡ እጅ ፡ መኪናም ፡ ለሚያ ስቡ ፡ ማመልከቻ ፡ ይኸው ፡ ይበቃል ። የአኃዙም ፡ ነገር ፡ ዐሥርቱ ፡ ዜሮ ፡ ስለ ፡ ኾነ ፡ ዐረቦች ፡ ከህንዶች ፡ ኤውሮፖች ፡ ካረቦች ፡ እንደ ፡ ወሰዱት ፡ እንደዚያው ፡ እንደ ፡ ህንዶች ፡ አኃዝ ፡ ይኼዳል ፤ ከመልክ ፡ በቀር ፡ ያካኼድ ፡ ልዩነት ፡ የለውም ። አኃዝነ ቱና ፡ ፊደልነቱም ፡ የጽርእና ፡ የቅብጥ ፡ እንደ ፡ ኾነ ፡ በ፫ኛው ፡ ማዕርግ ፡ ተነግሯል ፡ (ቍ፳፫ና ፡ ፳፯) ። የምልክቶችም ፡ አገባብ ፡ ከነስማቸው ፡ ገና ፡ ወደ ፡ ፊት ፡ ይነገራል ።

ያልተነገረውም ፡ ያራቱ ፡ ዐይነት ፡ ቍጥር ፡ ምልክት ፡ ይህ ፡ ነው ።

+ የመደመር ፡

— የመቀነስ ፡

× የማብዛት ፡

÷ የማካፈል ።

የንባብ ፡ ማሳያ ።

መኦእ ፡ አነእበሰአ ፡ ዘእመእነገደ ፡ የእሀኡደአ ፤ ቀደአመአወኢ ፡ ኀየእለ ፡ ሡእ ለአሰኤ ፡ ሡእየኡመ ፡ እገእዘኢአበእሐኤረእ ፡ ነእገኡሠ ፡ ነገሠእተእ ፡ ዘኢተእየኦጰእ የአ ። ሞአ ፡ አንበሳ ፡ ዘእምነገደ ፡ ይሁዳ ፤ ቀዳማዊ ፡ ኀይለ ፡ ሥላሴ ፡ ሥዩመ ፡ እግ ዚአብሔር ፡ ንጉሠ ፡ ነገሥት ፡ ዘኢትዮጵያ ። ፩፱፫፬ ፡ ወይም ፡ 1942 ፡ ፩፱፬፪ ፡ ዓ ፡ ም ፡

የጥፈትና ፡ የመጻሕፍት ፡ መልክ ።

፴፪ ፤ ከንግት ፡ በላይ ፡ ባለው ፡ በፍጥረት ፡ ኹሉ ፡ መልክ ፡ በየራሱና ፡ በየገጹ ፡ ልዩ ፡ ልዩነት ፡ ያላቸው ፡ ብዙ ፡ ሕዋሳት ፡ እንዳሉ ፥ በመጻሕፍትም ፡ መልክ ፡ በያንዳንዱ ፡ ገጽ ፡ ብዙ ፡ ስም ፡ ያለው ፡ ክፍል ፡ አለበት ። ያልተቀጻው ፡ ብራና ፡ ወረቀት ፡ አንዳንዱ ፡ ጥቅል ፡ ሰሌዳ ፥ ወይም ፡ ሉሕ ፡ ይባላል ፤ ዝርግ ፡ ማለት ፡ ነው ። ከዚያ ፡ የሚቀጻው ፡ አንዳንዱ ፡ ክፍል ፡ ሳይታጠፍ ፡ ቅጽ ፥ ሲታጠፍ ፡ ቅጠል ፡ ይባላል ። ፪ኛ ፡ ቅጠል ፡ የሌለው ፡ እኩሌታ ፡ ቅጽ ፡ ሲኾን ፡ ጓላፍ ፡ ይባላል ። ፬ቱ ፡ ወይም ፡ ፭ቱ ፡ ቅጽ ፡ እየታጠፈ ፡ ባንድነት ፡ ሲታሰር ፡ ጥራዝ ፡ ይባላል ። አንዱ ፡ ቅጽ ፡ ተሠምሮ ፡ ሲታጠፍ ፡ ባላ፬ ፡ ገጽ ፡ ከኾነ ፡ ዘንድ ፡ ባንድ ፡ ወገን ፡ ያለው ፡ የ፪ቱ ፡ ገጽ ፡ ስምና ፡ መልክ ፡ በየክፍሉ ፡ ይህ ፡ ነው ፤ ውግ ፡ ያለበት ፡ ክፍል ፡ ግራና ፡ ቀኙ ፡ ጠርዝ ፥ መግለጫውና ፡ መግለጫው ፡ ግልየት ፥ ላይኛው ፡ አርእስት ፥ ታችኛው ፡ ኅዳግ ፥ መካከለኛው ፡ ዐምድ ፤ ዕጥፋቱን ፡ እንደ ፡ ወንዝ ፡ አማክሎ ፡ ወደ ፡ ጥራዝ ፡ ያለው ፡ ማዶና ፡ ማዶው ፡ ምስማክ ፡ ይባላል ፤ መከዳ ፡ ማለት ፡ ነው ። በመካከልም ፡ በያንዳንዱ ፡ ውግ ፡ ፊት ፡ ወስፌውና ፡ ርሳሱ ፡ ያለፈበት ፡ ሰንበር ፡ ሰንበሩ ፡ ሚራክ ፥ ቀለም ፡ የሚወድቅበት ፡ ቃዳው ፡ ተለላው ፡ መሥመር ፥ በፊደልና ፡ በፊደል ፡ መካከል ፡ ያለው ፡ ክፍት ፡ ክፍቱ ፡ ኖኅት ፥ በየፊደሉ ፡ ውስጥ ፡ ያለው ፥ ከርሥ ፡ ይባላል ፤ የነጩ ፡ ስም ፡ ይህ ፡ ነው ። የመሥመርም ፡ ሥራ ፡ አብነቱ ፡ የተገኘና ፡ የተቀዳ ፡ ከሙዝ ፡ ቅጠልና ፡ ከጕናጕና ፡ ነው ፡ ይባላል ። የጥቍሩ ፡ ደግሞ ፡ አንዳንዱ ፡ ፊደል ፥ ቀለም ፡ ወይም ፡ ኅር(ወ)መት ፡ ይባላል ፤ ቅርጽ ፡ ማለት ፡ ነው ። ከነቍጥ ፡ እስከ ፡ ነቍጥ ፡ የሚሰደረው ፡ አንዳንዱ ፡ ስክ ፡ ንባብ ፡ ይባላል ፤ ቃል ፡ ማለት ፡ ነው ። ቃልንም ፡ ከቃል ፡ በየንባቡና ፡ በየስልቱ ፡ በየብልቱ ፡ ለይተው ፡ ነጥለው ፡ ዘርዝረው ፡ ደምረው ፡ ፭ ፡ ፈርጅ ፡ አድርገው ፡ የሚያሳዩ ፡ የቃል ፡ ምልክቶች ፡ ፬ ፡ ናቸው ፤ መልካቸውና ፡ ስማቸውም ፡ ይህ ፡ ነው ።

መልካቸው ።	ስማቸው ።
.	ነጥብ ፥ አው ፡ (ወይም) ፡ ነቍጥ ፥ ማጥበቂያ ።
፡	ንኡስ ፡ ነጥብ ፥ አው ፡ ንጻል ፡ (ነጠላ) ።
፤	ንኡስ ፡ ሠረዝ ፥ አው ፡ ንጻል ።
፤	ዐቢይ ፡ ሠረዝ ፥ አው ፡ ክፀብ ፡ (ድርብ) ።
።	ዐቢይ ፡ ነጥብ ፥ አው ፡ ክፀብ ።

ሐተታ ።

፴፫ ፤ ነጥብና ፡ ነቍጥ ፡ ፩ ፡ ስም ፡ ናቸው ፤ ነጥብ ፡ የግእዝ ፡ ብቻ ፡ ነቍጥ ፡ የዐረብና ፡ የዕብራይስጥ ፡ ነው ፤ ያውም ፡ አንዳንዱ ፡ ጠብታ ፡ ነው ፡ እንጂ ፥ ፪ቱና ፡ ፬ቱ ፡ አይደለም ፤ ሲበዛ ፡ ነቍጣት ፡ ነጥባት ፡ ወይም ፡ ነጠብጣብ ፡ ያሰኛል ። የጥንቱ ፡ ነጥብ ፡ እንደ ፡ ዜማ ፡ ይዘት ፡ ፩ ፡ ቅንጣት ፡ ብቻ ፡ ነበረ ፡ ይባላል ፤ ፪ኛም ፡ ባንዱ ፡ ነጥብ ፡ ፈንታ ፡ እንዳ፲ቱ ፡ ያለ ፡ ዘንግ ፡ ነበረ ፤ ፫ኛ ፡ ግን ፡ አንዱ ፡ ነጥብ ፡ የመጥበቅ ፡ ምልክት ፡ ስለ ፡

ኹነ ፡ እንዳይሞካሽ ፡ በዘንጉ ፡ ፈንታ ፡ ፪ ፡ ነጥብ ፡ ኹኗል ። ፪ቱን ፡ ፩ቱን ፡ ነቍጥ ፡ ነጥብ ፡ ብሎ ፡ ባንድነት ፡ ስም ፡ መጥራት ፡ በዚያው ፡ በጥንቱ ፡ ባንዱ ፡ ቅንጣት ፡ ልማድ ፡ ነው ፡ እንጂ ፤ በሰዋስው ፡ መንገድ ፡ አይዶለም ። በማርኛ ፡ ፪ ፡ ነጥብ ፡ ፩ ፡ ነጥብ ፡ ተብሎ ፡ ከቅጽል ፡ ጋራ ፡ ይነገራል ፤ ጣፎችና ፡ ባለመጣፎች ፡ ግን ፡ ነቍጥን ፡ ለ፪ቱ ፡ ብቻ ፡ ነጥብን ፡ ላ፩ቱ ፡ ብቻ ፡ ሰጥተው ፡ አለቅጽል ፡ ፪ቱን ፡ ነቍጥ ፡ ፩ቱን ፡ ነጥብ ፡ ብለው ፡ በተለየ ፡ ስም ፡ ውስጠ ፡ ብዙ ፡ አድርገው ፡ ይጠሩታል ። ባለቅኔዎችም ፥ ቃልከ ፡ ነቍጥ ፡ እንዘ ፡ ክልኤቲ ፤ ልሳንከ ፡ አሐቲ ፡ ይእቲ ። ፍቅደ ፡ ነጥብ ፡ በዓላተ ፡ ወልድ ፡ ተስዐቱ ፡ ውእቱ ፡ እያሉ ፡ በውስጠ ፡ ብዙነት ፡ ያገቡታል ። ነጥብን ፡ ተስዐቱ ፡ ማለት ፡ ፰ ፡ ቀይ ፡ ሲጨመርበት ፡ ነው ።

አገባባቸውም ፡ ይህ ፡ ነው ።

፻፰ ፤ ነቍጥ ፡ የንኡሳን ፡ ቃላት ፡ መለያ ፡ ነው ፤ በንባብ ፡ ኹሉ ፡ ራስ ፡ በያንዳንዱ ፡ ስክ ፡ ይገባል ። ነጠላ ፡ ወይም ፡ ንኡስ ፡ ሠረዝ ፡ ጠባዩ ፡ ፩ ፡ ሲኾን ፡ መልኩ ፡ ፪ ፡ ነው ፤ ልዩነት ፡ ስላላቸው ፡ እየራሳቸው ፡ በሚታሰሩና ፡ በማይጫፈሩ ፡ ባጫጭር ፡ ቃሎች ፡ ይገባል ። ምሳሌ ፤ አነ ፡ ቀዳማዊ ፤ ወአነ ፡ ደኃራዊ ፥ ርእስ ፡ ወማኅለቅት ፤ ጥንት ፡ ወተፍጻሜት ። አንተ ፡ ዘአሚሃ ፤ ወአንተ ፡ ዘይእዜ ፥ አንተ ፡ ዘእሙንቱ ፤ ወአንተ ፡ ዘለነ ። ተፈለጥ ፡ የማነ ፤ አው ፡ ፀጋመ ፥ ወእመ ፡ አኮ ፡ ግበእ ፡ ድኅረ ፤ ወኢትሑር ፡ ቅድመ ። ድርብ ፡ ወይም ፡ ዐቢይ ፡ ሠረዝ ፥ በፍጹም ፡ ቃል ፡ ማኽል ፡ ባንዳንዱ ፡ ፈርጅ ፡ (ፍራዝ) ፡ ውስጥ ፡ እየራሱ ፡ በሚታሰርና ፡ በሚነገር ፡ ባስረጅና ፡ በፍራሽ ፡ ይገባል ። ምሳሌ ፤ ወምድርሰ ፡ ኢታስተርኢ ፤ ወኢኮነት ፡ ድሉተ ፤ ወጽልመት ፡ መልዕልተ ፡ ቀላይ ፤ ወመንፈሰ ፡ እግዚ ፡ ይጼልል ፡ መልዕልተ ፡ ማይ ። ወይቤ ፡ እግዚ ፤ ለይኩን ፡ ብርሃን ፤ ወኮነ ፡ ብርሃን ። ነዐ ፡ ንበር ፡ ማእከሌነ ፡ ወንግረነ ፤ እስመ ፡ ኪያከ ፡ አልሀቀ ፡ እግዚ ። ፈርሀ ፡ ወደንገፀ ፤ ባሕቱ ፡ ኢጕየ ፡ ወኢገገጸ ። ነጥብ ፡ (።) ንኡስ ፡ ምዕራፍ ፡ ነው ፤ እንባቢን ፡ እንደ ፡ ልጓም ፡ ኹኖ ፡ ይገታል ። አንዱ ፡ ፍጹም ፡ ቃል ፡ ወይም ፡ አንዱ ፡ ፈርጅ ፡ ዐጭርም ፡ ረዥምም ፡ ቢኾን ፡ ተሳቢው ፡ ተከቶ ፡ ነገሩ ፡ ሲጨረስ ፡ እንደ ፡ ጉልላት ፡ በጫፉ ፡ በቍንጮው ፡ ይገባል ። ረዥም ፡ ቃል ፥ ወምድርሰ ፡ እንዳል ነው ፡ ያለ ፡ ነው ። ዐጭር ፡ ቃል ፥ በቀዳሚ ፡ ገብረ ፡ እግዚ ፡ ሰማያተ ፡ ወምድረ ። ያማርኛውም ፡ እንደ ፡ ግእዙ ፡ ነው ፤ ለብቻው ፡ የተለየ ፡ ዐዋጅ ፡ የለውም ።

፻፱ ፤ በነዚህ ፡ ባራቱ ፡ ላይ ፡ ደግሞ ፤ . . . . . ነጠብጣብና ፡ ( ) ቀርን ፡ « » አቅርንት ፡ ሲጨመሩ ፡ ቍጥራቸው ፡ ፯ ፡ ይኾናል ፤ የነዚህም ፡ የ፫ቱ ፡ አገባብ ፡ እንዲህ ፡ ነው ። ነጠብጣብ ፡ ከያንዳንዱ ፡ ምዕራፍና ፡ አንቀጽ ፡ ፍሬ ፡ ፍሬው ፡ ጥቅስ ፡ በጥፊት ፡ ሲለቀም ፡ በቀረው ፡ ቃል ፡ ፈንታ ፡ ይገባል ። ምሳሌ ፤ መጽሐፈ ፡ ልደቱ ፡ ለኢ ፡ ክር ፡ ወልደ ፡ ዳዊት ፡ ወልደ ፡ አብርሃም ። አብርሃም ፡ ወለዶ ፡ ለይሥሐቅ ፤ . . . . ወእሴይኒ ፡ ወለደ ፡ ዳዊትሀ ፡ ንጉሠ ፤ . . . . ወኵሉንኬ ፡ ትውልድ ፡ እምአብርሃም ፡ እስከ ፡ ዳዊት ፡ ዐሠርቱ ፡ ወአርባዕቱ ። ቀዳሚሁ ፡ ቃል ፤ . . . . ወውእቱ ፡ ቃል ፡ ሥጋ ፡ ኮነ ። ዳግመኛም ፡ በቋንቋ ፡ መጣፍ ፡ ውስጥ ፡ የተጣፈውን ፡ ቃል ፡ አንዱን ፡ ስም ፡ መላ

ል ሶ፡በመጣፍ፡ ፊንታ፡በቀሪው፡ፊደል፡ልክ፡ይገባል።ምሳሌ፤ ጎግ፥ማ . . ። ዱ ዊት፥መዝሙረ፡ . . . ። አምላክ፥ወልደ፡ . . . . ። ቀርን፡እንደ፡ዋዌና፡እንደ፡ አው፡ነው፤ሞክሼና፡ባዕድ፡አስረጅ፡ወይም ፡ ተወላጅ፡ስለ፡ኹነ፡ ተጥፎ፡በማይኒ በብ፥ቡ፡ዘይቤ፡በሚያሰኝ፡ነገር፡በትርፍ፡ንባብ፡ይገባል ። ምሳሌ፤ወንጌል፡ብሂል፡ በልሳነ፡ጽርእ፤ወትርጓሜሃ፡ስብከት፡(ብሥራት)።እስመ፡ክርስቶስ፡ብሂል፡ቅቡዕ፡ (መሲሕ)። ፲፱፻፴፬ ፡ (፵፪)፡ዓ፡ም ፡　　በግስም ፡ ሲገባ ፡ ጽሒፍ፤(ጸሐፈ ፡ ይጽ ሕፍ፡ ይጽሐፍ)፡መጣፍ፡አጣጣፍ። ጸሓፊ፤(ፊት፡ፍያን፡ያት፤ጸሐፍት)፡ያሰኛል። አቅርንት፥ያንዱን፡ደራሲ፡ቃል፡ከሌላው፡ድርሰት፡ለመለየት፡ባለድርሳኑ፡ሌሎች፡ ከደረሱት፡ከድርሳን፡ከተግሣጽ፡አብዝቶ ፡ አሳንሶ፡በሚጠቅሰው፡ቃል፡በጥቅስና፡ በስሕጽ ፡ ይገባል ፤ ጥቅስና፡ስሑጽ፡ የንባብ፡የምስጢር፡ የድርሰት፡ማቅኛ፡ስለ፡ ኹኑ፥እነዚህ፡፪ቱ፡፩፡ወገን፡ናቸው። ምሳሌ፤ ከመ፡ዝ፡ነአምን፡ወከመ፡ዝ፡ንት አመን፤ወንበል ፡ ጸሎተ፡ ሃይማኖት ። «ነአምን፡በአሐዱ፡አምላክ፡. . . . ። ወን ሴፎ፡ትንሣኤ፡ሙታን፤ ወሕይወተ፡ዘይመጽእ፡ለዓለመ፡ዓለም» ። ንግባእኬ፡ኀበ፡ ጥንተ፡ነገር ።

፴፰፤ ጣፎችና፡ ዐታሞች፡ የፊደላትን፡ ዘር፡ በብራና፡ ማሕፀናቸው ፡ በወረ ቀት፡ ሰፋድላቸው፡ከመምህራን፡እየተቀበሉ፡ፀንሰውና፡አምጠው፡በቀለም፡በብ ርዕ፡የሚወልዱት፡የጥፈትና፡የመጻሕፍት፡መልክ፡ድርሰቱ፡መድበሉ ፡ ክምሉ ፡ በክፍሉ፡ ይህ፡ ነው ። ይህ፡የጣፍነው፡ኹሉ፡ስምና፡መልክ፡ታትሞ፡ ተጥፎ ፡ ተጠ ርዞና፡ታፍፎ፥ድጕሱና፡ማኅደሩ፡ተከናውኖ፥ግዙፍና፡ምእዙን፡ኹኖ፡ሥራው፡ ከለቀለት ፡ በኋላ፤ መጽሐፉ፡ በጽላት፥ማኅደሩ፡ በታቦት፥ዙሪያው፡ በ፰ቱ፡ ማእ ዝን፡ ይመሰላል ። ከዚያውም፡ ዘንድ፥ቀኙ፡የምሥራቅ፡ግራው፡የምዕራብ፥ራሱ፡ የሰሜን፡እግሩ ፡ የደቡብ፤ ፬ቱ፡ ቀርን፡በነዚህ፡ውስጥ፡ያለው፡የንኡስ፡ማእዝን፡ ምሳሌ፡ነው ።

፴፱፤ ለንባቡም፡ትምርት፥ለስልቱና፡ለማዕርጉ፡እንዳ፭ቱ፡ጸዋትወ፡ ዜማ፡ ፭፡ክፍል፡አለው፤ ፩ኛው፡ቍጥር፥፪ኛው፡ግእዝ፥፫ኛው፡ወርድ፥፬ኛው፡ዐቢይ፥ ፭ኛው፡ድጋም፡ ወይም፡ማነብነብ፡ይባላል ። እነዚህም፡፭ቱ፡ክፍሎች፡ጸዋትወ፡ ንባብ፡ ተብለው፡ ኹሉም፡ በሕፃን፡ አካኼድ፡ ይመሰላሉ፤ ቍጥር፡ እንደ፡መንኰ ቀቅ፥ግእዝ፡ እንደ፡ መዳኽ፡ ነው፤ እነዚህ፡ ፪ቱ፡ በሣር፡ በሥንጥር፡ ይነገራሉ ። ቍጥር፡በኖኅትና፡በኖኅት፡መካከል፡ያለውን፡የያንዳንዱን፡ፊደል፡ራስ፡ራሱን፡ በሣር፡ እየነኩ፥፩፡፪፡፫፡ እንደ፡ማለት፡ ኹሉ፡ ስም፡ ስሙን፡ ለይቶ፡ መጥራት ፡ ነው ። ግእዝ፥ከነቍጥ፡እስከ፡ነቍጥ፡በያንዳንዱ፡ስክ፡ያሉትን፡ፊደሎች፡እንደ፡ መሠረዝ ፡ ሣሩን ፡ በላያቸው ፡ እያሳለፉ ፡ በቅርብ ፡ በቅርቡ ፡ ማጋጠም ፡ ነው ። ወርድ፥ዘርፍና፡ባለቤት፡ ሳቢና ፡ ተሳቢ፡በማዛረፍና፡በማናበብ፡የሚወድቅና፡የሚ ነሣ፡የሚጠብቅና፡የሚላላ፡ቀለም ፡ ለይቶ፡በሐዘንዚን፡ ቃል፡እየጮኹና፡እያለፉ፡ እየተደገፉ፡ማንበብ፡ነው ። ይኸውም፡እጅን፡ተይዞ፡አቱ፡ ሥግሩ፡ ታቱ፡ ሥግሩ፥ ወይም፡ዳዴ፡ዳዴ፥አንድ፡ ኹለት፡እየተባሉ፡በመኼድና፡በመራመድ፥በማንገር

ገር ፡ በመወናከር ፡ ይመስላል ። አቡጊዳና ፡ ወርድ ፡ ንባብ ፡ ለተማሪ ፡ በጣም ፡ ይጠቅማሉ ፤ እለነዚህ ፡ አለኹለቱ ፡ በፊደል ፡ በንባብ ፡ ቶሎ ፡ መሠልጠን ፡ አይቻልም ። ዐቢይ ፡ ንባብ ፥ ራስን ፡ ችሎ ፡ እየተቀናጡ ፡ ቶሎ ፡ ቶሎ ፡ እንደ ፡ መኼድ ፡ ኹሉ ፤ በነቍጥ ፡ በሠረዝ ፡ የተለየውን ፡ ቃል ፡ ከነጥብ ፡ እስከ ፡ ነጥብ ፡ እንደሚገባው ፡ እያሰማሙ ፡ ማንበብ ፡ ነው ። ድጋም ፡ ከደጋሚው ፡ በቀር ፡ ሌላ ፡ የማይሰማው ፡ ስለ ፡ ሽኒ ፡ በሩጫ ፡ አካኼድ ፡ ይመስላል ። የሚጠብቅና ፡ የሚላላ ፡ ቀለም ፡ ያልነውም ፡ ልዩ ፡ ልዩነቱ ፡ በንባብ ፡ ብቻ ፡ አይደለም ፥ በምስጢርም ፡ እንጂ ፤ መላላት ፡ የሥራውን ፡ ቀሊልነትና ፡ ገርነት ፥ መጥበቅ ፡ ግን ፡ ከባድነቱን ፥ በኀይልና ፡ በግድ ፡ መኸኑን ፡ ያሳያል ። ከግእዝም ፡ ይልቅ ፡ ዐማርኛ ፥ ገደለ ፡ ሰበረ ፥ ዐረሰ ፡ ቈረረ ፥ ዐጨደ ፡ ነቀለ ፡ እያሰኘ ፡ አጥብቆ ፡ ያሳያል ፤ ዕብራይስጥም ፡ እንዳማርኛ ፡ ነው ። ጸዋትወ ፡ ፊደል ፡ የተባለው ፡ የሰዋስውና ፡ የግስ ፡ መቅድም ፡ እስከዚህ ፡ ነው ።

የታሪክ ፡ መርገፍ ፡ የመቅድም ፡ እጫዋች ።

ውዳሴ ፡ ዕበያ ፡ ወክብሩ ፡ ለብእሲተ ፡ ሰማይ ፡ ፊደል ፡ አርአያ ፡ ድንግል ።

፴ ፤ ንግባእኬ ፡ ኀበ ፡ ጥንተ ፡ ነገር ፡ ወባህል ፤ ወንሕትታ ፡ ካዕበ ፡ ለቅድስት ፡ ፊደል ፥ በዘዘ ፡ ዚአሁ ፡ አርአያ ፡ ወዘዘ ፡ ዚአሁ ፡ አምሳል ፡ እንዘ ፡ ኪያሃ ፡ ንሜስል ፡ ወናስተማስል ። በመኑ ፡ በአምሳለ ፡ መኑ ፡ ትትሜሰል ፡ ፊደል ፤ በምድረ ፡ ሎዛኑ ፡ ወዳቤር ፡ ሀገረ ፡ ሰዋስው ፡ ወመጽሐፍ ፥ ወሚመ ፡ በሲና ፡ ጉባኤ ፡ መላእክት ፡ አእላፍ ፤ አው ፡ በጽዮን ፡ ሀገረ ፡ ዳዊት ፥ ወእመ ፡ አኮ ፡ በኢየሩሳሌም ፡ ቅድስት ፤ ጽዮንሰ ፡ ወሳሌም ፥ መካነ ፡ ርእሱ ፡ ለአዳም ፥ ወመክፈልተ ፡ ርስቱ ፡ ለሴም ፤ እስመ ፡ እምጽዮን ፡ ይወፅእ ፡ ሕግ ፡ ወቃለ ፡ እግዚአብሔር ፡ እምኢየሩሳሌም ፡ በከመ ፡ ጽሑፍ ። ፊደልሰ ፡ አሚን ፡ መሠረተ ፡ ነገር ፡ ወጥንት ፤ ወካልአኒሃ ፡ መጻሕፍት ፡ ሕንጻ ፡ ወንድቅ ፡ ከመ ፡ እንተ ፡ ምግባር ፡ ወትሩፋት ። ሥረዊሃ ፡ ሥርወ ፡ ቀለማት ፥ ዐቃቢረ ፡ ፊውስ ፡ ወመድኀኒት ፡ ዘመሀሮ ፡ ለኖኅ ፡ አሐዱ ፡ እመላእክት ፡ ዐቃቤ ፡ ሥራይ ፡ ታቦት ፤ ወሥርወ ፡ ነገሩ ፡ ይቀውም ፡ በስምዐ ፡ ሠለስቱ ፡ ገጻት ፡ ከመ ፡ ሥርወ ፡ እሴይ ፡ ወዳዊት ። ሠናይትኬ ፡ ሠናይት ፡ እምኵሎን ፡ ሠናያት ፥ ላሕየ ፡ ፈጣሪ ፡ ሕያው ፡ ወሥነ ፡ ኵሉ ፡ ፍጥረት ፤ እስመ ፡ ጕላቄሃ ፡ ዕሥራ ፡ ወክልኤት ፤ ወሱባዔሃኒ ፡ ፍጹም ፡ ሱባዔ ፡ ዕለት ፡ እምዕለተ ፡ እሑድ ፡ ግእዝ ፡ እስከነ ፡ ሳብዕት ። አርአያሃኒ ፡ አዳም ፡ አርአያ ፡ ሥላሴ ፡ ቅድስት ፤ ወአምሳሊሃኒ ፡ ነዮሙ ፡ ዐሠርቱ ፡ ቃላት ፥ ወሰሌዳቲሃ ፡ ጽላት ። ጽሕፈታሂ ፡ መንክር ፡ ዘእግዚአብሔር ፡ ጽሕፈት ፡ በጸፍጸፈ ፡ ሰማይ ፡ ሳብዕ ፡ ሰሌዳ ፡ እሳት ፡ ወግብረታሂ ፡ ዕጹብ ፡ ግብረ ፡ መለኮት ፡ እምኀበ ፡ አልቦ ፡ ማየ ፡ ሕመት ። ታቦታ ፡ ደቂቀ ፡ ሴት ፤ ወደብተራሃ ፡ ሰብአ ፡ ትካት ። አዕማዲሃሰ ፡ ኖኅ ፡ ወሴም ፡ ካም ፡ ወያፌት ፤ ወምዕማዲሃ ፡ ነቢያት ፡ ወካህናት ። አርእስቲሃ ፡ አብርሃም ፡ ይሥሐቅ ፡ ወያዕቆብ ፡ አርእስተ ፡ አበው ፡ ቀደምት ፤ ወደመና ፡ ርእሳ ፡ ብሩህ ፡ መንፈሰ ፡ ትንቢት ። አረፋቲሃ ፡ ዘዕንቍ ፡ አእባነ ፡ ልብሰ ፡ አሮን ፡ ሕስት ፤ ወመሠረታ ፡ ዘጽድቅ ፡ ኰኵሐ ፡ ሃይማኖት ፤ ወኰኵሕሰ ፡ ክርስቶስ ፡ ሊቀ ፡ ካህናት ፡ እብነ ፡ ርእሰ ፡ ኵሉ ፡ ማእዘንት ፡ ዘመነንዎ ፡ ነደቅት ። ቅድስተ ፡

ቅዱሳን ፡ አበው ፡ ነቅዐ ፡ ምስጢራት ፤ ወመንበረ ፡ ስብሐት ፡ ድልው ፡ እምአፈ ፡ ደቂቅ ፡ ወሕፃናት ። ኵለንታሃ ፡ ወርቅ ፡ ተቋመ ፡ ማኅቶት ፥ ወመድሎተ ፡ ወርቃ ፡ ጽሩይ ፡ መጠነ ፡ መክሊት ፤ አዕጹቂሃኒ ፡ አዕጹቀ ፡ ዘይት ፡ አምሳለ ፡ ሰብዐቱ ፡ ሀብታት ፥ ወመሳውሪሃ ፡ አእላፍ ፡ ብሩሃነ ፡ አልባብ ፡ ጸሐፍት ። ጼዳለ ፡ ብርሃና ፡ ወሥና ፡ ብዝኀ ፡ ትምህርት ፤ ወብርሃናሰ ፡ ውእቱ ፡ ገባሬ ፡ ብርሃናት ፡ ዐበይት ፡ ዘበጼዳለ ፡ ብርሃኑ ፡ ሰሰለ ፡ ጽልመት ።

፵፩ ፤ ጥብልልተ ፡ ራእዩ ፡ ወፋእሙ ፡ ለበላዔ ፡ መጽሐፍ ፡ ሕዝቅኤል ፤ ወስቴ ፡ ጽዋዑ ፡ ለዕዝራ ፡ ደመ ፡ ሕብረ ፡ እሳት ፡ አስካል ፡ ዘያውዒ ፡ ልበ ፡ ወያንበለብል ።   ይእቲኬ ፡ ድንግል ፡ ወላዲተ ፡ ቃል ፡ በብሥራተ ፡ መልአክ ፡ ገብርኤል ፤ መጥበቢተ ፡ ኡብዳን ፡ ኖሎት ፡ ወሰብአ ፡ ሰገል ፡ እለ ፡ ውስተ ፡ ዓለም ፡ ኀል ፤ እስመ ፡ ሀላዌሁ ፡ ለቃል ፡ ሀላዌ ፡ ፊደል ፡ በከመ ፡ ተነበየ ፡ ዳንኤል ፡ ወፈከረ ፡ ላቲ ፡ ፀብዙኅ ፡ አምሳል ። ወከከበኒ ፡ ታው ፡ ጽዱል ፡ ኮከበ ፡ ወንጌል ፡ ዘቦቱ ፡ ትእምርተ ፡ መስቀል ።   አበዊነሂ ፡ ይብልዋ ፡ በዘአበዊሆሙ ፡ ባህል ፡ ወለቱ ፡ ለሄኖስ ፡ ንእስተ ፡ አካል ፡ ወእኅተ ፡ አቡሁ ፡ ለመላልኤል ። ፍኅርቱ ፡ ለያሬድ ፡ ልሂቅ ፡ ብሉየ ፡ መዋዕል ፤ ወመዕመርተ ፡ ብርዐ ፡ ለሔኖክ ፡ ጸሓፌ ፡ ጥበቡ ፡ ለልዑል ። ሱታፌ ፡ ንባቡ ፡ ወቃሉ ፡ ሰማቱሳላ ፡ ባዕል ፤ ወፍቅርተ ፡ ላሜኅ ፡ ወኖኅ ፡ ወራዙተ ፡ ኀይል ።

፵፪ ፤ ልህቅት ፡ ይእቲ ፡ እምሰብዓ ፡ ሊቃናት ፤ ወብሊት ፡ ዘእምቅድመ ፡ ብሉይ ፡ አሪት ። ሐፃኒተ ፡ ሙሴ ፡ ሕፃን ፡ ዘአከ ፡ ይብስተ ፡ አጥባት ፤ ወጥልልተ ፡ ርሥእን ፡ ዕቤርት ፡ እሞን ፡ ለዕቤራተ ፡ ሕግ ፡ መጻሕፍት ፡ ወለአዋልድ ፡ ንኡሳት ፤ በከመ ፡ ተብህለ ፡ ስሳ ፡ እማንቱ ፡ ንግሥታት ፡ ወሰማንያ ፡ ዕቁባት ፥ አዋልድሰ ፡ እለ ፡ አልቦን ፡ ኍልቍ ፡ ወመስፈርት ። ወላዲቱ ፡ ለጥበብ ፡ ሕያው ፡ ወላዴ ፡ ሕይወት ፤ ወእምሔውቱ ፡ ለነገረ ፡ ኵሎን ፡ በሓውርት ። ጽዕዳዌ ፡ ሥዕርታ ፡ ክርስቶስ ፡ ቅቡዐ ፡ መንፈስ ፡ ከመ ፡ ፀምረ ፡ በግዕ ፡ ጌዴዎን ፡ ወከመ ፡ ሚላት ፡ ፍሑስ ፤ ወቂሐተ ፡ ገጻ ፡ ልሁብ ፡ መንፈስ ፡ ጸጋሁ ፡ ለአብ ፡ መስተፍሥሔ ፡ ልብ ። ድምድማሃ ፡ ድሉል ፡ በመሥዕርተ ፡ ብርዕ ፥ ወሕብረ ፡ ቀለማ ፡ ጸሊም ፡ ከመ ፡ ሕብረ ፡ ቋዕ ፤ ወቀይሕ ፡ ከመ ፡ ደመ ፡ በግዕ ።   በእንተ ፡ ዝ ፡ ትልሒ ፡ እምፀሓይ ፡ ወእምኵሉ ፡ ንብረተ ፡ ከዋክብት ። እንዘ ፡ ምስለ ፡ ብርሃን ፡ ትትቃወም ፡ ትትረከብ ፡ ከመ ፡ ቀዳማዊት ፤ ወእንዘ ፡ በርሥእ ፡ ሀለወት ፡ ኵሎ ፡ ትሔድስ ፤ ወለትውልደ ፡ ትውልድ ፡ ውስተ ፡ ነፍሰ ፡ ጻድቃን ፡ ትትፋለስ ።

፵፫ ፤ ይእቲ ፡ ትኄይስ ፡ እምዕንቍ ፡ ክቡር ፤ ወኵሉ ፡ ክብር ፡ ኢመጠና ። ላቲ ፡ ምክር ፡ ወዕዘዝ ፤ ወላቲ ፡ ጽንዕ ፡ ወአእምሮ ። ቦቲ ፡ ነገሥት ፡ ይነግሡ ፤ ወባቲ ፡ ኀያላን ፡ ይጽሕፉ ፡ ጽድቀ ። ባቲ ፡ ዐቢያን ፡ ይከብሩ ፤ ወባቲ ፡ መኳንንት ፡ ይእኅዙ ፡ ምድረ ። እለ ፡ ያፈቅርዋ ፡ ታፈቅር ፥ ወእለ ፡ የዐቅብዋ ፡ ተዐቅብ ፤ ወእለ ፡ የኀሥዋ ፡ ላቲ ፡ ይረክቡ ፡ ሞገሰ ። ውስተ ፡ ፍናወ ፡ ጽድቅ ፡ ታንሶሱ ፤ ወውስተ ፡ አሠረ ፡ ጽድቅ ፡ ትትመየየጥ ፡ ከመ ፡ ተሀበሙ ፡ ለእለ ፡ የአምርዋ ፡ ጥሪተ ፡ ወመዛግብቲሆሙ ፡ ከመ ፡ ትምላእ ፡ ተድላ ። ዘኵሎ ፡ የአምር ፡ ውእቱ ፡ የአምራ ፤ ወዘኵሎ ፡ ይመልክ ፡ ውእቱ ፡ አሠነየ ፡

ፍኖታ ። ውእቱ ፡ ወሀበ ፡ ለሄኖስ ፡ ቊልዔሁ ፡ ወለቃይናን ፡ ቅዱሱ ። ወእምዝ ፡ አስቶርእየት ፡ ዲበ ፡ ምድር ፤ ወአንሶሰወት ፡ ውስተ ፡ ዕጓለ ፡ መሕያው ። ናሁ ፡ ሐነጸት ፡ ላቲ ፡ ቤተ ፤ ወአቀመት ፡ ሰብዐተ ፡ አዕማደ ። ዘብሐት ፡ ዘዚኣሃ ፡ ጥብሐ ፥ ወቶስሐት ፡ ውስተ ፡ ስያሓ ፡ ዘዚኣሃ ፡ ወይነ ፤ ወአስተዳለወት ፡ ዘዚኣሃ ፡ ማእደ ። ወፈነወት ፡ ዘዚኣሃ ፡ አግብርተ ፡ በነዋኅ ፡ ስብከት ፡ እንዘ ፡ ትብል ፡ ዘአብድ ፡ ውእቱ ፡ ይትገሐሥ ፡ ኀቤየ ፤ ወለእለሂ ፡ የሐጽሙ ፡ አእምሮ ፡ ትጼውዕ ፡ እንዘ ፡ ትብል ፥ ንዑ ፡ ብልዑ ፡ ኅብዝትየ ፡ ወስተዩ ፡ ወይንየ ፤ ወኅድግዋ ፡ ለእበድ ፡ ወሕየዉ ። ፊደልሰ ፡ ውእቱ ፡ እግዚአብሔር ፡ ዘለክአ ፡ ወእደ ፡ መንፈሱ ፡ ቅዱስ ፡ ዘአስተናበሮ ፡ ወሠርዖ ፥ ዲበ ፡ ዕፀ ፡ መስቀል ፡ ይኩን ፡ ስፉሐ ፡ ሰሌዳ ፡ ተሰብአ ፥ ወምስለ ፡ ኃጥኣን ፡ ይትኈለቍ ፡ በሱባዔ ፡ ኅለት ፡ ተኰርዖ ፥ ኢየሱስ ፡ ክርስቶስ ፡ አልፋ ፡ ወዖ ፤ በበ ፡ ስብዕ ፡ ስብዐ ፡ እንበለ ፡ አጽርዖ ፡ እስመ ፡ ኵሉ ፡ ትውልድ ፡ ያስተበፅዖ ፥ በአሐዱ ፡ ቃለ ፡ አውሥኦ ፡ እንዘ ፡ ይብል ፡ እግዚአ ፡ እግዚአ ። ሎቱ ፡ ስብሐት ፡ ወአኰቴት ፡ ዕበይ ፡ ወባርኮት ፥ ውዳሴ ፡ ወማሕሌት ፤ ክብር ፡ ወብዕል ፡ ዕዘዝ ፡ ወኀይል ፡ ለልዑል ፡ ወሃቤ ፡ ፊደል ፤ ይእዜኒ ፡ ወዘልፈኒ ፡ ወለዓለመ ፡ ዓለም ፤ አሜን ። ወለእለሂ ፡ ነሥእዋ ፡ እምኔሁ ፡ በአሚን ፡ ከመ ፡ ጽላተ ፡ ሕግ ፡ ወኪዳን ፡ ወከመ ፡ ቅዱስ ፡ ቊርባን ፥ ለርእሰ ፡ ነቢያት ፡ ሄኖስ ፡ ወለበኵረ ፡ ነገሥት ፡ ቃይናን ፤ እስመ ፡ ከመ ፡ ሙሴ ፡ ወአሮን ፡ ክቡዳን ፡ ክልኤ ፡ አቅርንት ፡ ወአምርሕተ ፡ ሠናይ ፡ ፍኖት ፡ ለዕዉራን ፡ ልብ ፡ ሰብአ ፡ ትክት ። ፍኖትሰ ፡ ፊደል ፡ ዕንስተ ፡ ወንጌል ፥ ወስፍሕተ ፡ ማሕፀን ፡ ትንቢት ፡ ለወሊደ ፡ ተስፋ ፡ ሥግው ፡ እምኍልቄ ፡ ዕሥራ ፡ ወክልኤቱ ፡ ዘመደ ፡ ፍጥረት ፡ አበው ፥ ወእምዘርዐ ፡ ያዕቆብ ፡ ሰዋስው ።

ዐቒርና ፡ ቊርቋኝ ፡ ሰዋስው ፡

የመምህራን ፡ ዐይን ፡ ያዕቆብ ፡ እንደ ፡ ረኘሙ ፡ አጥርቶና ፡ ቀምሎ ፡
ያላየው ፥ ቀርበም ፡ እንደ ፡ ሐኪም ፡ ያልዳሰሰውና ፡ ያልፈወሰው ።

ሰዋስው ፡ ማለት ፡ ዘይቤው ፡ መሰላል ፡ ማለት ፡ ነው ፤ እሙን ፡ ትርጓሜው ፡ ግን ፡ የግእዝ ፡ ቋንቋ ፡ ዐዋጅ ፥ ያሰካኩና ፡ ያጣጣፉ ፡ ያነጋገሩ ፡ ፈርጅ ፥ የንባቡ ፡ ኹሉ ፡ እጅና ፡ ፍንጅ ፥ አስተሳሰሩና ፡ አፈታቱ ፡ ተለይቶ ፡ የሚታወቅበት ፡ የትምርት ፡ ደንብ ፡ ፍርድና ፡ አገባብ ፡ ማለት ፡ ነው ፤ ፍትሐ ፡ ነገሥት ፡ እንደ ፡ ማለት ፡ ኹሉ ።

አዝመራ ፡ ታጭዶ ፡ ሲሰበሰብ ፡ ብዙው ፡ አገዳ ፡ ፩ ፡ እስር ፡ ነዶ ፥ ብዙው ፡ ነዶ ፡ ፩ ፡ ሙሉ ፡ ዕቅፍ ፥ ብዙው ፡ ዕቅፍ ፡ ፩ ፡ ጉቾ ፥ ብዙው ፡ ጉቾ ፡ ፩ ፡ ታላቅ ፡ ክምር ፡ እንዲኽን ፤ የሰዋስውም ፡ ክፍል ፡ እንዲህ ፡ ነው ፤ ምዕራፍ ፡ በታላቅ ፡ ክምር ፡ ይመሰላል ። ብዙው ፡ ብትን ፡ ቃል ፡ እንደ ፡ ሥነ ፡ ፍጥረት ፡ በየወገኑና ፡ በያይነቱ ፡ ሲሰበሰብና ፡ ሲለቀም ፡ ነዶውና ፡ ዕቅፉ ፡ ጉቾው ፡ በ፫ ፡ ዐይነት ፡ ቊጥር ፡ ተቈጥሯል ፤ ብትኑ ፡ ቃል ፡ በነዶው ፡ ቊጥር ፥ ነዶው ፡ ቃል ፡ በዕርከን ፥ ዕርከንም ፡ በዐቢይ ፡ ክፍል ፡ ተጠቅልሎ ፡ ፯ ፡ ብቻ ፡ ኹኗል ። በያንዳንዱ ፡ ክፍል ፡ ውስጥ ፡ የሚገኝ ፡ አርእስተ ፡ ቃል ፡ ንኡስ ፡

ክፍል ፡ እንደ ፡ መኾኑ ፡ ዕርከን ፡ ተብሏል ፤ ፩ ፡ ክፍል ፡ ትምርት ፡ ማለት ፡ ነው ፤ ፩ ፡ ሙሉ ፡ ዕቅፍ ፡ እንደ ፡ ማለት ። ከ፯ቱ ፡ ደግሞ ፡ ፬ቱና ፡ ፫ቱ ፡ አንዳንድ ፡ ወገን ፡ ኹነው ፡ በ፪ ፡ ምዕራፍ ፡ ይከፈላሉ ፤ ክፍላቸውና ፡ ስማቸውም ፡ ይህ ፡ ነው ።

የሰዋስው ፡ ክፍሎች ፡ ስምና ፡ ተራ ።

መዠመሪያ ፡ ምዕራፍ ፡ ባላ፬ ፡ ክፍል ።

፩ኛ ፡ ክፍል ፡ ጸዋትወ ፡ ቅምር ፡ ባለብዙ ፡ ሕብር ።
፪ኛ ፡ ክፍል ፡ ጸዋትወ ፡ ርባ ፡ የሰዋስው ፡ ሆድና ፡ ዠርባ ።
፫ኛ ፡ ክፍል ፡ ጸዋትወ ፡ ጥሬ ፡ የርባታ ፡ ቅንጣትና ፡ ፍሬ ።
፬ኛ ፡ ክፍል ፡ ጸዋትወ ፡ ቅጽል ፡ ባለቤት ፡ አከል ።

፪ኛ ፡ ምዕራፍ ፡ ባለ፫ ፡ ክፍል ።

፭ኛ ፡ ክፍል ፡ ጸዋትወ ፡ ንባብ ፡ ሳቢና ፡ ተሳቢ ፡ ተናባቢ ።
፮ኛ ፡ ክፍል ፡ ጸዋትወ ፡ አገባብ ፡ የዘርና ፡ የነባር ፡ ሕንባብ ።
፯ኛ ፡ ክፍል ፡ ጸዋትወ ፡ ቅኔ ፡ የሠምና ፡ የወርቅ ፡ ኾርኋኔ ።

፫ኛ ፡ ምዕራፍ ፡ ጸዋትወ ፡ ግስ ፡
ባለ፳፮ ፡ ክፍልና ፡ ራስ ፡ ከአ ፡ እስከ ፡ ፐ ፡ ድረስ ።

ጸዋትውም ፡ ማለት ፡ ኅዝና ፡ ወገን ፡ ቤተ ፡ ሰብ ፡ ማለት ፡ ነው ፤ ጸዋትወ ፡ ቅዳሴ ፡ እንዲሉ ።　　ያጭሩ ፡ ሰዋስው ፡ ልክና ፡ መልክ ፥ ወርዱና ፡ ቁመቱ ፡ አርእስቱ ፡ ይህ ፡ ነው ። የቀረውን ፡ በየነዶውና ፡ በየቅፉ ፡ በየጕቾው ፡ ቃል ፡ ተመልከት ፤ አንዱ ፡ ክፍል ፡ ላንዱ ፡ መቅድምና ፡ አርእስት ፡ እየኾነ ፡ ሰዋስውነቱን ፡ ሰንሰለት ፡ አድርጎ ፡ ያሳይ ኻል ።　　ከዚህም ፡ ሰዋስው ፡ የቀረውን ፡ ረዥም ፡ ትምርት ፡ ኅሊናችን ፡ ዐጥሮ ፡ ስላልደረሰበት ፡ ለኋላ ፡ ልጆች ፡ ትተነዋል ፡ (ማቴ፯ ፡ ፯ና ፡ ፳) ።

መዠመሪያ ፡ ምዕራፍ ፡ ባለ፬ ፡ ክፍል ፡ ጎረ ፡ ቤተ ፡ ወንጌል ።
፩ኛ ፡ ክፍል ።
የሰዋስው ፡ ዐዋጅ ፡ ርባ ፡ ቅምር ።

የፍጥረት ፡ ኹሉ ፡ ዐይነት ፡ ፪ ፡ ፪ ፡ ብቻ ፡ እንደ ፡ ኾነ ፡ ያውም ፡ ወንድና ፡ ሴት ፡ ተባትና ፡ እንስት ፡ እንዲባል ፤ ሰዋስው ፡ ተብሎ ፡ የሚጠራ ፡ የቋንቋም ፡ ዐይነት ፡ ፪ ፡ ነው ፤ ዘርና ፡ ነባር ፥ ወይም ፡ ስምና ፡ ግብር ። ወንድና ፡ ተባት ፡ ሴትና ፡ እንስት ፡ አንዳ ንድ ፡ ወገን ፡ ኹነው ፡ በ፪ነት ፡ እንዲታዩ ፥ እነዚህም ፡ ፬ቱ ፡ ስሞች ፡ ዘርና ፡ ግብር ፡ ነባ ርና ፡ ስም ፡ አንዳንድ ፡ ወገን ፡ ናቸው ። ፪ኛም ፡ የመሰላል ፡ ዕርከን ፡ ብዙ ፡ ሲኾን ፡ በ፪ ፡ አዕማድ ፡ እንዲወሰን ፤ የቋንቋም ፡ ትምርት ፡ ስሙና ፡ ክፍሉ ፥ ስልቱና ፡ ባህሉ ፡ ብዙ ፡ ሲኾን ፡ ዐይነቱና ፡ ሕብሩ ፡ አርእስተ ፡ ነገሩ ፡ በነዚህ ፡ በ፪ቱ ፡ ብቻ ፡ ተወስኗል ፤ ከስ ምና ፡ ከግብር ፡ አይወጣም ። ሲዘረዘሩ ፡ ግን ፡ አንቀጽና ፡ ርባታ ፥ ዝርዝር ፥ ቅጽልና ፡

ጥሬ፥አገባብ፥ሡምና፡ወርቅ፥ሙሻዘር፥ሠረዝ፥አንጻር፡ተብለው፡፲፡ይኾናሉ፤ ዝርዝር፡ከርባታ፥አገባብ፡ከጥሬ፡ሲደረቡ፡ግን፡፳፡ብቻ፡ኹነው፡ይቀራሉ። የሰዋስውን፡ክፍል፡ዝቅ፡ብለው፡፫ና፡፬፡፮፥ከፍ፡ብለው፡፲፪ና፡፲፭፡የሚሉ፡አሉ።

መዠመሪያ፡ዕርከን፡ ወይም፡ቀዳማይ ።

የዘርና፡የነባር፡ጠባይ ።

ዘር ።

፩፤ ነጠላ፡ግስን፡ከነርባው፡የሚያስገኝ፥ጥሬ፡ዘርን፡ኹሉ፡የሚወልድ፡በሊዕ፡ሰትይ፡ጸጊብ፡ሰኪር፡መዊት፡ሐዩው፡እያለ፡በሦስት፡ፊደል፡በቅሎ፡የሚኼድ፥ይህን፡የመሰለ፡ኀጠተ፡ቃል፥አባት፡ዘር፡ይባላል፤አባትነቱም፡አዳምን፡ይመስላል ። አባት፡ዘር፥ርሱ፡ራሱ፡እንደ፡ሥር፡ኹኖ፡ሌላውን፡ፍሬ፡ቃል፡ቢያስገኝ፡እንጂ፡ለርሱ፡አስገኝና፡አባት፡የለውም ። ፪ኛም፡ሥረ፡ነገር፡መሠረተ፡ቃል፡ስለ፡ኾነ፥አርእስት፡ይባላል ። ፫ኛም፡ዐጕል፡አንቀጽ፡ስለ፡ኾነ፥ንኡስ፡ይባላል ። ስሞቹ፡እንደ፡ፊደሎቹ፡፫፡ናቸው፤አባት፡ዘር፥አርእስት፥ንኡስ፡አንቀጽ ።

፪፤ ዘር፡በቋንቋ፡ኹሉ፡የግስ፡ጥንት፡የርባ፡መሠረት፡ስለ፡ኾነ፥ከአናቅጽ፡በፊት፡ይጣፋል፤ከርባታ፡በፊት፡ይነገራል ። ጣፊም፡አንባቢም፡ወንጌል፡ዘዮሐንስ፡ሳይል፡ቀዳሚሁ፡ቃል፡እንዳይል፤አርእስትን፡በጥፈትም፡በመነገርም፡ንባብ፡እንዳይቀድመው፥ዘርንም፡አንቀጽና፡ጥሬ፡አይቀድሙትም ። የዚህ፡መጽሐፈ፡ግስ፡ቀዋሚ፡ግብሩ፡ደገኛ፡ነገሩ፡ይህ፡ነው፤እናት፡ዘር፡ሳትቀበል፡እንዳትፀንስ፡ርሱም፡ዘር፡ሳያስቀድም፡አንቀጽ፡አይጥፍም ። ምንጩን፡አሳይቶ፡ውሃውን፥ዛፉን፡አሳይቶ፡ፍሬውን፡እንደ፡መስጠት፡ኹሉ፥ዘሩን፡በፊት፡አንቀጹን፡በኋላ፡ያመጣዋል፤ባፈ፡ታሪክም፡የቀድሞ፡መምህራን፡ዘር፡ሳያስቀድሙ፡አይገሱም፡ነበር፡ይባላል ።

፫፤ ዘር፡መባሉም፡በምሳሌ፡ነው፤ዘር፡በዘሩት፡ጊዜ፡አንዱ፡ቅንጣት፡ብዙ፡ቅንጣቶች፡እንዲያፈራ፥ንኡስ፡አንቀጽም፡ባረቡትና፡በገሰሡት፡ጊዜ፡አንዱ፡ቃል፡ብዙ፡ቃላት፡ያፈራልና፤ስለዚህ፡ዘር፡ተባለ፡(ዮሐ፲፪፡፳፬) ። በዕብራይስጥም፡ሾሬሽ፡ምቆር፡ይባላል፤ሥርው፡ነቅዕ፡ማለት፡ነው፤ ዘር፡ከማለት፡ጋራ፡ይሰማማል ። አማናዊው፡የባሕርይ፡ስሙ፡ግን፡ግብር፡ይባላል፤ግብርነቱም፡ሠራተኛው፡ያልታወቀለት፥ለሠራተኛ፡ያልተሰጠ፥ገና፡ወደ፡ፊት፡የሚሰጥ፥በኋላፊና፡በትንቢት፡መካከል፡የቆመ፡ዐንጕል፡ማእከላዊ፡ነው ። ዳግመኛም፡ካባት፡ዘር፡የሚገኝ፡ጥሬ፡ዘር፥ስምና፡መስም፥ርሱም፡እንዳባቱ፡ሲገሰስ፥ዘርነቱ፡ወዳንቀጽነት፡ተለውጦ፡ጥሬ፡ግስ፡ይኾናል ። ካባቱ፥አባት፡የመሰለ፡የ፫፡ፊደል፡ግስ፡እንዲገኝ፥ከጥሬውም፡ጥሬ፡የመሰለ፡ይገኛል፤አገኛኘቱንም፡በግስ፡አርእስት፡ውስጥ፡ባ፵፬፡ቍጥር፡ተመልከት ።

፬ ፤ በ፫ : ፊደል : እግር : የቆሙ : ዘርና : ግስ : የሚነሡባቸው : ፊደላት : ወይም : ቀለማት : ፫ : ናቸው ፤ በላገባበች : መራኁት : ይኋቸዋል ፤ መክፈቾች : ማለት : ነው ። እሊሁም : ግእዝ : ራብዕ : ኃምስ : ሳድስ : ሳብዕ : ናቸው ፤ ዘርና : ግስ : በነዚህ : ብቻ : ቢነሡ : እንጂ : በካዕብ : በሣልስ : አይነሡም ። የዘርና : የግስ : እነሣሥ ÷ አካኼድና : አገሣገሥ : እንደ፡ት : እንደ : ኸነ : በግስ : አርእስት : ተመልከት ። የዘር : መድረሻ : ወይም : መጨረሻ : ፪ : ናቸው ፤ ሳድስና : ሳብዕ ÷ ይህም : ነዊም : ነቂህ ÷ ሰብሐ : ዘምሮ : እያለ : በነዚህ : ብቻ : መድረሱን : ያሳያል ። ግስ : ግን : ምንም : እንደ : ዘር : በላ፫ : መነሻ : ቢኸን ÷ ባላንድ : መድረሻ : ነውና ፤ ቀደሰ : ባረከ : ሤመ : ጥሕረ : ሖረ : እያለ : በግእዝ : ብቻ : ይጨርሳል ፤ ይኸውም : የሩቅ : ወንድ : አንቀጽ : ስለ : ኸነ : ነው ፤ ግእዝ : የሩቅ : ዝርዝር : ነውና ። ሲረባና : ሲዘረዘር : ግን : ከኃምስ : በቀር : በሌሎቹ : ኹሉ : ይጨርሳል ።

፭ ፤ አባት : ዘር : ከ፫ቱ : ልጆቹ : (ቀዳማይ : ካልአይ : ሣልሳይ) ፡ ከዐበይት : አና ቅጽ : በኋላ : ፬ኛ : ንኡስ : አንቀጽ : ኹኖ ÷ ቀቲል : ቀቲሎት ÷ ቀድሶ : ቀድሶት ÷ ባርኮ : ባርኮት ÷ ብሂል : ብሂሎት : እያለ : በደጊመ : ቃል : መነገሩና : ምእላድ : ፊ ደል : ትን : እየጨመረ : መኼዱ ÷ ለመዘርዘርና : ለማዛረፍ : ለማብዛትና : ለማብለጥ : ንባብ : ለማስጌጥ : ነው ። በዝርዝር : ጊዜ ÷ ቀቲልሁ : ቀቲሎቱ ÷ ቀድሶሁ : ቱ ÷ ባር ኮሁ : ቱ ÷ ብሂልሁ : ብሂሎቱ : ቢል : እንጂ ÷ ቀቲሉ : ቀድሱ : ባርኩ : ብሂሉ : ብሎ : በዘመድ : አይዘረዝርም ፤ ይህ : በለ : ሲያዛርፍ : ነው ። በዛና : በግእዝ : ሲያዛርፍ : ግን : እንዳለ : ይገባል ፤ ይህም : ቀቲል : ዘዳዊት ÷ ዘዳዊት : ቀቲሎት ÷ ቀቲለ : ዳዊት : ቀቲሎተ : ዳዊት : ጎልያድሀ : እያለ : ሌላውን : ኹሉ : ያሳያል ። በላገባበችም : ለብ ሂል : ለ : የለው ÷ ለብሂሎት : ዘ : የለው : ብለው : ያውጃሉ ፤ ይህም : ብሂሉ : ለዳ ዊት ÷ ብሂሎት : ዘዳዊት : አለማለቱን : ያሳያል ፤ በብሂል : ኹሉን : መናገር : ነው ። ሲያበዛና : ሲዘረዝርም ÷ ሀልዎታት : ሀልዎታቱ : ቲሁ : ያሰኛል ።

፮ ፤ ዘር : ጥንቱን : ሲፈጠር : ሲታነጽ : ሲቀረጽ : ከ፫ : ፊደል : ባሕርይ : መገኘ ቱና : በ፫ : ፊደል : ብቻ : መመሥረቱ ÷ ወደ : ፪ና : ወዳ፬ : አለመውረድ : አለመው ጣቱ : ስለ : ምን : ነው : ብትል ፤ እግዜር : በ፮ኛ : ቀን : ንግበር : ሰብአ : በአርአያነ : ወበአምሳሊነ : ብሎ : አዳምን : ሲፈጥር : ቋንቋውንም : አርአያና : አምሳል : አድርጎታ ልና ÷ ስለዚህ : ነው ። ይኸውም : አነ : ውእቱ : አልፋ : ወዖ : ወይም : አሌፍ : ወታው : ባለው : ይታወቃል : (ራእ፳፪ : ፲፫) ። ኋላም : በባቢሎን : ንዑ : ንረድ : ወንከዐው : ሀየ : ነገሮሙ : ከመ : ኢይስማዕ : ብእሲ : ከንፈረ : ቢጹ : ብሎ : የልጆቹን : ቋንቋ : ሲለያይ : ይህ : የአዳም : ቋንቋ : በሴም : ብቻ : ቀርቷል : (ዘፍ፩ : ፳፮ ። ፲፩ : ፯) ። በሴም : ዘር : የቀረ : ቋንቋው : ብቻ : አይዶለም ፤ ተስፋውና : ሃይማኖቱም ፡ እንጂ ። ስለዚህ : ነገር : የሴም : ቋንቋ : ኹሉ : ዘሩ : ሥረ : ነገሩ ÷ ዋሕደ : ቃል : ሥሉሰ : ፊደል : እየ ኸነ : በ፫ : ፊደላት : ተወስኗል ፤ ከ፫ : ቅንጣት : ፊደል : አይወጣም ፤ ወደ : ፪ : ፊደል : አይወርድም ። ከዚህ : የተነሣ : ፊደሉ : አርአያ : አካላት ÷ ቃሉ : አምሳለ : መለኮት : ተብሏል ።

፯ ፤ ግእዝም ፡ ከላይ ፡ ከአዳም ፡ የነቃ ፡ ከታችም ፡ ከኖኅ ፡ የፈለቀ ፡ ሴማዊና ፡ አዳማዊ ፡ ቋንቋ ፡ ስለ ፡ ኾነ ፥ ዘሩን ፡ በኖኅ ፡ ልጆች ፡ አምሳል ፡ ሲሰፍርና ፡ ሲቈጥር ፡ ከ፫ ፡ ፊደላት ፡ አያበልጥም ፤ አያሳንስም ። ቀተል ፡ ገቢር ፥ ቀዊም ፡ ሐዊር ፥ ሣርሮ ፡ ሐድሶ ፥ ሐውጸ ፡ ገሥጸ ፡ እያለ ፡ እንደ ፡ ወንድሞቹ ፡ እንዳረብና ፡ እንደ ፡ ሱርስት ፡ እንደ ፡ ዕብራይስጥ ፡ በ፫ ፡ ፊደላት ፡ ይኼዳል ።

«ዋዜማ ፡ ዘሰሜቴ ፡ ሠርጸ ፡ ድንግል ።

አካልከ ፡ ነጋዴ ፡ ሕግ ፡
ለአጥርዮ ፡ ሕማም ፡ ሲሳዩ ፡ ውስተ ፡ ቀራንዮ ፡ ወረደ ፤
ጊዮርጊስ ፡ መብረቀ ፡ ስባሔ ፡ ዘተጻውር ፡ ነደ ።
ወበውስተ ፡ ዓለም ፡ ይዝራዕ ፡ ገቢረ ፡ ተአምር ፡ ዘመደ ፡
ክሣድከ ፡ ኖኀ ፡ ሠለስተ ፡ ወለደ ፤
ወበእሉ ፡ ኢ.ወሰከ ፡ ባዕደ» ።

፰ ፤ መጻሕፍት ፡ ከጽርእ ፡ ወደ ፡ ግእዝ ፡ ሲመለሱ ፡ ያን ፡ ጊዜ ፡ የገባ ፡ የሳበ ፡ የኖበ ፥ የጽርእ ፡ የቅብጥ ፡ ቃል ፡ የኋላ ፡ ቅጥል ፡ ካልኾነ ፡ በቀር ፥ ከለዳዊና ፡ ዮቅጣናዊ ፡ ሕምያራዊ ፡ ለሚባለው ፡ ለጥንታዊው ፡ ግእዝ ፡ ከዕብራይስጥ ፡ ልዩነት ፡ የለውም ። ኋላ ፡ ግን ፡ በታደሰ ፡ ጊዜ ፡ ብዙ ፡ ባዕድ ፡ ቋንቋ ፡ ገብቶበታል ፤ ባዕድ ፡ የተባለም ፡ የከምና ፡ የያፌት ፡ ቋንቋ ፡ ነው ። የሴም ፡ ቋንቋ ፡ ግን ፡ ምንም ፡ ከ፫ ፡ ከ፬ ፡ ቢከፈል ፡ ነቁ ፡ ሥር ፡ መሠረቱ ፡ እንደ ፡ ምንጭ ፡ እንደ ፡ ዛፍ ፡ እንደ ፡ ሕንጻ ፡ አንድ ፡ ስለ ፡ ኾነ ፥ ርስ ፡ በርሱ ፡ ይሰማማልና ፤ አንዱ ፡ ላንዱ ፡ ዘመድ ፡ እንጂ ፥ ባዕድ ፡ አይባልም ። የጐደለውንም ፡ አንዱ ፡ ካንዱ ፡ ቢወስድ ፡ ብድር ፡ አይኾንም ፥ ገንዘቡ ፡ ነውና ፤ የቅርብ ፡ ዘመድ ፡ ወንድም ፡ እኅት ፡ ወዳጅ ፡ ጎረ ፡ ቤት ፡ እያለ ፡ ከባዕድ ፡ መበደር ፡ አይገባም ፥ ታላቅ ፡ ስንፍና ፡ ነው ፤ ሳይቸገሩም ፡ መበደር ፡ ዝሙት ፡ ይባላል ።

ነባር ።

፱ ፤ ዘርነት ፡ የሌለው ፥ ከዘር ፥ ከአንቀጽ ፡ የማይገኝ ፡ የቋንቋ ፡ ቤት ፡ ሰብ ፡ እየኾነ ፡ በውጥንቅጥነት ፡ የሚገኝ ፡ ጥሬ ፡ ቃል ፡ ኹሉ ፡ ነባር ፡ ይባላል ፤ ትርጓሜውም ፡ የማይፈልስ ፡ የማይናወጥ ፡ የማይጠፋ ፡ የማይለወጥ ፡ ስም ፡ ማለት ፡ ነው ። ከነባር ፡ የሚገኝ ፡ ስም ፡ ብቻ ፡ አይደለም ፥ አንቀጽና ፡ አገባብም ፡ እንጂ ፤ ከዘሩ ፡ ዘር ፡ የመሰለ ፡ አንቀጽ ፡ እንዲገኝ ፥ ከነባሩም ፡ ነባር ፡ የመሰለ ፡ ይገኛል ። ካባት ፡ ዘር ፡ የሚገኝ ፡ ጥሬ ፡ ዘር ፥ አንቀጽ ፡ እየኾነ ፡ እንዲገሰስ ፡ ግስነቱም ፡ ዲቃላ ፡ እንዲባል ፥ ከነባርም ፡ ጥሬ ፥ አንቀጽ ፡ እየኾነ ፡ የሚገሰስ ፡ ብዙ ፡ ስም ፡ አለ ፤ ነባር ፡ ስም ፡ ኹሉ ፡ እንደ ፡ ዘር ፡ ኹኖ ፡ ሊረባ ፡ ሊገሰስ ፡ አንቀጽ ፡ ሊወጣለት ፡ ይቻላል ። ይህም ፡ ሰብእ ፡ ብሎ ፡ ተሰብአ ፥ ወይን ፡ ወየነ ፡ አውየነ ፥ እብን ፡ አበነ ፡ አእበነ ፥ ክርስቲያን ፡ ከረስተነ ፥ ደብተራ ፡ ደብተረ ፡ ተደብተረ ፡ እያለ ፡ ሌላውን ፡ ኹሉ ፡ ያሳያል ። ከተጸውዖ ፡ ስም ፡ በቀር ፡ የማይበዛና ፡ የማይረባ ፡ የማይገሰስ ፡ ስም ፡ የለም ፤ ከነባር ፡ ስም ፡ የሚወጣ ፡ አንቀጽ ፡ ነባር ፡ ግስ ፡ ይባላል ።

፲ ፤ ነባር ፡ መባሉም ፡ ሥሩና ፡ ምንጩ ፡ ስላልታወቀ ፡ እንጂ ፥ ዘር ፡ የሌለው ፡ ኹኖ ፡ አይዶለም ፤ ልጅ ፡ አላባት ፡ አለናት ፡ እንዳይገኝ ፥ ነባርም ፡ አለዘር ፡ በቅሎ ፡ አይገኝም ። ጥሬ ፡ ዘር ፡ እንደ ፡ ሚስት ፡ ልጅ ፡ ነው ፤ ነባር ፡ ግን ፡ ካባት ፡ ከናቱ ፡ እንደ ሚጣልና ፡ ሌሎች ፡ አንሥተው ፡ እንደሚያሳድጉት ፥ ወይም ፡ እናቱ ፡ ታውቃ ፡ አባቱ ፡ እንደማይታወቅ ፡ ዲቃላ ፡ ነው ። ከዘር ፡ አንቀጽም ፡ እየተዴቀለ ፡ ስሙና ፡ ጠባዩ ፡ ተለውጦ ፡ ነባር ፡ አንቀጽ ፡ የሚባል ፡ አለ ፤ ሐሰወ ፡ ሐሰ ፥ ነዐወ ፡ ነዐ ፥ አበየ ፡ እንቢ ፤ የመሰለው ፡ ኹሉ ፤ የቀረውን ፡ በደቂቅ ፡ ርባታ ፡ ተመልከት ።

፲፩ ፤ ለጥሬ ፡ ለነባር ፡ እንደ ፡ ዘር ፡ እንደ ፡ ግስ ፡ የፊደል ፡ ውሳኔ ፡ የለውም ፤ ከግ እዝ ፡ እስከ ፡ ሳብዕ ፡ ባሉት ፡ በ፯ቱ ፡ ኹሉ ፡ ተነሥቶ ፡ ከግእዝ ፡ በቀር ፡ በ፮ቱ ፡ ኹሉ ፡ ይጨርሳል ። ያገባብም ፡ ቃል ፡ አመ ፡ ሰበ ፡ ከመ ፡ ሌላውም ፡ ኹሉ ፡ መድረሻው ፡ ግ እዝ ፡ መኾኑ ፡ ሲናበብ ፡ ነው ፡ እንጂ ፥ ሲያርፍና ፡ ሲወድቅ ፡ ሳድስ ፡ ነው ። ከዚህም ፡ አክ ኼድ ፡ የተነሣ ፡ ነባር ፡ ከዘርና ፡ ከግስ ፡ ተዛንቆ ፥ የፊደሉን ፡ ተራ ፡ ጠብቆ ፥ ተባብሮ ፡ ተጣ ፍሮ ፡ በንድነት ፡ ይጣፋል ፡ እንጂ ፤ ለብቻው ፡ የተለየ ፡ ቦታ ፡ የለውም ። ያለም ፡ ቋንቋ ፡ ኹሉ ፡ ሲጣፍ ፡ ሲነገር ፡ እንደዚህ ፡ ነው ፤ ነባርን ፡ ከዘር ፡ አይለየውም ። የፊደሉም ፡ ተራ ፡ ሥሩን ፡ መነሻውን ፡ እንጂ ፥ እንደ ፡ መልክና ፡ እንደ ፡ ቅኔ ፡ እንደ ፡ ሙሾና ፡ እንደ ፡ ዘፈን ፡ ግጥም ፡ ጫፉን ፡ መድረሻውን ፡ አይሻም ። ባለቅኔዎች ፡ ግን ፡ ከቅኔያቸው ፡ እንዲስማማላቸው ፡ መነሻውን ፡ ትተው ፡ መድረሻውን ፡ ብቻ ፡ ይሻሉ ፤ ግሱንም ፡ ሎሐ ፡ ለብሐ ፡ ለስሐ ፡ እያሉ ፡ በቅኔያቸው ፡ መንገድ ፡ ስላስኬዱት ፤ የርባታው ፡ መን ገድ ፡ የዘሩና ፡ የነባሩ ፡ አክኼድ ፡ የጥፈቱ ፡ ረገድ ፡ ተበላሽቶ ፡ ከለም ፡ ቋንቋ ፡ መንገድ ፡ ወጥቷል ። የሐ ፡ ግስ ፡ የሚባል ፡ በሐ ፡ የሚነሣ ፡ ነው ፡ እንጂ ፥ በሌላ ፡ ተነሥቶ ፡ በሐ ፡ የሚጨርስ ፡ አይዶለም ፤ የሌላውም ፡ ፊደል ፡ እንዲሁ ፡ ነው ። ዳግመኛም ፡ ፊደልና ፡ ግስ ፡ ፩ ፡ ወገን ፡ ነውና ፤ ፪ቱንም ፡ ያፋለሷቸው ፡ ሰባክያን ፡ ናቸው ፡ ይባላል ፥ አስቀድ መን ፡ እንደ ፡ ተናገርነ ፡ (መቅ ፡ ፲፫) ።

፲፪ ፤ የርባታውም ፡ መበላሸትና ፡ መሳሳት ፡ በዚህ ፡ ይታወቃል ፤ አመረ ፡ በመላ ላቱ ፡ የቀተለ ፡ ቤት ፡ ሲኾን ፤ አመረ ፡ (የአምር ፡ ይእምር ፤ አሚር ፡ አሚሮት) ፡ ዐወቀ ፡ በማለት ፡ ፈንታ ፤ አስደራጊውን ፡ አእመረን ፡ መደበኛ ፡ ያ፬ ፡ ፊደል ፡ ግስ ፡ አድርጎ ፤ አእመረ ፡ (የአምር ፡ ያእምር ፤ አእምሮ ፡ ሮት) ፡ አሳወቅ ፡ እንደ ፡ ማለት ፡ ኹሉ ፡ ዐወቀ ፡ እያሉ ፡ በደንገፀ ፡ ቤት ፡ መግሰስና ፡ ማርባት ፡ የስሕተት ፡ ስሕተት ፡ ነው ። አስ ደራጊውን ፡ መደበኛ ፡ ትንቢቱን ፡ ኀላፊ ፡ ስላሉት ፡ የአእመረና ፡ የይቤ ፡ ርባታ ፡ ከሥር ፡ እስከ ፡ ጫፍ ፡ ተበላሽቷልና ፤ ሌላውንም ፡ እንደነዚህ ፡ እየው ። አእኰተ ፡ አግ መረ ፡ አድምዐ ፡ አጥብዐ ፡ አጥመቀ ፡ አልጸቀ ፡ አይድዐ ፡ አርመመ ፡ አዕረፈ ፡ አፍ ቀረ ፤ ተገበረ ፡ ተወከለ ፡ ተለዐለ ፡ ተሰፈወ ፡ ይህን ፡ የመሰለ ፡ ዐመል ፡ ያለበት ፡ ግስ ፡ ኹሉ ፡ እንደ ፡ ይቤና ፡ እንደ ፡ አእመረ ፡ ያልታረመ ፡ ያልተጠነቀቀ ፡ ሕገ ፡ ወጥ ፡ ነው ።

፲፫ ፤ አንቀጽ ፡ የሌላቸው ፡ አገባቦችና ፡ የመጠሪያ ፡ ስሞች ፡ ፊደልና ፡ አኀዝም ፡ አንዳንድ ፡ ቅንጣት ፡ ዘሮች ፡ ስለ ፡ ኾኑ ፡ ቍጥራቸውና ፡ ክፍላቸው ፡ ከነባሮች ፡ ነው ። ዘርና ፡ ነባርን ፡ በጥፈት ፡ በትምርት ፡ ለመለየት ፡ በግእዝ ፡ ንባብ ፡ ውስጥ ፡ ያለ ፡ ቍጥ

ርን ፡ አሐድ ፡ ዱ ፤ ክልኤት ፡ ቱ ፤ ዐሥርት ፡ ቱ ፡ እያሉ ፡ ኹሉን ፡ በፊደል ፡ ብቻ ፡ እንጂ ፡ በአኃዝ ፡ ብቻ ፡ ፩ ፡ ፪ ፡ ፫ ፡ ብሎ ፡ ወይም ፡ አኃዝና ፡ ፊደል ፡ አቈራኝቶ ፡ ፩ዱ ፡ ፪ቱ ፡ ፫ቱ ፡ ይልቁንም ፡ ፳ኤል ፡ እያሉ ፡ መጣፍ ፡ አይገባም ፤ የንባቡና ፡ የትርጓሜው ፡ የምስጢሩ ፡ ጣዕም ፡ ይበላሻል ። በአኃዝ ፡ ሊጣፍ ፡ የሚገባው ፡ ምዕራፍና ፡ ክፍል ፡ በውስጡ ፡ ያለው ፡ ነዶ ፡ ቃል ፡ ያማርኛ ፡ ንባብ ፡ ነው ፡ እንጂ ፤ ለግእዝ ፡ ቋንቋ ፡ አይስማማውም ።

፪ኛ ፡ ዕርከን ።

የግስ ፡ ዐመሎች ።

፲፬ ፡ ግስ ፡ ማለት ፡ የቋንቋ ፡ ጓዝ ፡ የዘርና ፡ የነባር ፡ እክት ፡ ወይም ፡ ዕቃ ፡ ግሴት ፡ ማለት ፡ ነው ፤ ሰማይ ፡ ከነግሱ ፡ ምድር ፡ ከነልብሱ ፡ እንዲሉ ፥ ከነጓዙ ፡ ሲሉ ። የሚያጠግበውና ፡ የሚያረካው ፡ እሙን ፡ ትርጓሜው ፡ ግን ፡ ተወራራሽና ፡ ተመላላሽ ፡ ቃል ፡ ማለት ፡ ነው ። ፩ዱ ፡ አንቀጽ ፡ እስከ ፹ ፡ ጥሬው ፡ እስከ ፡ ፲ ፡ መደብ ፡ መረባቱና ፡ መዘርዘሩ ፡ ያንዱ ፡ ለብዙ ፡ የወንዱ ፡ ለሴት ፡ የሩቁ ፡ ለቅርብ ፡ እየተሰጠ ፡ በመፋለስና ፡ በመዋረስ ፡ በመመላለስ ፡ ነውና ። በገሲስ ፡ ዘይቤም ፡ ሲፈቱት ፡ መደቦችና ፡ መደበኞች ፡ ኹነው ፡ የሚዳሰሱና ፡ የሚያዙ ፡ ዐሥሩን ፡ ሰራዊት ፡ ያሳያል ፡ (ቍ፶፯) ። ለግስ ፡ አከፋፈል ፡ ብዙ ፡ ስም ፡ አለው ። መዠመሪያ ፡ ትርጓሜና ፡ አፈታት ፡ እንደ ፡ ገጠመው ፡ ሲነገር ፡ ከተማ ፡ ግስ ፤ ፪ኛ ፡ እንደ ፡ ተገኘ ፡ ሲነገር ፡ መንደር ፡ ግስ ፤ ፫ኛ ፡ እንደ ፡ ፊደሉ ፡ ተራ ፡ በየወገኑና ፡ በየቤቱ ፡ በየሰራዊቱ ፡ ሲነገር ፡ ተራ ፡ ግስ ፡ ይባላል ። የቀረውም ፡ ኋላ ፡ በ፯ኛ ፡ ዕርከን ፡ ይመጣል ።

፲፭ ፤ ነጠላ ፡ ግስ ፡ ከ፪ ፡ ፊደል ፡ አይወርድም ፤ ከ፬ ፡ ፊደል ፡ አይወጣም ፤ ልማድና ፡ ባዕድ ፡ ሲጨመር ፡ ግን ፡ ፭ም ፡ ፮ም ፡ ፯ም ፡ ይኾናል ፤ ከ፯ ፡ በላይ ፡ ግን ፡ አይወጣም ፤ ይህን ፡ ኋላ ፡ በቦታው ፡ እናመጣዋለን ። በግስ ፡ ያሉ ፡ ዐመሎች ፡ ፫ ፡ ናቸው ፤ እና ፡ ሀ ፥ ወና ፡ የ ፥ ደጊመ ፡ ቃል ። እና ፡ ሀ ፡ ስላንድ ፥ ወና ፡ የ ፡ ስላንድ ፡ ይቈጠራሉ ፤ ደጊመ ፡ ቃል ፡ ግን ፡ ለብቻው ፡ ፩ ፡ ነው ፤ እሊህ ፡ ፫ቱ ፡ ዐመሎች ፡ ያሉበት ፡ ግስ ፡ ቤቱን ፡ ሳይለቅ ፡ ድምጥና ፡ መንገድ ፡ ይለውጣል ። ዐመሎችን ፡ ሕርመት ፡ ወይም ፡ ጸዋትው ፡ የሚሉ ፡ አሉ ።

ከመላላት ፡ በቀር ፡ መጥበቅ ፡ የሌላቸው ፡ አ—ዐ ፡ ሀ—ሐ—ኀ ።

እና ፡ ሀ ፡ በመከከሉ ፡ ያሉበት ፡ ግስ ፡ የቀተለ ፡ ሰርዌ ፡ አርእስቱ ፡ በግእዝ ፡ ይነሣ ፡ የነበረውን ፡ ለውጦ ፡ ሳድስ ፡ ያደርጋል ፤ ይህም ፡ ልኢክ ፡ ለአከ ፥ ልሒኮ ፡ ለሐኮ ፡ ጽዒል ፡ ጸዐለ ፥ ምሂር ፡ መሀረ ፥ ግሒሥ ፡ ገሐሠ ፥ ዝኀር ፡ ዘኀረ ፡ እያለ ፡ ሌላውን ፡ ኹሉ ፡ ያሳያል ። አንዳንድ ፡ ጊዜም ፡ አንቀጹ ፡ ሳይቀር ፡ ፪ቱንም ፡ በሳድስ ፡ ያስነሣል ፤ ይህም ፡ ንኢድ ፡ ንእደ ፥ ጥዒም ፡ ጥዕመ ፥ ብሂል ፡ ብህለ ፥ ጥሒር ፡ ጥሕረ ፥ ኆሒቅ ፡ ኆሕቈ ፥ ድኂን ፡ ድኅነ ፡ እያለ ፡ መኼዱን ፡ ያሳያል ። እና ፡ ሀ ፡ ማእከል ፡ ኹነው ፡ እንዲህ ፡ ካለወጡት ፡ በቀር ፡ ዘርና ፡ አንቀጽ ፡ በሳድስ ፡ ፊደል ፡ አይነሣም ። ዳግመኛም ፡ በመከከሉ ፡ ዐመል ፡ ያለበት ፡ ግስ ፡ እንደ ፡ ዓሥሥት ፡ የሚለዋወጥ ፡ ስለ ፡ ኾነ ፡

ተዝኅረ ፡ ተዘኍረ ፥ ተልዕለ ፡ ተለዐለ ፥ ተውዕረ ፡ ተወዐረ ፥ ተምህረ ፡ ተመሀረ ፥ ተክዕወ ፡ ተከዐወ ፡ እያለ ፡ ይገኛል ። በክህለም ፡ ያለ ፡ ህ ፡ እስከ ፡ ፯ ፡ ሰራዊት ፡ በካልኣይ ፡ ኹሉ ፡ ይታጣል ፤ ይህም ፡ ክህለ ፡ ይክል ፥ ክህልከ ፡ ትክል ፥ ክህልኩ ፡ እክል ፡ እያለ ፡ ጭራሽ ፡ መታጣቱን ፡ ያሳያል ። የብህለም ፡ አካኼድ ፡ እንደ ፡ ክህለ ፡ ነው ፤ ህን ፡ በካልኣይ ፡ ኹሉ ፡ ይውጣል ። ይህም ፡ ብህለ ፡ ይብል ፥ ብህልኩ ፡ እብል ፥ ብህልነ ፡ ንብል ፡ ማለቱን ፡ መደብ ፡ አድርጎ ፡ ይብህል ፡ እብህል ፡ ንብህል ፡ አለማለቱን ፡ ያሳያል ። በቤለ ፡ አካኼድ ፡ ግን ፡ መሪና ፡ ተከታይ ፡ የሌለው ፡ ባሕታዊ ፡ ፍኖት ፡ ነው ፤ ቤለን ፡ ተመልከት ።

፲፮ ፤ ፫ኛም ፡ ከቀተለ ፡ እስከ ፡ ማህረከ ፡ ባሉት ፡ በ፯ቱ ፡ አርእስት ፡ አና ፡ ሀ ፡ መድረሻ ፡ ሲኾኑ ፡ ፪ኛው ፡ ፊደል ፡ ወይም ፡ ፫ኛው ፡ ግእዝ ፡ ይኹን ፡ የነበረውን ፡ ለውጠው ፡ ሳድስ ፡ ያደርጉታል ። ይህም ፡ ገብአ ፡ ፈርሀ ፥ ጸውዐ ፡ ሰብሐ ፥ ሰርሐ ፡ ሣርኀ ፡ ባልሐ ፥ ቄቅሐ ፡ ቶስሐ ፡ ሞቅሐ ፥ ገፍትዐ ፡ ቀሕቅሐ ፥ ላዕልዐ ፡ ላሕልሐ ፡ እያለ ፡ ሌላውን ፡ ኹሉ ፡ ያሳያል ። ፯ቱ ፡ አርእስቶች ፡ ማን ፡ ማን ፡ እንደ ፡ ኾኑ ፡ በመል ፡ መጨረሻ ፡ ተመልከት ።　　፬ኛም ፡ በ፫ ፡ ፊደል ፡ ግስ ፥ ከዚያውም ፡ በቀተለ ፡ ቤት ፡ በሣልሳይ ፡ አንቀጽ ፡ ሳድስ ፡ ይኹን ፡ የነበረውን ፥ ይግበእ ፡ ይፍራህ ፥ ይብላዕ ፡ ይክላሕ ፡ ይባእ ፡ ይፃእ ፡ ይብዛኅ ፡ እያሰኙ ፡ ወደ ፡ ራብዕ ፡ ይለውጡታል ። ፪ንታቸው ፡ ስላንድ ፡ የሚቈጠር ፡ የአና ፡ የሀ ፡ ግብር ፡ ይህ ፡ ነው ።

ወና ፡ የ ።

፲፯ ፤ የወና ፡ የየ ፡ ዐመል ፡ መጕረድና ፡ ድምጥ ፡ መለወጥ ፡ ነው ፤ ራሳቸውን ፡ እየጐረዱና ፡ እየዋጡ ፥ ወይም ፡ በጥሬት ፡ እየታጡ ፡ እየተዋጡ ፡ ለሌሎቹ ፡ መወልጣን ፡ ድምፅ ፡ ይኾናሉ ። የድምጣቸውም ፡ ስልት ፡ በፊደላት ፡ ጠባይ ፡ ባ፲ኛው ፡ ቍጥር ፡ በመቅድም ፡ ውስጥ ፡ እንደ ፡ ተነገረ ፡ ፪ ፡ ፪ ፡ ነው ፤ የወ ፡ ካዕብና ፡ ሳብዕ ፡ ማድረግ ፥ የየ ፡ ሣልስና ፡ ኃምስ ፡ ማድረግ ።

ወ ።

፲፰ ፤ ወ ፡ መድረሻ ፡ ወይም ፡ መጨረሻ ፡ ሲኾን ፥ ካልኣዩ ፡ ሳድስ ፡ ይኹን ፡ የነበረውን ፡ ጕርዶ ፡ ካዕብና ፡ ሳብዕ ፡ ያደርጋል ፤ ይህም ፥ በገቢር ፡ ዘረወ ፡ ይዘሩ ፥ ሠረወ ፡ ይሤሩ ፥ ፈነወ ፡ ይፌኑ ፡ ማለቱን ፤ በተገብሮም ፡ ተዘርወ ፡ ይዘሮ ፥ ተሠረወ ፡ ይሤሮ ፥ ተፈነወ ፡ ይትፌኖ ፡ ማለቱን ፡ ያሳያል ። ደጊም ፡ ሲኾን ፡ በጭራሽ ፡ አይጐርድም ፤ ይህም ፥ ከወወ ፡ ይከውው ፥ ለወወ ፡ ይለውው ፥ ጼወወ ፡ ይጼውው ፡ እያለ ፡ መኼዱን ፡ ያሳያል ። ሳድስ ፡ ቅጽሉንም ፡ መካከሉ ፡ ካዕብ ፡ ይኹን ፡ የነበረውን ፡ ሳድስ ፡ ያደርጋል ፤ ይህም ፡ ዝርው ፡ ሥርው ፡ ፍንው ፡ ህልው ፡ ቅንው ፡ ጺውው ፡ ምጥው ፡ ማለቱን ፡ ያሳያል ።

፲፱ ፤ ኹለተኛም ፡ ወ ፡ በቀተለ ፡ ሰርዌ ፡ ማእከል ፡ ሲኾን ፡ ያንቀጹ ፡ መነሻ ፡ ግእዝ ፡ ይኹን ፡ የነበረውን ፡ ጕርዶ ፡ ሳብዕ ፡ ያደርጋል ፤ ይህም ፡ ህዊብ ፡ ሆበ ፡ የሀውብ ፡ ይሁብ ፥ ሐዊር ፡ ሖረ ፥ ጸዊር ፡ ጾረ ፥ ነዊም ፡ ኖመ ፥ ቀዊም ፡ ቆመ ፡ እያለ ፡ መኼዱን ፤

እንዳርእስቱ ፡ ሀወበ ፡ ሐወረ ፡ ጸወረ ፡ ነወመ ፡ ቀወመ ፡ አለማለቱን ፡ ያሳያል ። በ፩ ፡ ፊደል ፡ ግስ ፡ ማእከል ፡ ሲኾን ፡ ግን ፡ ያርእስቱንም ፡ ጣፍ ፡ እንደ ፡ ሥሩ ፡ ሳብዕ ፡ ያደርጋል ። ይህም ፡ ኖልዎ ፡ ኖለወ ፥ ሶስዎ ፡ ሶሰወ ፥ ቶስሐ ፡ ቶስሐ ፥ ቆጽሮ ፡ ቆጸረ ፡ እያለ ፡ በ፫ ፡ ፊደል ፡ ብቻ ፡ መኼዱን ፤ ነውልዎ ፡ ነውለወ ፥ ሰውስዎ ፡ ሰውሰወ ፥ ተውስሐ ፡ ተውስሐ ፥ ቀውጽሮ ፡ ቀውጸረ ፡ አለማለቱን ፡ ያሳያል ።

፴ ፤ ሦስተኛም ፡ ወ ፡ ለሦስት ፡ ፊደል ፡ ግስ ፡ መነሻ ፡ ሲኾን ፥ ጥሬ ፡ ዘሩ ፡ ዐ፩ ፡ ፊደል ፡ ይኾን ፡ የነበረውን ፡ ጕርድ ፡ ፫ ፡ ፊደል ፡ ብቻ ፡ ያደርጋል ። ይህም ፡ ወጊስ ፡ ወገሰ ፡ ብሎ ፡ ሞገስ ፤ ወጥሐ ፡ ወጥሐ ፡ ብሎ ፡ ሞጥሕ ፤ ወቂሕ ፡ ወቅሐ ፡ ብሎ ፡ ሞቅሕ ፤ ወጊድ ፡ ወገደ ፡ ብሎ ፡ ሞገድ ፤ ወገረ ፡ ሙጋር ፥ ወደየ ፡ ሙዳይ ፥ ወድቀ ፡ ሙዳቅ ፥ ውሕዘ ፡ ሙሓዝ ፥ ወለደ ፡ ሙላድ ፡ ማለቱን ፡ ያሳያል ። ሳቢ ፡ ዘሩ ፡ ግን ፥ ልደት ፡ ፀአት ፡ ድቀት ፡ ርደት ፡ እያለ ፤ ወይም ፡ ሳይጕርድ ፡ ውግረት ፡ ውኃደት ፡ ውኅጠት ፡ ውጥነት ፡ ውፅፈት ፡ እያለ ፡ ይኼዳል ። ማልሳዩንም ፡ ከቀደሰና ፡ ከባረከ ፡ ቤት ፡ በቀር ፡ ኹሉን ፡ ይጕርዳል ፤ ይህም ፡ ወሀበ ፡ ይውሀብ ፡ ብሎ ፡ የሀብ ፤ ይገስ ፡ ይቃሕ ፡ ይገድ ፡ ይገር ፤ ይደቅ ፡ የሐዝ ፡ ይለድ ፡ ይፈጥ ፥ ይፀፍ ፡ ይረድ ፡ ማለቱን ፡ ያሳያል ።

፴፩ ፤ አራተኛም ፡ ከ፪ቱ ፡ ዐመሎች ፡ ሲገናኝ ፡ አርእስቱ ፡ ሳድስ ፡ ይኾን ፡ የነበረውን ፡ ወደ ፡ ራብዕ ፡ ይለውጠዋል ፤ ይህም ፡ ዋሕይ ፡ ዋሕዮት ፥ ዋሐየ ፡ ይዋሒ ፡ ይዋሒ ፡ እያለ ፡ መኼዱን ፡ ያሳያል ። ዳግመኛም ፡ ውዕይ ፡ ውዕዮት ፡ ውዕየ ፡ ወይም ፡ ወዐየ ፡ ይውዒ ፡ የዐይ ፡ ይላልና ፥ ዋሐየም ፡ እንደ ፡ ውዕየ ፡ ሊኼድ ፡ ይችላል ፤ ይህም ፡ አካኼድ ፡ በቀተለ ፡ ቤት ፡ ነው ። በቀደሰና ፡ በባረከ ፡ ቤት ፡ ግን ፤ ወደሰ ፡ ይዌድስ ፡ ይወድስ ፥ ወጥሐ ፡ ይዌጥሕ ፡ ይወጥሕ ፥ ወሠረ ፡ ይዌሥር ፡ ይወሥር ፥ ዋሐደ ፡ ይዋሕድ ፡ ይዋሕድ ፥ ዋከየ ፡ ይዋኪ ፡ ይዋኪ ፥ ዋነየ ፡ ይዋኒ ፡ ይዋኒ ፡ ይላል ፡ እንጂ ፤ እንደ ፡ ቀተለ ፡ ቤት ፡ አይጕርድም ። ወ ፡ መነሻም ፡ መድረሻም ፡ ማእከልም ፡ ኹኖ ፡ ካልጐረደው ፡ በቀር ፥ የግእዝ ፡ ቋንቋ ፡ ግስ ፡ በሳብዕ ፡ ቀለም ፡ አይነማም ፤ በካዕብ ፡ በሳብዕ ፡ አይጨርስም ፤ ጥሬ ፡ ዘሩም ፡ በካዕብ ፡ በሳብዕ ፡ አይነማም ። ከዚህ ፡ የቀረውን ፡ የወን ፡ ጠባይና ፡ ዐመል ፡ እኹል ፡ ገብ ፡ ፊደል ፡ መኾኑን ፡ በቦታው ፡ ተመልከት ።

የ ።

፴፪ ፤ የ ፡ መድረሻ ፡ ወይም ፡ መጨረሻ ፡ ሲኾን ፥ ካልአዩ ፡ ሳድስ ፡ ይኾን ፡ የነበረውን ፡ ጕርድ ፡ ሣልስ ፡ ያደርጋል ፤ ያርእስቱንም ፡ ማእከል ፡ ሣልስ ፡ ይኾን ፡ የነበረውን ፡ ለውጦ ፡ ሳድስ ፡ ያደርጋል ። ይህም ፥ ሐቅይ ፡ ሐቀየ ፡ የሐቂ ፤ ሰቅይ ፡ ሰቀየ ፡ ይሰቂ ፤ ፈድይ ፡ ፈደየ ፡ ይፈዲ ፤ ገንይ ፡ ገነየ ፡ ይገኒ ፤ ኀርይ ፡ ኀረየ ፡ የኅሪ ፡ እያለ ፡ ሌላውን ፡ ኹሉ ፡ ያሳያል ። በበገዝ ፡ አንቀጽም ፡ እንዲሁ ፡ ነው ፤ ሣልስ ፡ ይሆን ፡ የነበረውን ፡ ሳድስ ፡ ያደርጋል ። ወርእያ ፡ ደንገፀት ፤ በሊዖ ፡ ወሰትዮ ፤ አዕሚቆ ፡ ወኀልዮ ፡ እንዲል ።

፴፫ ፤ ፪ኛም ፡ የ ፡ በቀተለ ፡ ሰርዌ ፡ በ፫ ፡ ፊደል ፡ ግስ ፡ ማእከል ፡ ሲኾን ፡ መነሻው ፡ ግእዝ ፡ ይኾን ፡ የነበረውን ፡ ለውጦና ፡ ጕርዶ ፡ ኃምስ ፡ ያደርጋል ። ይህም ፡ ገዪሥ ፡

ጌሠ ፥ ጠዪስ ፡ ጤሰ ፥ መዪጥ ፡ ሜጠ ፥ ሠዪም ፡ ሜመ ፥ ዐዪል ፡ ዔለ ፥ በዪል ፡ ቤለ ፡ እ
ያለ ፡ መኼዱን ፡ መደብ ፡ አድርጎ ፤ እንዳርእስቱ ፥ ገየሠ ፡ ጠየሰ ፥ መየጠ ፡ ሠየመ ፤ ዐ
የለ ፡ በየለ ፡ አለማለቱን ፡ ያሳያል ። ብ፩ ፡ ፊደል ፡ ግስ ፡ ማእከል ፡ ሲኾን ፡ ግን ፡ አርእስ
ቱንም ፡ እንዳንቀጹ ፡ በኃምስ ፡ ያስነሣል ፤ ይህም ፡ ዴግኖ ፡ ዴገነ ፥ ጌግዮ ፡ ጌገየ ፥ ሌልዮ ፡
ሌለየ ፥ ቄቅዮ ፡ ቄቀየ ፥ ሴስዮ ፡ ሴሰየ ፡ ማለቱን ፡ መደብ ፡ አድርጎ ፤ ደይግኖ ፡ ደይገነ ፥
ገይግዮ ፡ ገይገየ ፥ ለይልዮ ፡ ለይለየ ፥ ቀይቅዮ ፡ ቀይቀየ ፥ ሰይስዮ ፡ ሰይሰየ ፥ አለማለ
ቱን ፡ ያሳያል ። የ ፡ ማእከልና ፡ መድረሻ ፡ እየኾነ ፡ ካልጐረደው ፡ በቀር ፥ ግስ ፡ በኃምስ ፡
ፊደል ፡ አይነሣም ፤ በሣልስ ፡ ፊደል ፡ አይጨርስም ፤ ጥሬና ፡ ነባርም ፡ እንደዚህ ፡ ነው ።

ሐተታ ፡ ስለ ፡ ብህለና ፡ ስለ ፡ ቤለ ።

፹፬ ፤ ሀሎ ፡ የሀለወ ፡ ክፉይ ፡ ወይም ፡ ካዕቡ ፥ መንቲያው ፡ ድርቡ ፡ እንደ ፡ ኾነ ፤
ቤለም ፡ የብህለ ፡ ካዕብ ፡ መንቲያና ፡ ድርብ ፡ ይባላል ፤ ያንዱ ፡ ቅንጣት ፡ ዘር ፡ ግስ ፡
ባለ፪ ፡ ዐመል ፡ ስለ ፡ ኾነ ፡ በሀና ፡ በየ ፡ ስልት ፡ በ፪ቱ ፡ አካኼድ ፡ ይኼዳል ። የሀውን ፡
አካኼድ ፡ በሀ ፡ ተናግረናል ፤ የየውም ፡ አካኼድ ፡ እንዲህ ፡ ነው ። በሀ ፡ ማእከልነት ፡
ብሂል ፡ ብሂሎት ፡ ብህለ ፡ የተባለው ፤ ፪ኛ ፡ ደግሞ ፡ በየ ፡ ማእከልነት ፥ በዪል ፡ በዪ
ሎት ፡ ቤለ ፡ ተብሎ ፥ አስደራጊውንም ፥ አበለ ፡ ያብል ፡ እያሰኘ ፡ ልውጥና ፡ ግልብጥ ፡
ሕገ ፡ ወጥ ፡ አካኼድ ፡ ይኼዳል ፤ ብህለም ፡ ቤለ ፡ መባሉ ፡ በወዲያኛው ፡ ትግሬ ፡ በሐ
ባቦች ፡ ቋንቋ ፡ ይታወቃል ፤ በወዲህኛውም ፡ ትግረኛ ፥ ሐማሴኖች ፡ የለ ፥ አኵስሞ
ችና ፡ ዐዶች ፡ በለ ፡ ይሉታል ። ያካኼዱም ፡ ሕገ ፡ ወጥነት ፡ ይህ ፡ ነው ፤ ቤለ ፡ ይበይል ፡
ይቢል ፡ ብሎ ፥ እንደ ፡ ዔለና ፡ እንደ ፡ ሜመ ፡ ፊት ፡ ለፊት ፡ በመኼድ ፡ ፈንታ ፥ ቤለ ፡
ይቤ ፡ ይበል ፡ ይበል ፤ ቤልከ ፡ ትቤ ፡ ትበል ፡ በል ፤ ቤለት ፡ ትቤ ፡ ትበል ፡ ትበል ፤
ቤልኩ ፡ እቤ ፡ እበል ፡ እበል ፤ ቤልነ ፡ ንቤ ፡ ንበል ፡ ንበል ፡ እያለ ፡ በነዚህ ፡ በ፳ቱ ፡
ሰራዊት ፡ ለን ፡ እያሶገደ ፥ የን ፡ እየጐረደ ፡ በዔለና ፡ በሜመ ፡ አካኼድ ፡ ግእዝ ፡ ይኾን ፡
የነበረውን ፡ በ ፥ በካልኣይ ፡ ኹሉ ፡ ኃምስ ፡ ያደርጋል ። በቀሩት ፡ ደግሞ ፡ በ፳ቱ ፡
ኹሉ ፥ ቤሉ ፡ ይቤሉ ፡ ይበሉ ፡ ይበሉ ፤ ቤልክሙ ፡ ትቤሉ ፡ ትበሉ ፡ በሉ ፤ ቤላ ፡ ይቤላ ፡
ይበላ ፡ ይበላ ፤ ቤልክን ፡ ትቤላ ፡ ትበላ ፡ በላ ፤ ቤልኪ ፡ ትቤሊ ፡ ትበሊ ፡ በሊ ፡ እያሰኘ ፡
የን ፡ በመጕረዱ ፡ ላይ ፡ ለን ፡ እየጨመረ ፡ ይኼዳል ። ትንቢትነቱንም ፥ ይቤ ፡ ትቤ ፡
እቤ ፡ ንቤ ፡ ብሎ ፡ በሥርወ ፡ ቀለሙ ፡ ያስረዳል ፤ ይህነንም ፡ በአሥራውና ፡ በብሂል ፡
አፈታት ፡ ተመልከት ። ባላገባቦች ፡ ግን ፡ ባለመጽሐፎችም ፡ ሳይቀሩ ፥ የይቤ ፡ ቀዳ
ማይ ፡ ቤለ ፡ መኾኑን ፡ ስላላስተዋሉ ፤ ፪ኛም ፡ ቀዳማይ ፡ አንቀጽ ፤ ሥርወ ፡ ፊደል ፡ አለ
መለወጡን ፥ በሣልስ ፡ በኃምስ ፡ አለመጕረዱን ፥ አጥብቀው ፡ አጥልቀው ፡ ስላልመረ
መሩ ፥ ይቤን ፡ በቤለ ፡ ፈንታ ፡ ቀዳማይ ፡ አንቀጽ ፡ አድርገው ፥ እኵሉ ፡ ዘርና ፡ አርእ
ስት ፡ የሌለው ፡ ለብቻው ፡ የቆመ ፡ ነባር ፡ ቀዳማይ ፡ ነው ፤ እኩሉም ፡ የቀዳማይ ፡ አን
ቀጽ ፡ የብህለ ፡ ድርብ ፡ ነው ፡ እያሉ ፡ በቀዳማይነት ፡ ስላቆሙት ፥ ርባታውና ፡ አፈታቱ ፡
ከሥር ፡ እስከ ፡ ጫፍ ፡ ተበላሽቷል ፡ (ቍ፲፪) ።

፹፭ ፤ የአንና ፡ የሀን ፥ የወንና ፡ የየን ፡ የነዚህን ፡ የኹለቱን ፡ ስልት ፥ የመንገዳ
ቸውን ፡ ልዩነት ፥ ያካኼዳቸውን ፡ መጥፎነት ፥ ነውጠኞችና ፡ ዐመለኞች ፡ ኹነው ፡ የግ

ስን ፡ ቤት ፡ ኹሉ ፡ ማናወጣቸውን ፥ ጠባይና ፡ ዘር ፡ ማስለወጣቸውን ፡ ለማስተዋልና ፡ ለመመርመር ፡ ይህ ፡ የጣፍነው ፡ ብቻ ፡ ይበቃል ፤ ከዚህ ፡ የቀረውን ፡ የየን ፡ ጠባይና ፡ ዐመል ፡ በበታው ፡ ተመልከት ። በመካከሉ ፡ እነዚህ ፡ ዐመሎች ፡ የሌሉበት ፡ ግስ ፡ በግእዝ ፡ በራብዕ ፡ ቢነሣ ፡ እንጂ ፥ በኃምስ ፡ በሳድስ ፡ በሳብዕ ፡ ፊደል ፡ አይነሣም ። በግእዝ ፡ መነሣት ፡ የዐረብ ፥ በራብዕ ፡ መነሣት ፡ የሱርስትና ፡ የዕብራይስጥ ፡ ነው ፤ ግእዝም ፡ የዐረብ ፡ የሱርስት ፡ የዕብራይስጥ ፡ ወንድም ፡ ስለ ፡ ኾነ ፥ በነዚህ ፡ አካኼድ ፡ ይኼዳል ። የነዚህም ፡ ያራቱ ፡ ልሳናት ፡ ዘራቸውና ፡ ነባራቸው ፥ ንባባቸውና ፡ ምስጢራቸው ፡ እንደ ፡ ወንጌላት ፡ ቃል ፡ ይገጥማል ፤ ልዩነቱ ፡ ጥቂት ፡ ጥቂት ፡ ነው ።

ደጊመ ፡ ቃል ።

፹፮ ፤ ደጊመ ፡ ቃል ፡ ያለው ፡ የ፫ ፡ ፊደል ፡ ግስ ፡ ከዚያውም ፡ የቀተለ ፡ ሰርዌ ፡ እንደ ፡ ወና ፡ እንደ ፡ የ ፡ ይጐርዳል ፤ አጐራረጹ ፡ ግን ፡ እየቅል ፡ ነው ። ፪ኛው ፡ ፊደል ፡ ፫ኛውን ፡ ውጦ ፡ ከዕብና ፡ ሳብዕ ፡ ወይም ፡ ሣልስና ፡ ኃምስ ፡ ሳይኾን ፡ እየጠበቀ ፡ የ፪ ፡ ፊደል ፡ ግስ ፡ ይኾናል ። ይህም ፡ ጠቢብ ፡ ጠበ ፥ ነቢብ ፡ ነበ ፥ ነዲድ ፡ ነደ ፥ ጸኒን ፡ ጸነ ፥ ቀሊል ፡ ቀለ ፥ ቄሪር ፡ ቄረ ፥ ተኒን ፡ ተነ ፡ እያለ ፡ መኼዱን ፡ ያሳያል ። ወና ፡ የ ፡ ደጊመ ፡ ቃል ፡ እሊህ ፡ ፫ቱ ፡ ዐመሎተ ፡ ካልጐረዱት ፡ በቀር ፡ የ፫ ፡ እንጂ ፡ የ፪ ፡ ፊደል ፡ ግስ ፡ አይገኝም ።

፹፯ ፤ ዕጥፍ ፡ ደጊመ ፡ ቃል ፡ ያለውም ፡ በጐበኈ ፥ ጐድጐደ ፥ ደግደገ ፥ ጠብጠበ ፥ ከብከበ ፥ በልበለ ፥ ቀልቀለ ፥ ፈልፈለ ፥ ጸንጸነ ፥ ተንተነ ፥ እንደዚህ ፡ ያለ ፡ ይህን ፡ የመሰለ ፡ ኹሉ ፡ ፊተኛውና ፡ ፫ኛው ፡ ስላንድ ፡ ተቈጥሮ ፡ የ፫ ፡ ፊደል ፡ ግስ ፡ ይባላል ፤ ምንም ፡ ቅንጣቱ ፡ ፬ ፡ ቢኾን ፡ ፊደሉ ፡ ፪ ፡ ነውና ፥ ግስነቱም ፡ ደጊመ ፡ ቃል ፡ ካለው ፡ ከ፪ ፡ ፊደል ፡ ግስ ፡ የወጣ ፡ ተቀጥላ ፡ ግስ ፡ ነውና ፥ በ፭ ፡ ግስ ፡ ፭ ፡ ብቻ ፡ እንጂ ፡ ፪ ፡ ደጊመ ፡ ቃል ፡ አይኾንም ።

፹፰ ፤ ደጊመ ፡ ቃል ፥ ገሰሰ ፡ ኀሠሠ ፥ አረረ ፡ ሣረረ ፥ ኰነነ ፡ መነነ ፥ ሐተተ ፡ ፈተተ ፡ እያለ ፡ ፫ኛ ፡ ሲኾን ፡ ለብቻው ፡ በራሱ ፡ ይቈጠራል ፤ ገብሰሰ ፡ ደምሰሰ ፥ ደንገገ ፡ ፈርገገ ፥ ጠንቀቀ ፡ ሐንቀቀ ፡ እያለ ፡ ፬ኛ ፡ ፊደል ፡ ሲኾን ፡ ግን ፡ ፬ኛው ፡ ዲቃላ ፡ ነውና ፥ ከ፫ኛው ፡ ጋራ ፡ ስላ፭ ፡ ተቈጥሮ ፡ የ፫ ፡ ፊደል ፡ ግስ ፡ ይባላል ፤ አርእስቱ ፡ ግን ፡ ደንገፀ ፡ ነው ።

፹፱ ፤ ያ፬ ፡ ፊደል ፡ ግስ ፡ ያልናቸውም ፡ ኖለወ ፥ ሎለወ ፥ ሰሰወ ፥ ጌገየ ፥ ሌለየ ፥ ቈቀየ ፥ ሴሰየ ፡ እሊህን ፡ የመሰሉ ፡ ኹሉ ፡ በምስጢር ፡ በውሳጣይ ፡ ቍጥር ፡ ያ፬ ፡ ፊደል ፡ ግስ ፡ ሲኾኑ ፡ የተጐረደው ፡ ፪ኛውና ፡ ያልተጐረደው ፡ ፬ኛው ፡ ፊደል ፡ ስላንድ ፡ ተቈጥሮ ፡ የ፫ ፡ ፊደል ፡ ግስ ፡ ይባላሉ ። ይኸውም ፡ ከ፬ ፡ አንዱ ፡ ፊደል ፡ ተጐርዶ ፡ ፫ ፡ ብቻ ፡ ስለ ፡ ቀረ ፡ ነው ። ደጊመ ፡ ቃልም ፡ ባይኖር ፡ ወና ፡ የ ፡ ያሉበት ፡ ቶስሐን ፡ ዴገነን ፡ የመሰለ ፡ ያ፬ ፡ ፊደል ፡ ግስ ፡ ወና ፡ የ ፡ በንባብ ፡ በጥፈት ፡ ተውጠው ፡ ተጐርደው ፡ ስለ ፡ ቀሩ ፡ ፪ኛው ፡ ፊደል ፡ ከፊተኛው ፡ ጋራ ፡ ስላንድ ፡ ተቈጥሮ ፡ የ፫ ፡ ፊደል ፡ ግስ ፡ ይባላል ።

፴፡ በትናጋ፡የሚነገሩም፡፫ቱ፡ፊደላት፡ገ፡ከ፡ቀ፤በምላስ፡ከሚነገሩትም፡ ነ፡እነዚህ፡፬ቱ፡የግስ፡መድረሻ፡ሲኾኑ፡ከና፡ነ፡ደግሞ፡መድረሻና፡ትራስ፡እየ ኾኑ፡በምእላድነት፡ሲጨመሩ፡ገና፡ቀ፡ተወራራሾች፡ናቸውና፤ከ፡ባለባቸው፡ በ፫ቱ፡ቅርቦች፡ላይ፡አቅራቢውን፡ከ፡ደጊመ፡ቃልነት፡ስላለው፡ውጠውና፡ጐር ደው፡በንባብ፡በጥፈት፡ያስቀሩታል። ይህም፡(ዐረግከ፡ሰበክከ፡ጠየቅከ)፡በማለት፡ ፈንታ፣ዐረገ፡ውስተ፡አርያም፤ሰበከ፡ለነ፡ልደተ፡እግዚእ፤ጠየቀኑ፡አ፡ፍቁር፡ እያለ፡ሌላውን፡ኹሉ፡ያሳያል። ነ፡ደግሞ፡የንሕነ፡ዝርዝር፡ስለ፡ኾነ፡(ኰንነ፡ድ ኅንነ፡አመንነ)፡በማለት፡ፈንታ፣ኰነ፡ድኅነ፡አመነ፡እያለ፡በመጥበቅ፡ደጊሙን፡ ይጐርዳል። በተና፡በደ፡በጠ፡የሚጨርስ፡ግስ፡ባንዲቱ፡ሴት፡ሳድስ፡ቅጽልና፡ በመድበል፡ቅጽል፡ሳይጐርድም፡እየጐረደም፡እንዲሁ፡ይጠብቃል። ይህም፡ት ሑት፡ብሎ፡ትሕት፤ሐታቲ፡ሐተት። ብውድ፡ፍሉጥ፡ብሎ፡ብዕድ፡ፍልጥ። ዐ ጻዲ፡መሣጢ፡ብሎ፡ዐጻድ፡መሠጥ፡እያለ፡ሌላውን፡ኹሉ፡ያሳያል።

፫ኛ፡ዕርከን።

የግስ፡ልማድ፡በላ፰፡አዕማድ።

፴፩፤ በኀላፊ፡አንቀጽ፡ላይ፡ተውሳክ፡እየኾኑ፡የግስን፡ጸታ፡ያንቀጽን፡ ርባታ፡በየቤቱና፡በየሰራዊቱ፡ለይተው፡የሚመሩና፡የሚያስኬዱ፡የግስ፡ልማዶች፡ እንዳ፰ቱ፡አዕማድ፡፰፡ናቸው፤አ፡ተ፡አስተ፡አን፡አስ። ከ፰ቱ፡ደግሞ፡መደበኞቹ፡ አና፡ተ፡፪ቱ፡ናቸው። ስና፡ን፡ስሯጽ፡ይባላሉ፤፰፡አዕማድ፡የተባሉም፡አድራጊ፡ አስደራጊ፡ተደራጊ፡ተደራራጊ፡አደራራጊ፡ናቸው። አ፡እነፈለሰን፡በሚመስሉ፡ ባንጕል፡ግሶች፡ላይ፡ሲገባ፡ባንድ፡ጊዜ፡የማድረግና፡የማስደረግ፡ልማድ፡ይኾ ናል፤ይህም፡አምጽአ፡ብሎ፡አመጣ፡አስመጣ፡ማለቱን፡ያሳያል፤እነቀተለን፡በሚ መስል፡በገቢር፡ግስ፡ግን፡የማስደረግ፡ብቻ፡ይኾናል።

፴፪፤ ተ፡የመደረግና፡የመደራረግ፡ልማድ፡ነው፤በጥርስ፡በምላስ፡ከሚነገሩ፡ ከሥራንዱ፡ፊደላት፡በ፯ቱ፡ብቻ፡(ደ፡ዘ፡ጠ፡ሠስ፡ጸፀ፡ተ)፡ለሚነሡ፡ግሶች፡ ልማድ፡ሲኾን፡ግን፣በሩቆችና፡አነ፡ንሕነ፡በሚል፡በትንቢት፡በዘንድ፡በትእዛዝ፡ ኹሉ፡ተውጠ፡ተጐርዶ፡ይቀርና፡በ፬ቱ፡ቅርቦች፡በትእዛዝ፡ብቻ፡ይገኛል። ይ ህም፣ተድኅረ፡ይዴኀር፡ይደኀር፤ተዘብጠ፡ይዘበጥ፤ተጠውመ፡ይጠወም፤ተሠ ይመ፡ይሠየም፤ተፀምደ፡ይፀመድ፤ተፀመድኩ፡ነ፡እፀመድ፡ንፀመድ፡ካለ፡ በኋላ፡ያራቱን፡ቅርቦች፡ተፀመድ፡ዲ፡ዱ፡ዳ፡እያለ፡መኼዱን፡ያሳያል፤ባንዱ፡ የኹሉ፡ይታወቃል።

፴፫፤ አስተ፡መደቡ፡የማደራረግ፣ድርቡ፡የማድረግና፡የማስደረግ፡የመደ ረግም፡ነው፤አስተ፡የማደራረግ፡ልማድና፡መደብ፡መኾኑ፡በስደራጊው፡ልማድ፡ በአና፡በተ፡መካከል፡ስ፡ስሯጽ፡ኹኖ፡ስለ፡ገባ፡ነው፤ይኸውም፡ሥርወ፡ቀለ ሙን፡አስተቃተለ፡ብሎ፡ራብዕ፡በማድረግ፡ይታወቃል፤የማያሳስት፡መለዮውና፡ ምልክቱ፡ይህ፡ነው። የማድረግና፡የማስደረግ፡የመደረግ፡ልማድ፡መኾኑም፣

አስ ፡ በአነቱ ፡ ማድረግንና ፡ ማስደረግን ፡ ብቻ ፡ እንዲሻ ÷ ተም ፡ በተነቱ ፡ መደረግን ፡ ብቻ ፡ ይሻልና ÷ ስለ ፡ አና ፡ ስለ ፡ ተ ፡ ጠባይ ፡ ነው ፤ በነዚህ ፡ በ፫ቱ ፡ ድርቦች ፡ ሥርወ ፡ ቀለሙን ፡ ግእዝና ፡ ሳድስ ፡ ቢያደርግ ፡ እንጂ ÷ ራብዕ ፡ ማድረግ ፡ አይችልም ፤ መለዮው ፡ ይህ ፡ ነው ። ይኸውም ፡ ሐመመ ፡ አስተሐመመ ፤ ረሰየ ፡ አስተረሰየ ፤ በፅዐ ፡ አስተብፅዐ ፤ ረከበ ፡ አስተርከበ ፤ ርእየ ፡ አርእየ ፡ አስተርአየ ፡ እያለ ፡ መኼዱን ፡ ያሳያል ።

፴፩ ፤ አን ፡ ደግሞ ፡ የማድረግና ፡ የመደረግ ፡ ልማድ ፡ ይኾናል ፤ ነ ፡ በዕብራይስጥ ፡ እንደ ፡ ተ ፡ የመደረግ ፡ ልማድ ፡ ነውና ፤ አና ፡ ነ ፡ በየራሳቸው ፡ ፪ ፡ ልማዶች ፡ ስለ ፡ ኾኑ ፡ እንደ ፡ ባልና ፡ ሚስት ፡ ገጥመው ፡ ፩ዱን ፡ ግስ ፡ በማድረግና ፡ በመደረግ ፡ በ፪ ፡ ጾታ ፡ ያስፈታሉ ። ሲገቡም ፡ ደጊመ ፡ ቃል ፡ ባለው ፡ ከደጊመ ፡ ቃልም ፡ በሚደቀል ፡ ገለገን ፡ ጌገየን ፡ በልበለን ፡ ጐድጐደን ፡ በሚመስል ፡ በ፫ና ፡ በ፬ ፡ ፊደል ፡ ግስ ፡ ይገባሉ ፤ ይህም ፡ ጎገወ ፡ ብሎ ፡ አንጎገወ ÷ ቀልቀለ ፡ ብሎ ፡ አንቀልቀለ ፡ እያለ ፡ ሌላውን ፡ ኹሉ ፡ ያሳያል ።

፴፪ ፤ አስና ፡ አል ፡ ከግእዝ ፡ ይልቅ ፡ ባማርኛ ፡ ውስጥ ፡ ይበዛል ፤ አስ ፡ ባስደራጊ ፡ ጾታ ÷ አል ፡ በአልቦ ፡ ባሉታ ። አስ ፡ እንደ ፡ አን ፡ ኹኖ ፡ በደጊመ ፡ ቃል ፡ ግስ ፡ ሲገባ ፡ ስ ፡ እንደ ፡ ን ፡ ግእዝ ፡ እየኾነ ፡ ለጥሬ ፡ ዘሩ ፡ መነሻ ፡ ይኾናል ። ይኸውም ፡ አንጐድጐደ ፡ ብሎ ፡ ነጐድጓድ ፡ እንዲል ÷ ዐዘዘ ፡ ዕዘዝ ፡ ባለው ፡ አስዖዘዘ ፡ ብሎ ፡ ሰዖዛዝ ÷ ቈቀወ ፡ ባለው ፡ አስቈቀወ ፡ ብሎ ፡ ሰቈቃው ፤ ቈሪር ፡ ቈረ ፡ አቍረረ ፡ ባለው ፡ አስቈረረ ፡ ብሎ ፡ ሰቈራር ፡ ማለቱን ፡ ያሳያል ። ከዚህ ፡ የቀረውን ፡ የልማድ ፡ ፍች ፡ በቦታው ፡ በለመደ ፡ ተራ ፡ ተመልከት ።

የትንቢት ፡ ሥሮች ፡ ወይም ፡ ልማዶች ።

፴፫ ፤ የትንቢትም ፡ ልማድ ፡ ሥርወ ፡ ቃሉና ፡ ተውሳከ ፡ ፊደሉ ፡ እንደ ፡ ነቢያት ፡ ፬ ፡ ነው ፤ የ ፡ ተ ፡ አ ፡ ነ ። እነዚህ ፡ ፬ቱ ፡ ግእዞች ፡ ሳድስና ፡ ራብዕ ፡ መኾን ፡ ሳይቀር ፡ ለትንቢት ፡ አንቀጽ ፡ መነሻ ፡ መሠረት ፡ ስለ ፡ ኾኑ ፡ አሥራወ ፡ ትንቢት ፡ ይባላሉ ። የ ፡ ለሩቅ ፡ ለሩቆች ፡ ለ፫ ፡ መደብ ፡ ብቻ ፤ ተ ፡ ላንዲቱ ፡ ሩቅና ፡ ላ፬ቱ ፡ ቅርቦች ፤ አ ፡ ለአነ ፡ ብቻ ÷ ነ ፡ ለንሕነ ፡ ብቻ ÷ የሥርወ ፡ ቀለም ፡ ሥር ፡ እየኾኑ ፡ ትንቢትን ፡ ኹሉ ፡ ከኀላፊ ፡ አንቀጽ ፡ ይለያሉ ፤ ይህም ፡ ቀተለ ፡ ልክ ፡ ልኩ ፡ ልነ ፡ ብሎ ÷ ይቀትል ፡ ትቀትል ፡ እቀትል ፡ ንቀትል ፡ እያለ ፡ ሌላውን ፡ ኹሉ ፡ ያሳያል ።

፴፬ ፤ መሠረታቸው ፡ ሳድስነት ፡ ሲኾን ፡ ግእዝና ፡ ራብዕ ፡ መኾናቸው ፡ በመል ፡ ምክንያት ፡ ነው ፤ ይህም ፡ ሖረ ፡ ባለው ፡ ግእዝ ፡ ብቻ ÷ አሖረ ፡ አስተሓወረ ፡ ባለው ፡ ራብዕ ፡ ብቻ ÷ ውሕዘ ፡ ባለው ፡ ሳድስና ፡ ግእዝ ፡ እየኾኑ ፡ ሌላውን ፡ ኹሉ ፡ ያሳያሉ ፤ አንቀጹም ፡ አሉታ ፡ ሲኾን ÷ ኢቀተልኩ ፡ ብሎ ፡ ኢይቀትል ፡ ሲል ፡ አን ፡ የ ፡ ይወርሰዋል ፤ ከአነ ፡ በቀር ፡ የዘጠኙ ፡ አይለወጥም ። በኃምስ ፡ የሚጐርድ ፡ ይቤም ፡ የቤለ ፡ ክልኣይ ፡ ስለ ፡ ኾነ ፡ ፍጹም ፡ ትንቢት ፡ እንደ ፡ መኾኑ ፡ በኒህ ፡ ባራቱ ፡ አሥራው ፡ ይኼዳል ፤ ትንቢትነቱን ፡ ግን ፡ ከኹሉን ፡ ቀደም ፡ ያየለትና ፡ የሰማለት ፡ ያወቀለት ፡ የለም ፡ (ቍ፳፬) ። አንዳንድ ፡ ዐይናሞች ፡ ግን ፡ በሚቀኙት ፡ ቅኔ ፡ ትንቢት ፡ አንቀጽ ፡ ኹኖ ፡

ይገኛል ። ወሠናይት ፡ ላሕይ ፡ መርዓት ፡ ደብረ ፡ ክርቤ ፥ ሰዐሙኒ ፡ ሰዐሙኒ ፡ ትቤ ። በኀበ ፡ ዐናብርት ፡ ዮናስ ፡ ሚ ፡ ይሜኒ ፤ እስመ ፡ ይቤ ፡ ኀጡኒ ፡ ኀጡኒ ። ስድስቱ ፡ አክናፍ ፡ አዝማዲሁ ፡ ይቤልዎ ፡ ገቦሁ ፡ ገቦሁ ። በአ ፡ የሚነሣ ፡ የ፫ ፡ ፊደል ፡ ግስ ፡ ሥርወ ፡ ትንቢቱ ፡ እንደ ፡ ሖረ ፡ ነው ።　አመረ ፡ የአምር ፡ ይእምር ። ተደራጊ ውና ፡ ተደራራጊው ፡ ግን ፡ ኹሉን ፡ ሳድስ ፡ ያደርጋል ። ተአምረ ፡ ይትአመር ፡ ይትአመር ። ተአመረ ፡ ይትአመር ፡ ይትአመር ። አስደራጊውና ፡ አደራራጊውም ፡ እንደ ፡ አሖረ ፡ ነው ፤ ኹሉን ፡ ራብዕ ፡ ያደርጋል ። ይህም ፡ አእመረ ፡ ያአምር ፡ ያእምር ፤ አስተአመረ ፡ ያስተአምር ፡ ያስተአምር ፡ ማለቱን ፡ ያሳያል ።　ጠብቆም ፡ በቀደሰ ፡ ቤት ፡ ሲነገር ፥ አመረ ፡ ይኤምር ፡ የአምር ። ሐወጸ ፡ ይሔውጽ ፡ የሐውጽ ፡ እያሰኘ ፡ ሳድስና ፡ ግእዝ ፡ ያደርጋል ። የአሥራው ፡ አካኼድ ፡ ይህ ፡ ነው ። ትንቢት ፡ አንቀጽ ፡ በግስ ፡ ኹሉ ፡ ከመጥበቅ ፡ በቀር ፡ መላላት ፡ የለውም ፤ ከትንቢት ፡ አንቀጽም ፡ የሚወጡ ፡ መድበል ፡ ቅጽልና ፡ ሳድስ ፡ ቅጽል ፡ ኹሉም ፡ ይጠብቃሉ ። ይህም ፡ ቀደመ ፡ ይቀድም ፡ ብሎ ፡ ቀደምት ፤ ዐጸወት ፥ ዐቀበት ። ተሰምየ ፡ ይሰመይ ፡ ብሎ ፡ ስሙይ ፤ ቅኑይ ፥ እኩት ፡ እያለ ፡ ሌላውን ፡ ኹሉ ፡ ያሳያል ። ላልቶ ፡ ሲነገር ፡ ግን ፡ ቀተለ ፡ ብሎ ፡ ቀተልት ፥ ተቀትለ ፡ ብሎ ፡ ቅቱል ፡ እያሰኘ ፡ ከኀላፊ ፡ አንቀጽ ፡ ይወጣል ። ከትንቢት ፡ መውጣቱን ፡ የማያውቁ ፡ ግን ፡ በመጥበቁ ፡ ሕግ ፡ አፍራሽ ፡ መስሏቸው ፡ ይነቅፉታል ፤ ይልቁንም ፡ መድበል ፡ ቅጽልን ፡ ዐጕል ፡ ሰባራ ፡ ይሉታል ።

፬ኛ ፡ ዕርከን ።

የግስ ፡ አርእስት ፡ ባለ፫ና ፡ ባላ፬ ፡ ፊደላት ።

፴፰ ፤ ከኹለት ፡ ፊደል ፡ እስከ፬ ፡ ፊደል ፡ ያሉ ፡ ግሶች ፡ እንዲህ ፡ ናቸው ። ከአልፍ ፡ እስከ ፡ ፐ ፡ ላለ ፡ ግስ ፡ ኹሉ ፡ ጠቅላዮችና ፡ መደበኞች ፡ ኹነው ፡ ነጠላ ፡ ግስን ፡ የሚመሩ ፡ የግስ ፡ አርእስቶች ፥ ከግእዝ ፡ እስከ ፡ ሳብዕ ፡ ባሉት ፡ በ፯ቱ ፡ ፊደላት ፡ አምሳል ፡ ፯ ፡ ናቸው ፤ ከ፯ቱ ፡ ደግሞ ፡ ፫ቱ ፡ የ፫ ፡ የ፫ ፡ ፊደል ፡ ፬ቱ ፡ ያ፬ ፡ ያ፬ ፡ ፊደል ፡ ናቸው ። ስማቸውና ፡ ተራቸውም ፡ ይህ ፡ ነው ፤ ዘራቸውና ፡ አንቀጻቸው ፡ እንደ ፡ ማዕርጉ ፡ ተጥኗል ።

፩ ፤	ቀቲል ፤	ቀተለ ፤	ይቀትል ፡	ይቅትል ።
፪ ፤	ቀድሶ ፤	ቀደሰ ፤	ይቄድስ ፡	ይቀድስ ።
፫ ፤	ባርኮ ፤	ባረከ ፤	ይባርክ ፡	ይባርክ ።
፬ ፤	ዴግኖ ፤	ዴገነ ፤	ይዴግን ፡	ይዴግን ።
፭ ፤	ኖልዎ ፤	ኖለወ ፤	ይኖሉ ፡	ይኖሉ ።
፮ ፤	ደንግፆ ፤	ደንገፀ ፤	ይደነግፅ ፡	ይደንግፅ ።
፯ ፤	ማህርኮ ፤	ማህረከ ፤	ይማህርክ ፡	ይማህርክ ።

፴፱ ፤ ከነዚሁ ፡ ከ፯ቱ ፡ ደግሞ ፡ እንደሸት ፡ ተመርጠው ፡ ተለይተው ፡ ሕጸጽና ፡ ተውሳክ ፡ የሌላቸው ፡ ምሉአን ፡ ፍጹማን ፡ የኾኑ ፥ ሥረ ፡ ወጦች ፡ የ፫ ፡ ፊደል ፡ ግሶች ፡

ቀተለ ፡ ቀደሰ ፡ ባረከ፡ናቸው፤ እሊህ ፡ ፫ቱ ፡ በየራሳቸው፡የቆሙ ፡ ጉንዶችና ፡ ነገዶች ፡ እንጂ፥እንደ ፡ ሌሎቹ ፡ ቅጥዮችና ፡ ዲቃሎች ፡ አይዶሉም ። ጠባያቸውም ፡ የ፬ቱ ፡ መላላት ፡ መጥበቅ፥የ፫ኛው ፡ በራብዕ ፡ ተነሥቶ ፡ ኹሉን ፡ በራብዕ ፡ መጨረስ ፡ ነው ። እንዲህ ፡ ስላልን ፡ ግን ፡ የቀደሰ ፡ ጠባይ ፡ መጥበቅ ፡ ብቻ ፡ አይዶለም ፥ መላላትም ፡ አለው ፤ በ፫ቱ ፡ ጸታ ፡ ይጠብቅና ፡ በቀረው ፡ እንደ ፡ ቀተለ ፡ ይኼዳል ፤ ይህም ፡ ቀደሰ ፡ ተቀደሰ ፡ አቀደሰ ፥ ወይም ፡ አስተቀደሰ ፡ ካለ ፡ በኋላ ፥ ተቃደሰ ፡ አስተቃደሰ ፡ እያለ ፡ መላላቱንና ፡ ከቀተለ ፡ መንገድ ፡ መግባቱን ፡ ያሳያል ። ባረከም ፡ በራብዕ ፡ ስለ ፡ ተነሣ ፡ ተደራጊው ፡ መደራረግን፥አስደራጊው ፡ ማደራረግን ፡ ደርበ ፡ በ፪ ፡ በ፪ ፡ ይፈታል ፤ ይህም ፡ ተባረከ ፡ ብሎ ፡ በቁሙ ፡ ተባረከ፥ተበራረከ ፤ አስተባረከ ፡ ብሎ ፡ አስባረከ፥አበራረከ ፡ ማለቱን ፡ ያሳያል ፤ አባረከ ፡ ሲል ፡ ግን ፡ ማስደረግ ፡ ብቻ ፡ ይኾናል ፤ አስተ ፡ ካለለ ፡ ማደራረግን ፡ አይደርብም ፤ መንገድና ፡ አካኼድ ፡ የማይለውጥ ፡ ቀተለ ፡ ብቻ ፡ ነው ። የዴገነና ፡ የኖለወም ፡ ጠባይ ፡ በ፫ቱ ፡ ጸታ ፡ ሳይለወጥ ፡ በ፬ኛውና ፡ በ፭ኛው ፡ ጸታ ፡ መነሻውን ፡ ሳድስ ፡ አድርጎ ፡ የጐረዳቸውን ፡ ፊደላት ፡ የንና ፡ ወን ፡ ራብዕ ፡ በማድረግ ፡ ይለወጣል ። አካኼዱንም ፡ በ፶ኛው ፡ ቍጥር ፡ ተመልከት ። የደንገፀና ፡ የማህረከም ፡ ጠባይ ፡ መነሻውን ፡ አለመለወጥ ፡ ነው ።

፺ ፤ ዴገነ ፡ ኖለወ ፡ እነዚህ ፡ ፪ቱ ፡ እንደነቀተለ ፡ የ፫ ፡ ፊደል ፡ ግሶች ፡ ሲኾኑ ፡ በኀምስ ፡ በሳብዕ ፡ መነሣታቸው፥አስቀድመን ፡ ባመል ፡ ትርጓሜ ፡ (ቍ፲፱ና ፡ ፳፫) ፡ እንደ ፡ ተናገርነ ፡ በ፫ነታቸው ፡ ርባዔ ፡ አለና ፤ ፪ቱን ፡ ዐመሎች ፡ የንና ፡ ወን ፡ ስለ ፡ ጐረዱ ፡ ነው ። ዐመላቸውን ፡ ባይጐርዱና ፡ ጐራጅ ፡ ባይኾኑ ፡ ግን ፡ ደይገነ ፡ ነውለወ ፡ ማለት ፡ የባላራት ፡ ፊደል ፡ የደንገፀ ፡ መንገድ ፡ የደንገፀ ፡ አካኼድ ፡ ነውና ፤ የ፫ ፡ ፊደል ፡ ግስ ፡ ተብለው ፡ ለየብቻቸው ፡ ፪ ፡ አርእስት ፡ ይኾኑ ፡ ዘንድ ፡ ከአርእስትነት ፡ ባልገቡም ፡ ነበር ፤ ዘራቸውና ፡ ምንጫቸው ፡ ግን ፡ ሥር ፡ መሠረታቸው ፡ ፫ ፡ ቅንጣት ፡ ፊደል ፡ ነው ፤ ደዩግ ፡ ዴገ፥ወይም ፡ ዳገነ ። ነዊል ፡ ኖለ፥ነወለ ።

፺፩ ፤ ደንገፀ ፡ ማህረከ ፡ እነዚህ ፡ ደግሞ ፡ ከሴም ፡ ቋንቋ ፡ ዐዋጅ ፡ ወጥተው ፡ ኹለቱ ፡ ብቻ ፡ አላመል ፡ አለደጊመ ፡ ቃል ፡ ያራት ፡ ፊደል ፡ ግስ ፡ መኾናቸው፥እንደነዴገነ ፡ ከ፫ ፡ ፊደል ፡ ግስ ፡ የወጡ፥እንዳጽቅ ፡ ኹነው ፡ የበቀሉ ፡ የተቀጠሉ፥ቅጥዮችና ፡ ዲቃሎች ፡ ስለ ፡ ኾኑ ፡ ነው ፤ ፫ቱ ፡ ፊደላት ፡ እንዳንድ ፡ አባት፥፬ኛው ፡ ፊደል ፡ እንደናት ፡ ኹነው ፡ ዴቅለዋቸዋል ። ደንገፀ ፡ ከደጐጸና ፡ ከተደጕጸ ፡ ወጥቷል ፤ ደጐጸ ፡ በሕፅኑ ፡ ፪ኛ ፡ ፊደል ፡ ንን ፡ ስሯጽ ፡ አግብቶ ፡ ደንገፀን ፡ ይወልዳል ። ማህረከም ፡ የመሀረ ፡ ልጅ ፡ ነው ፤ ከምሂር ፡ ወጥቷል ፤ መሀረ ፡ በራሱ ፡ ፬ኛ ፡ ፊደል ፡ ከን ፡ ምእላድ ፡ ጨምሮ ፡ ማህረከን ፡ ይወልዳል ፤ ምስጢሩም ፡ የምርከ ፡ ሥራ ፡ በሥጋዊና ፡ በመንፈሳዊ ፡ ኀይል ፡ በትምርትና ፡ በታምራት ፡ መኾኑን ፡ ያሳያል ፤ እንደዚህ ፡ ያለው ፡ ግስ ፡ ዲቃላ ፡ ወይም ፡ ተቀጥላ ፡ ይባላል ።

፺፪ ፤ የግስ ፡ ጠባይ ፡ እንደ ፡ ተክል ፡ እንጂ ፡ ነው ፤ ተክል ፡ ከማይመስለው ፡ ዕንጨት ፡ ሲጋባ ፡ ወይም ፡ ሲራከብ ፡ ሲከተብ ፡ ጣዕሙና ፡ መልኩ ፡ ተለውጦ ፡ ሌላ ፡ ፀይነት ፡ እንዲኾን፥አባት ፡ ግስ ፡ ደግሞ ፡ እንደዚህ ፡ ነው ፤ የሌላ ፡ ፊደል ፡ ዘር ፡ ባዕድና ፡

ምእላድ፡ ስሯጽ፡ እየኾነ፡ በሥር፡ በጫፉ፡ በመካከሉ፡ ሲገባበት፡ ሦስትነቱ፡ ይቀራልና፤ ንባቡም፡ ምስጢሩም፡ መንገዱና፡ አካኼዱ፡ ኹሉ፡ ተለውጦ፡ እንደ፡ በቅሎ፡ ዲቃላ፡ ይኾናል። ግስ፡ የሚዴቀል፡ ወይም፡ ዲቃላ፡ የሚባል፡ ባራት፡ ወገን፡ ነው፤ በባዕድና፡ በምእላድ፡ ፊደል፥ በስሯጽ፥ በደጊመ፡ ቃል።

፺፫፤ በባዕድ፥ ረተመ፡ ብሎ፡ ሐርተመ፤ ጸለወ፡ መጽለወ፤ ነሰወ፡ መንሰወ፤ ነደበ፡ መንደበ፤ ነቀወ፡ ሰንቀወ፤ የመሰለው፡ ኹሉ። በምእላድ፡ እንደ፡ ማህረከ፤ ኀሐለ፡ ኀሕለወ፤ ደነጸ፡ ደንጸወ፤ ጸዐደ፡ ጻዕደወ፤ በስሯጽ፡ እንደ፡ ደንገፀ፤ ጠቀለ፡ ጠንቈለ፤ ሰአለ፡ ሰንአለ፤ ፀግዐ፡ ፀንግዐ፤ ገፍዐ፡ ገፍትዐ፤ ደከመ፤ ደክተመ፤ የመሰለው፡ ኹሉ። በደጊመ፡ ቃልም፡ እንደ፡ ደምሰሰ፤ በረደ፡ በርደደ፤ ብሕረ፡ ባሕረረ፤ ጐደደ፡ ጐድጐደ፤ ጠበ፡ ጠብጠበ፤ በረ፡ በርበረ፤ የመሰለው፡ ኹሉ። የቀረውን፡ በደጊመ፡ ቃል፡ ፍች፡ እይ።

፺፬፤ ጥሬ፡ ዘር፡ ደግሞ፥ ይልቁንም፡ ስምና፡ መስም፥ በባዕድ፡ ፊደል፡ ላይ፡ የማድረግና፡ የመደረግ፡ ልማድ፡ ጨምሮ፡ አንቀጽ፡ እየኾነ፡ በዲቃልነት፡ ሲገሰስ፡ በደንገፀና፡ በማህረከ፡ በ፪ቱ፡ አካኼድ፡ ይኼዳል፤ ይህም፡ ደበለ፡ መድበል፥ መድበለ፡ አመድበለ። ዘበረ፡ መዝበር፥ መዝበረ፡ አመዝበረ፤ ተመዝበረ። ረዐወ፡ መርዕው፥ መርዐወ፡ አመርዐወ፤ ተመርዐወ። ኀብረ፡ ማኅበር፥ አማኅበረ። አከለ፡ ማእከል፥ አማእከለ፤ ተማእከለ፡ እያለ፡ ሌላውን፡ ኹሉ፡ ያሳያል። አንዳንዱም፡ ጥሬ፡ ዘር፡ ፊደሎቹ፡ በወ፡ ምክንያት፡ ፫፡ ፫፡ ብቻ፡ ስለ፡ ኾኑ፡ በኖለወ፡ አካኼድ፡ ይኼዳል፤ ይህም፡ ወገደ፡ ብሎ፡ ሞገድ፥ ሞገደ፡ አሞገደ። ወገሰ፡ ሞገስ፥ ሞገሰ፡ አሞገሰ፤ ተሞገሰ። ወጥሐ፡ ሞጥሕ፥ አሞጥሐ፤ ተሞጥሐ። ወቅሐ፡ ሞቅሕ፥ ሞቅሐ፥ ተሞቅሐ፡ አሞቅሐ፡ እያለ፡ ጥሬ፡ ዘርነቱን፡ መደብ፡ አድርጎ፡ ዲቃልነቱን፡ ያሳያል።

፫ኛ፡ ዕርከን።

የ፯ቱ፡ አርእስት፡ ሰራዊትና፡ ድርቦች።

፺፭፤ ቀተለ፡ የግስ፡ ኹሉ፡ አባት፥ መሪ፡ ፊታውራሪ፥ የአርእስት፡ በኵር፥ ታላቅ፡ ወንድምና፡ ግንባር፡ ቀደም፥ ጠቅላይ፡ መስፍን፡ ርእሰ፡ ርኡሳን፡ ስለ፡ ኾነ፥ ለብቻው፡ ፯፡ ሰራዊት፡ አሉት፤ ለቀሩት፡ ግን፡ ለ፯ቱ፡ አርእስት፡ ባመል፡ ምክንያት፡ የሚለወጥ፡ ድርብ፡ ብቻ፡ እንጂ፥ ከጭፍራ፡ በቀር፡ ሰርዌ፡ የላቸውም። ባላገባቦች፡ ግን፡ የግስን፡ ጠባይ፡ ፈጽመው፡ ስላልመረመሩ፥ ልማድ፡ ያለበትን፡ ጨምረው፡ አርእስትን፡ ፳፥ ሰራዊትን፡ ፴፡ ወይም፡ ፴፪፡ ይላሉ፤ ፶፡ ብለው፡ የሚቈጥሩም፡ አሉ። ሰራዊትም፡ ማለት፡ በዚህ፡ አንቀጽ፡ አለቆች፡ ባለብዙ፡ ጭፍሮች፡ ማለት፡ ነው፤ ሰረወንና፡ ሠረወን፡ ተመልከት። ቀተለ፡ እንደ፡ ንጉሥ፥ የቀሩት፡ ፯ቱ፡ እንደ፡ ራስ፥ ሰራዊት፡ እንደ፡ ደጃዝማች፡ ወይም፡ ከዚያ፡ በታች፡ እንዳሉት፡ ፊታውራሪ፡ ቀኛዝማች፡ ግራዝማች፡ የሻንበል፡ የመቶ፡ አለቃ፡ እንደሚባሉት፡ ናቸው፡ እንጂ፤ እንደ፡ ጭፍራ፡ እንደ፡ ወታደር፡ አይደሉም።

፺፮ ፤ ቀተለን ፡ የሚከተሉ ፡ የሰራዊት ፡ ስምና ፡ ቍጥር ፡ ይህ ፡ ነው ።

፩ ፤	ነቢብ ፤	ነበ ፤	ይነብብ ፡	ይንብብ ፡	ነባቢ ።
፪ ፤	ሠዪም ፤	ሚመ ፤	ይሠይም ፡	ይሢም ፡	ሠያሚ ።
፫ ፤	ቀዊም ፤	ቆመ ፤	ይቀውም ፡	ይቁም ፡	ቀዋሚ ።
፬ ፤	ገቢር ፤	ገብረ ፤	ይገብር ፡	ይግበር ፡	ገባሪ ።
፭ ፤	ገሪም ፤	ገረመ ፤	ይጌርም ፡	ይግርም ፡	ገራሚ ።
፮ ፤	ጠፊር ፤	ጠፈረ ፤	ይጠፍር ፡	ይጠፍር ፡	ጠፋሪ ።
፯ ፤	ጥሒር ፤	ጥሕረ ፤	ይጥሕር ፡	ይጥሐር ፡	ጠሓሪ ።

እነዚህም ፡ ፯ቱ ፡ ሰራዊት ፡ በብዙ ፡ ወገን ፡ ቀተለን ፡ ሲመስሉ ፥ ከርሱ ፡ የሚለዩበት ፡ ጠባይና ፡ አካኼድ ፡ ይህ ፡ ነው ። ያ፩ኛው ፡ ሰርዌ ፡ ፫ኛውን ፡ ፊደል ፡ ደጊመ ፡ ቃሉን ፡ ውጦ ፡ መጥበቅና ፡ ፪ ፡ ፊደል ፡ መኾን ። የ፪ኛና ፡ የ፫ኛ ፡ ሰርዌ ፡ ማእከሉን ፡ ጐርዶ ፡ በኃምስ ፡ በሳብዕ ፡ መነሣትና ፡ እንደ ፡ ፊተኛው ፡ ፪ ፡ ፊደል ፡ መኾን ። ያ፬ኛው ፡ ሰርዌ ፡ ማእከሉን ፡ ሳድስ ፡ ማልሳዩን ፡ ግእዝ ፡ ማድረግ ። ያ፭ኛው ፡ ሰርዌ ፡ ላልቶ ፡ ካልኣዩን ፡ እንደ ፡ ቀደሰ ፡ ኃምስ ፡ ማድረግ ። የ፮ኛው ፡ ሰርዌ ፡ ጠብቆ ፡ ኹሉን ፡ በግእዝ ፡ መጨረስ ። የ፯ኛው ፡ ሰርዌ ፡ በሳድስ ፡ ተነሥቶ ፡ ኹሉን ፡ በሳድስ ፡ መጨረስ ፡ ነው ።

፺፯ ፤ ከነዚሁ ፡ ደግሞ ፡ ቀተለን ፡ መደብ ፡ አድርገው ፥ ቀደሰንም ፡ እየደረቡ ፡ ላልተውና ፡ ጠብቀው ፡ በቀተለና ፡ በቀደሰ ፡ በ፪ቱ ፡ አካኼድ ፡ የሚኼዱ ፡ አሉ ፤ ስማቸውም ፡ ቱሱሕ ፡ ይባላል ፤ ቅልቅል ፡ ድብልቅ ፡ ማለት ፡ ነው ፤ ኰሳኵስ ፡ እንደ ፡ ማለት ፡ ኹሉ ። ይኸውም ፡ በቀተለ ፡ አካኼድ ፡ ገቢር ፡ ገብረ ፥ አሚር ፡ አመረ ፥ ጸኒዕ ፡ ጸንዐ ፡ ያሉትን ፤ ፪ኛ ፡ በቀደሰ ፡ አካኼድ ፥ ገብሮ ፡ ገበረ ፡ ይጌብር ፥ ተገበረ ፡ ይትጌበር ፥ አገበረ ፡ ያጌብር ። አምሮ ፡ አመረ ፡ ይኤምር ፥ ተአመረ ፡ ይትኤመር ፥ ጸንዖ ፡ ጸነዐ ፡ ይጼንዕ ፡ ይጸንዕ ፡ እያሰኙ ፡ ሌላውን ፡ ኹሉ ፡ ያሳያሉ ። መጥበቃቸውም ፡ በ፫ ፡ በ፫ ፡ አዕማድ ፡ ነው ፡ እንጂ ፤ በ፬ኛና ፡ በ፭ኛ ፡ ዐምድ ፡ ከመላላት ፡ በቀር ፡ መጥበቅ ፡ ስለሌለ ፥ ተመልሰው ፡ ከዚያው ፡ ከወጡበት ፡ ከቀተለ ፡ መንገድ ፡ ይገባሉ ፤ ቀደሰም ፡ እንዲሁ ፡ ነውና ፡ (ቍ፻፱) ።

፺፰ ፤ ዐመል ፡ ያለባቸው ፡ የ፮ቱ ፡ አርእስት ፡ ድርቦች ፡ ደግሞ ፡ እሊህ ፡ ናቸው ።

፩ ፤	ሰብሖ ፤	ሰብሐ ፤	ነስሐ ፤	ሠርሐ ፤	ጸውዐ ፤	የቀደሰ ።
፪ ፤	ባልሖ ፤	ባልሐ ፤	ማርኈ ፤		ዛውዐ ፤	የባረከ ።
፫ ፤	ቄቅሖ ፤	ቄቅሐ ፤	ቄቀየ ፤	ሴሰየ ፤	ሌለየ ፤	የዴገነ ።
፬ ፤	ቶስሖ ፤	ቶስሐ ፤	ሞቅሐ ፤	ሞገደ ፤	ሞገሰ ፤	የኖለወ ።
፭ ፤	ገፍትዖ ፤	ገፍትዐ ፤	ፀንግዐ ፤	ቀሕቅሐ ፤		የደንገፀ ።
፮ ፤	ጣእጥኦ ፤	ጣእጥአ ፤	ላዕልዐ ፤	ላሕልሐ ፤	ናሕንሐ ፤	የማህረከ ።

የድርቦች ፡ ጠባይ ፡ ከኹሉ ፡ አስቀድሞ ፡ በኣና ፡ በሀ ፥ በወና ፡ በየ ፡ ፍች ፡ በ፪ቱ ፡ ዐመሎች ፡ ተነግሯል ፡ (ቍ፲፮—፳፫) ።

፺፱ ፤ ዳግመኛም ፡ ከ፫ቱ ፡ አርእስት ፡ ለቀተለ ፡ ብቻ ፡ ከ፫ ፡ ፊደል ፡ ግሶች ፡ ብልጫ ፡ እንዳለው ፥ ለደንገፀም ፡ ከ፬ ፡ ፊደል ፡ ግሶች ፡ ብልጫ ፡ አለው ፤ ብልጫውም ፡ ይህ ፡ ነው ። ባዕድና ፡ ልማድ ፡ ያለባቸው ፡ ዲቃሎችና ፡ አዕማዶች ፡ ኹሉ ፡ ያርእስታቸውን ፡ መድረሻ ፡ ሳብዕ ፡ በማድረግ ፡ ደንገፀን ፡ መስለው ፡ ተከትለው ፥ በርሱ ፡ መሪነት ፡ ይኼዳሉ ። ይህም ፥ ገንጽሎ ፡ ተንብሎ ፥ ጐድጕዶ ፡ አንጐድጕዶ ፥ አቅትሎ ፡ ተቀትሎ ፡ ተቃትሎ ፡ አስተቃትሎ ፥ አእምሮ ፡ ተአምሮ ፥ ተኣምሮ ፡ አስተኣምሮ ፡ እያለ ፡ ሌላውን ፡ ኹሉ ፡ ያሳያል ። ማህረከም ፡ እንደ ፡ ባረከ ፥ ጻዕደወንና ፡ ሣእሥአን ፡ መስለው ፡ በራብዕ ፡ ብቻ ፡ ለሚነሡ ፡ ላ፬ ፡ ፊደል ፡ ግሶች ፡ መሪ ፡ ነው ፤ የዲቃላ ፡ ግስ ፡ ጠባዩ ፡ ካባቱ ፡ ጠባይ ፡ ልዩ ፡ ስለ ፡ ኾነ ፥ ዲቃላን ፡ ከዲቃላ ፡ በቀር ፡ የ፫ ፡ ፊደል ፡ ግስ ፡ ሊመራው ፡ አይችልም ።

፻ ፤ ባ፲፫ኛ ፡ ቍጥር ፥ ግስ ፡ ከ፯ ፡ ፊደል ፡ አይወጣም ፡ ያልነውም ፥ አስተ ፡ በ፬ ፡ ፊደል ፡ ግስ ፡ ሲገባ ፡ ነው ፤ ይህም ፡ አስተድያገነ ፥ ያስተደያግን ፥ ያስተድያግን ፤ አስተንዋለወ ፡ (ወይም ፡ አስተኗለወ ፡ ያስተነዋሉ ፥ ያስተንዋ(ኗ)ሉ) ፤ አስተደናገፀ ፥ አስተማህረከ ፥ አስተጣእጥአ ፡ እያለ ፡ ሰባትነቱን ፡ ያሳያል ፤ መስሙም ፡ በአ ፡ ፈንታ ፡ መ ፡ ስለ ፡ ገባበት ፥ መስተድያግን ፥ መስተንዋልው ፥ መስተደናግፅ ፥ መስተማህርክ ፡ መስተጣእጥእ ፡ እያለ ፡ ፯ ፡ ፯ ፡ ፊደል ፡ ይኾናል ።

፯ኛ ፡ ዕርከን ።

የግስ ፡ ዐይነትና ፡ ክፍል ።

፻፩ ፤ ግስ ፡ ኹሉ ፡ ገቢርና ፡ ዐጕል ፡ ተብሎ ፡ በ፪ ፡ ስምና ፡ በ፪ ፡ ዐይነት ፡ ይከፈላል ፤ የቋንቋ ፡ ዐይነት ፡ ከስምና ፡ ከግብር ፡ እንዳይወጣ ፡ የግስም ፡ ዐይነት ፡ ከነዚህ ፡ ከ፪ቱ ፡ አይወጣም ። ገቢር ፡ ግስ ፡ ተሳቢና ፡ ተቀባይ ፡ ያለው ፥ ሥራው ፡ ካድራጊ ፡ ወደ ፡ ተደራጊ ፡ የሚያልፍ ፥ በተደራጊ ፡ ላይ ፡ የሚፈጸም ፡ ነው ። ምሳሌ ፤ ቀተለ ፡ ደምሰሰ ፥ ሰብሐ ፡ ወደሰ ፥ ባረከ ፡ ቀደሰ ፥ አኀዘ ፡ ገሠሠ ፥ ፈተወ ፡ ኀሠሠ ፥ ዘገነ ፡ ሐፈሠ ፥ ሠለሰ ፡ ሰደሰ ፤ እንደዚህ ፡ ያለ ፡ ይህን ፡ የመሰለ ፡ ኹሉ ፡ ገቢር ፡ ይባላል ።

፻፪ ፤ ዐጕል ፡ ግስ ፡ ግን ፡ ተሳቢ ፡ የሌለው ፥ ሥራው ፡ ከዚያው ፡ ካድራጊው ፡ የማይወጣ ፡ ባድራጊው ፡ ላይ ፡ ብቻ ፡ የሚፈጸም ፡ ነው ። ምሳሌ ፤ ሠነየ ፡ ቀደወ ፥ ምዕዘ ፡ ጼነወ ፥ ልህቀ ፡ ወርዘወ ፥ ጥሕረ ፡ ነቀወ ፥ ሞተ ፡ ሐይወ ፥ ቆመ ፡ ሖረ ፥ ሮጸ ፡ በረ ፥ ደክመ ፡ ነበረ ፥ ኖመ ፡ ንኅረ ፥ ነደ ፡ ቈረ ፤ እንደዚህ ፡ ያለ ፡ ይህን ፡ የመሰለ ፡ ኹሉ ፡ ዐጕል ፡ ይባላል ፤ ፈናፍንት ፡ እንደ ፡ ማለት ፡ ነው ። ተገብሮ ፡ እንዳይባል ፡ ሌላ ፡ ገባሪ ፡ የለውም ፤ ገቢር ፡ እንዳይባል ፡ ሌላ ፡ ተሳቢ ፡ የለውም ፤ አድራጊውም ፡ ተደራጊውም ፡ ርሱ ፡ ራሱ ፡ ስለ ፡ ኾነ ፥ ዐጓጕል ፡ ይባላል ። ፈናፍንታም ፡ ሰው ፡ ከወንድነት ፡ ይልቅ ፡ ወደ ፡ ሴትነት ፡ እንዲያደላ ፥ ይህም ፡ ከገቢር ፡ ይልቅ ፡ ወደ ፡ ተገብሮ ፡ ያደላል ፤ ቍጥሩም ፡ ከተገብሮ ፡ ነው ።

፻፫ ፤ ጠባዩ ፡ ግን ፡ እንደ ፡ ዳኛ ፡ የወል ፡ እንደ ፡ ምሰሶ ፡ የመካከል ፡ ኹኖ ፡ በገቢርና ፡ በተገብሮ ፡ ማኽል ፡ የቆመ ፡ ነው ፡ እንጂ ፤ ተገብሮን ፡ ብቻ ፡ ለይቶና ፡ አጥርቶ ፡

አያሳይም ፤ እንደ ፡ ብልዝ ፡ ዐይን ፡ ነው ። ከዚህ ፡ የተነሣ ፡ ብዙ ፡ መምህራን ፡ ስሙን ፡ ሐውልት ፡ ይሉታል ፤ ቅልቅል ፡ ወይም ፡ ቀዋሚ ፡ ማለት ፡ ነው ። ዕብራውያንም ፡ ዖሜድ ፡ ይሉታል ፤ ቀዋሚ ፡ ቅዉም ፥ ዐምድ ፡ ሐውልት ፡ ማለት ፡ ነው ፤ ምስጢሩ ፡ ግን ፡ ከዚያው ፡ ከጕልነት ፡ አይወጣም ። ኤውሮፖችም ፡ ዐጕል ፡ ሲሉ ፡ ነትር ፡ ይሉታል ፤ ዐጕል ፡ ማለት ፡ ቅርጽ ፡ ገጽ ፡ ማእዝን ፡ የሌለው ፥ ክብ ፡ እንክብል ፡ ድንብልብል ፥ የኳስ ፡ የኩብ ፡ ዐይነት ፡ ከካብ ፡ አይገባ ፡ ማለት ፡ ነው ።

፺፬ ፤ የርባታቸውም ፡ ሕጸጽና ፡ ምልአት ፡ እንዲህ ፡ ነው ፤ ማንኛውም ፡ ዐይነት ፡ ግስ ፡ ኹሉ ፡ በሕጸጽ ፡ ፩ም ፡ ፪ም ፡ ፫ም ፡ ፬ም ፡ ጸታ ፥ በምልአት ፡ ፭ ፡ ጸታ ፡ እየኾነ ፡ ይረባል ። ፩ ፡ ጸታ ፡ ከነ ፥ የመሰለው ፡ ኹሉ ። ፪ ፡ ጸታ ፥ ቤለ ፡ አበለ ፤ ዘንመ ፡ አዝነመ ፥ ይህን ፡ የመሰለ ። ፫ ፡ ጸታ ፥ ሐነጸ ፡ ተሐንጸ ፡ አሕነጸ ፤ ገብረ ፡ ተገብረ ፡ አግበረ ፤ የመሰለው ፡ ኹሉ ። ሥራና ፡ ሥራ ፡ አለሠሪ ፡ የማይደራረግ ፡ ስለ ፡ ኾነ ፥ ተሓነጸ ፡ ተጋበረ ፡ አይልም ፡ እንጂ ፤ አስተሓነጸ ፡ አስተጋበረ ፡ ማለት ፡ ይቻላል ። ፬ ፡ ጸታ ፡ ፈለሰ ፡ አፍለሰ ፡ ተፋለሰ ፡ አስተፋለሰ ፤ የመሰለው ፡ ኹሉ ። ፈለሰ ፡ ዐጕል ፡ የራሱ ፡ አድራጊ ፡ ስለ ፡ ኾነ ፡ ተፈልሰ ፡ አይብልም ፤ አድራጊውም ፡ አስደራጊነትን ፡ ደርቦ ፡ በ፪ ፡ ጸታ ፡ ይፈታል ፤ ይህም ፡ አፍለሰ ፡ ብሎ ፡ አፈለሰ ፡ አስፈለሰ ፡ እንዲል ፡ አአፍለሰ ፡ አአምጽአ ፡ እንዳይል ፡ ያሳያል ፤ ያጕል ፡ ግስ ፡ ኹሉ ፡ ጸታውና ፡ ዐምዱ ፥ መንገዱ ፡ አካኼዱ ፡ ይህ ፡ ነው ። በምልአት ፡ ፭ ፡ ጸታ ፤ ቀተለ ፡ አቅተለ ፡ ተቀትለ ፡ ተቃተለ ፡ አስተቃተለ ፤ የመሰለው ፡ ኹሉ ። ጸታ ፡ ያልነውም ፡ ዐምድ ፡ ይባላል ፤ ዐምድ ፡ አንቀጹን ፡ ጸታ ፥ አንቀጽ ፡ ተቀባዩን ፡ ያሳያል ።

፺፭ ፤ በነዚህ ፡ ባ፭ቱ ፡ አዕማድ ፡ ላይ ፡ ዐጕል ፡ ሲጨመር ፡ መላው ፡ አናቅጽ ፡ ፯ ፡ ይኾናሉ ፤ ከ፯ቱ ፡ ደግሞ ፡ ፫ ፡ ፫ቱ ፡ በጠባያቸው ፡ ፩ ፡ ፩ ፡ ወገን ፡ ኹነው ፡ ከ፪ ፡ ይከፈሉና ፡ ፪ ፡ ዐይነት ፡ እንደ ፡ መኾናቸው ፡ ገቢር ፡ ተገሮ ፡ ተብለው ፡ በ፪ ፡ ስም ፡ ይጠራሉ ፤ ገቢር ፥ ቀተለ ፡ አቅተለ ፡ አስተቃተለ ፤ ተገብሮ ፡ ፈለሰ ፡ ተቀትለ ፡ ተቃተለ ፡ ናቸው ። ይህም ፡ አከፋፈል ፡ የሰውን ፡ ትውልድ ፡ ሲቈጥሩ ፡ እናትን ፡ ትቶ ፡ ባባት ፡ ወገን ፡ ብቻ ፡ እንደ ፡ መቍጠር ፡ ነው ፤ ከናት ፡ ይልቅ ፡ ያባት ፡ ይጐላልና ። እንደዚህም ፡ ኹሉ ፡ ተቃተለና ፡ ፈለሰ ፡ ምንም ፡ ከተገብሮ ፡ ቢቈጠሩ ፡ ሥራቸውን ፡ ሰጭና ፡ ተቀባይ ፡ ናቸው ፡ እንጂ ፤ እንደ ፡ ተቀትለ ፡ ተቀባዮች ፡ ብቻ ፡ ስላልኾኑ ፡ ገቢርነትም ፡ አላቸው ፤ ከፈለሰም ፡ ይልቅ ፡ ተቃተለ ፡ እንደ ፡ ራብዕ ፡ ፊደል ፡ ከገቢርና ፡ ከተገብሮ ፡ ተፈቃቃሪ ፡ ነው ፤ ተቀትለም ፡ ቢኾን ፡ ቀምሎና ፡ ተነሥሮ ፡ ትክ ፡ ብሎ ፡ ሲያዩት ፡ ፈለሰን ፡ መስሎ ፡ ይገኛል ፤ እንደነሳአል ፡ እንደነይሁዳ ፡ ራሱን ፡ በራሱ ፡ የሚገድል ፡ ገዳይና ፡ ሟች ፡ አለና ። ዳግመኛም ፡ አንቀጽነታቸው ፡ በልማድ ፡ በአሥራው ፡ በመንታ ፡ መንገድ ፡ የሚኼድ ፡ ዘማችና ፡ ገሥጋሽ ፡ ስለ ፡ ኾነ ፡ ኀላፊና ፡ ትንቢት ፡ ተብሎ ፡ በ፪ ፡ ስልት ፡ ይነገራል ። ሦስተኛም ፡ አንቀጹ ፡ ገቢር ፡ ተሳቢው ፡ የባለቤት ፡ ገላ ፡ ኹኖለት ፡ ሰፍሐ ፡ እደዊሁ ፤ ከሠተ ፡ አፉሁ ፤ ኀፀበ ፡ ርእሶ ፤ አንጽሐ ፡ ነፍሶ ፡ እያሰኘ ፡ በግብረ ፡ ገብነት ፡ ሲነገር ፡ ስሙ ፡ ተመላሽ ፡ ሥራ ፡ ይባላል ። (ማስረጃ ፡ ተረት) ፤ ደንጊያ ፡ ቢያጕኑት ፥ ተመልሶ ፡ ዐናት ፤ ተንጋሎ ፡ ቢተፉ ፥ ተመልሶ ፡ ከፋ ።

፯ኛ ፡ ዕርከን ።

የርባታ ፡ መደብ ፡ ወይም ፡ ሰራዊት ።

፶፮ ፤ በባሕርይ ፡ ስም ፡ ፈንታ ፡ የአካል ፡ ስምና ፡ የስም ፡ ዐጸፋ ፡ እየኾኑ ፡ ስምነታቸው ፡ ሳይጠራ ፡ በዝርዝር ፡ ብቻ ፡ ፫ቱን ፡ አዕማድ ፡ በኀላፊና ፡ በትንቢት ፡ በወንድና ፡ በሴት ፡ በሩቅና ፡ በቅርብ ፡ ባንድና ፡ በብዙ ፡ ለይተው ፡ ዘርዝረው ፡ የሚያሳዩና ፡ የሚመሩ ፡ የርባታ ፡ መደቦች ፡ እንዳሠርቱ ፡ ቃላት ፡ ፲ ፡ ናቸው ። እነዚሁም ፥ ውእቱ ፡ እሙንቱ ፥ ይእቲ ፡ እማንቱ ፥ አንተ ፡ አንትሙ ፥ አንቲ ፡ አንትን ፥ አነ ፡ ንሕነ ፡ ይባላሉ ። ካሥሩ ፡ ደግሞ ፡ ፫ቱ ፡ ያንዳንድ ፤ ፫ቱ ፡ የብዙ ፤ ፬ቱ ፡ የወንዶች ፡ ብቻ ፤ ፬ቱ ፡ የሴቶች ፡ ብቻ ፤ ፪ቱ ፡ ግን ፡ አነና ፡ ንሕነ ፡ የወንድም ፡ የሴትም ፡ እየኾኑ ፥ ፬ቱ ፡ በሩቅ ፡ በሩቆች ፥ ፯ቱ ፡ በቅርብ ፡ በቅርቦች ፡ ይነገራሉ ። ዳግመኛም ፡ ዐይነታቸውና ፡ ቍጥራቸው ፡ ፪ ፡ ፪ ፡ ሲኾን ፡ ክፍላቸው ፡ ፫ ፡ ወገን ፡ ነው ፤ ዐይነት ፡ ወንድና ፡ ሴት ፥ ቍጥር ፡ አንድና ፡ ብዙ ፥ ክፍል ፡ ግን ፡ ቅርብና ፡ ሩቅ ፤ አነ ፡ ንሕነ ፡ ናቸው ። አነና ፡ ንሕነ ፡ ምንም ፡ ከቅርቦች ፡ ቢቈጠሩ ፡ ስማቸውንና ፡ ግብራቸውን ፡ እኔ ፡ እኛ ፡ እያሉ ፡ ራሳቸው ፡ የሚናገሩ ፥ ወንድና ፡ ሴት ፡ የሚያስተባብሩ ፡ ነባቢ ፡ ወነባብያን ፥ ነባቢት ፡ ወነባብያት ፡ ስለ ፡ ኾኑ ፥ በጠባያቸው ፡ ከ፰ቱ ፡ መደብ ፡ ይለያሉ ። የዘጠኙ ፡ ጥንትና ፡ መሠረት ፡ አባት ፡ እናታቸው ፡ ውእቱ ፡ ነው ፤ ዘጠኙ ፡ ኹሉ ፡ በደቂቅ ፡ ርባታ ፡ ካንድ ፡ ከውእቱ ፡ የወጡ ፡ ነባር ፡ ስሞችና ፡ ነባር ፡ አንቀጾች ፡ ስለ ፡ ኾኑ ፥ ከርሱ ፡ ጋራ ፡ እንደ ፡ ርሱ ፡ የርባታ ፡ መሠረት ፡ ኹነው ፡ ስማቸውን ፡ በዘመድ ፡ በባዕድ ፡ እየዘረዘሩ ፡ አንዱን ፡ አንቀጽ ፡ እስከ ፡ ፲ ፡ ያስረባሉ ።

፶፯ ፤ የስሞቻቸውም ፡ ዐጸፋ ፡ ወይም ፡ ዝርዝር ፡ ፫ቱ ፡ በዘመድ ፡ ፯ቱ ፡ በባዕድ ፡ ይነገራል ፤ ዘመድ ፡ ዝርዝር ፡ የ፫ቱ ፡ ብቻ ፡ የውእቱና ፡ የእሙንቱ ፡ የእማንቱ ፡ ፊደል ፡ ግእዝና ፡ ካዕብ ፡ ራብዕ ፡ መኾን ፡ ነው ፡ (ቀተለ ፡ ሉ ፡ ላ) ። ባዕድ ፡ ዝርዝር ፡ ግን ፡ ት ፡ (ቀተለት) ፡ በሩቂቱ ፡ ሴት ፡ በይእቲ ፡ ፈንታ ፤ የቀሩት ፡ ፯ቱ ፡ (ቀተል) ከ ፡ ኪ ፡ ኩ ፡ ክሙ ፡ ክን ፡ ነ ፥ በ፯ቱ ፡ ቅርቦች ፡ ተጨምረው ፡ አንተ ፡ አንቲ ፡ አነ ፡ አንትሙ ፡ አንትን ፡ ንሕነ ፡ በማለት ፡ ፈንታ ፡ ይነገራሉ ። ዐይነታቸው ፡ በወንድና ፡ በሴት ፥ ቍጥራቸው ፡ ባንድና ፡ በብዙ ፥ ክፍላቸው ፡ በሩቅና ፡ በቅርብ ፡ ተለይቶ ፡ በ፪ነት ፡ እንዲነገር ፤ ዝርዝራቸውም ፡ ዘመድና ፡ ባዕድ ፡ ተብሎ ፡ በ፪ ፡ ስሞች ፡ ይጠራል ። ባዕድ ፡ ያሰኘውም ፡ በየመድረሻቸው ፡ የሚጨመር ፡ ምእላድ ፡ ፊደል ፡ ነው ፤ ዝርዝርነትን ፡ መደብ ፡ አድርጎ ፡ ዐጸፋና ፡ ቅጽል ፡ ይኾናል ።

ዘመድ ፡ ዝርዝር ።		ባዕድ ፡ ዝርዝር ።
የሩቅ ፡ ወንድ ፤	ግእዝ ፡ ሳብዕ ፡ ካዕብ ።	ሁ ፡ ዎ ፡ ዮ ።
የሩቂቱ ፡ ሴት ፤	ት ፡ ራብዕ ።	ሃ ፡ ዋ ፡ ያ ።
የሩቅ ፡ ወንዶች ፤	ካዕብ ፡ ሳብዕና ፡ ሙ ።	ሆሙ ፡ ዎሙ ፡ ዮሙ ።
የሩቅ ፡ ሴቶች ፤	ራብዕ ፡ ሳብዕና ፡ ን ።	ሆን ፡ ዎን ፡ ዮን ። «ሙና ፡

ን ፡ እነዚህ ፡ ፪ቱ ፡ አብዢዎች ፡ ናቸው» ።

የቅርብ፡ ወንድና፡ ሴት፡ ያንድና፡ የብዙ፤ ክ፡ ኪ፡ ክሙ፡ ክን።
አነ፡ የሚሉ፡ የወንድና፡ የሴት፥ ነባቢ፡ ወነባቢት፤ ኒ፡ የ፡ ተ።
ንሕነ፡የሚሉ፡የወንዶች፡የሴቶች፥ነባብያን፡ወነባብያት፤ ነ።
ከ፡ ኒ፡ የ፡ ተ፡ ነ፥እነዚህ፡ ፊደሎች፡ ኹሉም፡ ሳቦችና፡ አቀራቦች፡ ይባላሉ።

የርባታን፡ መንገድ፡ ያንቀጽን፡ አካኼድ፡ የሚለዩና፡ የሚያስለዩ፥ጸዋትወ፡ ርባን፡ በየስልቱ፡ ለይተው፡ አጥርተው፡የሚያሳዩ፡ያውራው፡ትምርት፡ በግ፡ የርባ፡ ቅምር፡ ዐይኖችና፡ቀንዶች፡፯፡ ናቸው፡(ራእ፰፡ ፯)።እነዚሁም፡ አርእስት፥ሰራዊት፥ ዐመል፥ልማድ፥አዕማድ፥አሥራው፥ምእላድ፡(ወይም፡ ዝርዝር)፡ ይባላሉ፤ እስ ከዚህ፡ ርባ፡ ቅምር፡ ነው።

፪ኛ፡ ክፍል።

ጸዋትወ፡ ርባ፡

የሰዋስው፡ ሆድና፡ ዠርባ፤ ወርዱና፡ ቁመቱ፡ ስፋቱ፡ እንደ፡ ጽዮን፡ እንባ፥በየዋሁ፡ በዳዊት፡ ግንብና፡ በመሠሪው፡ በሰሎሞን፡ ቤት፡ ልክ፡ ተመሥርቶ፡ ስለ፡ ተገነባ፥ ፲፡ መደብ፡ ቁባት፡ የሚከት፡ ፹ውንም፡ የሚያገባ።

«ጃን፡ ደረባ፡ ዐዋጅ»።

የርባታና፡ ያንቀጽ፡ ስምና፡ ረድፍ።

፺፰፤ የርባታ፡ ስሞች፡እንዳገባብ፡ስሞች፡ ፫፡ ናቸው፤ ዐቢይና፡ ንኡስ፡ ደቂቅ፡ ይባላሉ፤ ዐቢይ፡ ርባታ፡ እስከ፡ ፹፡ አካል፡ የሚዘመት፡ የ፫ቱ፡ ፀበይት፡ አናቅጽ፡ የኀላፊና፡ የትንቢት፡ የትእዛዝ።ንኡስ፡ ርባታ፡ያ፰ቱ፡ ንኡሳን፡ አናቀጽ፤ እሊሁም፡ ዘንድና፡ አርእስት፥በዝና፡ ውስጠ፡ ዘ፥ሳቢ፡ ዘር፡ ናቸው። ደቂቅ፡ ርባታ፡ የጥሬ፡ ዘርና፡ የነባር፡ አንቀጽ፡ ነው። ንኡስ፡ አንቀጽ፡ ባስገኙነቱ፡ አባት፡ ዘር፡ እንዲባል፡ ኀላፊ፡ አንቀጽ፡ ደግሞ፡ የካልኣይና፡የሣልሳይ፡ በኵር፡ስለ፡ ኾነ፡ ቀዳማይ፡ ይባላል፤ የቀረውም፡ ጥሬ፡ በ፲፡ መደብ፡ የሚረባ፡ ኹሉ፥ንኡስና፡ደቂቅ፡ ይባላል፤ታናናሽ፡ ማለት፡ ነው።

፺፱፤ ባቢይ፡ ርባታ፡ ውስጥ፡ ፫፡ ጊዜ፡ አለ፤ ያለፈና፡ ያኹን፡ የሚመጣ፤ የዐ ቢይ፡ ርባታም፡ መንገድና፡ አካኼድ፡ ፬፡ ረድፍ፡ ነው። ፩ኛው፡ ረድፍ፥ቀተለ፡(ኀ ላፊ)፡ ገደለ።ይቀትል፡(ያኹንና፡ ትንቢት)፡ ይገድል።ይቅትል፡(ዘንድና፡ ትእዛዝ)፡ ይገድል፡ ዘንድ፥እንዲገድል፡ ሊገድል፤(ይቅትል)፡ ይግደል፡ እያለ፡ በመደበኛነት። ፪ኛው፡ረድፍ፡ቀተሎ፡ገደለው፤ይቀትሎ፡ ይገድለው፥ይቅትሎ፡ ይገድለው፡ ዘንድ፤ ይግደለው፡ እያሰኘ፡በዝርዝርነት።፫ኛው፡ረድፍ፥ቀቲሎ፡ሀለወ፥ገድሏል፡ ገድሎ፡

ነበር ፤ ይቀትል ፡ ሀሎ ÷ ይገድላል ፡ ይገድል ፡ ነበር ፤ ቀቲሎ ፡ የሀሉ ፡ ገድሎ ፡ ይኖር ፡ ዘንድ ÷ ገድሎ ፡ ይኑር ፡ እያሰኘ ፡ እስከ ፡ ፹ ፡ ይዘምታል ። የነዚህም ፡ የ፫ቱ ፡ ረድፎች ፡ ስም ፡ የዋህ ÷ መሠሬ ÷ ጽንዕ ፡ ይባላል ።

፷ ፤ ኸነ ፡ አለ ፡ ኖረ ፡ ነበረ ፡ የሚያሰኙ ፡ የጽንዕ ፡ አንቀጾች ፡ ፬ ፡ ናቸው ፤ ፬ቱ ፡ ዘማኞች ÷ ፬ቱ ፡ ነባሮች ፤ ዘማኞች ፡ ሀሎና ፡ ኮነ ÷ ነባሮች ፡ ውእቱና ፡ በ ፡ ሎ ፤ ቦና ፡ ሎ ፡ ፩ ፡ ወገን ፡ ናቸው ። ኮነ ፡ በትንቢት ፡ ብቻ ፡ ትርጓፅ ፡ እየኸነ ፡ በቀዳማይነት ፡ ይገባል ። ይህም ፡ ኮነ ፡ ይፈርህ ÷ ኮነ ፡ ይጐይይ ÷ ኮነ ፡ ይትኀበእ ፡ እያሰኘ ፡ ይፈራ ፡ ነበር ፡ ይሸሽ ፡ ይደበቅ ፡ ነበር ፡ ማለቱን ፡ ያሳያል ፤ ሀሎም ፡ ኮነ ፡ በገባበት ፡ ይገባል ። ትርአስ ፡ እየኸ ነም ፡ በካልአይነት ፡ ሲገባ ፡ ቀቲሎ ፡ ይከውን ÷ ይቀትል ፡ ይከውን ፡ እያሰኘ ፡ ጥያቄና ፡ ምኞት ፡ ይኾናል ። አለና ፡ ነበረ ÷ ወይም ፡ አልና ፡ ነበር ፡ ተብለው ፡ የሚፈቱ ፡ አና ቅጽ ፡ ኹሉም ፡ ጽንዕ ፡ ይባላሉ ፤ አልና ፡ ነበር ፡ በኀላፊ ፡ አንቀጽ ፡ ሲገቡ ÷ አል ፡ ጥቂት ፡ የቄየ ፡ የዘገየ ፡ ማእከላይ ፡ ጊዜ ፤ ነበር ፡ ግን ፡ በጣም ፡ ያለፈና ፡ የራቀ ፡ ረዥም ጊዜ ፡ ያሳያል ፤ በትንቢት ፡ አንቀጽም ፡ ሲገቡ ÷ ነገሩ ፡ የማይቀር ፡ የማይጠረጠር ÷ ርግጥና ፡ ቍርጥ ፡ መኾኑን ÷ ጥናቱን ፡ ብርታቱን ፡ ያሳያሉ ። ፬ኛው ፡ ረድፍ ፡ አ ሉታ ፡ ነው ፤ አሉታም ፡ በኹሉ ፡ ይገባል ። ኢቀቲል ፡ ሎት ፤ አለመግደል ። ኢቀተለ ፤ አልገደለ ÷ አልገደለም ፤ ኢይቀትል ÷ አይገድል ፡ አይገድልም ። ኢይቅትል ፡ እንዳይ ገድል ÷ ላይገድል ÷ ሳይገድል ። ኢይቅትል ፤ አይግደል ፡ እያሰኘ ፡ እስከ ፡ ፹ ፡ ይዘም ታል ። እስከዚህ ፡ ዐዋጅ ፡ ነው ።

፷፩ ፤ ከዚህ ፡ ቀጥለን ፡ የ፹ውን ፡ አርእስት ፡ ፲ሩን ፡ መደብ ፡ ፹ውም ፡ ሳይ ቀር ÷ ነገር ፡ ለማሳጠር ፡ ካልአይና ፡ ሣልሳይ ፡ ሳንጨምር ፡ በቀዳማይ ፡ ብቻ ፡ ከነሰራ ዊቱ ፡ እያቈራኘን ፡ እንጥፋለን ፤ በርባታ ፡ ጊዜ ፡ ዝርዝራቸው ፡ በቂ ፡ ስለ ፡ ኾነ ፡ ም ንም ፡ ስማቸው ፡ ባይፈለግ ፡ የርባታን ፡ መደብ ፡ ስሙን ፡ ጠርቶ ፡ ራሱን ፡ ቈርቶ ፡ ለመ ንገርና ፡ ለማሳየት ፡ ማቈራኘት ፡ ይገባልና ። የብዙ ፡ ወንድና ፡ የብዙ ፡ ሴት ፡ አንቀጽ ፡ (ዖቁ ፡ ዖቃ) ፡ በግእዝ ፡ ልዩ ፡ ልዩ ፡ ሲኾን ÷ ባማርኛ ፡ ልዩነት ፡ የለውም ፤ የሴቶቹም ፡ በወንዶቹ ፡ ስልት ፡ ዐወቁ ፡ ተብሎ ፡ ይፈታል ።

፷ኛ ፡ ዕርከን ።

ዐቢይ ፡ ርባታ ፡ ከነጓዙ ፡ ከናበጋዙ ።

፷፪ ፤ (አንዳንድ ፡ ሩቅና ፡ ቅርብ ፡ ወንድና ፡ ሴት) ፡ (ብዙዎች ፡ ሩቆችና ፡ ቅርቦች ፡ ወንድና ፡ ሴት) ።

ውእቱ ፡	ቀተለ ።	እሙንቱ ፡	ቀተሉ ።
ይእቲ ፡	ቀተለት ።	እማንቱ ፡	ቀተላ ።
አንተ ፡	ቀተልከ ።	አንትሙ ፡	ቀተልክሙ ።
አንቲ ፡	ቀተልኪ ።	አንትን ፡	ቀተልክን ።
(ነባቢ ፡ ት) ፡	(ወንድና ፡ ሴት) ፡	(ነባብያን ፡ ት) ፡	(ወንድና ፡ ሴት) ፡
አነ ፡	ቀተልኩ ።	ንሕነ ፡	ቀተልነ ።

ይህ ፡ ፲ሩ ፡ መደብ ፡ ባሥሩ ፡ አንቀጽ ፡ ኹሉ ፥ ወይም ፡ በ፴ው ፥ ገጻዩን ፡ ብቻ ፡ እንጂ ፥ የሻቹን ፡ አንድና ፡ ብዙነት ፥ ወንድና ፡ ሴትነት ፥ ቅርብና ፡ ሩቅነት ፡ የማይለይ ፡ ዕፍንና ፡ ጭፍን ፡ ድፍን ፡ ስለ ፡ ኾነ ፡ የዋህ ፡ ይባላል ፤ ሞኝ ፡ ማለት ፡ ነው ። ከዚህ ፡ ቀጥሎ ፡ የሚመጣው ፡ ፹ው ፡ አንቀጽ ፡ ግን ፡ ኹሉን ፡ ዘርዝሮ ፡ የሚያሳይ ፡ ጠቃሽ ፡ ስለ ፡ ኾነ ፡ ስሙ ፡ መሠሬ ፡ ይባላል ፤ ባላገባቦች ፡ ግን ፡ የዋሁን ፡ መሠሬ ፥ መሠሬውን ፡ የዋህ ፡ ይሉታል ። መሠሪም ፡ ያሰኘው ፥ ቀተሎ ፡ ብሎ ፡ በንዲት ፡ ቃል ፥ ገደለው ፡ ገደለበት ፡ ገደለለት ፡ እያሰኘ ፡ እንዳዝማሪ ፡ ግጥም ፡ ክፉና ፡ መልካም ፡ ማሳየት ፡ ነው ። ምሳሌ ፤ ትሰሙ ፡ እንደኾን ፡ የወንጌል ፡ ቃል ፥ አለ-መስጠት ፡ ያጸድቃል ።

፳፫ ፤ ሲዘረዝርም ፡ ፬ቱን ፡ ሩቆች ፡ ባ፲ ፡ ባ፲ ፡ ይዘረዝርና ፡ ከ፮ቱ ፡ ቅርቦች ፡ ፬ቱን ፡ በ፮ ፡ በ፮ ፥ ፪ቱን ፡ በ፰ ፡ በ፰ ፡ ይዘረዝራል ፤ ፹ ፡ መባሉ ፡ ስለዚህ ፡ ነው ። ለመሠሬ ፡ ርባታ ፡ ፫ ፡ አዝማችና ፡ ፫ ፡ መዝመቻ ፡ አለው ፤ አዝማች ፡ ፩ና ፡ ብዙ ፥ መዝመቻ ፡ ሩቅና ፡ ቅርብ ፡ ናቸው ። በ፩ኛው ፡ አዝማች ፡ አንዱ ፡ ፲ሩን ፡ በሩቅ ፡ በሩቅ ፥ ፮ቱን ፡ በቅርብ ፡ በቅርብ ፡ ይገድላል ፤ ሟቾች ፡ ፲፮ ፡ ገዳያቸው ፡ ፩ ። በ፪ኛው ፡ አዝማች ፡ ፲ሩ ፡ አንዱን ፡ በሩቅ ፡ በሩቅ ፥ ፮ቱ ፡ በቅርብ ፡ በቅርብ ፡ ይገድሉታል ፤ ሟች ፡ ፩ ፥ ገዳዮች ፡ ፲፮ ። በ፫ኛው ፡ አዝማች ፡ የሩቅና ፡ የቅርብ ፡ ጠቅላዮች ፡ አነ ፡ ንሕነ ፡ በዮች ፡ እነዚህ ፡ ፪ቱ ፥ ከ፰ቱ ፡ መደብ ፡ ፬ቱን ፡ ሩቆች ፡ በሩቅ ፡ በሩቅ ፥ ፬ቱን ፡ ቅርቦች ፡ በቅርብ ፡ በቅርብ ፡ ይገድላሉ ። ፪ ፡ ጊዜ ፡ ፰ ፡ ፲፮ ፡ ነው ፤ ፭ቱ ፡ ፲፮ ፡ ፹ ፡ ይባላል ። ግስ ፡ ኹሉ ፡ እንዲህ ፡ በ፫ ፡ አዝማች ፡ ባ፲ ፡ ሰራዊት ፡ በ፹ ፡ መደብ ፡ ሲረባ ፡ ፪፻፵ ፡ አንቀጽ ፡ ይኾናል ፤ ከዚሁ ፡ ደግሞ ፡ ፹ው ፡ ኀላፊ ፥ ፹ው ፡ ትንቢት ፥ ፹ው ፡ ትእዛዝ ፡ ይባላል ፤ ፫ቱ ፡ ፹ ፡ ፪፻፵ ፡ ነው ።

ዐሥሩ ፡ ሰራዊትና ፡ ሰማኒያው ፡ መደብ ።

ውእቱ) ፡ ቀተሎ ፤ ላ ፡ ሎሙ ፡ ሎን ። ቀተለከ ፡ ኪ ፡ ክሙ ፡ ክን ፡ ኒ ፡ ነ ፡ (፲) ።
አንተ) ፡ ቀተልከ ፤ ከ ፡ ከሙ ፡ ከን ፡ ከኒ ፡ ነ ፡ (፮) ።
እሙንቱ) ፡ ቀተልዎ ፤ ዋ ፡ ዎሙ ፡ ዎን ። ሉከ ፡ ኪ ፡ ክሙ ፡ ክን ፡ ኒ ፡ ነ ፡ (፲) ።
አንትሙ) ፡ ቀተልክምዎ ፤ ዋ ፡ ዎሙ ፡ ዎን ፡ ሙኒ ፡ ነ ፡ (፮) ።
ይእቲ) ፡ ቀተለቶ ፤ ታ ፡ ቶሙ ፡ ቶን ። ተከ ፡ ኪ ፡ ክሙ ፡ ክን ፡ ተኒ ፡ ነ ፡ (፲) ።
አንቲ) ፡ ቀተልኪዮ ፤ ያ ፡ ዮሙ ፡ ዮን ፡ ክኒ ፡ ክነ ፡ (፮) ።
እማንቱ) ፡ ቀተላሁ ፤ ሃ ፡ ሆሙ ፡ ሆን ። ላከ ፡ ኪ ፡ ክሙ ፡ ክን ፡ ኒ ፡ ነ ፡ (፲) ።
አንትን) ፡ ቀተልክናሁ ፤ ሃ ፡ ሆሙ ፡ ሆን ፡ ናኒ ፡ ናነ ፡ (፮) ።
አነ) ፡ ቀተልክዎ ፤ ዋ ፡ ዎሙ ፡ ዎን ። ኩከ ፡ ኪ ፡ ክሙ ፡ ክን ፡ (፰) ።
ንሕነ) ፡ ቀተልናሁ ፤ ሃ ፡ ሆሙ ፡ ሆን ። ናከ ፡ ኪ ፡ ክሙ ፡ ክን ፡ (፰) ።

የሩቅ ፡ ወንድና ፡ ሴት ፡ በዕዱ ፡ ዝርዝራቸው ፡ ወይም ፡ ዐጸፋቸው ፡ ሁ ፡ ሃ ፡ ስለ ፡ ኾነ ፥ ቀተልከ ፡ ከ ፡ ከሙ ፡ ከን ፡ በለው ፥ ቀተልከሁ ፡ ሃ ፡ ሆሙ ፡ ሆን ፡ ይላል ፤ ፍችው ፡ ፩ ፡ ነው ። ፈጠርከሆሙ ፡ ለመላእክት ። ወልድከ ፡ ዘቀበዕከሁ ፡ (ድጓ ። ግብ) ።

፳፬ ፤ ዳግመኛም ፡ በትናጋ ፡ የሚነገሩና ፡ ተወራራሽነት ፡ ያላቸው ፡ ፫ቱ ፡ ወንድማማች ፡ ፊደላት ፡ ገከቀ ፥ የግስ ፡ መድረሻ ፡ ሲኾኑ ፡ በ፮ቱ ፡ ቅርቦች ፡ ያለውን ፡ ከ ፡

ደጊመ ፡ ቃል ፡ እንደ ፡ መኾኑ ፥ ውጠውና ፡ ጕርደው ፡ እያጠበቁ ፡ ከመጣፍና ፡ ከመነ ገር ፡ በግድ ፡ ያስቀሩታል ። ይህም ፥ አንተ ፡ ኀደገ ፡ ሆከ ፡ ዖቀ ፤ አንቲ ፡ ኀደጊ ፡ ሆኪ ፡ ዖቂ ፤ አንትሙ ፡ ኀደግሙ ፡ ሆክሙ ፡ ዖቅሙ ፤ አንትን ፡ ኀደግን ፡ ሆክን ፡ ዖቅን ፤ አነ ፡ ኀደጉ ፡ ሆኩ ፡ ዖቁ ፡ እያሰኘ ፡ መዋጡንና ፡ መጥበቁን ፡ ያሳያል ። የቅርቡ ፡ ወንድና ፡ የሩቁ ፡ ወንድ ፥ ኀደገ ፡ ሆከ ፡ ዖቀ ፤ የእነና ፡ የሩቆቹም ፡ ወንዶች ፥ ኀደጉ ፡ ሆኩ ፡ ዖቁ ፤ ከመጥበቅና ፡ ከመላላት ፡ በቀር ፡ ሌላ ፡ መለዮ ፡ የለውም ። የርባታን ፡ ዐዋጅ ፡ ያላየ ፡ ያልሰማ ፡ ጣፊና ፡ አንባቢ ፡ ግን ፥ የሚጠብቀውን ፡ የቅርቡን ፡ ኀደገ ፡ ሆከ ፡ ዖቀ ፡ ከማ ይጠብቀው ፡ ከሩቁ ፡ ኀደገ ፡ ሆከ ፡ ዖቀ ፡ አጥብቆ ፡ ሊለየው ፡ አይችልም ። ወየው ፡ ለሰ ዋስው ፡ ትምርት ፥ የንባብና ፡ የትርጓሜ ፡ መብራት ፡ (ቊ፴) ።

፫፭ ፤ የሀለወና ፡ የሀሎም ፡ ርባታ ፡ እንዲህ ፡ ነው ፤ ፪ቱም ፡ እስከ ፡ ሣልሳይ ፡ ይረ ባሉ ። ሀሎ ፡ በ፯ ፡ ሰራዊት ፥ ውእቱ ፡ አንተ ፡ አንትሙ ፤ አንቲ ፡ አንትን ፥ አነ ፡ ንሕነ ፡ ባለው ፥ በነዚህ ፡ ሲረባ ፡ በቀዳማይ ፡ ብቻ ፡ ይገኛል ፤ ይህም ፡ ሀሎ ፡ ሀሎከ ፡ ሀሎ ክሙ ፡ ሀሎኪ ፡ ሀሎክን ፡ ሀሎኩ ፡ ሀሎነ ፡ እያለ ፡ በጕራጅነት ፡ መገኘቱን ፥ አለመታ ጣቱን ፡ ያሳያል ። ሀሎና ፡ ሀለወ ፡ ባ፲ ፡ ሰራዊት ፡ ሲረቡ ፡ በየፊታቸው ፡ ፲፭ ፡ ፲፯ ፡ አን ቀጽ ፡ ይኾኑና ፥ ሲደመሩ ፡ ፴፪ ፡ አንቀጽ ፡ ይኾናሉ ፤ ከሀሎ ፡ በቀር ፡ ፴ ፡ እንጂ ፡ ፴፪ ፡ የሚኾን ፡ የለም ፤ አረባቡና ፡ አኳኋኑም ፡ ይህ ፡ ነው ።

(ጕራጅ) ።		(ሥርው) ።	
፫ ፤	ሀሎ ፡ ይሄሉ ፡ የሀሉ ፡	፩ ፤	ሀለወ ፡
፫ ፤	ሀሎከ ፡ ትሄሉ ፡ ሀሉ ፡	፫ ፤	ሀለዊ ፡ ይሄልዊ ፡ የሀልዊ ፡
፩ ፤	ሀሎክሙ ፡	፫ ፤	ሀለውክሙ ፡ ትሄልዊ ፡ ሀልዊ ፡
፪ ፤	ትሄሉ ፡ ተሀሉ ፡	፩ ፤	ሀለወት ፡
፩ ፤	ሀሎኪ ፡	፪ ፤	ትሄልዊ ፡ ሀልዊ ፡
፩ ፤	ሀሎክን ፡	፫ ፤	ሀለዋ ፡ ይሄልዋ ፡ የሀልዋ ፡
፫ ፤	ሀሎኩ ፡ እሄሉ ፡ አሀሉ ፡	፫ ፤	ሀለውክን ፡ ትሄልዋ ፡ ሀልዋ ፡
፫ ፤	ሀሎነ ፡ ንሄሉ ፡ ነሀሉ ፤	፩ ፤	ሀለውነ ፤
ድምር ፡ ፲፭ ፡ አንቀጽ ።		ድምር ፡ ፲፯ ።	፲፭ና ፡ ፲፯ ፡ ፴፪ ።

በዝርዝር ፡ ግን ፡ እንደ ፡ ሌላው ፡ ኹሉ ፡ ነው ፡ እንጂ ፤ ልዩነት ፡ የለውም ።

፫፮ ፤ ሆበና ፡ ወሀበም ፡ ሲረቡ ፥ የሆበ ፡ አካኼድ ፡ እንደ ፡ ሆከና ፡ እንደ ፡ ሐረ ፡ በቆመ ፡ ቤት ፡ ነው ፤ የወሀበም ፡ እንደ ፡ ወሐከና ፡ እንደ ፡ ወዐለ ፡ በቀተለ ፡ ቤት ፡ ነው ። ይህም ፥ ሆዊብ ፡ ሆበ ፡ የሀውብ ፡ ይሁብ ። ውሂብ ፡ ወሀበ ፡ ይውህብ ፡ የሀብ ፡ ማለቱን ፡ ያሳያል ። መምህራን ፡ ግን ፡ ሆበን ፡ ከወሀበ ፡ አዛንቀው ፥ የሆበን ፡ ሣልሳይ ፡ ይሁብን ፡ ለወሀበ ፡ ካልኣይ ፡ አድርገው ፡ በይውህብ ፡ ፈንታ ፥ ወሀበ ፡ ይሁብ ፥ ወሀብከ ፡ ትሁብ ፥ ወሀብኩ ፡ እሁብ ፡ እያሉ ፡ አለመንገዱ ፡ ያረቡታል ። የቤለን ፡ ካልኣይ ፡ ይቤን ፡ ከብ ሀለ ፡ ደርበው ፡ ቀዳማይ ፡ አንቀጽ ፡ እንዳሉት ፤ የብሀለንም ፡ ትንቢት ፡ ይብልን ፡ ለይቤ ፡ እንደ ፡ ሰጡት ፤ ቀሐመንም ፡ ከቀምሐ ፡ ደርበው ፡ አለስሙና ፡ አለመልኩ ፡ አለዘይ

ቤው ፡ እንዲፈቱት ፥ ይህም ፡ እንደዚያ ፡ ነው ። የታላቁ ፡ ዳቦ ፡ የእእመረና ፡ የብህለ ፡ የይቤም ፡ ሊጥነት ፥ በትምርት ፡ አለመብሰሉ ፥ ያውም ፡ ያልተነፋ ፡ ዶቄት ፡ መኾኑ ፡ ባ፲፪ና ፡ ባ፲፫ ፡ በ፳፬ ፡ ቍጥር ፡ ተነግሯል ። የዐበይት ፡ አናቅጽ ፡ አካኼድና ፡ አረማመድ ፡ የርባታቸውም ፡ ጥርጊያ ፡ መንገድ ፡ ባጭር ፡ ቃል ፡ ይህ ፡ ነው ። የቀረውን ፡ በታላቁ ፡ ግስ ፡ ውስጥ ፡ በየፊደሉ ፡ ተመልከት ፤ ከዚህ ፡ ይልቅ ፡ በዚያ ፡ የተጣፈው ፡ ያጠግብኻል ።

፬ኛ ፡ ዕርከን ።

ንኡሳን ፡ አናቅጽ ።

፳፯ ፤ ከዐበይት ፡ አናቅጽ ፡ በኋላ ፡ ንኡሳን ፡ አናቅጽ ፡ ተብለው ፡ በንኡስ ፡ ርባታ ፡ የሚረቡ ፥ አስቀድመን ፡ ባ፺፰ ፡ ቍጥር ፡ የጣፍናቸው ፡ ዘንድና ፡ አርእስት ፥ ቦዝና ፡ ውስጠ ፡ ዘ ፥ ሳቢ ፡ ዘር ፡ ናቸው ፤ እነዚህ ፡ ፫ቱ ፡ ከመሳብ ፡ በቀር ፡ እንደ ፡ ፫ቱ ፡ ዐበይት ፡ አናቅጽ ፡ ነገር ፡ ሰብስበው ፡ የማያስሩ ፡ የማይጠቀልሉ ፡ ስለ ፡ ኾኑ ፡ ንኡሳን ፡ አናቅጽ ፡ ይባላሉ ። ዘንድ ፡ አንቀጽ ፡ በአነ ፡ በንሕነ ፡ ባራቱ ፡ ሩቆች ፥ በነዚህ ፡ በ፮ቱ ፡ ኹሉ ፡ ከትእዛዝ ፡ ጋራ ፡ ፩ ፡ ዐይነት ፡ ነው ፤ ከፊታት ፡ በቀር ፡ የንባብ ፡ ልዩነት ፡ የለውም ፤ ልዩነቱ ፡ ባ፬ቱ ፡ ቅርቦች ፡ ነው ፤ ባካኼዱ ፡ ኹሉ ፡ አሥራውን ፡ አይተውም ፤ ጠባዩም ፡ ሳቢና ፡ ተሳቢ ፡ እየኾነ ፡ የአንቀጽን ፡ ሥራ ፡ መግለጥ ፡ ነው ። ትእዛዝ ፡ ግን ፡ ከአነና ፡ ከንሕነ ፡ በቀር ፡ ባራቱ ፡ ቅርቦች ፥ ቅትል ፡ ሉ ፡ ሊ ፡ ላ ፡ እያለ ፡ አሥራውን ፡ ይተዋል ። ትእዛዝ ፡ አንቀጽ ፡ ትእዛዝ ፡ መኾኑ ፡ ወይም ፡ መባሉ ፡ ከላይ ፡ ወደ ፡ ታች ፡ ሲነገር ፡ ነው ፤ ከታች ፡ ወደ ፡ ላይ ፡ ሲነገር ፡ ግን ፡ ልመናና ፡ ጸሎት ፡ ይባላል ። የዘንድና ፡ የትእዛዝ ፡ ምስጢር ፡ ምንም ፡ ከትንቢት ፡ ባይወጣ ፥ ትእዛዝ ፡ የሚባል ፡ በቋንቋ ፡ ኹሉ ፡ ያ፬ቱ ፡ ብቻ ፡ ነው ፤ አንተ ፡ አንቲ ፡ አንትሙ ፡ አንትን ፡ ከሚባሉት ፡ ከነዚህ ፡ ካ፬ቱ ፡ በቀር ፡ በአነና ፡ በንሕነ ፡ ፊት ፡ ቁሞ ፡ የሚታዘዝ ፡ የለም ። ምክንያቱም ፡ ያራቱ ፡ ትእዛዝ ፡ አሥራውን ፡ ትቶ ፡ ብቻውን ፡ የሚኼድ ፥ የ፮ቱ ፡ ግን ፡ አላሥራው ፡ የማይኼድ ፡ ስለ ፡ ኾነ ፡ ነው ፤ ስማቸውም ፡ ሣልሳይና ፡ ትእዛዝ ፡ ተብሎ ፡ ይለያል ፤ ሣልሳይ ፡ ላሥሩ ፡ ኹሉ ፡ ይነገራል ፤ ትእዛዝ ፡ ግን ፡ ላ፬ቱ ፡ ብቻ ፡ ነው ።

፳፰ ፤ አባት ፡ ዘር ፡ ያልነው ፡ የታላቁም ፡ የንኡስ ፡ አንቀጽ ፡ ጠባይ ፥ ሙያውና ፡ ዐመሉ ፥ ስሙም ፡ ዘርና ፡ አርእስት ፡ መባሉ ፥ አዘራዘሩና ፡ አረባቡ ፡ ሳይቀር ፡ ከኹሉ ፡ አስቀድሞ ፡ በመዠመሪያው ፡ ክፍል ፡ ባ፫ኛ ፡ ቍጥር ፤ ከዚያም ፡ በኋላ ፡ በ፪ኛው ፡ ክፍል ፡ በብዙ ፡ ቦታ ፡ ተነግሯል ፤ አኹንም ፡ ወደ ፡ ፊት ፡ በንኡስ ፡ ርባታ ፡ ይመጣል ። የዘንድና ፡ የሣልሳይ ፡ ዐመል ፡ ከርእስት ፡ በፊት ፡ መነገሩ ፥ ስላናቅጽ ፡ ተራ ፡ ነው ፡ እንጂ ፤ ስለ ፡ ማዕርጉ ፡ አይዶለም ፤ በስምና ፡ በማዕርግስ ፡ አርእስት ፡ ይቀድማል ።

፳፱ ፤ ቦዝ ፡ አንቀጽ ፡ እንደ ፡ ንኡስ ፡ አንቀጽ ፡ ከያዕማዱ ፡ ሲወጣ ፡ ቀቲሎ ፡ አቅቲሎ ፡ ተቀቲሎ ፥ ተቃቲሎ ፡ አስተቃቲሎ ፡ እያለ ፡ መድረሻውን ፡ ሳብዕ ፡ ያደርግና ፡ አንቀጽነቱ ፡ ቦዘንተኛ ፡ ሰነፍ ፡ ስለ ፡ ኾነ ፥ መዊቶ ፡ ሐይወ ፡ ቀዲሖ ፡ ከዐወ ፡ እያለ ፥ ሌላ ፡ አንቀጽ ፡ በመሳብ ፡ ቸልታ ፡ ኹኖ ፡ ይቀራል ። ሀለወንና ፡ ውእቱን ፡ ሲስብ ፡ ግን ፡ ባ፺፱ ፡

ቍጥር ፡ እንደ ፡ ተባለ ፥ ቦዝነቱ ፡ ጽንዕ ፡ እየኾነለት ፡ ፀቀዳማይነት ፡ ይዘምታል ፤ ይህም ፡ ቀቲሎ ፡ ሀለወ ፡ ወይም ፡ ቀቲሎ ፡ ውእቱ ፤ ቀቲላ ፡ ይእቲ ፡ ቀቲልየ ፡ አነ ፥ ቀቲለነ ፡ ንሕነ ፡ እያሰኘ ፥ ገድለናል ፡ ገድለን ፡ ነበር ፡ ማለቱን ፡ ያሳያል ።

፹ ፤ ፫ኛም ፡ ዐበይት ፡ አገባቦች ፡ አመ ፡ ሰበ ፡ ድኅረ ፡ እንዘ ፡ በሚገቡባቸው ፡ በዐበይት ፡ አናቅጽ ፡ ፈንታ ፡ ወተወሊዶ ፡ ወተጠሚቆ ፡ ወጸቢሐ ፡ ወቀቲሮ ፡ ወመስዮ ፡ ወምሴተ ፡ ከዊኖ ፥ ወከዊኖ ፡ መንፈቀ ፡ ሌሊት ፡ እያለ ፡ በወ ፡ ከፋይነት ፡ ይገባና ፡ በመሸ ፡ ጊዜ ፡ ከመሸ ፡ በኋላ ፥ ሲመሽ ፡ መሽቶ ፡ ሳለ ፡ እያሰኘ ፡ እንዳበይት ፡ አናቅጽ ፡ ይፈታል ። ሲረባም ፡ እንዳበይት ፡ አናቅጽ ፡ በሥሩ ፡ መደብ ፥ ቀቲሎ ፡ ላ ፡ ለከ ፡ ለኪ ፡ ልየ ። ቀቲሎሙ ፡ ሎን ፡ ለክሙ ፡ ክን ፡ ለነ ፡ ካለ ፡ በኋላ ፥ ቀቲሎሁ ፡ ሃ ፡ ሎከ ፡ ኪ ፡ ሎየ ። ቀቲሎሆሙ ፡ ሆን ፡ ሎክሙ ፡ ክን ፡ ሎነ ፡ ብሎ ፤ ቅርቡንም ፡ ቀቲለከሁ ፡ ሃ ፡ ከሆሙ ፡ ሆን ፡ ከኒ ፡ ከነ ፡ እያሰኘ ፡ እስከ ፡ ፲፫ ፡ ይዘምታል ፤ ከ፳ቱ ፡ ንኡሳን ፡ አናቅጽ ፡ ከዘንድና ፡ ከቦዝ ፡ ከ፪ቱ ፡ በቀር ፡ እስካሥር ፡ ብቻ ፡ እንጂ ፡ እስከ ፡ ፲፫ ፡ የሚወጣ ፡ የለም ።

ውስጠ ፡ ዘና ፡ መስም ።

፹፩ ፤ ሠራተኛ ፡ አካል ፡ በሥራው ፡ የሚጠራባቸው ፡ ስሞች ፡ ኹሉ ፡ በውስጣቸው ፡ ዘ ፡ እንተ ፡ እለ ፡ ስላሉባቸው ፡ ኹሉም ፡ ውስጠ ፡ ዘ ፡ ተብለው ፡ ለተጸውዖና ፡ ለተቀብዖ ፡ ለባሕርይ ፡ ስም ፡ ኹሉ ፡ በቅጽልነት ፡ ወይም ፡ በበቂነት ፡ ይነገራሉ ፤ ቅጽል ፡ በለቤት ፡ አከል ፡ ነውና ። የውስጠ ፡ ዘም ፡ ዐይነት ፡ ፫ ፡ ነው ፤ ሣልስና ፡ ሳድስ ፡ ማእከል ። ሣልስ ፡ ውስጠ ፡ ዘ ፡ ከ፫ቱ ፡ አዕማድ ፡ ይወጣል ። መስም ፡ ደግሞ ፡ የሣልስ ፡ ድርብ ፡ እየኾነ ፡ ከተገብሮ ፡ በቀር ፡ ካራቱ ፡ አዕማድ ፡ ይወጣል ፤ ይህም ፡ ቀታሊ ፡ መቅትል ፥ አቅታሊ ፡ መቅተሊ ፥ ተቃታሊ ፡ አስተቃታሊ ፡ መስተቃትል ፡ ብሎ ፥ በሌላውም ፡ አንቀጽ ፡ ሐዋሪ ፡ ሐዋርያ ፥ ከያኒ ፡ ኬንያ ፥ ገሣጺ ፡ መገሥጽ ፥ ኰናኒ ፡ መኰንን ፡ እያለ ፡ ሌላውን ፡ ስም ፡ ኹሉ ፡ ያሳያል ። ቀቲል ፡ ሥራ ፥ ቀታሊ ፡ ሠራተኛ ፡ ወይም ፡ የሠራተኛ ፡ ስም ፤ ቀትል ፡ የሥራው ፡ ስም ፤ ምቅታል ፡ ምስትቅታል ፡ የቦታና ፡ የመሣሪያ ፡ ስም ፡ ይኾናል ።

፹፪ ፤ ሳድስ ፡ ውስጠ ፡ ዘ ፡ ከተገብሮና ፡ ከሐውልት ፡ ይወጣል ፤ ገቢርና ፡ አግብሮ ፡ በሣልስ ፡ ቅጽል ፡ ላይ ፡ መስም ፡ እንዲደርቡ ፡ ተገብሮና ፡ ሐውልት ፡ ፪ቱ ፡ ደግሞ ፡ ተቀታሊ ፡ ቅቱል ፥ ተቀዳሲ ፡ ቅዱስ ፥ መዋቲ ፡ ምዉት ፥ ፈላሲ ፡ ፍሉስ ፡ እያሰኙ ፡ ፪ቱንም ፡ ዐይነት ፡ በሣልስ ፡ በሳድስ ፡ ያስኬዳሉ ፤ ሣልስና ፡ ሳድስ ፡ ያሰኛቸው ፡ መጨረሻቸው ፡ ነው ። ምእላዳቸው ፡ ትና ፡ ን ፡ አንድና ፡ ብዙ ፡ ወንድና ፡ ሴት ፡ ብቻ ፡ የሚለዩ ፥ ሩቅና ፡ ቅርብ ፡ የማይለዩ ፡ ብልዞች ፡ ስለ ፡ ኾኑ ፤ ፳ቱ ፡ በአነ ፡ በንሕነ ፡ እየቀኑ ፡ ፫ ፡ ፫ቱ ፡ በንዳንድ ፡ ንባብ ፡ ተጠቅልለው ፡ በ፮ ፡ በ፮ ፡ ይፈታሉ ። ይህም ፡ ውእቱ ፡ አንተ ፡ አነ ፥ ቀታሊ ፤ አው ፡ ቅቱል ። እሙንቱ ፡ አንትሙ ፡ ንሕነ ፥ ቀታልያን ፤ አው ፡ ቅቱላን ። ይእቲ ፡ አንቲ ፡ አነ ፥ ቀታሊት ፤ አው ፡ ቅትልት ። እማንቱ ፡ አንትን ፡ ንሕነ ፥ ቀታልያት ፤ አው ፡ ቅቱላት ፡ እያለ ፡ መኼዱን ፡ ያሳያል ።

፸፫ ፤ ማእከል ፡ ውስጠ ፡ ዘ ፡ ሣልስና ፡ ሳድስ ፡ ቀላቅሎ ፡ ሣልሱን ፡ አማክሎ ፡ በሊኅ ፡ ኃን ፡ ኃት ÷ በላኅ ። ሐዲስ ፡ ሳን ፡ ሳት ÷ ሐዳስ ። ዐቢይ ፡ ያን ፡ ያት ÷ ዐባይ ። ጸሊም ፡ ማን ፡ ማት ÷ ጸላም ። ጠቢብ ፡ ባን ፤ ጠባብ ፡ ባት ። ነዊኅ ፡ ኃን ÷ ነዋኅ ፡ ኃት ፡ እያለ ፡ አንዳንድ ፡ ጊዜም ፡ ሣልሱን ፡ በራብዕ ፡ ለውጦ ፡ ወንድና ፡ ሴት ፡ እያስተባበረ ፡ ነቋር ፡ ጸጓር ፡ ፀዋግ ። ሳያስተባብርም ፡ ዋሕድ ፡ ሕያው ፡ ክዋው ÷ ጻድቅ ፡ ኃጥእ ÷ ራትዕ ፡ ባዕድ ፡ ላእክ ፡ ኄር ፡ ዬጋን ፡ እያለ ፡ ይኼዳል ። ከሣልስና ። ከማእከል ፡ ከ፪ቱ ፡ የሚወጣ ፡ መድበል ÷ ቀተልት ÷ ነደቅት ÷ ጸወርት ÷ ገበርት ÷ ዐበይት ÷ ጠቢብት ÷ ቀደ ምት ÷ ደኅርት ፡ ዐቀብት ÷ ኖሎት ÷ ነዋልው ፤ እንደዚህ ፡ ያለ ፡ ይህን ፡ የመሰለ ፡ ውስጠ ፡ ዘ ፡ ስም ÷ ብዙዎቹን ፡ ወንዶችና ፡ ሴቶች ፡ ያስተባብራል ፤ መድበል ፡ መባሉ ፡ ስለ ዚህ ፡ ነውና ።

ሳቢ ፡ ዘሮች ።

፸፬ ፤ የሳቢ ፡ ዘር ፡ ዐይነትና ፡ ስም ፡ እንደ ፡ ንኡስ ፡ አንቀጽ ፡ ፪ ፡ ነው ፤ ለ፪ ቱም ፡ አንቀጽነትና ፡ ጥሬነት ፡ አላቸው ፤ ስማቸውም ፡ ሳድስና ፡ ኃምስ ፡ ይባላል ። ፩ኛው ፡ ዐይነት ፡ እንደ ፡ ፪ኛው ፡ ንኡስ ፡ አንቀጽ ፡ ትን ፡ ምእላድ ፡ አድርጎ ፡ ከቀተ ለና ፡ ከሰራዊቱ ፡ ቤት ፡ ቅትለት ÷ ሕንጸት ÷ ግብረት ፡ እያለ ፡ አርእስቶቹን ፡ ቀቲሎት ንና ፡ ሐኒጾትን ፡ ገቢሮትን ፡ መስሎ ፡ ይወጣል ፤ ከንኡስ ፡ አንቀጽ ፡ የሚለየው ፡ መካ ከሉን ፡ ግእዝ ፡ ማድረግና ፡ በሳድስ ፡ ብቻ ፡ መነሣት ፡ ነው ፤ ወና ፡ የ ፡ ባሉበት ፡ ግስ ፡ ግን ፡ ቈመት ፡ ሢመት ፡ እያለ ፡ በካዕብ ፡ በሣልስ ፡ ይነሣል ። ሳቢነቱም ፡ መደበኛ ፡ አን ቀጹ ፡ እንደ ፡ ቀተለ ፡ ገቢር ፡ ይኹንና ፡ ካድራጊና ፡ ከተደራጊ ፡ አንቀጽ ፡ ሲወጣ ፡ ነው ፤ ይህም ፡ ቅትለት ፡ ብሎ ፡ መግደል ÷ መገደል ÷ አገዳደል ÷ ገዳይነት ÷ ተገዳይነት ÷ ግድያ ፡ ትግል ፡ እያሰኘ ፡ ሳቢነቱን ፡ መደብ ፡ አድርጎ ፡ ጥሬነቱንም ፡ ያሳያል ።

፸፭ ፤ የወጣበት ፡ አንቀጽ ፡ እንደ ፡ ቆመና ፡ እንደ ፡ ጥሕረ ፡ ዐኰልና ፡ ሐውልት ፡ ሲኾን ፡ ግን ፡ ሳቢነት ፡ የለውም ፤ ይህም ፡ ጥሕረት ፡ ብሎ ÷ መጮኽ ፡ አጯጯኽ ÷ ጯኺ ነት ÷ ጩኸት ፡ ያሰኛል ፡ እንጂ ፤ ማስጮኽ ፡ አሰኝቶ ፡ ሌላ ፡ ጯኺ ፡ አይስብም ። ጥሕ ረትን ፡ የመሰለ ፡ ኹሉ ፡ ብህለት ፡ ብዕለት ፡ ክህለት ፡ ንኀለት ፡ እያለ ፡ እንደዚህ ፡ ይፈ ታል ። ባላገባቦች ፡ ግን ፡ ሳቢ ፡ ዘር ፡ ፩ ፡ ዐይነት ፡ ብቻ ፡ እንደ ፡ ኾነ ÷ ያውም ፡ ከ፫ቱ ፡ ሰራ ዊት ፡ ከቀተለና ፡ ከገብረ ÷ ከነበ ፡ ከሜመ ÷ ከቆመ ፡ ቤት ፡ በቀር ፡ ከሌሎች ፡ አናቅጽ ፡ እንዳይወጣ ፡ ወስነው ፡ ይናገራሉ ፤ ውሳኔያቸውም ፡ የመላ ፡ የግምት ፡ የነሲብ ፡ ነው ፡ እንጂ ÷ ድርስና ፡ ቍርጥ ፡ ቃል ፡ አይዶለም ፤ ድርሱና ፡ ቍርጡስ ፡ ይህ ፡ ያለፈውና ፡ የሚመጣው ፡ ነው ።

፸፮ ፤ ፪ኛው ፡ ዐይነት ፡ ሳቢ ፡ ዘር ፡ ደግሞ ፡ እንደ ፡ መዠመሪያው ፡ ንኡስ ፡ አን ቀጽ ፡ ምእላድ ፡ ሳይጨምር ፡ መድረሻውን ፡ ኃምስ ፡ አድርጎ ፡ ከቀተለ ፡ በታች ፡ ካሉት ፡ ከ፮ቱ ፡ አርእስት ÷ ቀዳሴ ፡ ቡራኬ ፡ ዲጋኔ ፡ ኑላዌ ፡ ድንጋዌ ፡ ምህራኬ ፡ እያለ ፡ ሳቢነቱን ፡ ሳይለቅ ፡ ዘመድ ፡ ዘር ፡ ኹኖ ፡ ይወጣል ። አፈታቱም ፡ እንደ ፡ ቅትለትና ፡ እንደ ፡ ጥሕ ረት ፡ ነው ፤ ድንጋጌ ፡ ጥሕረትን ÷ የቀሩት ፡ ቅትለትን ፡ ይመስላሉ ። ስብሐ ፡ ተሰብሐ ፡

ብሎ ፡ ስባሔ ፡ ከ፪ቱ ፡ አንቀጽ ፡ ይወጣል ፤ ፍችውም ፡ ሳቢና ፡ ተሳቢ ፥ ጥሬ ፡ ዘርነት ፡ ነው ። ሳቢ ፥ ማመስገን ፡ አመሰጋገን ፡ አመስጋኝነት ። ተሳቢ ፥ መመስገን ፡ ምስጉንነት ፡ ተመስጋኝነት ። ጥሬ ፥ ምስጋና ፡ ክብር ፤ የክብር ፡ ብርሃን ፡ ያሰኛል ፤ አንዱ ፡ ቃል ፡ ስባሔ ፡ ባፈታቱ ፡ ከሰብሖና ፡ ከተሰብሖ ፡ ከስብሐት ፡ እንዲገጥም ፡ አስተውል ።

፫፻፯ ፤ ከዊን ፡ ኮነ ፡ ካለውም ፡ ክዋኔ ፡ ኩነት ፡ ይልና ፥ መኾን ፡ አኳኋን ፡ ኋኝነት ፡ ኹነታ ፡ ባሕርይ ። ሀልዎ ፡ ሀለወ ፡ ካለውም ፡ ህላዌ ፡ ይልና ፥ መኖር ፡ መገኘት ፥ አኗ ምር ፡ ኑሮ ፡ እያሰኘ ፡ ሌላውን ፡ ኹሉ ፡ ያሳያል ። ሥግዎ ፡ ሠገወ ፡ ተሠገወ ፡ ካለውም ፡ ሥጋዌ ፡ ይልና ፥ ሥጋ ፡ መኾን ፥ ሥጋ ፡ መልበስ ፡ መግዘፍ ፥ ሥጋነት ፡ ሥግውነት ፤ ግዘፍ ፡ ዕበይ ፥ የሥጋ ፡ ባሕርይ ፡ ያሰኛል ፤ እነትና ፡ መኾን ፡ ፩ ፡ ወገን ፡ ናቸው ። ሳቢና ፡ ተሳቢ ፡ መኾኑ ፡ ከገቢርና ፡ ከተገብሮ ፡ አንቀጽ ፡ ሲወጣ ፡ ነው ፤ ከሐውልት ፡ አንቀጽ ፡ ሲወጣ ፡ ግን ፥ ንኡስነትና ፡ ጥሬነት ፡ ብቻ ፡ እንጂ ፡ ሳቢ ፡ ዘርነት ፡ የለውም ። ያ፫ቱ ፡ ንኡሳን ፡ አናቅጽ ፡ ጠባይና ፡ ስም ፤ የንኡስ ፡ ርባታ ፡ መቅድም ፡ እስከዚህ ፡ ነው ።

፲ኛ ፡ ዕርከን ።

ንኡስ ፡ ርባታ ፡ የዐቢይ ፡ ተረፍ ፡ የደቂቅ ፡ ጾታ ።

፫፻፰ ፤ ከ፫ቱ ፡ ንኡሳን ፡ አናቅጽ ፥ ዘንድ ፡ አንቀጽና ፡ ቦዝ ፡ አንቀጽ ፡ እነዚህ ፡ ፪ቱ ፡ እስከ ፡ ፲ ፡ አካል ፡ እንዲረቡ ፥ ከንኡስ ፡ ርባታ ፡ እንዳይገቡ ፡ በ፩ኛው ፡ ቍ ፡ ተነግሯል ፤ ባ፲ ፡ መደብ ፡ ብቻ ፡ ተወስነው ፡ በንኡስ ፡ ርባታ ፡ የሚረቡ ፡ ፫ ፡ አናቅጽ ፡ ናቸው ፤ አርእስት ፥ ውስጠ ፡ ዘ ፥ ሳቢ ፡ ዘር ። ያርእስት ፡ ዐይነቶች ፡ (ቀቲል ፡ ቀቲሎት) ፡ እንደ ፡ ሳቢ ፡ ዘሮች ፡ (ኩነት ፡ ክዋኔ) ፡ መንታ ፡ ስለ ፡ ኾኑ ፡ በመንታ ፡ መንገድ ፡ ይኼ ዳሉ ፤ አካኼዳቸውም ፡ ይህ ፡ ነው ፤ (ቀቲል) ፡ ቀቲልሁ ፡ ሃ ፡ ሆሙ ፡ ሆን ። ቀቲልከ ፡ ኪ ፡ ክሙ ፡ ክን ፤ ቀቲልየ ፡ ልነ ፡ መግደላችን ። ከ፲ሩ ፡ መደብ ፡ አነ ፡ ባለው ፡ ብቻ ፡ አር እስትና ፡ ቦዝ ፡ ይገጥማሉ ፤ ከፈታት ፡ በቀር ፡ የንባብ ፡ ልዩነት ፡ የላቸውም ፤ ይህም ፡ ቀቲልየ ፥ መግደሌ ፤ ቀቲልየ ፥ ገድዬ ፤ ገቢርየ ፡ ነቢብ(ር)የ ፡ ጥሒርየ ፡ እያለ ፡ ከቀደሰና ፡ ከባረከ ፡ በቀር ፡ በቀተለና ፡ በሰራዊቱ ፡ ቤት ፡ መግጠሙን ፡ ያሳያል ።

፫፻፱ ፤ (ቀቲሎት) ፡ ቀቲሎቱ ፡ ታ ፡ ቶሙ ፡ ቶን ። ቀቲሎትከ ፡ ኪ ፡ ክሙ ፡ ክን ፤ ትየ ፡ ትነ ። የገቢር ፡ ተሳቢም ፡ ሲኾን ፥ ቀቲለ ፡ ቀቲሎተ ፥ ቀቲሎቶ ፡ ተከ ፡ ተኪ ፡ ተ ክሙ ፡ ተክን ፡ ተነ ፡ እያሰኘ ፡ እነዚህን ፡ ፯ቱን ፡ ብቻ ፡ ይለውጣል ። የቀሩትም ፡ ያራቱ ፡ አዕማድ ፡ አርእስት ፤ አቅትሎሁ ፡ ቱ ፤ ተቀትሎሁ ፡ ቱ ፤ ተቃትሎሁ ፡ ቱ ፤ አስተቃት ሎሁ ፡ ቱ ፡ እያሰኘ ፡ ባ፲ ፡ ባ፲ ፡ መደብ ፡ ይረባል ። ፩ኛውን ፡ መንገድ ፡ ከጥቂት ፡ ሰዎች ፡ በቀር ፡ ኹሉ ፡ አያውቀውም ። የቦዝም ፡ ርባታ ፡ እንዲሁ ፡ ነው ፤ መዠመሪያ ፡ ካሥር ፡ መደብ ፡ ዐልፎ ፡ በራሱ ፡ ብቻ ፡ እስከ ፡ ፲ ፡ መዝመቱን ፥ ፪ኛም ፡ ሀሎን ፡ በመሳብ ፡ ጽንዕ ፡ እየኾነ ፡ በቀዳማይና ፡ በዘንድ ፡ በሣልሳይ ፡ ኹሉ ፡ መግባቱን ፡ የሚያውቅ ለት ፡ የለም ፡ (ቍ፫፻፱ና ፡ ፩) ።

፲ ፤ ሣልስ ፡ ውስጠ ፡ ዘ ፡ (ቀታሊ ፡ ሊት ፡ ልያን ፡ ያት) ።
ቀታሊሁ ፡ ሃ ፡ ሆሙ ፡ ሆን ፤ ሊከ ፡ ኪ ፡ ክሙ ፡ ክን ፤ ሊየ ፡ ሊነ ።

ቀታልያኒሁ፡ሃ፡ሆሙ፡ሆን፤ ኒከ፡ንኪ፡ኒክሙ፡ክን፤ ንየ፡ኒነ።
ቀታሊቱ፡ታ፡ቶሙ፡ቶን፤ትከ፡ኪ፡ክሙ፡ክን፤ትየ፡ትነ ።
ቀታልያቲሁ፡ሃ፡ሆሙ፡ሆን፤ ቲከ፡ትኪ፡ቲክሙ፡ክን፤ትየ፡ቲነ። ዳግመኛም፡ ከአዕማድና፡ከመስም፥አንጻሒ፡መንጽሒ፤ አጽናዒ፡መጽንዒ፤አቅታሊ፡መቅተሊ፤ አስተፍሣሒ፡መስተፍሥሒ፡እያለ፡የሚገኝ፡ሣልስ፥ ኹሉም፡እንደዚህ፡ይረባል።

፹፩፤ ሳድስ፡ውስጠ፡ዘ፤ (ቅቱል፡ላን፡ላት፡ትልት) ።
ቅቱሉ፡ላ፡ሎሙ፡ሎን፤ ልከ፡ኪ፡ክሙ፡ክን፤ ልየ፡ልነ ።
ቅቱላኑ፡ና፡ኖሙ፡ኖን፤ ንከ፡ኪ፡ኒክሙ፡ክን፤ንየ፡ንነ። አው፡
ቅቱላኒሁ፡ኒሃ፡ሆሙ፡ሆን፤ ኒከ፡ንኪ፡ኒክሙ፡ክን፤ ንየ፡ኒነ ።
ቅትልቱ፡ታ፡ቶሙ፡ቶን፤ ትከ፡ኪ፡ክሙ፡ክን፤ ትየ፡ትነ ።
ቅቱላቱ፡ታ፡ቶሙ፡ቶን፤ ትከ፡ኪ፡ትክሙ፡ክን፤ ትየ፡ትነ። አው፡
ቅቱላቲሁ፡ሃ፡ሆሙ፡ሆን፤ ቲከ፡ትኪ፡ቲክሙ፡ክን፤ ትየ፡ቲነ። መስም፡ያል ነውም፡በሣልስ፡ሲጨርስ፡እንደ፡ሣልሱ፥ በሳድስ፡ሲጨርስ፡እንደ፡ሳድሱ፡ይኼ ዳል፤ ሌላውም፡የውስጠ፡ዘ፡ድርብ፥ ብዑድ፡ባዕድ፤ ልኡክ፡ላእክ፥የመሰለው፡ ኹሉ፡በዘመድ፡በባዕድ፡ይረባል ።

፹፪፤ ሳድስና፡ኃምስ፡ሳቢ፡ዘር፡(ኵነት፡ክዋኔ)፤ ቅትለት ።
ቅትለቱ፡ታ፡ቶሙ፡ቶን፤ ትከ፡ኪ፡ክሙ፡ክን፤ ትየ፡ትነ። በዝቶም፡ሲዘረዝር፤ ቅትለታቲሁ፡ ይልና፡ በምእላድ፡ላይ፡ምእላድ፡ጨምሮ፡ስያፍና፡ባዕድ፡እየኾነ፡ ገቢር፡ተገብሮ፡ይከታል።የቀረውም፡ጥሬና፡ነባር፥ፊደሉ፡ፊደላቲሁ፥መጽሐፉ፡ መጻሕፍቲሁ፡እያለ፡በዘመድ፡በባዕድ።በባዕድም፡ብቻ፡አቡሁ፡አበዊሁ፥አፉሁ፡ አፈዊሁ፡እያለ፡ይዘረዝራል፤ ነገርን፡ነገር፡እየሳበው፡ከዚህ፡ደረስን፡እንጂ፥የጥ ሬና፡የነባር፡ነገር፡ኋላ፡በየክፍሉ፡ይመጣል። ኃምስ፡ሳቢ፡ዘር፤ ቅዳሴሁ፡ ቡራኬሁ፡ዲጋኔሁ፡እያሰኘ፡በዝቶም፡ሲዘረዝር፤ቅዳስያቲሁ፤ቡራክያቲሁ፡ዲጋን ያቲሁ፡እያለ፡እንደ፡ቀታሊና፡እንደ፡መቅተሊ፡ይኼዳል ።

፲፩ኛ፡ዕርከን ።

ደቂቅ፡ርባታና፡ነባር፡አንቀጽ፡ባለብዙ፡ሕጸጽ ።

፹፫፤ ንኡስ፡ርባታ፡የዐቢይ፡ተረፍ፡እንዲባል፥ደቂቅ፡ርባታም፡የንኡስ፡ ቅሬታ፡ይባላል፤ አካኼዱም፡በጥሬ፡ዘር፡ዐመል፡እየረባ፥በአንቀጽ፡ዐመል፡ ሩቅና፡ቅርብ፡አንድና፡ብዙ፡ወንድና፡ሴት፡የሚለይ፡ነው።ነባር፡አንቀጽም፡ የጥሬ፡ዘር፡ዐይነት፡ነውና፤ ከቀዳማይ፡በቀር፡ካልኣይ፡ሣልሳይ፡ስለሌለው፡ ደቂቅ፡ርባታ፡ይባላል። የነባር፡አንቀጽም፡ዐይነትና፡ክፍል፡እንደ፡ዘማች፡አን ቀጽ፡፪፡ነው፤ ጽድቅና፡አሉታ፤ ጽድቅ፡አንቀጽ፥ውእቱ፡በ፡ሎ፤ አሉታ፡አን ቀጽ፥አከ፡ሐሰ፡ኢ፡ናቸው።እነዚህም፡፮ቱ፡አናቅጽ፡ሲረቡና፡ሲዘረዝሩ፥፫ቱ፡ ጽድቆች፡በየራሳቸው፥፫ቱ፡አሉቶች፡በለ፡ተዘርዝረው፡ኹሉም፡እንደ፡ጥሬ፡ ባ፲፡ባ፲፡መደብ፡ይረባሉ ።

፻፬፤ ውእቱ፡ሁ፡ከተባለው፡ከሩቁ፡ዝርዝር፡ስለ፡ወጣ፣ መደበኛ፡የሩቅ፡አንቀጽ፡ኹኖ፡ሲገሰስና፡ሲረባ፤፲፡መደብ፡ሲኾን፣አረባቡና፡አፈታቱ፡ይህ፡ነው።

፩፤ ውእቱ፤ ነው፤ ኾነ፤ አለ፤ ኖረ፤ ነበረ ።
፪፤ ይእቲ፤ ነች፤ ናት፤ ኾነች፤ አለች፤ ኖረች፤ ነበረች ።
፫፤ ውእቶሙ፤ አው፡ እሙንቱ፤ ናቸው፤ ኾኑ፤ አሉ፤ ኖሩ፤ ነበሩ ።
፬፤ ውእቶን፤ አው፡ እማንቱ፤ ዝኒ፡ ከማሁ ።
፭፤ አንተ፤ ነኽ፤ ኾንክ(ኽ)፤ አለኽ፤ ኖርኽ፤ ነበርኽ ።
፮፤ አንቲ፤ ነሽ፤ ኾንሽ፤ አለሽ፤ ኖርሽ፤ ነበርሽ ።
፯፤ አንትሙ፤ ናችኹ፤ ኾናችኹ፤ አላችሁ፤ ኖራችኹ፤ ነበራችኹ ።
፰፤ አንትን፤ ዝኒ፡ ከማሁ ።
፱፤ አነ፤ ነኝ፤ ኾንኹ፤ አለኹ፤ ኖርኩ፤ ነበርኩ፡ ኹ ።
፲፤ ንሕነ፤ ነን፤ ነነ፤ ኾነ፤ አለነ፤ ኖርነ፤ ነበርነ፡ ን ።

ውእቶሙና፡ እሙንቱ፣ ውእቶንና፡ እማንቱ፡ አንዳንድ፡ ወገን፡ ናቸው፤ ዘማቾቹም፡ ነውና፡ ኾነ፡ አለና፡ ኖረ፡ አንድ፡ ወገን፡ ናቸው፤ነበረም፡ የኖረ፡ ጽንዕ፡ነው ።

፻፭፤ ባላገባቦች፡ ግን፡ በነዚህ፡ ባሥሩ፡ አናቅጽ፡ ላይ፡ ይኖራል፡ ይኑር፡ እያሉ፡ ፲፡ ካልአይ፡ ፲፡ ሣልሳይ፡ ጨምረው፣ ፴፡ አናቅጽ፡ ይሉና፤ ፴ውን፡ ደግሞ፡ ከብትን፡ ጋራ፡ በየዋህ፡ በ፪፡ ጸታ፣ በመሠሬ፡ በ፬፡ ጸታ፡ እያረቡ፡ ፪፻፵፡ አንቀጽ፡ ያደርጉታል ። የየዋህ፡ ርባታም፡ አካኼድ፡ በንደኛው፡ ጸታ።

ዘመዱ፡ ውእቱ፤ ዘመዱ፡ አንተ፤ ዘመዱ፡ አነ ።
ዘመዱ፡ ይእቲ፤ ዘመዱ፡ አንቲ፤ » »
አዝማዱ፡ ውእቶሙ፤ አዝማዱ፡ አንትሙ፤ አዝማዱ፡ ንሕነ።
አዝማዱ፡ ውእቶን፤ አዝማዱ፡ አንትን፤ እያሰኘ፤ በ፪ኛውም፡

አካኼድ፡ ዘመዱ፡ ውእቱ፤ ዘመድከ፡ ውእቱ፤
ዘመዳ፡ ውእቱ፤ ዘመድክሙ፡ ውእቱ፤
ዘመዶሙ፡ ውእቱ፤ ዘመድክን፡ ውእቱ፤
ዘመዶን፡ ውእቱ፤ ዘመድየ፡ ውእቱ፤
ዘመድኪ፡ ውእቱ፤ ዘመድነ፡ ውእቱ፤ እያሰኘ፤ ሩቅ፡ ሩቆቹን፡ በ፲፡ በ፲፣ ቅርብ፡ ቅርቦቹን፡ በ፮፡ በ፮፤ አነና፡ ንሕነን፡ በ፰፡ በ፰፡ ዘርዝሮ፡ ከንደኛው፡ ጸታ፡ ፪፻፵፡ አንቀጽ፤ ከ፪ኛውም፡ ፪፻፵፡ አንቀጽ፡ ያስገኛል ።

፻፮፤ የመሠሬ፡ ርባታም፡ አካኼድ፡ ባንድ፡ ጸታ፡ ብቻ፡ እየረባ፡ ባራት፡ ማዕርጋት፡ ይከፈላል፤ አከፋፈሉም፡ ይህ፡ ነው፤ ሩቅና፡ ቅርብ፡ ወንድ፣ ፩፡ ክፍል ። ቅርቦችና፡ ሩቆች፡ ወንዶች፣ ፩፡ ክፍል ። ሩቂቱና፡ ቅርቢቱ፡ ሴት፣ ፩፡ ክፍል ። ቅርቦችና፡ ሩቆች፡ ሴቶች፡ ፩፡ ክፍል፡ ናቸው፤ መንገዳቸውም፡ ሩቅና፡ ቅርብ፡ መዘመድ፡ ብቻ፡ ነው ። አራቱ፡ ክፍሎች፡ እንዲህ፡ ባንድ፡ አዝማች፡ (ጸታ)፡ ባራት፡ ማዕርጋት፣ በመሠሬ፡ ርባ፡ እየረቡ፡ ፪፻፵፡ አንቀጽ፡ ይኾናሉ ። ከንደኛው፡ ማዕ

ርግ፡ ፹፯ ። ከኹለተኛው፡ ፳፬ ። ከሦስተኛው ፡ ማዕርግ ፡ ፶፩ ። ካ፬ኛው፡ ፴፫ ፡ አን ቀጽ ፤ ድምር፡ ፩፻፵ ። በነዚህ፡ ላይ፡ ደግሞ፡ የአነና ፡ የንሕነ ፡ ፳፬ ፡ አንቀጽ፡ ሲጨ መር፡ መላው፡ ፩፻፷፬ ፡ አናቅጽ፡ ይኾናሉ ።

፹፯፤ ውእቱ፡ ግን፡ እንደ ፡ ዘማች ፡ አንቀጽ ፡ ካልኣይ ፡ ሣልሳይ ፡ የሌለው ፡ እውነተኛ፡ ነባር፡ ነውና ÷ አንቀጽነቱ ፡ ቀዳማይ ፡ ብቻ ፡ ስለ ፡ ኾነ ፡ ካ፲ ፡ መደብ ፡ ዐልፎ፡ እስከ፡ ፹፡ ለመዝመት፡ ይህን፡ ኹሉ፡ ትብትብ፡ ይሸከም፡ ዘንድ ÷ የዘማች፡ አንቀጽ፡ ኀይል፡ የለውም ፤ ተማሮችም፡ የትብትቡ፡ አፈታት ÷ ንባብ ፡ አልባ ÷ ቢከ ፍቱ፡ ተልባ፡ ስለ፡ ኾነባቸው፡ ስሙን፡ የፈታና፡ ደንጊያ ፡ ይሉታል ። በንና ፡ ሎን፡ ደግሞ፡ እንደ፡ ውእቱ፡ ካልኣይ፡ ሣልሳይ፡ ጨምረው፡ በየዋህና፡ በመሠሪ፡ ርባታ፡ እያረቡ፡ ፩፻፵፡ አንቀጽ፡ ያደርጓቸዋል ፤ ማስረጃ፡ ምስክር ፡ የላቸውም ። ውእቱና፡ ሀሎ፡ ሳይገቡበት፡ ነጠላውን፡ አንቀጽ ÷ ቀተለ፡ ይቀትል፡ ያለውን፡ ገድሏል፡ ገድሎ፡ ነበር ፤ ይገድላል፡ ይገድል፡ ነበር፡ እያሉ፡ ያልተነበበውን፡ በጽንዕ፡ አፈታት፡ እንዲ ፈቱ ÷ ይህም፡ እንደዚያ፡ ነው ።

፹፰፤ ነ፡ ደግሞ፡ በነባርነቱ፡ሲረባ፡ አገባብና ፡ አንቀጽ ፡ ይኾናል ፤ አገባብ ÷ ናሁ፡ነዋ ÷ እንሆ ። አንቀጽ ÷ ነዮ፡ (ያ፡ዮሙ፡ዮን ፤ ነየከ፡ኪ፡ክሙ፡ክን፡ነየ፡ነየነ) ÷ እንሆት፡ ይኸው ፡ ከዚህ ፡ አለ ። ፮ኛም ፡ እንሆለት ÷ ይኸውለት ÷ ከዚህ ፡ አለለት ፡ ያሰኛል ።

፹፱፤የዘ፡እንተ፡እለም፡ደቂቆች፡እነዝኩ፡ዝስኩ፡በ፰፡መደብ፡ሲረቡ፡ጭብጥ፡ አንቀጽና፡ ጭብጥ፡ ቅጽል፡ ናቸው፤ምስጢራቸውም፡ ማሳየትና፡ማመልከት፡ ነው ፤ አማሬ፡ እንደ፡ ማለት ። ከ፰ቱ፡ ደግሞ፡፬ቱ፡የቅርብ፡ሩቆች ÷ ፬ቱ፡የቅርብ፡ ቅርቦች፡ ናቸው ። አነና፡ ንሕነ፡ የሏቸውም ፤ አኹን፡ በዚህ ፡ ዕርከን፡ የሚነገር፡ አንቀጽነታ ቸው፡ ብቻ፡ ነው ።

(የቅርብ፡ ሩቆች) ።

ዝኩ፡ ዝስኩ ፡ ዝክቱ ፤	ያው፡ ያውና ፤ ያ፡ ነው ።
እንትኩ፡እንታክቲ ፤	ያቻት፡ ያችው ÷ ያችውና ፤ ያች፡ ናት ።
እልኩ፡ እልክቱ ፤	እኒያው፡ እኒያውና ፤ እኒያ፡ እነዚያ፡ ናቸው ።
እልከን፡እልክቶን ፤	ዝኒ፡ ከማሁ ።

(የቅርብ ፡ ቅርቦች) ።

ዝ፡ ዝንቱ ፤	ይኸው፡ ይኸውና ፤ ይህ፡ ነው ።
ዛ፡ ዛቲ ፤	ይችው፡ ይችውና ፤ ይህች፡ ይች፡ ይቺ፡ ናት ።
እሉ፡ እሎንቱ ፤	እኒሁ፡ እኒሁና ፤ እኒህ፡ እነዚህ፡ ናቸው ።
እላ፡ እሎን፡ እላንቱ ፤	ዝኒ፡ ከማሁ ።

ቅጽልነታቸው፡ ኋላ፡ በ፲፫ኛ ፡ ዕርከን ፡ ይነገራል ፡ (ቍ፻፲፰) ። ዝኩ፡ እንትኩ፡ እልኩ፡ ማለት፡ ዘከሃ፡ እንተ፡ ከሃ፡ እለ፡ ከሃ፡ ማለት፡ እንደ፡ ኾነ፡ አስተውል ።

፺ ፤ ቦ ፡ አልቦ ፡ ሎ ። በና ፡ ለ ፡ ባንድ ፡ ጊዜ ፡ አንቀጽና ፡ አገባብ ፡ እየ ኾኑ ፡ ከው
እቱ ፡ እስከ ፡ ንሕነ ፡ በሉት ፡ ባሥሩ ፡ ሰራዊት ፡ ሲዘረዘሩና ፡ ሲረቡ ፣ አንቀጽነታቸው ፡
አገባብነቱን ፡ አይለቅም ፤ የበና ፡ የሎ ፡ ፍች ፡ መለዮው ፡ ይህ ፡ ነው ፤ በ ፡ በበነቱ ፡ ቁሞ ፡
ለም ፡ በለነቱ ፡ ቁሞ ፡ መፈታት ። አልቦም ፡ የቦ ፡ አሉታ ፡ ነው ፤ አል ፡ ደግሞ ፡ በኢ ፡
ፈንታ ፡ ገብቶ ፡ የተጣፈ ፡ የኢ ፡ ተውላጥ ፡ ነው ፤ አሉታነቱም ፡ ያማርኛና ፡ የዕብራይ
ስጥ ፡ እንጂ ፣ የግእዝ ፡ አይዶለም ፤ ይኸውም ፡ ሊታወቅ ፡ ከቦ ፡ በቀር ፡ በሌላ ፡ አንቀጽ ፡
ገብቶ ፡ አይገኝም ። ቀተለ ፡ ብሎ ፡ ኢቀተለ ፡ ማለት ፡ ጽድቅና ፡ አሉታ ፡ እንደ ፡ ኾነ ፣
ቦ ፡ ብሎም ፡ ኢቦ ፡ በማለት ፡ ፈንታ ፡ አልቦ ፡ ማለት ፡ ጽድቅና ፡ አሉታ ፡ ነው ፤ ርባታ
ውም ፡ ከሎ ፡ ተለይቶ ፡ በየዋህና ፡ በመሠሪ ፡ በጽድቅ ፡ ባሉታ ፡ ይረባል ፡ (ቍ፺፬) ።

(የዋህና ፡ ጽድቅ) ። (ኀላፊና ፡ ጽንዕ) ።

፺፩ ፤ ቦ ፡ ውእቱ ፤ ርሱ ፡ አለ ፤ ኖረ ፤ ኑሯል ፤ ነበረ ።
ቦ ፡ ይእቲ ፤ ርሷ ፡ አለች ፤ ኖረች ፤ ኑራለች ፤ ነበረች ።
ቦ ፡ ውእቶሙ ፤ ርሳቸው ፡ አሉ ፤ ኖሩ ፤ ኑረዋል ፤ ነበሩ ።
ቦ ፡ ውእቶን ፤ ዝኒ ፡ ከማሁ ።
ቦ ፡ አንተ ፤ በቁሙ ፡ አለኽ ፤ ኖርኽ ፤ ኑረኻል ፤ ነበርኽ ።
ቦ ፡ አንቲ ፤ አንቺ ፡ አለሽ ፤ ኖርሽ ፤ ኑረሻል ፤ ነበርሽ ።
ቦ ፡ አንትሙ ፤ እናንተ ፡ አላችኹ ፤ ኖራችኹ ፤ ኑራችኋል ፤ ነበራችኹ ።
ቦ ፡ አንትን ፤ ዝኒ ፡ ከማሁ ።
ቦ ፡ አነ ፤ እኔ ፡ አለኹ ፤ ኖርኹ ፤ ኑሬያለኹ ፤ ነበርኹ ።
ቦ ፡ ንሕነ ፤ እኛ ፡ አለን ፤ ኖርን ፤ ኑረናል ፤ ነበርን ፡ ን ።

አሉታውንም ፤ አልቦ ፡ ብለኽ ፣ የለም ፤ አልኖረም ፤ አልነበረም ። የለችም ፤ አልኖረ
ችም ፤ አልነበረችም ፡ እያልኽ ፡ ኹሉን ፡ እንዲህ ፡ ፍታ ።

(ዝርዝር) ። (አፈታት) ።

፺፪ ፤ ቦ ፡ ቦቱ ፤ አለው ፤ አለበት ፤ ኖረው ፤ ኖረበት ፤ ኑሮታል ፤ ኑሮበ
ታል ፤ ነበረበት ፤ በርሱ ።
ባ ፡ ባቲ ፤ አላት ፤ አለባት ፤ ኖራት ፤ ኖረባት ፤ ኑሯታል ፤ ኑሮባታል ፤
ነበረባት ፤ በርሷ ።
በሙ ፡ (ቦቶሙ) ፤ አላቸው ፤ አለባቸው ፤ ኖራቸው ፤ ኖረባቸው ፤ ኑሯቸ
ዋል ፤ ኑሮባቸዋል ፤ ነበረባቸው ፤ በርሳቸው ።
በን ፡ (ቦቶን) ፤ ዝኒ ፡ ከማሁ ።
ብከ ፤ አለኽ ፤ አለብኽ ፤ ኖረኽ ፤ ኖረብኽ ፤ ኑሮኻል ፤ ኑሮብኻል ፤
ነበረብኽ ፤ ባንተ ።
ብኪ ፤ አለሽ ፤ አለብሽ ፤ ኖረሽ ፤ ኖረብሽ ፤ ኑሮሻል ፤ ኑሮብሻል ፤
ነበረብሽ ፤ ባንች ።

ብክሙ ፤	አላችኹ ፤ አለባችኹ ፤ ኖራችኹ ፤ ኖረባችኹ ፤ ኑሯች ኋል ፤ ኑሮባችኋል ፤ ነበረባችኹ ፤ በናንተ ።
ብክን ፤	ዝኒ ፡ ከማሁ ።
ብየ ፤	አለኝ ፤ አለብኝ ፤ ኖረኝ ፤ ኖረብኝ ፤ ኑሮኛል ፤ ኑሮብኛል ፤ ነበረብኝ ፤ በኔ ።
ብነ ፤	አለን ፤ አለብን ፤ ኖረን ፤ ኖረብን ፤ ኑሮናል ፤ ኑሮብናል ፤ ነበረብን ፤ በኛ ።

አሉታውንም ፤ አልቦ ፡ አልቦቱ ፡ ብለኽ ፥ የለውም ፤ የለበትም ፤ አልኖረውም ፤ አልኖ ረበትም ፤ አልነበረበትም ፡ እያልኽ ፡ ኹሉን ፡ እንዲህ ፡ ፍታ ። አልባ ፤ አልባቲ ፤ አልበሙ ፤ አልቦን ። አልብከ ፡ ኪ ፡ ክሙ ፡ ክን ፡ የ ፡ ነ ።

፺፫ ፤ ሉ ፡ ሎቱ ፤	ለርሱ ፥ አለው ፤ አለለት ፤ ኖረለት ፤ ነበረለት ፤ ይገባል ፤ ይገባዋል ።
ላ ፡ ላቲ ፤	ለርሷ ፥ አላት ፤ አለላት ፡ ኖረላት ፤ ነበረላት ፤ ይገባል ፤ ይገባታል ።
ሎሙ ፡ ሎቶሙ ፤	ለርሳቸው ፥ አላቸው ፤ አለላቸው ፤ ኖረላቸው ፤ ነበረላ ቸው ፤ ይገባ(ቸዋ)ል ።
ሎን ፡ ሎቶን ፤	ዝኒ ፡ ከማሁ ።
ለከ ፤	ላንተ ፥ አለኽ ፤ አለልኽ ፤ ኖረልኽ ፤ ነበረልኽ ፤ ይገባል ፤ ይገባኻል ።
ለኪ ፤	ላንች ፥ አለሽ ፤ አለልሽ ፤ ኖረልሽ ፤ ነበረልሽ ፤ ይገባል ፤ ይገባሻል ።
ለክሙ ፤	ለናንተ ፥ አላችኹ ፤ አለላችኹ ፤ ኖረላችኹ ፤ ነበረላችኹ ፤ ይገባል ፤ ይገባችኋል ።
ለክን ፤	ዝኒ ፡ ከማሁ ።
ልየ ፡ ሊተ ፤	ለኔ ፥ አለኝ ፤ አለልኝ ፤ ኖረልኝ ፤ ነበረልኝ ፤ ይገባል ፤ ይገባኛል ።
ለነ ፤	ለኛ ፥ አለን ፤ አለልን ፤ ኖረልን ፤ ነበረልን ፤ ይገባል ፤ ይገባናል ።

፺፬ ፤ ጽድቅ ፡ አንቀጽ ፡ የሚሰማባቸው ፡ የነባር ፡ ዲቃሎች ፡ ወይም ፡ በዞች ፤ እወና ፡ አሆም ፡ ውስጠ ፡ ውእቱዎች ፡ ናቸውና ፥ በጥያቄና ፡ በትእዛዝ ፡ ጊዜ ፡ የጽ ድቅ ፡ ተሰጦ ፡ ስለ ፡ ኾኑ ፡ ቀኍጥራቸውና ፡ ክፍላቸው ፡ ከውእቱ ፡ ነው ፤ ንኡስ ፡ አገባ ብም ፡ ይኾናሉ ። እወ ፤ አዎን ፥ እውነት ፡ ነው ፤ ወይም ፡ እውነት ፥ በውነት ፡ እያሰኘ ፡ ምስክርነትን ፡ ያሳያል ፤ የያዙቱን ፡ ነገር ፡ ለማጽደቅ ፡ እንደ ፡ መሐላ ፡ ነው ። እወ ፡ ው እቱ ፥ እወ ፡ ይእቲ ፡ እያለ ፡ እስከ፲ ፡ ይዘምታል ፤ እወ ፡ እግዚኦ ፥ እወ ፡ አባ ፥ እወ ፡ ከመ ፡ ዝ ፡ እያለ ፡ በገባበት ፡ ኹሉ ፡ ውእቱን ፡ ያሰማል ። በጥያቄም ፡ ጊዜ ፡ ተሰጦ ፡ ሲኾን ፡ ባሉ ታና ፡ በጽድቅ ፡ ይገባል ፤ ይህም ፡ ኢመጽአኑ ፡ ምትኪ ፥ እወ ፡ ኢመጽአ ፤ ዳግንኑ ፡ አ ቡኪ ፥ እወ ፡ ዳግን ፡ ማለቱን ፡ ያሳያል ። አሆ ፡ ማለትም ፡ አንቀጽ ፡ ስለ ፡ ኾነ ፥ በብ

ሂል ፡ ተሰበ ፡ ዕሺ ፡ በጎ ፡ ይኹን ፡ እያሰኘ ፡ በይቤ ፡ ዝርዝር ፡ ይረባል ፤ ይህም ፡ አሆ ፡ ይቤ፥አሆ ፡ ትቤ፥አሆ ፡ በልዎ ፡ እያለ ፡ በብሂል ፡ መዝመቱን ፡ ያሳያል ። በጥሬነቱም ፡ የጥሬ ፡ ተሰጠ ፡ እየ'ኾነ ፡ አቤቶ ፡ ሆይ፥እሜቶ ፡ ሆይ ፤ ወይም ፡ ባጭር ፡ ቃል፥አቤት ፡ እመት ፡ ያሰኛል ፤ ሁ ፡ የተባለው ፡ የሩቁ ፡ ዝርዝር ፡ ከአ ፡ ጋራ ፡ ገጥሞ ፡ አሆ ፡ ስለ ፡ ተ ባለ፥እንዲህ ፡ በ፪ ፡ ስልት ፡ ይፈታል ።

፺፫ ፤ ሦስቱ ፡ አሉቶች ፡ ደግሞ ፡ አኮና ፡ ሐሰ ፡ ኢ ፡ ፭ ፡ ወገን ፡ ናቸው ፤ አኮ ፡ ባ፲ ፡ ሰራዊት ፡ እየገባ ፡ እንደ ፡ በ ፡ በ'ኹሉ ፡ ይፈታል ። ይህም ፡ አኮ ፡ ውእቱ ፤ አኮ ፡ ይእቲ ፤ አኮ ፡ አንትሙ ፤ አኮ ፡ ንሕነ ፡ እያሰኘ ፡ በወንድና ፡ በሴት ፡ ባንድና ፡ በብዙ ፡ በሩቅና ፡ በቅርብ ፡ መዝመቱን ፡ ያሳያል ። አፈታቱም፥ነው ፡ 'ኾነ ፡ አለ ፡ ኖረ ፡ ነበረ ፡ ያለውን ፡ ያነኑ ፡ የውእቱን ፡ ጽድቅ፥አይዶለም ፡ አል'ኾነም፥የለም ፡ አልኖረም ፡ አልነበረም ፡ እያሉ ፡ መለወጥና ፡ መገልበጥ ፡ ማስተባበል ፡ ነው ። ፪ኛም ፡ አኮ ፡ በቱ ፡ አኮ ፡ ሎቱ ፡ እያለ ፡ በበና ፡ በለ ፡ ሲዘምት፥በርሱ ፡ ለርሱ ፡ ተብሎ ፡ ይፈታል ። ፫ኛም ፡ አኮ ፡ አኮ ፡ ብሎ ፡ በድጊም ፡ ሲነገር ፡ እንኳን ፡ እንኳን፥ወይም ፡ አል'ኾነም ፡ አይ'ኾንም ፡ እያሰኘ ፡ አካቶ ፡ ፈጽሞ ፡ ጭራሽ ፡ ማለትን ፡ ያሳያል ።

፺፬ ፤ ሐሰ ፡ ከሐሰወ ፡ የተከፈለ ፡ ነው ፤ ሀሎ ፡ ከሀለወ፥ነዐ ፡ ከነዐወ ፡ እንደ ፡ ተከ ፈሉ ፤ ሐሰንና ፡ ነዐን ፡ ነባር ፡ ያሰኛቸው ፡ ወን ፡ መጕረድና ፡ ሕገ ፡ ወጥነት ፡ ነው ። ሐሰ ፡ ዘርነት ፡ ስላለው ፡ ባፈታቱ ፡ 'ኹሉ፥ሐሰት ፡ ውሸት፥አይዶለም ፤ አል'ኾነም ፤ አይ'ኾንም ፤ አይ'ኹን ፡ እያሰኘ ፡ ትንቢትና ፡ ትእዛዝ ፡ ያናግራል ። ሲዘረዝርም ፡ ሐሰ ፡ በቱ ፤ ሐሰ ፡ ሎቱ ፤ አይ'ኹንበት ፤ አይድረስበት ፤ ሐሰት ፡ ይ'ኹንለት ፤ ሕልም ፡ ያድርግለት ፡ እያ ሰኘ ፤ ሐሰ ፡ ባቲ ፡ ሐሰ ፡ ላቲ ፡ ብሎ ፡ እስከ ፡ ንሕነ ፡ ይዘረዝራል ።

ኢ ፡ ደግሞ ፡ እንደ ፡ አኮና ፡ እንደ ፡ አልበ ፡ አይዶለም ፡ የለም ፡ አልነበረም ፡ እያ ሰኘ፥ኢውእቱ ፡ ኢይእቲ ፡ በማለት ፡ እስከ፲ ፡ ይረባል ። ሲዘረዝርም ፡ እንደ ፡ አኮና ፡ እንደ ፡ ሐሰ ፤ ኢበቱ ፡ ኢሎቱ፥ኢባቲ ፡ ኢላቲ፥ኢብከ ፡ ኢለከ፥ኢብየ ፡ ኢሊተ ፡ እያ ሰኘ ፡ እስከ፲ ፡ ይረባል ።

፺፭ ፤ ባላገባቦች ፡ አንቀጽ ፡ በገባብ ፡ ይዘምታል ፡ የሚሉት ፡ ይህን ፡ አካ'ኼድ ፡ ነው ፤ ይዘምታልም ፡ ማለት ፡ አንቀጽ ፡ ርሱ ፡ ራሱ ፡ ሳይፈልስ ፡ አገባብ ፡ እየተከተለ ፡ ባገባብ ፡ ዝርዝር፥ሩቅና ፡ ቅርብ፥አንድና ፡ ብዙ ፡ ወንድና ፡ ሴት ፡ ለይቶ ፡ ይ'ኼዳል ፡ ማለት ፡ ነው ፤ አገባቦቹም ፡ በና ፡ ለ ፡ ናቸው ። የእወ ፡ የአሆም ፡ አሉታና ፡ አፍራሽ ፡ ፪ ፡ ናቸው ፤ እንዳዒና ፡ እንቢ ፤ እንዳዒ ፡ በለ፥እንቢ ፡ በራሱ ፡ ይዘረዝራል ፤ ይህም ፡ እንዳዒ ፡ ሎቱ ፡ ላቲ ፡ ሎሙ ፡ ሎን ፡ ለከ ፤ እንቢሁ ፡ ሃ ፡ ሆሙ ፡ ሆን፥እንቢከ ፡ ኪ ፡ እያለ ፡ መ'ኼዱን ፡ ያሳያል ። እንጋም ፡ እንደ ፡ እንዳዒ ፡ ውስጠ ፡ ኢ ፡ ነውና፥ያሉታና ፡ የጥርጥር ፡ አንቀጽ ፡ ስለ ፡ 'ኾነ ፡ በለ ፡ ይዘምታል ፤ አል ፡ ስለ ፡ ኢ ፡ እንደ ፡ ገባ፥እን ዳዒም ፡ በእንጋ ፡ ፈንታ ፡ የገባ ፡ ዕብራይስጣዊ ፡ ቃል ፡ ነው ፡ እንጂ ፤ ግእዝ ፡ አይዶ ለም ፤ እንቢ ፡ ግን ፡ የአበየ ፡ ዘር ፡ ነው ።

፫ኛ ፡ ክፍል ።

ጸዋትወ ፡ ስም ፡ ወመስም ፥ ስሙም ፡ ጥሬ ፡ የሰዋስው ፡ ፍሬ ።

፲፪ኛ ፡ ዕርከን ።

የዘርና ፡ የነባር ፡ ጥሬ ፤ ወይም ፡ ዘርና ፡ ነባር ፡ ስም ።

፫፻ ፤ የጥሬ ፡ ዘር ፡ ዐይነትና ፡ ስም ፡ ፬ ፡ ነው ፤ ፩ኛው ፡ ዘመድ ፥ ፪ኛው ፡ ባዕድ ፥ ፫ኛው ፡ ምእላድ ፥ ፬ኛው ፡ ባዕድ ፡ ከምእላድ ፡ ይባላል ። ዘመድ ፡ ዘር ፡ አንቀጹንና ፡ አርእስቱን ፡ መስሎ ፡ የሚወጣ ፡ ስም ፡ ነው ፤ ይህም ፡ ነደ ፡ ነድ ፥ ቆመ ፡ ቆም ፥ ሤጠ ፡ ሤጥ ፥ ቀተለ ፡ ቀትል ፥ ገብረ ፡ ገብር ፥ ግብር ፤ ጠቢብ ፡ (ጠበ) ፡ ጥበብ ፤ ነቢብ ፡ (ነበ) ፡ ንባብ ፤ ሐጺጽ ፡ (ሐጸ) ፡ ሕጸጽ ፤ ፀብየ ፡ ፅበይ ፡ እያለ ፡ ዘመድን ፡ ኹሉ ፡ ያሳያል ።

፫፻፩ ፤ ባዕድ ፡ ዘር ፡ የግሱን ፡ ልማድ ፡ መሠረት ፡ አድርጎ ፡ በባዕድ ፡ ፊደል ፡ የሚነሣ ፡ ስም ፡ ነው ፤ ፊደሎቹም ፡ ፯ ፡ ናቸው ፥ አመተሰነ ፤ ግእዛቸው ፡ ብቻ ፡ ስለ ፡ ተነገረ ፡ ካዕብና ፡ ራብዕ ፥ ሳድስና ፡ ሳብዕ ፡ አይቀሩም ፤ እነዚሁም ፡ አ ፡ ተ ፡ አስተ ፡ አን ፡ አስ ፡ ከተባሉት ፡ ከ፯ቱ ፡ ልማዶች ፡ የወጡ ፡ ናቸው ፡ (ቊ፴፩) ። አ ፡ የማድረግና ፡ የማስደረግ ፡ ልማድ ፡ እየኾነ ፡ በቀዳማይ ፡ አንቀጽ ፡ ይገባና ፡ ወዲያው ፡ ለጥሬው ፡ ባዕድ ፡ ይኾናል ። ምሳሌ ፤ ርእየ ፡ አርአየ ፥ አርአያ ። መሰለ ፡ አምሰለ ፥ አምሳል ። ሰትዐ ፡ አስትዐ ፥ አስትዓ ። በረየ ፡ አብረየ ፥ እብሬት ። ገዝአ ፡ አግዝአ ፥ እግዚእ ። ለትሐ ፡ አልትሐ ፥ አልታሕ ፥ የመሰለው ፡ ኹሉ ። መ ፡ ደግሞ ፡ ከተ ፡ በቀር ፡ ፫ቱ ፡ ልማዶች ፡ ከገቡበት ፡ አንቀጽ ፡ በሚወጣ ፡ ጥሬ ፡ አን ፡ እየጐረደ ፡ በአ ፡ ፈንታ ፡ ገብቶ ፡ ይነገራል ፤ ይህም ፡ አፍርሀ ፡ መፍርህ ፥ አደንገፀ ፡ መደንግፅ ፤ አስተብቍዐ ፡ መስተብቍዕ ፤ አንቀልቀለ ፡ መንቀልቅል ፤ አስቈረረ ፡ መስቈርር ፡ እያለ ፡ ሌላውን ፡ ኹሉ ፡ ያሳያል ። ልማድ ፡ ከሌለበት ፡ ከመደበኛ ፡ አንቀጽ ፡ በሚወጣ ፡ ስም ፡ ግን ፥ ሰቀለ ፡ መስቀል ፥ ሐበ ፡ ማሕየብ ፤ ቀድሐ ፡ ምቅዳሕ ፤ ወረደ ፡ ሙራድ ፤ ወፀፈ ፡ ሞፀፍ ፡ እያለ ፡ በራሱ ፡ ባዕድነት ፡ ይነገራል ። ካዕብና ፡ ሳብዕ ፡ ራብዕ ፡ መኾኑ ፡ በ፪ቱ ፡ ዐመሎች ፡ በወና ፡ በሀአ ፡ ምክንያት ፡ ነው ፤ ሳድስ ፡ መኾኑም ፡ ጥሬነቱ ፡ የቦታና ፡ የመሣሪያ ፡ ስም ፡ ሲኾን ፡ ነው ፡ (ቊ፳) ። ተ ፡ ባዕድ ፡ ሲኾን ፡ የመደረግ ፡ ልማድ ፡ ነውና ፥ ከተደራጊ ፡ አንቀጽ ፡ ይወጣል ፤ ይህም ፡ ተገሠጸ ፡ ተግሣጽ ፤ ተኀመሰ ፡ ታኅማስ ፤ ተሠገወ ፡ ትሥጉት ፡ ማለቱን ፡ ያሳያል ። ሰ ፡ ባዕድ ፡ ሲኾን ፡ ከአስ ፡ ልማድነት ፡ ይወጣል ፤ ይህም ፡ አስያዘዘ ፡ ሰያዛዝ ፤ አስቈቀወ ፡ ሰቈቃው ፤ አስቈረረ ፡ ሰቈራር ፡ ማለቱን ፡ ያሳያል ፡ (ቊ፴፯) ። አስተና ፡ አስ ፡ እነዚህ ፡ ፪ቱ ፡ ልማዶች ፡ እንደ ፡ ሀለወና ፡ እንደ ፡ ሀሎ ፡ ናቸው ፤ ተን ፡ ከመጕረድ ፡ በቀር ፡ ልዩነት ፡ የለም ። ነ ፡ ባዕድ ፡ ሲኾን ፡ ከአን ፡ ልማድነት ፡ ይወጣል ፤ ይህም ፥ በልበለ ፡ አንበልበለ ፥ ነበልባል ፤ በስበሰ ፡ አንበስበሰ ፥ ነበስባስ ፤ ጐድጐደ ፡ አንጐድጐደ ፥ ነጐድጓድ ፡ ማለቱን ፡ ያሳያል ።

አንና ፡ አስተም ፡ ከአና ፡ ከተ ፡ ሳይለዩ ፡ እንዳሉ ፡ ባዕድ ፡ ይኾናሉ ፤ አን ፡ እን ፡ እየኾነ ፡ ሲገባ ፥ ገለገ ፡ አንገለገ ፡ እንግልጋ ። ሰሰወ ፡ አንሶሰወ ፡ (ነሰሳው) ፡ እንስሳ ። አስ

ተም ፡ እስት ፡ እየኾነ ፡ ሲገባ ፥ ነፍሰ ፡ አንፈሰ ፡ አስተንፈሰ ፥ እስትንፋስ ። ጋብአ ፡ አስ ተጋብአ ፡ እስትጉቡእ ፥ (መስተጋብእ) ። ረከበ ፡ አርከበ ፡ አስተርከበ ፥ እስትርኩብ ፤ ተራከበ ፡ አስተራከበ ፡ ብሎ ፡ ምስትርኩብ ፡ መስተራክብ ፡ እያለ ፡ ጥሬ ፡ ዘር ፡ ኹሉ ፡ ከሚመስለው ፡ እንጂ ፡ ከማይመስለው ፡ አንቀጽ ፡ እንዳይወጣ ፡ በግልጥ ፡ ያስረዳል ።

፻ ፤ ምእላድ ፡ ዘር ፡ ደግሞ ፡ በዘመድ ፡ ተነሥቶ ፡ በባዕድ ፡ የሚጨርስ ፡ ወሳኼ ፡ ባዕድ ፡ ነው ፤ ምእላዶቹም ፡ ፯ ፡ ናቸው ፥ ዊው ፡ ዩያይ ፡ ል ፡ ም ፡ ናን ፡ ት ። ይህም ፥ አብ ፡ አባዊ ፥ አበው ። ሐዳስ ፡ ሐዳስዩ ፥ ኢቶጵ ፡ ኢትዎ(ዮ)ጵያ ፤ አንስት ፡ አንስትያ ፤ ባሕር ፡ ባሕር(ራ)ይ ። ኪሩብ ፡ ኪሩቤል ፡ ም ፡ ን ፤ ሱራፊ ፡ ሱራፌል ፡ ም ፡ ን ። በፅዐ ፡ ብፅዕና ፡ ብፅዓን ፤ ቀደመ ፡ ቅድምና ፤ ፈለጠ ፡ ፍልጣን ፤ በርሀ ፡ ብርሃን ። ሐመየ ፡ ሐሜት ፤ ቀነወ ፡ ቀኖት ፡ እያለ ፡ ሌላውን ፡ ኹሉ ፡ ያሳያል ። ልምን ፡ እነዚህ ፡ ፫ቱ ፡ ምእላዶች ፡ እንደ ፡ ውና ፡ ት ፡ አብዢዎች ፡ ናቸው ፤ ል ፡ በምና ፡ በን ፡ ፈንታ ፡ በጸሓፊ ፡ ስሕተት ፡ የገባ ፡ ነው ፤ ም ፡ የዕብራይስጥና ፡ የሐባብ ፥ ን ፡ የግእዝና ፡ የዐረብ ፡ አብዢ ፡ ነው ፤ ይኸውም ፡ በወንድ ፡ አንቀጽ ፡ ለሚነገር ፡ ብቻ ፤ በዝርዝር ፡ ግን ፡ ምእላድነቱ ፡ የሴ ቶች ፡ ብቻ ፡ ነው ፤ (አንትሙ ፡ አንትን) ። ይኸውም ፡ ሊታወቅ ፡ ሐባቦችና ፡ ዕብራው ያን ፥ ኪሩቤም ፡ ሱራፌም ፥ ጻድቃም ፡ ኃጥአም ፥ እስመ ፡ ብዙኃም ፡ ጽዉዓም ፡ ወኅዳ ጣም ፡ ኅሩያም ፡ እያሉ ፡ በም ፡ ያበዛሉ ፡ እንጂ ፤ እንደ ፡ ግእዝና ፡ እንዳረብ ፡ በን ፡ አያ በዙም ። አል ፡ ከቦ ፡ በቀር ፡ በሌላ ፡ አንቀጽ ፡ ገብቶ ፡ እንዳይገኝ ፥ ልና ፡ ም ፡ ደግሞ ፡ ከሱራፊና ፡ ከኪሩብ ፡ በቀር ፡ በሌላ ፡ ጥሬ ፡ ገብተው ፡ አይገኙም ።

፻፩ ፤ ባዕድ ፡ ከምእላድ ፡ የተባለውም ፡ ፩ኛው ፡ ዐይነት ፥ በባዕድ ፡ ተነሥቶ ፡ በባ ዕድ ፡ ይጨርሳል ፤ ይህም ፡ ከፈለ ፡ መክፈልት ፥ ሰፈረ ፡ መስፈርት ፥ ሣረረ ፡ መሠረት ፥ ተደመረ ፡ ትድምርት ፥ ተሠለሰ ፡ ትሥልስት ፥ ተምህረ ፡ ትምህርት ፡ እያለ ፡ ሌላውን ፡ ኹሉ ፡ ያሳያል ። የስም ፡ ዘርፎች ፡ ደግሞ ፡ እንደዚሁ ፡ እንደ ፡ ጥሬው ፡ ዐይነት ፡ ፬ ፡ ናቸው ፤ ባሕርይና ፡ ግብር ፡ ተጸውዖና ፡ ተቀብዖ ። ሕዋሳተ ፡ አፍአ ፡ በሚባሉት ፡ በዐይ ንና ፡ በዦሮ ፡ ባፍንጫና ፡ ባፍ ፡ በጅ ፡ በነዚህ ፡ በ፭ቱ ፡ መሣሪያነት ፡ የሚሠራ ፡ ኹሉ ፥ ማየትና ፡ መስማት ፡ ማሽተትና ፡ መቅመስ ፡ መዳሰስ ፥ የባሕርይ ፡ ሥራ ፡ ይባላል ፤ ሌሎች ፡ ግን ፡ ባሕርይ ፡ ይሉታል ። ሥራነቱን ፡ ደግሞ ፡ የሚያጐላና ፡ የሚገልጥ ፡ የሚ ያረጋግጥ ፥ ዕዕ ፡ (በማየትና ፡ በመታየት) ፤ ድምፅ ፡ (በመስማትና ፡ በመሰማት) ፤ ዕጣን ፡ (በማሽተትና ፡ በመሸተት) ፤ ጥፍጥ ፡ መራራ ፡ (በመቅመስና ፡ በመቀመስ) ፤ ልዝብ ፡ ሸካራ ፥ (በገሲስና ፡ በተገሶ) ፡ ማለትና ፡ መባል ፥ የባሕርይ ፡ ስም ፡ ነው ።

፻፪ ፤ የባሕርይ ፡ ስምና ፡ የባሕርይ ፡ ግብር ፥ ሕይወት ፡ ላለውና ፡ ለሌለው ፥ ለሚ ታይና ፡ ለማይታይ ፥ ለፈጣሪም ፡ ሳይቀር ፡ ለፍጥረት ፡ ኹሉ ፡ አለው ። የማይታየውን ፡ ስምና ፡ ግብር ፥ በማይታዩት ፡ በሕዋሳተ ፡ ውስጥ ፡ አስተያየት ፥ በጥልቅ ፡ ልብ ፥ በረ ቂቅ ፡ ሐሳብ ፡ ማሰብ ፡ ነው ፤ አኮ ፡ ከመ ፡ ይትረአይ ፡ አላ ፡ ከመ ፡ ይትኀለይ ፡ እንዳለ ፡ (ኪዳ) ። የሚታየው ፡ ስም ፡ ግን ፥ ወንድና ፡ ሴት ፡ እያስተባበረ ፡ ባንድነትና ፡ በውስጠ ፡ ብዙነት ፥ ወይም ፡ በጠቅላይነት ፥ ባስተጋባኢነት ፡ ይነገራል ። ምሳሌ ፤ ሰብእ ፡ እንስሳ ፥ አርዌ ፡ ዖፍ ፤ መርዔት ፡ ፍጥረት ፡ ዘመድ ፤ ልብስ ፡ መጽሐፍ ፡ ንዋይ ፥ የመሰለው ፡

ኹሉ ፤ ዘመድና ፡ ፍጥረት ፡ ፩ ፡ ወገን ፡ ነው ። ወገብረ ፡ ዕሥራ ፡ ወክልኤተ ፡ ዘመደ ፡ (ኩፋሌ) ። ያካልና ፡ የግብር ፡ የስም ፡ መሠረት ፡ ባሕርይ ፡ ስለ ፡ ኾነ ÷ አካልን ፡ እከሌ ፡ የሚያሰኝ ፡ እውነተኛ ፡ ስም ፡ የሚወጣ ፡ ከባሕርይና ፡ ከግብር ፡ ነው ። ግብርም ፡ አካል ፡ በባሕርይ ፡ የሚሠራው ፡ ወይም ፡ የሚያፈራው ፡ የባሕርይ ፡ ፍሬ ፡ መኾኑን ፡ ያሳያል ። የግብር ፡ ስም ፡ በውስጠ ፡ ዘና ፡ በመስም ፡ ተነግሯል ፡ (ቍ፸፫) ። የተጸውዖና ፡ የተቀብዖም ፡ አኹን ፡ በተራው ፡ ይመጣል ።

፻፫ ፤ የነዚህም ፡ ያራቱ ፡ ዐይነት ፡ ስሞች ፡ አበዛዝ ÷ እንዳወጣጣቸው ፡ ልዩ ፡ ልዩ ፡ ነው ፤ እኩሉ ፡ በባዕድ ፡ ፊደል ፡ በአ ፡ ብቻ ÷ ልብ ፡ አልባብ ፤ ዘመድ ፡ አዝማድ ፤ ነገድ ፡ አንጋድ ፤ ቤት ፡ አብያት ፡ እያሰኙ ፤ እኩሉም ፡ ጥብ ፡ አጥባት ፤ ነቅዕ ፡ አንቅዕት ፤ ባሕር ፡ አብሕርት ፤ ገብር ፡ አግብርት ፡ እያሰኙ ፡ በአና ፡ በት ፡ ይበዛሉ ። እኩሉ ፡ ደግሞ ፡ በምእላድ ፡ ብቻ ÷ በዕድ ፡ በዕዳን ፤ ኃጥእ ፡ ኃጥኣን ፤ ጻድቅ ፡ ጻድቃን ፤ ጽድቅ ፡ ጽድቃት ፤ አብ ፡ አበው ÷ አበ ፡ አባት ፤ ቃል ፡ ቃላት ፤ ጠል ፡ ጠላት ፤ ዝናም ፡ ዝናማት ፤ ነድ ፡ ነዳት ፤ ቆም ፡ ቆማት ፤ ሰግላ ፡ ሰጋልው ፤ ሰሌዳ ፡ ሰላድው ÷ ወይም ፡ ሰሌዳት ፡ እያሰኙ ፡ በንና ፡ በት ፡ በው ፡ ይበዛሉ ። ባዕድና ፡ መስም ፡ የተባለው ፤ መኰንን ፡ መኳንንት ÷ መስፍን ፡ መሳፍንት ፤ መምህር ፡ መምህራን ÷ ማእምር ፡ ማእምራን ፡ እያሰኝ ፤ ባዕድ ፡ ከምእላድ ፡ ያልነውም ÷ መክፈልት ፡ መክፈልታት ፤ ትምህርት ፡ ትምህርታት ፡ እያሰኝ ፡ በምእላድ ፡ ላይ ፡ ምእላድ ፡ ጨምሮ ፡ ይበዛል ። እኩሉ ፡ ግን ፡ ባዕድና ፡ ምእላድ ፡ አንና ፡ ትን ፡ ተውሳክ ፡ ሳይጨምሩ ÷ ፊደሎቻቸውን ፡ ለዋውጠው ፡ ሳድስና ፡ ራብዕ ፡ በማድረግ ፤ ኀጢአት ፡ ኀጣይእ ፤ መቅደስ ፡ መቃድስ ፤ መድሎት ፡ መዳልው ፤ መክሊት ፡ መካልይ ፤ ደብተራ ፡ ደባትር ፡ እያሰኙ ፡ በራሳቸው ፡ ብቻ ፡ ይበዛሉ ።

፻፬ ፤ ፫ኛም ፡ በካዕብ ፡ በሳብዕ ፡ ወ ÷ በሣልስ ፡ በኃምስ ፡ የ ፡ ስላሉበት ÷ ተገኖር ደው ፡ የነበር ፡ ወና ፡ የ ፡ ገቦ ፡ ገበዋት ፤ ግልፎ ፡ ግልፍዋት ፤ ቀዳሲ ፡ ቀዳስያን ÷ ቅዳሴ ፡ ቅዳስያት ፤ ደዌ ፡ ደውያት ፤ ዴዴ ፡ ዴድያት ፡ እያሰኙ ፡ ከት ፡ ጋራ ፡ በራብዕነት ፡ ያበዛሉ ። አንዳንድ ፡ ጊዜም ÷ ዳዕሮ ፡ ዳዕርው ፤ ከበሮ ፡ ከባርው ፤ ቀቀኖ ፡ ቀቃንው ፤ ሰገኖ ፡ ሰጋንው ፤ ፍኖት ፡ ፍናው ። ግምዔ ፡ ገማዕይ ፤ ቍልዔ ፡ ቈላዕይ ፡ እያሰኙ ፡ ብቻቸውን ፡ በሳድስነት ፡ ያበዛሉ ። ይህንንም ፡ ዐዋጅ ፡ አፍርሰው ÷ ውጽቦ ፡ አውጻብ ፤ ጸልቦ ፡ አጽላብ ፤ ዶርሆ ፡ ደዋርህ ፤ መርኆ ፡ መራኁት ፤ ሐለስትዮ ፡ ሐለስትዮታት ። ጠሊ ፡ አጣሊ ፤ ከይሲ ፡ አክይስት ፤ ሰርዌ ፡ ሰራዊት ፡ እያሰኙ ፡ በአና ፡ በት ፡ የሚበዙ ፡ አሉ ። ከዚህ ፡ ይልቅ ፡ ደግሞ ÷ ግብ ፡ ግበብ ፡ ግበባት ፤ ዕፅ ፡ ዕፀው ፡ ዕፀዋት ፤ እብን ፡ እበን ፡ አእባን ፤ እግር ፡ እገር ፡ አእጋር ። ቀሡት ፡ ቀሡታት ፡ ቀሣውት ፤ ቀሲስ ፡ ቀሲሳን ፡ ቀሳውስት ። ከልብ ፡ ከለባት ፤ አክላብ ፤ ንህብ ፡ አንህብት ፡ አንሃብ ፤ ውሒዝ ፡ ውሒዛት ፡ ወሓይዝት ። ድርህም ፡ ድርህማት ፡ ደራህም ፤ ኀብዝ ፡ ኀብዛት ፡ ኀባውዝ ፡ እያሰኙ ፡ በ፪ ፡ ዐይነት ፡ ብኻ ፡ የሚበዙ ፡ ብዙ ፡ ስሞች ፡ አሉ ።

፻፭ ፤ በዚህ ፡ ላይ ፡ ደግሞ ፡ በአ ፡ ብቻ ፡ ለሚበዙና ፡ በአና ፡ በት ፡ በየራሳቸውም ፡ ለሚበዙ ÷ የብዙ ፡ ብዙ ፡ ለመኾን ፡ ፪ኛ ፡ አበዛዝ ፡ አላቸው ። ይህም ፡ ክሊል ፡ አክሊል ፡ አክሊላት ፤ መለክ ፡ አምላክ ፡ አማልክት ፤ ጠሊ ፡ አጣሊ ፡ አጣልያት ፤ ከይሲ ፡ አክይ

ስት ፡ አክይስታት ፤ መቅደስ ፡ መቃድስ ፡ መቃድሳት ፤ መቅበርት ፡ መቃብር ፡ መቃብራት ፡ እያሰኘ ፡ በብዛት ፡ ላይ ፡ ብዛት ፡ ጨምሮ ፡ የብዙ ፡ ብዙነት ፡ ያሳያል ። ዳግመኛም ፡ ውስጠ ፡ ብዙ ፡ ኹኖ ፡ ባንድና ፡ በብዙ ፡ የሚነገር ፡ ጠቅላይና ፡ አስተጋባኢ ፡ ስም ፤ ሕዝብ ፡ ሰራዊት ፡ ሐራ ፡ ሰብእ ፡ የመሰለው ፡ ኹሉ ። ባንድነትም ፡ ብቻ ፡ የሚነገር ፡ ውስጠ ፡ ብዙ ፡ ባሕርያዊ ፡ ስም ፤ ወርቅ ፡ ብሩር ፡ ጼው ፡ ኖጻ ፥ ጸበል ፡ መሬት ፡ ሐሪጽ ፥ ሐሊብ ፡ ቅብዕ ፥ መዓር ፡ ሶክር ፤ ብእሲ ፡ ብእሲት ፡ የመሰለው ፡ ኹሉ ፥ ግልጠ ፡ ብዙነት ፡ የለውም ።

፻፯ ፤ ውስጠ ፡ ብዙነት ፡ የሌለው ፡ ስመ ፡ ተጸውዖም ፥ የሰውና ፡ ያገር ፡ የባሕርና ፡ የወንዝ ፡ የተራራ ፡ ስም ፤ ሙሴ ፡ አሮን ፥ ግብጽ ፡ ከነዓን ፥ ኤርትራ ፡ ዮርዳን ፥ ሲናይ ፡ ሔርሞን ፥ ይህን ፡ የመሰለ ፡ መጠሪያ ፡ ስም ፡ ኹሉ ፡ ይሞከሻል ፡ እንጂ ፤ አይበዛም ። ቢበዛም ፡ ቅሉ ፡ ከሞክሼነት ፡ በቀር ፡ ውስጠ ፡ ብዙነት ፡ የለውም ፤ ይኸውም ፡ ወአበዊነ ፡ ሠለስቱ ፡ መቃርሳት ፡ ባለው ፡ ይታወቃል ፤ ዐረቡም ፡ ተላታ ፡ መጋራት ፡ ይላል ፡ (ቅዳ) ። ስመ ፡ ተቀብዖም ፡ የሚባለው ፡ የሹመትና ፡ የማዕርግ ፡ ስም ፥ ጳጳስ ፡ ቀሲስ ፡ ንጉሥ ፡ ርእስ ፥ ይህን ፡ የመሰለ ፡ ክቡር ፡ ስም ፡ ኹሉ ፡ በሹመት ፡ ጊዜ ፡ ከመሰጠት ፡ በቀር ፡ ከግብርና ፡ ከተጸውዖ ፡ ስም ፡ ልዩነት ፡ የለውም ። የከበሬታ ፡ ስም ፤ እግዚእ ፡ አግዓዚ ፡ አጋዕዝት ፥ ሊቅ ፡ ሊቃውንት ፥ ረብ ፡ አርባብ ፡ ረበዋት ፥ ረባን ፡ ረበናን ፥ ረባ(በ)ናት ፤ ይህን ፡ የመሰለ ፥ ማር ፡ ማሪ ፡ ማራን ፡ ማለት ፡ ከተቀብዖ ፡ ስም ፡ ይገባል ።

፻፰ ፤ የስምና ፡ የባለስም ፡ ዐይነት ፡ ፪ ፡ ብቻ ፡ ነው ፤ የወንድ ፡ ዐይነትና ፡ የሴት ፡ ዐይነት ። በተፈጥሯቸው ፡ ወንድና ፡ ሴት ፡ የኾኑ ፡ ኹሉ ፡ በመልካቸውና ፡ በስማቸው ፡ ታይተው ፡ ተለይተው ፡ ይታወቃሉ ። ምሳሌ ፤ ብእሲ ፡ ብእሲት ፥ አብ ፡ እም ፥ ወልድ ፡ ወለት ፥ እኊ ፡ እኅት ። ዕጓል ፡ ዕጐልት ፥ በግዕ ፡ በግዕት ፥ አድግ ፡ እድግት ፤ የመሰለው ፡ ኹሉ ። በተፈጥሮው ፡ ተባትና ፡ እንስት ፡ ያልኾነ ፡ ደመ ፡ ነፍስ ፡ የሌለው ፡ ማንኛውም ፡ ፍጥረት ፡ የስም ፡ ባለቤት ፥ ቦታና ፡ መጣሪያ ፥ ግብርና ፡ ነገር ፤ ሌላውም ፡ ቈሳቊስ ፥ ስም ፡ ያለው ፡ ኹሉ ፤ በወንድና ፡ በሴት ፡ ሲነገር ፡ መለየው ፡ ፪ ፡ ዐይነት ፡ ነው ፤ ዐብሮት ፡ የሚነገር ፡ አንቀጽና ፡ ቅጽል ። በአንቀጽ ፡ ሲለይ ፥ ይትፌሣሕ ፡ ሰማይ ፥ ወትትሐሠይ ፡ ምድር ፤ አድባር ፡ አንፈርዐጹ ፤ ሣህል ፡ ወርትዕ ፡ ተራከባ ፤ ጽድቅ ፡ ወሰላም ፡ ተሳዐማ ፤ ርትዕሰ ፡ እምድር ፡ ሠረጸት ፤ ወጽድቅኒ ፡ እምሰማይ ፡ ሐወጸ ። በወንድ ፡ አንቀጽ ፡ የጠራውን ፡ ሰማይና ፡ ጽድቅ ፡ መልሶ ፡ ደግሞ ፡ ሰማይ ፡ ትጠወም ፥ ወሰማይኒ ፡ ተጠውመት ፡ ከመ ፡ ክርታስ ፤ ወጽድቅኒ ፡ ታግዕዘክሙ ፡ ይላል ። በቅጽልም ፡ ሲለይ ፥ ወርኢኩ ፡ ሰማየ ፡ ሐዲሰ ፡ ወምድረ ፡ ሐዳሰ ፤ እስመ ፡ ሰሰለ ፡ ሰማይ ፡ ቀዳማዊ ፤ ወምድርኒ ፡ ቀዳሚት ፤ ዛቲ ፡ ባሕር ፡ ዐባይ ፡ ወረሓብ ፡ እያለ ፡ ሌላውን ፡ ኹሉ ፡ ያሳያል ። አንድና ፡ ብዙነት ፡ የሌለው ፥ ወንድና ፡ ሴት ፡ የማይለይ ፡ ጥሬ ፥ አገባብ ፡ ብቻ ፡ ነው ፤ አለመለየቱም ፡ ስምነትና ፡ ግብርነት ፡ የሌለው ፡ ዝራጭ ፥ የዘርና ፡ የነባር ፡ ጭላጭ ፥ የንባብ ፡ እንቃሬ ፡ የርባታ ፡ ዝቃጭ ፥ ወይም ፡ አተላ ፡ ሙጣጭ ፥ ድፍርስ ፡ ተራዋጭ ፥ ልቃሚ ፡ ብጣሪ ፡ እንቅጥቃጭ ፡ ስለ ፡ ኾነ ፡ ነው ።

፲፫ኛ፡ ዕርከን ።

አገባብ ።

፻፰ ፤ አገባብ፡ ማለት፡ ዐማርኛው፡ መፍትው፡ ርትዕ፡ ድሎት፡ ካለው፡ የወጣ፡ ነው፤ ዘይቤውም፡ የተገባ፡ ግቡ÷የሚገባ፡ ሥርዐት÷የነገር፡ አጣጣል÷የንባብ፡ አሰ ካክ÷ወይም፡ በይግባኝ፡ መምህር፡ የሚፈርደው፡ ፍትሐ፡ ሰዋስው፡ ማለት፡ ነው፤ የሰዋስውን፡ ፍች፡ ተመልከት። ፪ኛም፡ አገባብ፡ ማለትን፡ ጨው፡ እንደ፡ ማለት፡ እኁል፡ ገብ፡ ቃል፡ ይሉና÷ትርጓሜውን፡ የብትን፡ ቃል፡ ኹሉ፡ መሰብሰቢያና፡ ማሰ ማሚያ÷የቋንቋ፡ ቅመም÷የንባብ፡ መቃስም÷ወይም፡ ማጣፈጫ÷የምስጢር፡ መግ ለጫ፡ ይሉታል። ያገባብም፡ ዐይነት፡ ስሙና፡ ክፍሉ፡፫፡ ወገን፡ነው፤ ዐቢይና፡ ንኡስ፡ ደቂቅ፡ ይባላል፤ ፫ነቱም፡ ከዚህ፡ ቀጥሎ፡ እንደሚጣፈው፡ ነው።

ዐቢይ፡ አገባብ ።

፻፱ ፤ በነባር፡ በዘማች፡ በዐበይት፡ አናቅጽ፡ እየገባ፡ ማሰሪያነትን፡ የሚያስለ ቅቅ፡ ኹሉ፡ ዐቢይ፡ አገባብ፡ ይባላል፤ በስማቸውና፡ በግብራቸው፡ ከንኡስ፡ ከደቂቅ፡ ተለይተው፡ ዐበይት፡ አገባቦች፡ የሚባሉም፡ እሊህ፡ ናቸው ።

እስመ፡	መጠነ፡ ዐቅመ፡	መዋዕለ፡
አኮኑ፡	አምጣነ፡	ዕለተ፡
በእንተ፡	ከመ፡	ሰዓ፡ ሰዓተ፡
በይነ፡	በዘ፡	እስከ፡
እንበይነ፡	እምዘ፡	ድኅረ፡
ህየንተ፡	አርአያ፡	ዘ፡እንተ፡እለ፡
ተውላጠ፡	አምሳለ፡ ሕገ፡	አላ፡
ፍዳ፡ በቀለ፡	እመ፡	ዳእሙ፡
ኀበ፡	ሶበ፡	ባሕቱ፡
መንገለ፡	አመ፡	እንበለ፡
ወ(ው)እደ፡	ጊዜ፡	ዓዲ፡
እንዘ፡	ዓመተ፡	ብሂል ።

ከነዚሁ፡ ደግሞ፡ ዐቢይነትን፡ መደብ፡ አድርገው÷ንኡስነትና፡ ደቂቅነት፡ የሚ ደርቡ፡ አሉ ። ንኡስነት፡ የሚደርቡ÷እስመ፡ አላ፡ ዳእሙ፡ ባሕቱ፡ እንበለ፡ ናቸው ። ደቂቅነት፡ የሚደርቡ÷በእንተ፡ ህየንተ፡ ተውላጠ፡ ፍዳ÷ኀበ፡ መንገለ፡ ወእደ፡ መጠነ፡ አምጣነ÷ከመ፡ አርአያ፡ አምሳለ÷አመ፡ ሶበ፡ ጊዜ፡ እስከ፡ ድኅረ÷እንተ፡ እንበለ፡ ዓዲ፡ ናቸው፤ እንበለ፡ ከኹሉ፡ ይገባል ። ካንዳንዶቹና፡ ከጥቂቶቹ፡ በቀር፡ ብዙዎቹ፡ ቀሬና፡ ነባር፡ እንደ፡ መኾናቸው፡ ባ፲፡ ባ፲፡ ይዘረዘራሉ ። ሊዘረዘሩ፡ ግን፡ የማይችሉ፤ እስመ፡ አኮኑ፡ እመ፡ አላ፡ ዳእሙ÷ወእደ፡ እንዘ፡ ባሕቱ፡ ናቸው ።

ንኡስ ፡ አገባብ ።

፻፲ ፤ በነባር ፡ በዘማች ፥ በዐቢይ ፡ በንኡስ ፥ በአናቅጽ ፡ ኹሉ ፡ እየገባ ፡ ማሰሪያ ነትን ፡ የማያስለቅቅ ፤ ጥያቄና ፡ አንክሮ ፥ ደስታና ፡ ሐዘን ፥ ልመናና ፡ ምኞት ፥ አሉታና ፡ አፍራሽ ፡ ዕሽታና ፡ እንቢታ ፥ ሌላም ፡ ይህን ፡ የመሰለ ፥ ልዩ ፡ ልዩ ፡ ነገር ፡ የሚያሳይ ፡ ፊደልና ፡ ቃል ፥ ንኡስ ፡ አገባብ ፡ ይባላል ፤ ከዐቢይ ፡ አገባብ ፡ ተለይተው ፡ ንኡስ ፡ አገ ባቦች ፡ የሚባሉም ፡ እነዚህ ፡ ናቸው ።

ሰ ፡	ኑ ፡	ሐዊሳ ፡	እንቋዕ ፡
እም ፡	አሌ ፡	እስኩ ፡	ጥቀ ፡
መ ፡ ሚ ፡	ወይ ፡ ዋይ ፡	ዮጊ ፡	እንከ ፡
እፎ ፡ በእፎ ፡	ወይሌ ፡	እንጋ ፡	አ ፡
አይ ፡ ምንት ፡ ተ ፡	አሀ ፡ አሀሀ ፡	ክመ ፡ ጽመ ፡	ሶ ፡
ሁ ፡ ኑ ፡ ቦኑ ፡	ሰይ ፡ ዬ ፡	ጓ ፡	ኬ ፡
አይ ፡ መኑ ፡	አይ ፡ አይቴ ፡	አይ ፡ ማእዜ ፡	ስፍን ፡
አሉታ ፤ ………	አል ፡	ኢ ፡	አኮ ፡

አማራጭ ፤ ………	አው ፡ ዮጊ ፡ ሚመ ፡ እመ ፡ አከ ፡ ሶበ ፡ አኮ ፡
አጣፋሪ ፤ ………	ወ ፡ ሂ ፡ ኒ ፡ ዓዲ ፡
ከፋይ ፤ ………	ወ ፡ ሂ ፡ ኒ ፡ ሰ ፡ በሕቱ ፡
አጋናኝ ፤ ………	ወ ፡ ሂ ፡ ኒ ፡ ጥቀ ፡
ጕድና ፡ ድንቅ ፤	ዕጹብ ፡ ግሩም ፡ ተአምር ፡ ግናይ ።

የጊዜ ፡ ጥሬዎች ።

ቅድመ ፡ ቅድም ፡	ትማልም ፡	ጌሠም ፡ ሳኒታ ፡
ትካት ፡ ዓለም ፡	አሚር ፡ ዮም ፡	ወትረ ፡ ዘልፈ ፡
አስፌር ፡	ኀሪፍ ፡	ለዝሉ(ላ)ፉ ፡
ናሁ ፡	ይእዜ ፡	ግሙራ ፡ ለግሙራ ፡
ማእዜ ፡	ወትር ፡ ዘልፍ ፡	ለፍጻሜ ።

የብዙ ፡ ብዙና ፡ ጭራሽ ፡ የሚያሳዩ ።

፻፲፩ ፤ ጥቀ ፡ ፈድፋደ ፡ ብዙኅ ፡ ይሙኑ ፤ በሕቁ ፡ በፍድፋዴ ። ለዓለም ፡ ለዝሉፉ ፤ ለፍጻሜ ፥ ግሙራ ፡ ለግሙራ ። ምንተ ፡ ጽመ ፡ ክመ ፥ እምድሩ ፡ በምልኡ ፡ ስብዐ ። ዳግመኛም ፡ መድረሻቸው ፡ ግእዝ ፡ እየሆነ ፥ ወይም ፡ በ ፡ ወድቆባቸው ፡ በሳድስነት ፡ ንኡስ ፡ አገባብ ፡ የሚኾኑ ፡ ሳድስ ፡ ቅጽሎች ፡ ከምሉ ፡ በክፍሉ ።

ፍጹመ ፡	በፍጹም ፡	ጥዩቀ ፡	በጥዩቅ ፡
ጥንቁቀ ፡	በጥንቁቅ ፡	ሕቀ ፡	በሕቅ ፡

ሀልወ ፡	በሀልው ፡	ኀዳጠ ፡	በኀዳጥ ፡
ድቡተ ፡	በድቡት ፡	ውኁደ ፡	በውኁድ ፡
ሀዱአ ፡	በሀዱእ ፡	ንስቲተ ፡	በንስቲት ፡
ክቡተ ፡	በክቡት ፡	ፍድፉደ ፡	በፍድፉድ ፡
ኅቡአ ፡	በኅቡእ ፡	ንሑኁሐ ፡	በንሑኁሕ ፡
ክሡተ ፡	በክሡት ፡	ብዙኀ ፡	በብዙኅ ፡
ግሁደ ፡	በግሁድ ፡	ርቱዐ ፡	በርቱዕ ፡
መፍትወ ፡	በመፍትው ፡	ድልወ ፡	በድልው ።

በነዚህ ፡ አምሳል ፡ ንኡስ ፡ አገባብ ፡ እየኾነ ፡ ለሚነገር ፡ ቅጽል ፡ ውሳኔ ፡ የለውም ። ፫ኛም ፡ ነባር ፡ አንቀጽ ፡ የሚሰማባቸው ፡ ጥሬዎችና ፡ ቅጽሎች ፥ ወይም ፡ ውስጠ ፡ ውእቱዎች ። ድልወት ፡ መፍትው ፤ ብዉሕ ፡ ርትዕ ። መፍቅድ ፡ ፈቃድ ፡ ፍትወት ፡ ጻሕቅ ፡ ሥምረት ፡ ማኅሥሥ ። ግብር ፡ ኵርህ ፡ ግድ ፡ ግዱድ ። ፬ኛም ፡ ጽድቅና ፡ አሉታ ፡ አንቀጽ ፡ የሚሰማባቸው ፡ የጥሬና ፡ ያንቀጽ ፡ ልቃሞች ፥ ወይም ፡ እንጥብጣቦች ። ናሁ ፡ ዮጊ ፡ ነዋ ፡ ዬ ፤ እንሆ ። ነዮ ፡ (ያ ፡ ዮሙ ፡ ዮን ፤ ነየከ ፡ ኪ ፡ ክሙ ፡ ክን ፤ ነየ ፡ ነየን) ፤ እንሆት ፤ እንሆለት ። እወ ፡ አሜን ፡ አማን ፤ አዎን ፡ እውነት ። እንዳዒ ፡ እንጋ ፤ እንጃ ። አሆ ፡ እንቢ ፡ (ቍ፺፬) ። አህ ፡ አህህ ፥ አህ ፡ አህ ፤ ወዲያ ፡ ወዲያ ። ብሥራት ፤ ብሥራትከ ፡ (ኪ ፡ ክሙ ፡ ክን) ፤ የምሥራች ፥ ደስ ፡ ይበልኽ ፤ ተፈሣሕ ፡ ወተሐሠይ ። ፭ኛም ፡ ከትእዛዝ ፡ እየተጨመሩ ፡ ንኡስ ፡ አገባብ ፡ የሚኾኑ ፡ ትእዛዝ ፡ አንቀጾች ። ሀብ ፤ ሀቡ ፤ ሀቢ ፤ ሀባ ፡ (ወሀበ) ። ሀብኬ ፡ ንትኃሠሥ ። ነዐ ፤ ንዑ ፤ ንዒ ፤ ንዓ ፡ (ነዐወ) ። ንዑ ፡ ንረድ ፤ ንዑ ፡ ንምሳሕ ። ሕንክ ፡ ክሙ ፡ ሕንኪ ፡ ካ ፡ (ሐነከ) ። ሕንክሙ ፡ ብልዑ ።

ደቂቅ ፡ አገባብ ።

፻፲፪ ፤ በብትን ፡ ሰዋስው ፡ በራት ፡ ሰራዊት ፡ በሩቅ ፡ በሩቆች ፡ እየገባ ፡ በሥር ፡ መደብ ፡ የሚዘረዘር ፡ ደቂቅ ፡ አገባብ ፡ ይባላል ፤ በተገናኝ ፡ የባለቤትን ፡ ኹነታና ፡ ሥራ ፡ ለመግለጥ ፡ በብትን ፡ ላይ ፡ የሚጨመር ፡ ቃል ፡ ማለት ፡ ነው ፤ ተረፈ ፡ ንኡስ ፡ እንደ ፡ ማለት ። ለዚህም ፡ ፪ ፡ ዐይነት ፡ አለው ፤ መድረሻውን ፡ የሚለውጥና ፡ የማይለውጥ ። መድረሻቸውን ፡ የማይለውጡ ፡ ደቂቅ ፡ አገባቦች ፡ ከዚህ ፡ ቀጥሎ ፡ በ፬ ፡ ረድፍ ፡ የተጣፉት ፡ ናቸው ።

ቤዛ ፡	ፍና ፡	ውስተ ፡ ጠ ፡	ለ ፡ ለለ ፡
ዐስበ ፡	ዲበ ፡	ውሳጤ ፡	በ ፡ በበ ፡
ዕሴተ ፡	ላዕለ ፡	ቅድመ ፡	ዘ ፡ ዘዘ ፡
ተክለ ፡	መልዕልተ ፡	ማእከለ ፡	ምስለ ፡ ከመ ፡
በይነ ፡	ታሕተ ፡	አፍአ ፡	አርአያ ፡
አፈ ፡	መትሕተ ፡	ገዞ ፡ ለፌ ፡	ሆየ ፡ ከሃ ።

መድረሻቸውን : የሚለውጡና : የማይለውጡ : የቦታና : የጊዜ : ጥሬዎች ።

የቦታ : ጥሬ ።

ላዕል : መልዕልት : ላዕሊት ። ታሕት : መትሕት : ታሕቲት ። ትርአስ ፤ ትርጋፅ ፤ አፍአ ፤ ውስጥ : ውሳጢ : ውሳጢት ። ቅድም : ፍጽም : ገጽ ፤ አንጻር : ምንጻር ። ድኅሪት : ከዋላ ፤ ግንጽሊት : ግፍትዒት : ቈልቈሊት ። የማን : ይምን ፤ ፀጋም : ፅግም ። ጽንፍ : ክንፍ : ክንፈር : ሐይቅ ፤ ድንጋግ : ወሰን ። አድያም : ደወል : ብሔር ። ዝየ : ህየ : ለፌ : ከሃ ። ጥቃ : ጎር : ሕፅን : ገቦ : ጕንድ : ጽጕ : ጽጕጕ ፤ ዐውድ : ዘውር : ግድም : ኑኅ : ኵለሄ ።

የጊዜያት : ጥሬ ።

ቅድም : ቀዲሙ : አቅዲሙ ፤ ቀዳሚ : መቅድም ። ድኅር : ደኃሪ : ከዋላ ። ምዕር : ወትር : ዘልፍ ። ኵሎ : ጊዜ : ኵሎ : ሰዓ : ኵሎ : ዕለተ ፥ ኵሎ : አሚረ ፥ ኵሎ : ዘመነ ። ንእስ : ናእስ ፤ ውርዙት : ውርዛዌ ። ርሥእ : ርሥእና : ርሥአን ። ትካት : ጥንት : መሠረት ፤ ፍጻሜ : ተፍጻም : ተፍጻሜት ።　ዐቢይና : ንኡስ : ደቂቅ : የተባሉት : እነዚህ : ኹሉ : ያገባብ : ጥሬዎች : እንዲህ : እንደሸት : ተመርጠው ፥ ታሽተው : ተፈልፍለው : በ፫ : ማእሰረ : ክፍል : የታሰሩ : ኋላ : እንዲፈቱ : ነውና ፤ ግቢያቸውንና : ባህላቸውን : አፈታታቸውን : በየተራቸው : በ፭ኛው : ክፍል : ተመልከት ።

፬ኛ : ክፍል ።

ጸዋትወ : ቅጽል : ወአኃዝ : የሰዋሰው : ባለቤትና : ኅዝ ።

፲፬ኛ : ዕርከን ።

፻፲፫ ፤ ቅጽል : ማለት : ተጨማሪ : ቃል : ማለት : ነው ፤ መለዮ : ምልክት : እንደ : ማለት ፤ ምስጢሩ : ግን : የባለቤትን : ስምና : ግብር ፥ ጠባይና : አኳኋን ፥ መልኩን : ዐይነቱን ፥ ወርዱን : ቁመቱን : ስፍሩን : ቍጥሩን ፤ ሌላውንም : ኹሉ : የሚያሳይ : የስምና : የግብር : ፍካሬ ፥ ወይም : ጽጌና : ፍሬ : ማለት : ነው ፤ (እስመ : እምፍሬሁ : ይትዐወቅ : ዕፅ) ። የቅጽልም : ዐይነት : እንደ : ሰዋስው : ክፍል : ፪ : ነው ፤ ፩ኛው : ዘር ፥ ፪ኛው : ነባር : ይባላል ፤ ዘር : ቅጽል : አንቀጽ : ያለው ፥ ነባር : ግን : አንቀጽ : የሌለው : ነው ።

፻፲፬ ፤ ዘር : ቅጽሎች : ፫ : ናቸው ፤ ውስጠ : ዘና : መስም ፥ ጥሬ : ዘርና : ወገን : ቅጽል ፥ አኃዝ ። ለዘር : ቅጽል : ኹሉ : ውስጠ : ዘነት : አለው ፤ የውስጠ : ዘም : ነገር : በ፳፫ : ቍጥር : ከመስም : ጋራ : ተነግሯል ። የጥሬ : ዘርም : ውስጠ : ዘነት ፥ ዘርፍ : እየያዘ : ሲቀጸል : ነው ፤ ዘርፍ : የሌለው : ጥሬ ፥ ነጠላ : ስም : እንጂ : ቅጽል : አይባልም ። በአንቀጽ : በብትን : እየገቡ : የልክ : ቅጽልና : አገባብ : የሚኾኑ : መጠንና : አምጣን : ዐቅም ፥ እነዚህ : ኹሉ : ዘር : ቅጽሎች : ናቸው ። ወገን : ቅጽሎች : የተባሉም : አስቀድመን : በ፪ : ቍጥር : እንዳርእስት : የተናገርናቸው : ዊና : ይ : ናቸው ፤

(ቀዳማዊ፡ ይ፥ወደኃራዊ፡ ይ)፤እነዚህ፡፪ቱ፡ ምእላዶች፥ዘርፍ፡ አያያዥነት፡ ባላቸው፡ በ፬ቱ፡ ፊደላትና፡(ግእዝ፡ ራብዕ፡ ኃምስ፡ ሳብዕ)፡ በ፪ቱ፡ አገባብ፡ በለ፡ በዘ፡ ፈንታ፡ እየገቡ፥የዘርፍና፡ የቅጽል፡ አፈታት፡ ስላገኙ፥ከቅጽሎች፡ ጋራ፡ ተቈጥረዋል፤ ስማቸውም፡ የሙሻዘር፡ ውስጠ፡ ዘ፡ ይባላል ። ወገንነታቸው፡ በወገን፡ ጥሬ፡ ሲገቡ፡ነው።ምድር፡ምድራዊ፥ሰማይ፡ ሰማያዊ፥ኢትዮጵያዊ ። አኃዝ፡ ቅጽልም፡ ካንድ፡እስከ፡ምእልፊት፡ ያለ፡ ቍጥር፡ነው፤ ኋላ፡ በቦታው፡ ይነገራል ።

፻፲፫፤ ነባር፡ ቅጽሎችም፥እንደ፡ ዘር፡ ቅጽሎች፡ ፫፡ ናቸው፤ ነባር፡ ጥሬና፡ ግልጸ፡ ዘ፥የቦታና፡ የጊዜ፡ ቅጽሎች፥ንኡስና፡ ደቂቅ።ነባር፡ ጥሬ፥የሚበዛና፡ የማይበዛ፡ ስም፡ ነው፤ የሚበዛ፡ ስም፥እብን፡ አእባን፤ ይህን፡ የመሰለ። የማይበዛ፡ የመጠሪያ፡ ስም፡ ነው፤ ዳዊት፡ ሰሎሞን፥የመሰለው፡ ኹሉ ። ግልጸ፡ ዘ፡ የሚባል፡ ዐበይት፡ አገባቦች፡ ዘ፡ እንተ፡እለ፡ የገቡበት፡ ዘማች፡ አንቀጽና፡ ነባር፡ አንቀጽ፡ ነው፤ የዘ፡ እንተ፡እለም፡ ዝርዝር፡ ምስጢሩ፡ዘርፍ፡አያያዥነት፡ ስለ፡ ኾነ፡ግልጸ፡ ዘ፡ ይባላል፤ ዘ፡ ያንድ፥እንተ፡ ያንዲት፥እለ፡ የብዙ፡ ቅጽል፡ነው። የቦታና፡ የጊዜ፡ ቅጽሎች፡ የተባሉም፡ የዘንና፡ የበን፡ ዐማርኛ፡ ይዘው፡ የሚፈቱ፡ ዐበይት፡ አገባቦች፡ ናቸው፤ የዘን፡ ዐማርኛ፡ መያዛቸው፡ በባለቤቱ፡ ላይ፡ አገባብ፡ ሳይኖር፡ነው፤ አገባብ፡ ሲኖር፡ ግን፡ የዘ፡ ዐማርኛ፡ የ፡ ተበዝብዞ፡ ይቀራል፡ እንጂ፤ አይነገርም ።

፻፲፬፤ የቦታ፡ ቅጽሎች፡ ኀበና፡ መንገለ፡ ውእደ፡ ናቸው፤ እነዚህ፡ ፫ቱ፡ አገባብ፡ በሌለው፡ሲቀጸሉ፤ መካን፡ ኀበ፡ ይትገበር፡ መንገለ፡ ይትገበር፡ ውእደ፡ ይትገበር፡ መሢዕተ፡ ቅዳሴ፡ ቅዱስ፡ ውእቱ፤ የሚደረግበት፡ ቦታ። አገባብ፡ ባለውም፡ ሲቀጸሉ፤ውስተ፡ መካን፡ ኀበ፡ቆመ፡ መንገለ፡ቆመ፡ውእደ፡ቆመ፡እግረ፡እግዚእነ፤ የጌታችን፡እግር፡ከቆመበት፡በቆመበት፡ ቦታ፡ ያሰኛሉ።በነባር፡ አንቀጽም፡ሲገቡ፤ በምድረ፡ በድው፡ ኀበ፡ አልቦ፡ መንገለ፡ አልቦ፡ ውእደ፡ አልቦ፡ ዕፅ፡ ወማይ፤ ዕንጨትና፡ ውሃ፡ በሌለበት፡ እያሰኙ፡ ሌላውን፡ ኹሉ፡ ያሳያሉ ። የጊዜም፡ ቅጽሎች፡ የሚባሉ፡ በኋላፊና፡ በትንቢት፡ በነባር፡አንቀጽ፡እየገቡ፡የዘን፡ ዐማርኛ፡የበን፡ ዝርዝር፡ ይዘው፡ የሚፈቱ፡ ዐበይት፡ አገባቦች፡ አመ፡ ሶበ፡ ጊዜ፡ ሰዓ፡ ሰዓተ፡ ዕለተ፡ መዋዕለ፡ ዓመተ፡ ናቸው ። ሲገቡም፡ በኋላፊ፡ አመ፡ ተእኅዘ፡ ሶበ፡ ተእኅዘ፡ እግዚእነ፤ ጌታችን፡ የተያዘበት ። በትንቢት፡ አመ፡ ይብሉ፡ ሶበ፡ ይብሉ፡ ጊዜ፡ ይብሉ፡ ብፁዓት፡ መካናት፤ መካኖች፡ ምስጉኖች፡ ናቸው፡ የሚሉበት ። በነባርም፡ አመ፡ ቦ፡ ወአመ፡አልቦ፡እያለ፡ ይገባል ።የቀሩትም፡ሰዓ፡ሰዓተ፡ዕለተ፡መዋዕለ፡ዓመተ፡ምስጢራቸውን፡ ይዘው፡እየገቡ፡ሰዓት፡ ቀን፡ ቀኖች፡ ዘመኖች፡ ወራት፡ ዓመት፡ ተብለው፡ በያማርኛቸው፡ ይፈታሉ።ይህም፡ በመዋዕለ፡ ትኤብስ፤ በምትበድልበት፡ ወራት። በዓመተ፡ሞተ፡ ዖዝያን፡ ንጉሥ፤ ንጉሡ፡ ዖዝያን፡ በሞተበት፡ ዓመት፡ ማለቱን፡ ያሳያል። የልክ፡ ቅጽሎች፡ የሚባሉም፡ በኋላፊና፡ በትንቢት፡በነባር፡አንቀጽ፡እየገቡ፡ ያኽል፡ ተብለው፡ የሚፈቱ፡ ዐበይት፡ አገባቦች፡ መጠነ፡ አምጣነ፡ ዐቅመ፡ ናቸው ። ሲገቡም፡በኋላፊ፡ ከብረ፡ ዮሴፍ፡ መጠነ፡ አምጣነ፡ ዐቅመ፡ ተዋረደ፡ ወኮነ፡ ገብረ፤ ዮሴፍ፡ የተዋረደና፡ ባሪያ፡ የኾነውን፡ ያኽል፡ ከበረ ። በትንቢት፥መጠነ፡ ይክል፡

አፉየ፡ አስተበፅዕ፡ ዕበየኪ ። በነባርም ፥ መጠነ፡ ብየ፡ እሁብ ፤ ያለኝን፡ ያለብኝን፡ ያኽል፡እሰጣለኹ፡ያሰኛል ።የቀረውን፡ፍች፡በአኃዝ፡ቅጽል፡መጨረሻና፡ባቢይ፡ አገባብ፡ውስጥ፡ተመልከት ።

፻፲፯ ፤ ንኡስ፡ቅጽልም፡የሚባሉ፡በንኡስ፡አገባብ፡የሚገኙ፡የጥያቄና፡ያን ክሮ፡ጥሬዎች፡አይ፡ምንት፥አይ፡መኑ፥አይ፡ማእዜ፥አይ፡አይቴ፥አይ፡አያት፥ ስፍን፡እስፍንት፡ናቸው ።አይ፡ምንት ፤ ምን፡ምንድር ፤ አያት፡ምንታት፥ምኖች፡ ምንድሮች ፤ የነገር፡ቅጽሎች፡ናቸው ፤ አይ፡አያት፡ላክልም፡ይኾናል ። አይ፡መኑ፥ ማን ፤ አያት፡እለ፡መኑ፥እነማን ፤ ያክል፡ቅጽሎች፡ናቸው ። አይ፡ማእዜ፥መቼ፡ መቼ ፤ የጊዜ፡ቅጽሎች ። አይ፡አይቴ፥ሔት፡ ወዴት ፤ የቦታ፡ቅጽሎች ። አይ፡አ ያት፥ማነኛው፡ ማናቸው ፤ ማነኞቸው ፤ ማናቻቸው ፤ ከፋዮች ። ስፍን፡እስፍንት፥ ስንት፡ምን፡ያኽል ፤ ቍጥር፡ጠያቆች ።የጥያቄያቸውም፡ተሰጦና፡ምስጢር፡አኃዝ፡ ቅጽል፡ነው ፤ አንክሮም፡ይኾናል ። አይ፡አይቴ፡ከአየየ፥ስፍን፡እስፍንት፡ከሰፈነ፡ የወጡ፡ናቸው ፤ ነባርነታቸው፡በጠባይ፡ነው፡እንጂ፥በትውልድ፡አይዶለም፡(ቍ ፲)። ከማእዜ፡በቀር፡ኹሉም፡በ፲፡መደብ፡ይረባሉ ፤ አኃዝ፡ቅጽልም፡ከደቂቅ፡ በኋላ፡ይመጣል ።

ደቂቅ፡ቅጽል ።

፻፲፰ ፤ በ፹፱፡ቍጥር፡በደቂቅ፡ርባታ፡ቃጥተን፡የተውናቸው፡ደቂቅ፡ቅጽ ሎች፡ከነርባታቸው፡ከናፈታታቸው፡እሊህ፡ናቸው ።

(ሩቅና፡ድብቅ)።

ውእቱ፡	ርሱ፡
ይእቲ፡	ርሷ፡
ውእቶሙ፡እሙንቱ፡	ርሳቸው፡እነርሱ፡
ውእቶን፡እማንቱ፡	ዝኒ፡ከማሁ ።

(ቅርብ፡ፊት፡ለፊት፡ያለ) ።

አንተ፡	በቊሙ፡አንተ፡
አንቲ፡	አንቺ፡ች፡
አንትሙ፡	እላንተ፡ት፡
አንትን፡	ዝኒ፡ከማሁ ።

(ነባቢ፡ወነባቢት)።

አነ፡	እኔ፡(ወንድና፡ሴት)፡

(ነባብያን፡ወነባብያት) ።

ንሕነ፡	እኛ፡(ወንዶችና፡ሴቶች)፡

ጭብጥ ፡ ቅጽል ፡ ወይም ፡ እማሬ ።

(የቅርብ ፡ ሩቅ ፡ የሚታይ) ።

ዝኩ ፡ ዝስኩ ፡ ዝክቱ ፡ ያ ፡ ያኛው ፡
እንትኩ ፡ እንታክቲ ፡ ያች ፡ ያችኛዋ ፡ ይቱ ፡
እልኩ ፡ እልክቱ ፡ እሊያ ፡ እሊያኞች ፡ ቹ ፡
እልኮን ፡ እልክቶን ፡ ዝኒ ፡ ከማሁ ።

(የቅርብ ፡ ቅርብ ፡ የሚዳሰስ) ።

ዝ ፡ ዝንቱ ፡ ይህ ፡
ዛ ፡ ዛቲ ፡ ይህች ፡
እሉ ፡ እሎንቱ ፡ እሊህ ፡
እላ ፡ እሎን ፡ እላንቱ ። ዝኒ ፡ ከማሁ ።

ዝኩ ፡ ዝስኩ ፡ በዮች ፡ አነና ፡ ንሕነ ፡ ስለ ፡ ኾኑ ፥ ርባታው ፡ በ፰ ፡ መደብ ፡ ተወስኗል ፤ ሲዘረዘር ፡ ግን ፡ ከውእቱ ፡ እስከ ፡ ንሕነ ፡ ላሉት ፡ ዘርፍ ፡ አያገኝም ፡ ኹኖ ፡ ይቀጸላል ።
ዚአሁ ፡ እንቲአሁ ፡ እሊአሁ ፡ (ሃ ፡ ሆሙ ፡ ሆን) ፡ የርሱ ፡ የርሱን ፥ የርሱ ፡ ነው ።
ዚአከ ፡ እንቲአከ ፡ እሊአከ ፡ (ኪ ፡ ክሙ ፡ ክን) ፡ ያንተ ፡ ያንተን ፥ ያንተ ፡ ነው ።
ዚአየ ፡ (ነ) ፡ የኔ ፡ የኔን ፥ የኔ ፡ ነው ። ኹሉን ፡
እንዲህ ፡ ፍታ ።

፻፲፱ ፤ የግቢር ፡ ቅጽልና ፡ ዐጸፋ ። ኪያ ፡ (ዐረብ ፡ ኢያ) ፡ ርስን ፡ ራስን ።
ኪያሁ ፡ (ሃ ፡ ሆሙ ፡ ሆን) ፡ ርሱን ፡ ራሱን ።
ኪያከ ፡ (ኪ ፡ ክሙ ፡ ክን ፡ የ ፡ ነ) ፡ አንተን ፡ ራስኽን ።

የተገብሮ ፡ ቅጽልና ፡ ዐጸፋ ። ለል ፡ (ለለ) ፡ ርስ ፥ ቅል ፡ ራስ ።
ለሊሁ ፡ (ሃ ፡ ሆሙ ፡ ሆን) ፡ ርሱ ፡ ቅሉ ፥ ራሱ ፡ በለቤቱ ።
ለሊከ ፡ (ኪ ፡ ክሙ ፡ ክን ፤ ልየ ፡ ሊነ) ፡ አንተ ፡ ቅልኽ ፡ ራስኽ ።

ደምላይና ፡ ጠቅላይ ፡ ውስጠ ፡ ብዙ ። ኵል ፡ (ክሉል) ፡ ድምር ፡ ጥቅል ።
ኵሉ ፡ (ላ ፡ ሎሙ ፡ ሎን) ፡ ኹ = ኹሉ ፥ መላው ፡ ጠቅላላው ፥ ፩ ፡ ሳይቀር ።
ኵልከ ፡ (ኪ ፡ ክሙ ፡ ክን ፤ ልየ ፡ ልነ) ፡ ኹልኽ ፡ መላኽ ።
ኵለንታ ፤ (የሕዋሳት ፡ ቅጽል) ፡ ኹለንተና ፡ ኹለመና ፡ ከራስ ፡ እስከ ፡ እግር ።
ኵለንታሁ ፡ (ሃ ፡ ሆሙ ፡ ሆን ። ከ ፡ ኪ ፡ ክሙ ፡ ክን ፤ የ ፡ ነ) ፡ ኹለንተ(መ)ናው ።

ባሕቲት ፡ (ብሕተ ፡ ባሕተወ) ፡ ብቻ ፡ ብቻነት ፡ ነጠላነት ።
ባሕቲቱ ፡ (ታ ፡ ቶሙ ፡ ቶን ። ትከ ፡ ኪ ፡ ክሙ ፡ ክን ፤ የ ፡ ነ) ፡ ብቻው ፡ ራሱ ።

ዕራቅ ፤ ዕራቍትነት ፡ ባዶ ፡ ብቻ ፡ ነጠላ ፡ መለመላ ፥ አንዳች ፡ የሌለበት ።
ዕራቁ ፡ (ቃ ፡ ቆሙ ፡ ቆን ። ቅከ ፡ ኪ ፡ ክሙ ፡ ክን ፤ የ ፡ ነ) ፡ ዕራቍቱ ፡ ባዶው ፡ ብቻው ።

በይን ፡ በይናት ፤ ብቻ ፥ ርስ ፡ ራስ ። በበይናት ፤ ርስ ፡ በርስ ።
በበይናቲሁ ፡ (ሃ ፡ ሆሙ ፡ ሆን ። ከ ፡ ክሙ ፡ ክን ፡ ትኪ ፡ ትየ ፡ ቲነ) ፡ ርስ ፡ በርሱ ።

ከንቱ ፤ በቁሙ ÷ ብላሽ ፡ የዝም ፡ ብሎ ÷ ዋጋ ፡ የሌለው ።

በከ ፤ ዝኒ ፡ ከማሁ ፤ ከንቱ ፡ ብላሽ ፡ ጠፍ ። በክት ፡ ሙቶ ፡ ያደረ ÷ ቢያክ ፡ ቢያክ ፡ የሚባል ፡ የሚያስጠይፍ ። የዝርዝሮችም ፡ ጠባይ ÷ ስማቸውና ፡ መልካቸው ÷ ዘመድና ፡ ባዕድ ፡ መባላቸው ፡ ዐጸፋና ፡ ቅጽል ፡ መኾናቸው ፡ ባ፺፮ ፡ ቍጥር ፡ ተነግሯል ፤ ከነባር ፡ ቅጽልም ፡ መቈጠራቸው ÷ በስም ፡ ዐጸፋነት ፡ እየገቡ ፡ ሩቅና ፡ ቅርብ ፡ ፩ና ፡ ብዙ ፡ ወንድና ፡ ሴት ፡ የሚለያዩና ፡ የሚያሳዩ ፡ ስለ ፡ ኾኑ ፡ ነው ።

፲፫ኛ ፡ ዕርከን ።

አኃዝ ፡ ቅጽል ።

፻፳ ፤ አኃዝ ፡ ዘርና ፡ ነባር ፡ ስለ ፡ ኾነ ፡ በዘርነቱ ፡ ከዘር ፡ ቅጽሎች ፡ እንዲስማማ ÷ በነባርነቱም ፡ ከነባር ፡ ቅጽሎች ፡ ከንኡስ ፡ ከደቂቅ ፡ ይሰማማልና ፤ ቍጥሩ ፡ ከ፪ቱም ፡ ነው ። ነባርነቱ ፡ ባ፲፫ኛ ፡ ቍጥር ፡ ተነግሯል ፤ ዘርነቱም ፡ በዝርዝር ፡ ፊደል ፡ ሲጣፍ ፡ ነው ። አኃዝ ፡ ካንድ ፡ እስከ ፡ ምእልፊት ፡ ያለ ፡ የቍጥር ፡ ኹሉ ፡ ጠቅላይ ፡ ስም ፡ ነው ፤ አኃዝ ፡ ማለት ÷ መያዣ ፡ ዐረቦን ÷ ወይም ፡ ኺምርና ፡ ውጥን ፡ ማለት ፡ ነው ፤ መያዣው ፡ አንዳንድ ፡ ቅንጣት ፡ ፊደል ፡ (፩ ፡ ፪ ፡ ፫—አ ፡ በ ፡ ገ) ፡ ውጥኑም ፡ ቃል ፡ ነው ፤ አንድ ፡ ኹለት ፡ ሦስት ፡ ማለት ። ከ፩ ፡ እስከ ፡ ፼ ፡ ምንም ፡ በየክፍሉ ፡ ፍጹም ፡ ቢሆን ፡ ያንዱ ፡ ቤት ፡ ላሥር ÷ ያሥሩ ፡ ለመቶ ÷ የመቶው ፡ ለሺሕ ÷ የሺሑ ፡ ለእልፍ ÷ የእልፉ ፡ ለምእልፊት ፡ ውጥን ፡ ይባላል ፤ ፲ሩ ፡ የርባታ ፡ መደብ ፡ ለ፻ው ፡ መደብ ፡ ውጥን ፡ እንዲባል ። አኃዝ ፡ ሲባል ፡ ኹሉም ፡ ውስጠ ፡ ዘና ፡ ውስጠ ፡ ብዙ ፡ ስም ፡ ነው ፤ ስፍን ፡ ስፍናዊ ፡ ብሎ ፡ ለሚጠይቅ ÷ ወይም ፡ ለሚያስብ ÷ የብትኖችን ፡ ማነስና ፡ መብዛት ÷ ስንትነትና ፡ ስንተኛነት ፡ ዘርዝሮ ፡ ደምሮ ፡ ለማሳየት ፡ ከባለቤት ፡ በፊት ፡ እየገባ ፡ ዐብሮ ፡ የሚነገር ÷ ባለቤትም ፡ ባይኖር ፡ ርሱው ፡ ራሱ ፡ በቂ ፡ ስለ ፡ ኾነ ፡ ቅጽል ፡ ይባላል ። ርስ ፡ በርሱም ፡ ይቀጻጸላል ። ካንድ ፡ እስከ ፡ ምእልፊት ፡ ያለ ፡ አኃዛዊ ፡ ቍጥር ፡ ባንድ ፡ ረኺም ፡ ገመድ ፡ ሲመሰል ፡ ቤቱና ፡ ክፍሉ ፡ ፫ ፡ ፫ ፡ ይኾኑለታል ፤ ቤት ÷ ፩ ፡ ፲ ፡ ፻ ፡ ፲፻ ፡ ፼ ። ክፍል ÷ መዘርጋት ፡ መተርተር ፡ መክፈል ፡ ማጠፍ ፡ መጠቅለል ፡ ናቸው ። መዘርጋት ÷ ብዛትንና ፡ ስንትነትን ፡ እንደ ፡ ነዶና ፡ እንደ ፡ ችቦ ፡ አስሮ ፡ ሰብስቦ ፡ የሚያሳይ ፡ የጅምላ ፡ ቍጥር ፡ ነው ። ምሳሌ ፤ ፩ ፡ ፪ ፡ ፲ ÷ እንዲሁ ። መተርተር ÷ ስንትነታቸው ፡ ከታወቀ ፡ ከብዙዎች ፡ ማኸል ፡ ስንተኛነትን ፡ ለይቶ ፡ የሚያሳይ ፡ የተራ ፡ ቍጥር ፡ ነው ። ምሳሌ ፤ ፩ኛ ፡ ፪ኛ ፡ ፲ኛ ÷ እንዲሁ ። መክፈል ÷ የክፍሎችን ፡ ስም ፡ እንደ ፡ ተራ ፡ ቍጥር ፡ እየለየ ፡ በየማዕርጉ ፡ የሚያሳይ ፡ ክፍላዊ ፡ ቍጥር ፡ ነው ። ምሳሌ ፤ መንፈቅ ፡ ሣልሲት ፡ ራብዒት ÷ ወከማሁ ። ማጠፍ ፡ ጅምላውን ፡ ቍጥር ፡ ዐጥፎ ፡ ደርቦ ፡ እያሳየ ፡ በመንታ ፡ መንገድ ፡ የሚወስድ ፡ ያጸፋ ፡ ቍጥር ፡ ነው ። ምሳሌ ፤ አሐዳት ÷ አው ፡ ካዕበተ ፡ አሐዱ ÷ ፩ ፡ ዕጽፍ ። ክልኤታት ÷ አው ፡ ካዕበተ ፡ ክልኤቱ ÷ ፪ ፡ ዕጽፍ ÷ ፬ ፡ ነጠላ ፤ ወከማሁ ። መጠቅለል ÷ እንዳራቱ ፡ ክፍሎች ፡ አኃዝ ፡ ሳይኖረው ÷ በቅጽልነቱ ፡ ማነስና ፡ መብዛት ፡ ሕጸጽና ፡ ምልአት ፡ የሚያሳይ ÷ የአኃዝ ፡ ቅጽ

ሎች ፡ ስብሳቢና ፡ ከቻች ፡ የሚኾን ፡ መድበል ፡ ቍጥር ፡ ነው ፤ ያውም ፡ ኅዳጥ ፡ ብዙኅ ፡ ኵሉ ÷ ይህን ፡ የመሰለ ።

፻፳፩ ፤ ሥራቸውንና ፡ ማፋቸውን ፡ በገመድ ፡ ዘይቤ ፡ ስበን ፡ ጕትተን ፡ መዘርጋት ፡ መተርተር ፡ ያልናቸው ፡ ጅምላና ፡ ተራ ÷ አካኼዳቸው ፡ እንደ ፡ የዋህና ፡ እንደ ፡ መሠሪ ፡ ርብ ፡ ስለ ፡ ኾነ ÷ ስማቸው ፡ የዋህ ፡ ቍጥርና ፡ መሠሪ ፡ ቍጥር ፡ ይባላል ፤ የዋሁ ፡ ጅምላ ÷ መሠሪው ፡ ተራ ፡ ነው ፤ የቀሩትም ፡ ሦስቱ ፡ መክፈልና ፡ ማጠፍ ፡ መጠቅለል ፡ ያልናቸው ፡ ክፋይና ፡ ዐጣፊ ፡ ጠቅላይ ፡ ይባላሉ ። ጅምላና ፡ ተራ ፡ ካንድ ፡ እስከ ፡ ኻያ ፡ ወንድና ፡ ሴት ፡ እየለዩ ፡ ከዚያ ፡ በላይ ፡ ግን ፡ ሳይለዩ ፡ ዕሥራ ፡ ሠላሳ ፡ በማለት ፡ እያስተባበሩ ፡ ይኼዳሉ ፤ ይኸውም ፡ ምእላድ ፡ ሳይኖር ፡ ነው ፤ ምእላድ ፡ ሲኖር ፡ ግን ፡ ዕሥራ ፡ ሠላሳ ፡ ያለውን ፡ ዕሥራዊ ፡ ዊት ፡ ሠላሳዊ ፡ ዊት ፡ ያሰኛልና ፤ ከመለየት ፡ በቀር ፡ ማስተባበር ፡ የለም ። የጅምላ ፡ ቍጥር ፡ አጣጣፍና ፡ አፈታት ፡ ፪ ፡ ዐይነት ፡ ነው ፤ አጣጣፍ ፡ በአኃዝ ፡ በፊደል ፤ አፈታት ፡ እንደ ፡ ንባቡ ፡ አንድ ፡ አንዱ ÷ ኹለት ፡ ኹለቱ ፡ እያሉ ፡ በሳድስ ፡ በካዕብ ፡ መጨረስ ፡ ነው ። የሴቶችም ፡ ቍጥር ፡ ካንድ ፡ እስከ ፡ ኻያ ፡ ከፊደል ፡ እንጂ ፡ ከአኃዝ ፡ ጋራ ፡ አይስማማም ፤ ዱብና ፡ ቅል ፡ ነው ። ስለዚህ ፡ አሐት ፡ አሐቲ ፡ ክልኤ ፡ ክልኤቲ ፡ ሠላስ ፡ አርባዕ ፡ ኀምስ ፡ እያለ ፡ በፊደል ፡ ብቻ ፡ ይጣፋል ። አኃዝ ፡ ቅጽል ፡ ዘርና ፡ ነባር ፡ ስለ ፡ ኾነ ፡ ርባታውና ፡ ዝርዝሩ ፡ እስከ፲ ፡ መደብ ፡ ነው ።

፻፳፪ ፤ የወንዶች ፡ ጅምላና ፡ የሴቶች ፡ ጅምላ ፡ ቍጥር ።

	የወንዶች ።		የሴቶች ።
፩ ፡	አሐድ ፡ ዱ ፡	አንድ ፡ ዱ ፡	አሐ(ድ)ት ፡ ቲ ፡
፪ ፡	ክልኤ ፡ ት ፡ ቱ ፡	ኹለት ፡ ቱ ፡	ክልኤ ፡ ቲ ፡
፫ ፡	ሠለስት ፡ ቱ ፡		ሠላስ ፡
፬ ፡	አርባዕት ፡ ቱ ፡		አርባዕ ፡
፭ ፡	ኀምስት ፡ ቱ ፡	ዐምስት ፡ ቱ ፡	ኀምስ ፡
፮ ፡	ሰድስት ፡ ቱ ፡		ስሱ ፡
፯ ፡	ሰብዐት ፡ ቱ ፡		ሰብዑ ፡
፰ ፡	ሰምንት ፡ ቱ ፡		ሰማኑ ፡ ኒቱ ፡
፱ ፡	ተስዐት ፡ ቱ ፡	ዘጠኝ ፡ ኙ ፡	ተስዑ ፡
፲ ፡	ዐሥርት ፡ ቱ ፡	ዐሥር ፡ ሩ ፡	ዐሥሩ ፡
፲ወ፩ ፡	ዐሥርት ፡ ወአሐድ ፡ ዱ ፡		ዐሥር ፡ ወአሐት ፡ ቲ ፡
፲ወ፪ ፡	ዐሥርት ፡ ወክልኤት ፡ ቱ ፡		ዐሥር ፡ ወክልኤ ፡ ቲ ፡
፲ወ፫ ፡	ዐሥርት ፡ ወሠለስት ፡ ቱ ፡		ዐሥር ፡ ወሠላስ ፡
፲ወ፬ ፡	ዐሥርት ፡ ወአርባዕት ፡ ቱ ፡		ዐሥር ፡ ወአርባዕ ፡
፲ወ፭ ፡	ዐሥርት ፡ ወኀምስት ፡ ቱ ፡		ዐሥር ፡ ወኀምስ ፡
፲ወ፮ ፡	ዐሥርት ፡ ወሰድስት ፡ ቱ ፡		ዐሥር ፡ ወስሱ ፡
፲ወ፯ ፡	ዐሥርት ፡ ወሰብዐት ፡ ቱ ፡		ዐሥር ፡ ወሰብዑ ፡
፲ወ፰ ፡	ዐሥርት ፡ ወሰምንት ፡ ቱ ፡		ዐሥር ፡ ወሰማኑ ፡ ኒቱ ፡

፲ወ፱ ፡	ዐሥርት፡ወተስዐት፡ቱ፡		ዐሥር ፡ ወተስዑ፡
፳ ፡	ዕሥራ፤	ኻያ፡ካያ፥ካዕበተ፡ዮድ።	ዕሥራ፤ ፪፡ጊዜ፡፲።

በወንዶች፡ዕሥራ፡ወአሐድ፡ዱ፤በሴቶች፡ወአሐት፡ቲ፡እያለ፡እስከ፡ ፳፱፡እንዲሁ፡ተጣፍሮ፡ይኼዳል ።

፴ ፡	ሠላሳ፡	በቊሙ፡	ሦስት፡ዐሥር፡
፵ ፡	አርብዓ፡	አርባ፡	አራት፡ዐሥር፡
፶ ፡	ኀምሳ፡	ዐምሳ፡	ዐምስት፡ዐሥር፡
፷ ፡	ስ(ድ)ሳ፡	በቊሙ፡	ስድስት፡ዐሥር፡
፸ ፡	ሰብዓ፡	ሰባ፡	ሰባት፡ዐሥር፡
፹ ፡	ሰማንያ፡	ሰማኒያ፡	ስምንት፡ዐሥር፡
፺ ፡	ተስዓ፡	ዘጠና፡	ዘጠኝ፡ዐሥር፡
፻ ፡	ምእት፡	መቶ፡	ዐሥር፡ዐሥር፡
፲፻ ፡	አምአት፥አው፡ዐሥርቱ፡ምእት፡		ዐሥር፡መቶ፥፩፡ሺሕ፡
፳፻ ፡	ዕሥራ፡ምእት፡		ኹለት፡ሺሕ፡
፴፻ ፡	ሠላሳ፡ምእት፡		ሦስት፡ሺሕ፡
፵፻ ፡	አርብዓ፡ምእት፡		አራት፡ሺሕ፡
፶፻ ፡	ኀምሳ፡ምእት፡		ዐምስት፡ሺሕ፡
፷፻ ፡	ስሳ፡ምእት፡		ስድስት፡ሺሕ፡
፸፻ ፡	ሰብዓ፡ምእት፡		ሰባት፡ሺሕ፡
፹፻ ፡	ሰማንያ፡ምእት፡		ስምንት፡ሺሕ፡
፺፻ ፡	ተስዓ፡ምእት፡		ዘጠኝ፡ሺሕ፡
፼ ፡	እልፍ፡	(መቶ፡ጊዜ፡መቶ)፡	ዐሥር፡ሺሕ፡
፲፼ ፡	ዐሥርቱ፡እልፍ፥አው፡አእላፍ፡		መቶ፡ሺሕ፡
፳፼ ፡	ዕሥራ፡እልፍ፥ሠላሳ፡እልፍ፡	እያለ፡እስከ፡፺፱፼፡ይኼዳል ።	
፻፼ ፡	አእላፋት፡	መቶ፡እልፍ፥ወይም፡፲፻፡ሺሕ፡(ሚልዮን)፡	
፲፻፼ ፡	ትእልፊት፡	ሺሕ፡እልፍ፥ወይም፡እልፍ፡ሺሕ፡(፲፡ሚልዮን)፡	
፳፻፼ ፡	ዕሥራ፡ምእት፡እልፍ፡	እንዲህ፡እያለ፡እስከ፡፺፻፡ይኼዳል ።	
፼፼ ፡	ምእልፊት፡	እልፍ፡ጊዜ፡እልፍ፡(፻፡ሚልዮን) ።	

ሐዲስ፡ሐሳብ፡እንግዳ፡ቊጥር፥በምእልፊት፡ላይ፡የሚጨመር፥የቢልዮንና፡ የትሪልዮን፡አንጻር ።

ምእልፊትን፡ደግሞ፡እንደ፡እልፍ፡፲፡፻፡፲፻፡፼፡እያሉ፡በ፬ቱ፡ቅጽሎች፡ ሲያበዙት ፡ አንድ ፡ የነበረው፡ ፼ ፡ ምእልፊት ፡ ይኾናል ። ኹለተኛም ፡ በሚልዮ ንና ፡ በቢልዮን፡ተራ፡ሲያወርዱት፥ትሪልዮን፡ከሚበለው፡ቊጥር፡ ይሰማማል ። ከእልፍና፡ከአእላፍ፡በላይ፡ያለ፡ቊጥር፡በውሳኔም፡አለውሳኔም፡ይነገራልና፤ውሳ ኔው፡ይህ፡ነው ። ያለውሳኔ፡ግን፡ሲነገር፥አእላፈ፡አእላፋት፡ ወትእልፊተ፡አእላ ፋት፡ምእልፊት፡ይላል፤ብዛቱ፡እንዳሸዋና፡እንደ፡ኮከብ፡ሰፍሮ፡ቈጥሮ፡ሊያው

ቁት ፡ የማይቻል ፥ ከፈጣሪ ፡ በቀር ፡ ሰፋሪ ፡ ቈጣሪ ፥ ልክና ፡ መጠን ፡ የሌለው ፡ የብዙ ፡
ብዙ ፡ ማለት ፡ ነው ፤ አባይን ፡ በጭልፋ ፡ እንዲሉ ፡ (ዘፍ ፲፫ ፡ ፲፮ ። ፲፭ ፡ ፭) ።

ሐተታ ፡ ስላንድ ፡ ቤት ፡ ቍጥር ።

፻፹፫ ፤ ሠለስት ፡ የተባለው ፡ ሦስት ፡ መኾኑ ፡ ለ ፡ ስለ ፡ ላላ ፡ ነው ፤ ሲጠብቅ ፡ ግን ፡
(ሠላሲ ፡ ሲት ፡ ስያን ፡ ያት) ፡ ሠለስት ፡ መድበል ፡ ቅጽል ፡ ኹኖ ፡ ፫ ፡ የሚያደርጉ ፡ ፫ ፡
አድራጎች ፡ ያሰኛል ፡ እንጂ ፥ ፫ነትን ፡ ወይም ፡ ፫ ፡ መኾንን ፡ አያሳይምና ፤ ከማጥበቅ ፡
ተጠንቀቅ ። ሰድስት ፡ ያልነውም ፡ ስድስት ፡ ተብሎ ፡ እንዳማርኛው ፡ በሳድስ ፡ ሲነሣ ፡
ያንዲት ፡ ሴት ፡ ውስጠ ፡ ዘ ፡ ነውና ፥ ውስጠ ፡ ብዙነቱ ፡ ምንም ፡ ርግጥ ፡ ቢኾን ፥ በሰዋ
ስው ፡ ሕግ ፡ ለውስጠ ፡ ብዙ ፡ ወንድ ፡ ሊነገርና ፡ ጅምላ ፡ ቍጥር ፡ ሊኾን ፡ አይችልም ።
አጥብቀን ፡ ሰምንትና ፡ ዐሥርት ፡ ያልናቸውም ፡ (ሰማኒ ፡ ኒት ፡ ንያን ፡ ያት) ፡ ዐሣሪ ፡
ሪት ፡ ርያን ፡ ያት) ፡ ሰመንትና ፡ ዐሠርት ፡ ሲባሉ ፥ አድራጊነትን ፡ ቢያሳዩ ፡ እንጂ ፥
ኂኝነትን ፡ አያሳዩምና ፤ በሰምንትና ፡ በዐሥርት ፡ ፈንታ ፡ ሰመንትና ፡ ዐሠርት ፡ ከማ
ለት ፡ ተጠንቀቅ ፤ ካንድ ፡ እስከሥር ፡ ያሉ ፡ አኃዞች ፡ ኹሉም ፡ በውስጠ ፡ ብዙነት ፡ ከተ
ደራጊ ፡ አንቀጽ ፡ እንደ ፡ ወጡ ፡ አፈታታቸው ፡ ያስረዳኻል ።

፻፹፬ ፤ ዳግመኛም ፡ ከክልኤት ፡ እስከ ፡ ዐሥርት ፡ ያለው ፡ ት ፡ ምእላድ ፡ መኾ
ኑን ፡ የአኃዞችም ፡ ሥር ፡ ከሦስት ፡ ቅንጣት ፡ ፊደል ፡ ወዳራት ፡ አለመውጣቱን ፡ አስ
ተውል ፤ ይኸውም ፡ ምእላድ ፡ በሌለው ፡ በአሐድና ፡ በጊዜያት ፡ አኃዝ ፡ ይታወቃል ።
ት ፡ ምእላድ ፡ ኹኖ ፡ በሳድስነት ፡ መጨመሩ ፡ የወንዱን ፡ ከሴት ፡ ለመለየትና ፡ ለማብ
ዛት ፥ ለመዘርዘርም ፡ እንዲመች ፡ ነው ። የዝርዝሩ ፡ ከዕብነት ፡ ቱ ፡ ብእሲሁ ፡ እንደ ፡
ማለት ፡ ኹኖ ፡ ዐጸፋን ፡ ብቻ ፡ ያሳያል ፤ ዝርዝሩ ፡ ዐጸፋ ፡ ባይኾን ፡ ግን ፡ በገቢር ፡ ጊዜ ፡
የሳድስ ፡ ወራሽ ፡ ግእዝ ፡ እንደ ፡ ኾነ ፥ የካዕብም ፡ ወራሽ ፡ ሳብዕ ፡ ነውና ፤ አሐዱ ፡
ክልኤቱ ፡ ያለውን ፡ አሐደ ፡ ክልኤተ ፡ በማለት ፡ ፈንታ ፡ አሐዶ ፡ ክልኤቶ ፡ ያሰኝ ፡
ነበር ። አርባዕት ፡ ባዕድ ፡ ከምእላድ ፥ አርብዓም ፡ ባዕድ ፡ ዘር ፡ ይባላል ፤ ባዕድ ፡ ኹኖ ፡
ባዕድ ፡ ያሰኘውም ፡ አ ፡ ነው ።

ተራ ፡ ቍጥር ፡ በፊደል ፡ ብቻ ።

፻፹፭ ፤ የተራ ፡ ቍጥር ፡ መነሻ ፡ ኹሉም ፡ ራብዕ ፡ ፊደል ፡ ነው ፤ በራብዕ ፡ ተነ
ሥቶ ፡ ምእላድ ፡ ሳይጨምር ፡ በ፫ ፡ በ፫ ፡ ፊደል ፥ እየጨመረም ፡ ባ፬ ፡ ባ፬ ፡ ፊደል ፡ ይኼ
ዳል ፤ የምእላዶቹም ፡ (ዊ ፡ ይ ፡ ት) ፡ ሻያ ፡ መዘርዘርና ፡ ዐጸፋ ፡ መኾን ፡ ነው ፤ አንደኛ ፡
አንደኛው ፥ አንደኚት ፡ አንደኛይቱ ፡ እያልኽ ፡ ኹሉን ፡ እንዲህ ፡ ፍታ ፤ ንባቡ ፡ መንታ ፡
እንደ ፡ ኾነ ፡ ፍችውም ፡ መንታ ፡ ነው ። በጅምላና ፡ በተራ ፡ ቍጥር ፡ ከአሐዱና ፡ ከክ
ልኤቱ ፡ የሚተባበሩ ፥ ስለነርሱም ፡ የሚነገሩ ፡ ቅጽሎች ፡ እሊህ ፡ ናቸው ፤ ዋሕድ ፡
ግእዝ ፡ አኃዝ ፡ ጥንት ፡ መሠረት ፡ ቀዳም ፡ ቀዳሚ ፡ በኵር ፥ የአሐዱ ። ዳግም ፡ ካዕብ ፡
መንታ ፡ ዘውግ ፡ ዕምድ ፥ የክልኤቱ ፡ ናቸው ።

፻፳፮፤ የወንዶችና፡የሴቶች፡ተራ፡ቍጥር ።

የወንዶች ።	የሴቶች ።
አሐድ፡አሐዳይ፡ዊ፡	አሐ(ድ)ት፡አሐቲ፡
(ግእዝ፡ጥንት፡ቀዳሚ፡በኵር)፡	(ቀዳሚት፡ማዪት)፡
ክልእ፡ክልኣይ፡ዊ፡	ክልእት፡ክልኣዪ(ዊ)ት፡
(ካዕብ፡ዳግም፡ዳግማይ፡ዊ)፡	(ዳግምት፡ሚት፡ማዪት)፡
ሣልስ፡ሣልሳይ፡ዊ፡	ሣልስት፡ሣልሳዊ(ዪ)ት፡
ራብዕ፡ራብዓይ፡ዊ፡	ራብዕት፡ራብዓዊ(ዪ)ት፡
ኃምስ፡ኃምሳይ፡ዊ፡	ኃምስት፡ኃምሳዊ(ዪ)ት፡
ሳድስ፡ሳድሳይ፡ዊ፡	ሳድስት፡ሳድሳዊ(ዪ)ት፡
ሳብዕ፡ሳብዓይ፡ዊ፡	ሳብዕት፡ሳብዓዊ(ዪ)ት፡
ሳምን፡ሳምናይ፡ዊ፡	ሳምንት፡ሳምናዊ(ዪ)ት፡
ታስዕ፡ታስዓይ፡ዊ፡	ታስዕት፡ታስዓዊ(ዪ)ት፡
ዓሥር፡ዓሥራይ፡ዊ፡	ዓሥርት፡ዓሥራዊ(ዪ)ት፡

በወንዶች፡ዓሥር፡ወአሐድ፡ወክልእ፡ወሣልስ፡እያለ፡እስከ፡ታስዕ፥በሴቶችም፡እንደዚሁ፤ዕሥራዊ፡ት፡ሠላሳዊ፡ምእታዊ፡እልፋዊ፡እያለ፡እስከ፡ምእልፊት፡ይኼዳል ። ሲበዛም፡አበዛዙ፡ይህ፡ነው ።

ቀደምት፡ቀዳም(ማው)ያን፡ያት፡ የወንዶችና፡የሴቶች ።
ደኀርት፡ክልኣን፡ኣት፥ክልኣው(ይ)ያን፡ያት፡
(ዳግማን፡ት፥ዳግማው(ይ)ያን፡ያት)፡
ሣልሳን፡ት፥ሣልሳው(ይ)ያን፡ያት፡
ራብዓን፡ት፥ራብዓይ(ው)ያን፡ያት፡
ኃምሳን፡ት፥ኃምሳው(ይ)ያን፡ያት፡
ሳድሳን፡ት፥ሳድሳው(ይ)ያን፡ያት፡
ሳብዓን፡ት፥ሳብዓይ(ው)ያን፡ያት፡
ሳምናን፡ት፥ሳምናው(ይ)ያን፡ያት፡
ታስዓን፡ት፥ታስዓይ(ው)ያን፡ያት፡
ዓሥራን፡ት፥ዓሥራው(ይ)ያን፡ያት ።

፻፳፯፤ የብዙዎች፡አኃዝ፡በብዙዎቹ፡ብቻ፡በሦስት፡ሰራዊት፡በእሙንቱና፡በአንትሙ፡በንሕነ፡ይዘረዘራል፤አነሣሡም፡አሐዱን፡አይሻም፤ካንድ፡የወጣ፡ብዙ፡ስለ፡ኾነ፡ከ፪፡ይነሣል ። ክልኤሆሙ፡ን፥ክልኤቶሙ፡ን፥ክልኤቲሆሙ፡ን ። ክልኤክሙ፡ን፥ክልኤት፡ቲ፡ክሙ፡ን፥ክልኤነ፡ክልኤትነ ። ሠለስቶሙ፡ቲሆሙ፡ን ። ሠለስቲክሙ፡ክን፥ሠለስትነ፤እንዲህ፡እያለ፡እስካሥር፥ፍችውም፡ሦስታችን፡ሦስትነታችን፡ያሰኛል ። ወደ፡ተራ፡ቍጥር፡ሲለወጥ፡ግን፡አሐዱን፡መሠረት፡አድርጎ፡አሐዶሙ፡ክልኦሙ፡ሣልሶሙ፡እያለ፡በራብዕ፡ይነሣል ። ከግእዝ፡እስከ፡ሳብዕ፡ያሉ፡የ፯ቱ፡ፊደላት፡ስምና፡ቍጥር፡ከወንዶች፡ተራ፡ስለ፡ወጣ፡ኹሉም፡በወንድነት፡ይጠራሉ ።

የክፍል ፡ ቍጥር ።

፻፳፫ ፤ የብዙዎች ፡ ቍጥር ፡ አሐድን ፡ ትቶ ፡ ከክልኤት ፡ እንደ ፡ ተነሣ ፥ የክፍልም ፡ ቍጥር ፡ ከመንፈቅ ፡ ይነሣል ፤ ተከፋዩ ፡ አሐዱ ፡ ነውና ። ምንም ፡ አከኼዱ ፡ እንደ ፡ ተራ ፡ ቢኾን ፡ ልዩነት ፡ አለው ፤ ለቦታና ፡ ለጊዜም ፡ ሲነገር ፡ እንደ ፡ ጅምላ ፡ ነው ።

መንፈቅ ፡ ንፍቅ ፡ ክልኢት ፡	እኩል ፡ እኩሌታ ፡ ፪ኛ ፡ እጅ ፡
ሣልሲት ፡	ሦስተኛት ፡ ሦስቲያ ፡ ሢሶ ፡
ራብዒት ፡	ርቢት ፡ አራቲያ ፡ ርቦ ፡ ሩብ ፡
ኃምሲት ፡	ዐምስተኛት ፡ ዐምስቲያ ፡ ዐምሾ ፡
ሳድሲት ፡	ስድስተኛት ፡ ስድስቲያ ፡
ሳብዒት ፡	ሰባተኛት ፡ ሰባቲያ ፡
ሳምኒት ፡	ስምንተኛት ፡ ስምንቲያ ፡
ታስዒት ፡	ዘጠነኛት ፡ ዘጠኒያ ፡
ዓሥሬት ፡	ዐሥረኛት ፡ ዐሥሪያ ፡ ካሥር ፡ አንድ ።

ሲበዛም ፡ ክልኢታት ፡ ሣልሲታት ፡ ዓሥሬታት ፡ ያሰኛል ። ካ፲ ፡ በላይ ፡ ግን ፡ ክፍልነቱን ፡ ገልጦ ፡ ዐሥርቱ ፡ ወአሐዱ ፡ ክፍል ፡ ዕሥራ ፡ ወክልኤቱ ፡ ክፍል ፡ እያለ ፡ በጅምላና ፡ በየዋህ ፡ ቍጥር ፡ ይኼዳል ። ከክልኢት ፡ እስከ ፡ ዓሥሬት ፡ ያሉ ፡ ስሞች ፡ ኹሉም ፡ ባ፲ ፡ ባ፲ ፡ መደብ ፡ ይረባሉ ፤ ይህም ፡ መንፈቁ ፡ ቃ ፡ ቆሙ ፡ ቆን ፤ ክልኢቱ ፡ ታ ፡ ቶሙ ፡ ቶን ፥ ትከ ፡ ኪ ፡ ክሙ ፡ ክን ፡ ትነ ፡ ማሰኘታቸውን ፡ ያሳያል ። በጅምላም ፡ አከኼድ ፡ ሲነገሩ ፡ ስማቸው ፡ እጅ ፡ ክፍል ፡ እየተባለ ፡ ስንትነታቸውን ፡ ይገልጣል ።

ምእሕዲት ፡	፩ ፡ እጅ ፡ ፩ ፡ ክፍል ፤ እጅና ፡ ክፍል ፡ ፩ ፡ ወገን ፡ ናቸው ።
ምክልኢት ፡ ምክዕቢት ፡	፪ ፡ እጅ ፡ ዕጥፍ ፡ ድርብ ፡
ምሥልሲት ፡	፫ ፡ እጅ ፡ ፫ ፡ ክፍል ፡
ምርብዒት ፡	አራት ፡ እጅ ፡
ምኅምሲት ፡	ዐምስት ፡ እጅ ፡
ምስድሲት ፡	ስድስት ፡ እጅ ፡
ምስብዒት ፡	ሰባት ፡ እጅ ፡
ምስምኒት ፡	ስምንት ፡ እጅ ፡
ምትስዒት ፡	ዘጠኝ ፡ እጅ ፡
ምዕሥሬት ፡	ዐሥር ፡ እጅ ፡

ሲበዙም ፡ እጅነታቸው ፡ ዕጽፍ ፡ ኹኖ ፥ ምእሕዲታት ፡ ፩ ፡ ዕጽፍ ፡ ፪ ፡ ቀንጃ ። ምክልኢታት ፡ ፪ ፡ ዕጽፍ ፡ ፬ ፡ ቀንጃ ፡ ፬ ፡ ነጠላ ። ምዕሥሬታት ፡ ፲ ፡ ዕጽፍ ፡ ፲ ፡ ጥንድ ፡ ፳ ፡ ነጠላ ፡ ፳ ፡ ቀንጃ ፡ እየተባሉ ፡ እንዲህ ፡ በዕጽፍነት ፡ ይፈታሉ ። እጅ ፡ ማለትና ፡ ዕጽፍ ፡ ማለት ፡ ልዩ ፡ እንደ ፡ ኾነ ፡ አስተውል ። ለቦታም ፡ ሲቀጸል ፥ ምእሕዲት ፡ ብሎ ፡ ፩ ፡ ክፍል ፡ ፩ ፡ አውራጃ ፡ ፩ ፡ ጋሻ ፡ ወይም ፡ ቀላድ ፤ ፩ ፡ ወገን ፡ ፩ ፡ ፊት ፡ ፩ ፡ እመም ፡ ፩ ፡

ገዝም ፡ ፩ ፡ አፍታ ፡ ፩ ፡ ወረራ ፡ ፩ ፡ ፈፋ ፡ ፩ ፡ ቃዳ ፡ ፩ ፡ ተለላ ፡ ያሰኛል ። ከምክልኢት ፡ እስከ ፡ ምዕሥሬት ፡ ኹሉን ፡ እንዲህ ፡ ፍታ ።

፻፷፱ ፤ (በጥሬነታቸው ፡ የክፍልን ፡ ኹነታ ፡ የሚያሳዩ ፡ ጥሬዎች) ።

ትእሕ(ድ)ዲት ፡ እሕድና ፡　　አንድነት ፡　　፩ኛነት ፡
ትክልእት ፡ ክላኤ ፡　　ኹለትነት ፡　　፪ኛነት ፡
ትሥልስት ፡ ሥላሴ ፡　　ሦስትነት ፡　　፫ኛነት ፡
ትርብዕት ፡ ርባዔ ፡　　አራትነት ፡　　፬ኛነት ፡
ትኀምስት ፡ ኀማሴ ፡　　ዐምስትነት ፡　　፭ኛነት ፡
ትስድስት ፡ ስዳሴ ፡　　ስድስትነት ፡　　፮ኛነት ፡
ትስብዕት ፡ ስባዔ ፡　　ሰባትነት ፡　　፯ኛነት ፡
ትስምንት ፡ ስማኔ ፡　　ስምንትነት ፡　　፰ኛነት ፡
ትስዒት ፡ ትሳዔ ፡　　ዘጠኝነት ፡　　፱ኛነት ፡
ትዕሥርት ፡ ዕሣሬ ፡　　ዐሥርነት ፡　　፲ኛነት ፡

የዕለታት ፡ አኀዝ ።

፻፸ ፤ አሚር ፡ በጽርእና ፡ በቅብጥ ፡ (ኢሚራ) ፡ ዕለት ፡ ነው ፡ እንጂ ፥ አኃዝ ፡ አይ ዶለም ፤ ስለዚህ ፡ ቅጽል ፡ አይኾንም ። ሰኑይም ፡ በዕብራይስጥ ፡ (ሼኒ) ፡ ተራ ፡ ቊጥር ፡ ነው ፤ ፪ኛ ፡ ያሰኛል ፡ እንጂ ፥ ፪ ፡ አያሰኝም ፤ አሚርና ፡ ሰኑይ ፡ እነዚህ ፡ ፪ቱ ፡ በአሐ ድና ፡ በካልእ ፡ ቦታ ፡ ስለ ፡ ገቡ ፡ በነዚያ ፡ ዘይቤ ፡ ይፈታሉ ። የእሑድና ፡ የቀዳሚም ፡ ስማቸው ፡ ተፋልሷል ፤ እሑድን ፡ አሐድ ፡ ቀዳም ፡ ቀዳሚት ፡ በማለት ፡ ፈንታ ፡ በው ስጠ ፡ ዘ ፡ ንባብ ፡ እሑድ ፡ ብሎ ፡ አንደኛ ፡ ማለት ፤ ቅዳሜንም ፡ ሰቡዕ ፡ ሳብዕት ፡ በማ ለት ፡ ፈንታ ፡ ቀዳም ፡ ቀዳሚት ፡ ብሎ ፡ በእሑድ ፡ ስም ፡ መጥራት ፡ የመሳሳት ፥ ቋንቋ ፡ ያለማስተዋል ፡ ኀዝ ፡ ነው ፡ እንጂ ፤ የታረመ ፡ ግእዝ ፡ አይዶለም ። አይሁድም ፡ ሰኑ ይን ፡ ሼኒ ፡ (፪ኛ) ፡ ማለታቸው ፡ እሑድን ፡ ሪሾን ፡ (ቀዳም ፡ ቀዳሚ) ፡ ብለው ፡ ነው ። ፮ኛውም ፡ ቀን ፡ እንደ ፡ ሸማኔ ፡ ዕቃ ፡ ዐርብ ፡ መባሉ ፡ የፊት ፡ ግንዱን ፡ እሑድ ፡ ተጠ ግቶ ፡ ከሰኞ ፡ እስካሙስ ፡ ያሉትን ፡ ልብ ፡ በለማድረግ ፡ ነው ፡ እንጂ ፤ ዐሥርነት ፡ በለው ፡ በመዘራዝሩ ፡ በተራ ፡ ቊጥር ፡ ሕግ ፡ አይዶለም ። የዐርብ ፡ ዘይቤ ፡ በግእዝም ፡ በዕብራ ይስጥም ፡ ሠርክ ፡ ነውና ፤ አኃዝ ፡ ኹኖ ፡ ዕለት ፡ ከመባል ፥ ወይም ፡ የዕለት ፡ ስምና ፡ ቅጽል ፡ ከመኾን ፡ አይገባም ። ከሰኑይ ፡ እስከ ፡ ዐሡር ፡ ያሉ ፡ የዕለታት ፡ ስሞች ፡ ከካ ልስና ፡ ከሳድስ ፡ ውስጠ ፡ ዘ ፡ ስለ ፡ ተዴቀሉ ፡ በግእዝ ፡ ተነሥተው ፡ ካዕብ ፡ እያስከ ተሉ ፡ በሳድስ ፡ ይጨርሳሉ ፤ አፈታታቸውም ፡ ፪ ፡ ነው ፤ እንደ ፡ ጅምላና ፡ እንደ ፡ ተራ ። እሑድ ፡ አሐድ ፡ አሚር ፤ አንድ ፡ አንደኛ ፡ መባቻ ፡ መዠመሪያ ። ሰኑይ ፡ ሠሉስ ፡ ረቡዕ ፡ ኀሙስ ፡ ሰዱስ ፡ ሰቡዕ ፡ ሰሙን ፡ ተሱዕ ፡ ዐሡር ፤ ዐሥር ፡ ዐሥረኛ ፥ ኹሉን ፡ እንዲህ ፡ ፍታ ። አመና ፡ በ ፡ ሲጨመሩባቸው ፡ መድረሻቸውን ፡ እየዘረዘሩ ፡ ከወርኀ ፡ ተስማም ተው ፡ በሳድሱ ፡ ለጽልመተ ፡ ወርኀ ። አመ ፡ ዐሡሩ ፡ ወአሚሩ ፥ አመ ፡ ዕሥሩ ፡ ወሰኑዩ ፡

እያሰኙ፡እስከ፡፴፡ይኼዳሉ፤ጥፈታቸውም፡ከፊደል፡እንጂ፡ከአኃዝ፡ጋራ፡አይተ
ባበርም፤የጊዜያትም፡ክፍል፡እንዲሁ፡ነው።

፻፴፩፤ የጊዜያት፡አኃዝ።

እሕድ፡ምዕር፡	እሕደ፡ምዕረ፡	፩፡ጊዜ፥በ፩፡ጊዜ፡
ክልእ፡	ክልአ፡	
ሥልስ፡	ሥልሰ፡	
ርብዕ፡	ርብዐ፡	
ኅምስ፡	ኅምሰ፡	
ስድስ፡	ስድሰ፡	
ስብዕ፡	ስብዐ፡	
ስምን፡	ስምነ፡	
ትስዕ፡	ትስዐ፡	
ዕሥር፡	ዕሥረ፡	ዐሥር፡ጊዜ፥ባሥር፡ጊዜ።

ዳግመኛም፡አሐደ፡ጊዜ፡ክልኤተ፡ጊዜ፥ሰብዐተ፡ጊዜያተ፡እያሰኘ፡በጅምላ፡
ቍጥር፡ይነገራል፤ካሥራንድም፡በላይ፡እንደዚሁ።

፻፴፪፤ የዕጽፍ፡ቍጥር።

አሐዳት፥አው፡ካዕበተ፡አሐዱ፡	፩፡ዕጽፍ፡
ክልኤታት፥አው፡ካዕበተ፡ክልኤቱ፡	፪፡ዕጽፍ፡
ሠለስታት፥ካዕበተ፡ሠለስቱ፡	፫፡ዕጽፍ፡
አርባዕታት፥ካዕበተ፡አርባዕቱ፡	፬፡ዕጽፍ፡
ኀምስታት፥ካዕበተ፡ኀምስቱ፡	፭፡ዕጽፍ፡
ሰድስታት፥ካዕበተ፡ሰድስቱ፡	፮፡ጥንድ፡
ሰብዐታት፥ካዕበተ፡ሰብዐቱ፡	፯፡ጥንድ፡
ሰምንታት፥ካዕበተ፡ሰምንቱ፡	፰፡ጥንድ፡
ተስዐታት፥ካዕበተ፡ተስዐቱ፡	፱፡ጥንድ፡
ዐሥርታት፥ካዕበተ፡ዐሥርቱ፡	፲፡ዕጽፍ።

ዐሥርታት፡ወአሐዳት፥ወይም፡ካዕበተ፡ዐሥርቱ፡ወአሐዱ፤፲፩፡ዕጽፍ። ዕሥራት፥
ካዕበተ፡ዕሥራ፤ሠላሳት፡ካዕበተ፡ሠላሳ፡እያለ፡እስከ፡ምእልፌት፡ይኼዳል። የጊ
ዜም፡አኃዞች፡እሕዳት፡ምዕራት፡ሲባሉ፡እንደ፡ምእሕዲታት፡ዕጽፍ፡ያሰኛሉ፤
ክልአት፡ሥልሳት፡ርብዓት፡ኅምሳት፡ስድሳት፡ስብዓት፡ስምናት፡ትስዓት፡ዕሥ
ራት፡እያሰኙ፡ኹሉም፡ዕጽፍ፡ይኾናሉ።

ሳድስ፡ውስጠ፡ዘ።

እሑድ፤ዋሕድ፡(ዳን፡ት፡ሕድ)፡	የቃነደ፡እንድ፥አንድ፡የኾነ፡አንድ፡አን ዲዮ፡ውስጠ፡ብዙ፤ኹሉን፡እንዲህ፡ፍቻ።
ክሉእ፡(ኣን፡አት፡ልእት)፡	የተኾለተ፡ኹልት፥ኹለቶ፡ኹለቲዮ፡

ምንትው፡(ዋን፡ዋት፡ቱት)፡	የመነታ÷መንቶ፡መንቲዮ፡
ሥሉስ፡(ሳን፡ሳት፡ልስት)፡	የተሠለሰ፡ሥልስ÷ሦስቶ፡ሦስቲዮ፡
ርቡዕ፡(ዓን፡ዓት፡ብዕት)፡	የታረተ፡እርት ÷ አራቶ፡አራቲዮ፡
ኀሙስ፡(ሳን፡ሳት፡ምስት)፡	የታመሰ፡ዕምስ÷ዐምስቶ፡አምስቲዮ፡
ስዱስ፡(ሳን፡ሳት፡ድስት)፡	የተሰደሰ፡ስድስ÷ስድስቶ፡
ስቡዕ፡(ዓን፡ዓት፡ብዕት)፡	የተሰበተ፡ስብት÷ሰባቶ፡ቲዮ፡
ስሙን፡(ናን፡ናት፡ምንት)፡	የተሰመነ፡ስምን÷ስምንቶ፡
ትሱዕ፡(ዓን፡ዓት፡ስዕት)፡	የተዘጠነ፡ዝጥን÷ዘጠኞ፡ኚዮ፡
ዕሡር፡(ራን፡ራት፡ሥርት)፡	የታሠረ፡ዕሥር÷ዐሥሮ፡ዐሥሪዮ፡ብሎ፡

በዚሁ፡ይቆማል፤ከሥር፡አይወጣም።

የመስፈሪያና፡የሚዛን፡ዕጽፍ።

መእሕድ፡	፪ቱን፡ ፩፡የሚያደርግ፡
መክልእ፡	፬ቱን፡ ፪፡የሚያደርግ፡
መሥልስ፡	፮ቱን፡ ፫፡የሚያደርግ፡
መርብዕ፡	፰ቱን፡ ፬፡የሚያደርግ፡
መኅምስ፡	፲ሩን፡ ፭፡የሚያደርግ፡
መስድስ፡	፲፪ቱን፡ ፮፡የሚያደርግ፡
መስብዕ፡	፲፬ቱን፡ ፯፡የሚያደርግ፡
መስምን፡	፲፮ቱን፡ ፰፡የሚያደርግ፡
መትስዕ፡	፲፰ቱን፡ ፱፡የሚያደርግ፡
መዕሥር፡	፳ውን፡ ፲፡የሚያደርግ።

፪ኛ፡መንገድ÷መእሕድ፤ብዙውን፡፩፡የሚያደርግ። መክልእ፤አንዱን፡፪። መሥልስ፤አንዱን፡፫። መዕሥር፡አንዱን፡፲፡የሚያደርግ፡እያሉ፡አንድን፡ተከፋይ፡አድርጎ፡ሲፈቱት፡ዕጽፍነቱ፡ቀርቶ፡ዝርዝርና፡ብትን፡ይኾናል። ሲበዛም፡መእሕድ፡መክልእ፡መሣልስ፡እያለ፡እስከ፡መዓሥር፡ይኼዳል፤መ፡ባይኖር፡ግን፡ከእሕድ፡እስከ፡ዕሥር፡ኹሉም፡የጊዜ፡አኀዝ፡ናቸው። የአኀዝ፡ነገር፡እስከ ዚህ፡ነው።

ደምላይና፡ጠቅላይ፡መድበላዊ፡ቍጥር።

፪፻፫፤ ኵል፡ኵሉ፤ኹሉ፡መላው፡ጠቅላላው÷ከንድ፡እስከ፡ምእልፊት፡ያለው፤ወይም፡በየክፍሉ፡ፍጹምነት፡ያለው፡ያ፳ቱ፡ቤት፡ቍጥር፡አንዱም፡አንዱም፡ኹሉ። ስፍርና፡ቍጥር፡ለሌለውም፡ከታች፡ይበላል፤ርባታው፡በደቂቅ፡ቅጽል፡ተነግሯል፡(ቍ፪፲፱)። ኵል፡ኵሉ፡ማለት፡አሐድ፡አሐዱ፡እንደ፡ማለት፡ነው፤አሐዱና፡ኵሉ፡ይዋረሳሉ፤ኵሉ፡አሐዱ፡በማለት፡ፈንታ፡አሐዱ፡አሐዱ፡ወይም፡ብእሲ፡ብእሲ፡ይላል፤ኵሉ፡ብእሲ፡ማለት፡ነው። ኵሉን፡የመሰሉ፡ቅጽሎች፤ምሉእ፡ፍጹም፡ብዙኅ፡ንሕኑሕ፡ዝሕዙሕ፡ፍድፉድ፤ከፋዮቻቸውም፡

ንኡስ ፡ ሕጹጽ ፡ ኅዳጥ ፡ ውሑድ ፥ ንስቲት ፡ ሕቅ ፡ መጠን ፡ አምጣን ፡ ዐቅም ፡ ናቸው ። ኵል ፡ የክሉል ፡ ክፋይ ፡ ነው ፤ ሲዘረዘርም ፥ ኵሉ ፡ ኵላ ፡ ሎሙ ፡ ሎን ፤ ኵልከ ፡ ኪ ፡ ክሙ ፡ ክን ፥ ኵልየ ፡ ኵልነ ፡ እያሰኘ ፡ ጠብቆ ፡ ይነገራል ። ዕብራውያንም ፡ እንደዚሁ ፡ ባ፲ ፡ ሰራዊት ፡ ይዘረዝሩታል ፤ አንዳንድ ፡ ባላገባቦች ፡ ግን ፡ ከ፯ቱ ፡ በቀር ፥ አንተ ፡ አንቲ ፡ አነ ፡ ባለው ፡ በነዚህ ፡ በ፫ቱ ፡ የለውም ፡ ብለው ፡ ያውጃሉ ።

፻፴፬ ፤ መጠንና ፡ አምጣን ፡ ዐቅም ፡ የልክ ፡ ቅጽልና ፡ አገባብ ፡ ተብለው ፡ ከባዕድ ፡ ቅጽሎችና ፡ ካበይት ፡ አገባቦች ፡ ተቈጥረዋል ። ምስጢራቸው ፡ የአኀዝ ፡ ግምት ፡ ስለ ፡ ኾነ ፥ በስፍር ፡ በቍጥር ፡ በአኀዝ ፡ ፈንታ ፡ እየገቡ ፡ ያኽል ፡ ተብለው ፡ ሲፈቱ ፡ ግምታቸው ፡ ምሉእና ፡ ሕጹጽ ፡ ያሳያል ። ምሉእ ፥ መጠኑ ፡ ለረድእ ፡ ከመ ፡ ሊቁ ፥ በአምጣነ ፡ ብሒሩ ፡ ዘርዑ ፤ ዐቅመ ፡ ቆመ ፡ ብእሲ ። ሕጹጽ ፥ መጠነ ፡ ትክል ፡ ጹር ፤ መጠነ ፡ ቦ ፡ ውስተ ፡ እዴከ ፤ ወነበረት ፡ ማርያም ፡ ኀቤሃ ፡ መጠነ ፡ ሠለስቱ ፡ አውራኅ ። ዳግመኛም ፡ ቅጽል ፡ ሲኾቸው ፡ አገባቦች ፥ አገባብ ፡ ሲኾቸው ፡ ቅጽሎች ፡ ኹነው ፡ ይገኛሉ ፤ ይህም ፥ ተዋረደ ፡ ፈርዖን ፡ አምጣነ ፡ (መጠነ ፡ ዐቅመ) ፡ አስተዋረዶሙ ፡ ለእስራኤል ፡ ባለው ፡ ይታወቃል ። ሲፈታም ፡ በገባብነቱ ፥ እስራኤልን ፡ አዋርዷቸዋልና ፥ እንዳዋረዳቸው ፡ መጠን ፥ ባዋረዳቸው ፡ ልክ ፡ ስላዋረዳቸው ፡ አሰኝቶ ፥ በቅጽልነቱም ፡ ያዋረዳቸውን ፡ ያኽል ፡ ያሰኛልና ፥ መታወቂ ፡ ይህ ፡ ነው ፤ የቀረውን ፡ በገባብ ፡ ተመልከት ። ፩ቱን ፡ ክፍል ፡ እንዳ፩ ፡ ጣት ፡ ፲፫ቱን ፡ ዕርከን ፡ እንደ ፡ ቀለበት ፡ አድርጎ ፥ የሰዋስውን ፡ ሕዋሳትና ፡ ጌጥ ፡ ንዋያተ ፡ ውስጥ ፡ ሰፍሮና ፡ ቈጥሮ ፡ ዘርዝሮ ፡ ደምሮ ፡ ለ፪ኛው ፡ ምዕራፍ ፡ የሚያስረክብና ፡ የሚሰጥ ፡ የሚያስተላልፍ ፡ ፩ኛው ፡ ምዕራፍ ፡ ተፈጸመ ። ያለፈው ፡ ንባብ ፤ የሚመጣው ፡ መተርጕም ።

፪ኛ ፡ ምዕራፍ ፡ ባለ፫ ፡ ክፍል ፡ ኀረ ፡ ቤተ ፡ ሥሉስ ፡ አካል ።

ጸዋትወ ፡ ክፍሉም ፡ ጸዋትወ ፡ ንባብ ፤ ጸዋትወ ፡ አገባብ ፤ ጸዋትወ ፡ ቅኔ ፤ የሠምና ፡ የወርቅ ፡ አንጥረኞች ፡ እነተዋኔ ፥ እንደነኤልያብ ፡ ስለ ፡ ደብተራ ፡ ሕግ ፡ ሥልጣኔ ፥ በመንፈስ ፡ ጥበብ ፡ የሠሩት ፡ የንባብ ፡ ሽልማት ፡ ውሳኔ ፤ የጸያፎችም ፡ መታጠቢያ ፡ ጥሩ ፡ ፈሳሽ ፡ ትምርት ፡ ማየ ፡ ቤተ ፡ ግእዝ ፡ ብለኔ ። ወይም ፡ የሰዋስው ፡ ሥዕርተ ፡ ርእስ ፥ ከ፯ ፡ ቀለም ፡ ቀንድ ፡ በተሠራው ፡ በፊደላት ፡ ሚዶ ፡ በጥሩ ፡ ግስ ፥ የሚበጠርና ፡ የሚነቀስ ፤ ክሎታ ፡ ንባቡ ፡ የዕንቍ ፥ ወለባ ፡ ምስጢሩ ፡ የወርቅ ፥ የሚያንጸበርቅ ። መምህራንም ፡ የግእዝን ፡ ቋንቋ ፡ አልብከ ፡ ነውር ፡ ወኢምንትኒ ፡ ላዕሌከ ፡ እያሉ ፡ እንደ ፡ መርዓዊና ፡ እንደ ፡ መርዓት ፡ ሸልመው ፡ አስጊጠው ፡ አንቈጥቍጠው ፡ ለተማሮች ፡ የሚድሩበት ።

፫ኛ ፡ ክፍል ።

ጸዋትወ ፡ ንባብ ፥ የሰዋስው ፡ ግቢ ፡ ቤተ ፡ ሰብ ፥ ርስ ፡ በርሱ ፡ የሚዘረፍና ፡ የሚናበብ ፥ ተናቦና ፡ ወድቆም ፡ የሚሳሳብ ፤ ሳቢ ፡ ከተሳቢ ፡ ዘርፍ ፡ ከባለቤት ፥ ቅጽል ፡ ከባ

ለቤት ። እነዚህም ፡ ፫ቱ ፡ አርእስቶች ፡ በ፫ኛውና ፡ በ፬ኛው ፡ ክፍል ፡ ነጠላና ፡ ቀንጃ ፡ እየኾኑ ፡ ኹሉም ፡ ብቻ ፡ ብቻቸውን ፡ ተነግረዋል ። የሳቢና ፡ የተሳቢ ፡ ዐዋጅ ፤ ለመ ምህርና ፡ ለተማሪ ፡ ለቅኔ ፡ ፈጣሪ ፡ መንገድ ፡ የሚጠርግ ፡ የሚያዘጋጅ ፤ ለባለመጽሐ ፍም ፡ ለተርጓሚ ፡ ላንባቢ ፡ ለሰሚ ፡ የሚበጅ ። ዝርዋን ፡ ቃላት ፡ እንደ ፡ ድባና ፡ እንደ ፡ ማርዳ ፡ እንደ ፡ ድሪ ፡ እንደ ፡ ሰንሰለት ፥ ወይም ፡ እንደ ፡ ዋንጫ ፡ እንደ ፡ ሕዋ ሳት ፡ ርስ ፡ በርሳቸው ፡ የሚያያዙና ፡ የሚሳኩ ፡ የሚሳመኩ ፡ በ፮ ፡ ነገር ፡ ነው ፤ በዝ ርፍ ፥ በቅጽል ፥ በባለቤት ፡ በዝርዝር ፥ በሳቢና ፡ በተሳቢ ፥ በገባብ ፥ በሥምና ፡ በወርቅ ። የነዚህንም ፡ ሕግ ፡ ለውጠው ፡ በልዩነት ፡ የሚነገሩ ፡ ፬ቱ ፡ ባህሎች ፥ ብትን ፥ ሙሻ ዘር ፡ ሠረዝና ፡ አንጻር ፡ እንደኒሁ ፡ ናቸው ፤ ኋላ ፡ በቦታቸው ፡ ይነገራሉ ። አንቀጽን ፡ ቅጽልን ፡ ዝርዝርን ፡ ከባለቤት ፡ ጋራ ፡ በሩቅና ፡ በቅርብ ፥ ባንድና ፡ በብዙ ፥ በወንድና ፡ በሴት ፡ አስማምቶ ፡ ለመናገርና ፡ ለመጣፍ ፥ የተጣፈውንም ፡ ድርሰትና ፡ ቅኔ ፡ ለማመ ስገንና ፡ ለመንቀፍ ፡ ፍጹም ፡ ጥንቃቄ ፡ ያስፈልጋል ። መጽሐፍ ፡ ግን ፡ በመላሾችና ፡ በጣፎች ፡ ስሕተት ፡ የሰዋስውን ፡ ሕግ ፡ ሳይጠብቅ ፡ ሩቁን ፡ በቅርብ ፡ ቅርቡን ፡ በሩቅ ፥ አንዱን ፡ በብዙ ፡ ብዙውን ፡ ባንድ ፥ ወንዱን ፡ በሴት ፡ ሴቱን ፡ በወንድ ፡ እያደባለቀ ፡ ይናገራል ፤ አነጋገሩም ፡ ይህ ፡ ነው ። ተባዕተ ፡ ወአንስተ ፡ ፈጠሮሙ ፤ ሜጡ ፡ ለተባ ዕት ፡ ኀምሳ ፥ ወለአንስትሰ ፡ ሜጣ ፡ ሠላሳ ፤ ፀር ፡ እኩይ ፥ ቢጽ ፡ ሀካይ ፡ ብሎ ፡ ስላንድ ፡ የተናገረውን ፡ መልሶ ፡ ደግሞ ፡ ስለ ፡ ብዙ ፥ አእንስት ፡ ወይም ፡ አንስትያት ፥ አፅራር ፥ አብያጽ ፡ በማለት ፡ ፈንታ ፥ ጠባበት ፡ አንስት ፡ ሐነጸ ፡ አብያተ ፤ ተጋብኡ ፡ ፀር ፡ እኩ ያን ፥ ወቢጽ ፡ ሐሳውያን ፤ ይቤሎሙ ፡ ለቢጹ ፡ አርዳእ ፡ ይላል ። አንባቢ ፡ ሆይ ፡ በመጻሕፍት ፡ ውስጥ ፡ ይህን ፡ የመሰለ ፡ ብዙ ፡ ዐይነት ፡ ጸያፍ ፡ አለና ፤ አሕጻክ ፡ ስሑል ፥ ዘእንበለ ፡ ይቁም ፡ አድባር ፥ ተቈጣዕክምሙ ፡ ለይእቲ ፡ ትውልድ ፡ እያለ ፡ አላገባቡ ፡ ገብቶና ፡ ተጥፎ ፡ ብታገኝ ፡ እንደዚህ ፡ ያለው ፡ ጸያፍ ፡ ንባብ ፡ ኹሉ ፡ የመላሽና ፡ የጸ ሓፊ ፡ ስሕተት ፡ እንደ ፡ ኾነ ፥ የግእዝ ፡ ሕግና ፡ የሰዋስው ፡ ሥርዐት ፡ እንዳይዶለ ፡ እስ ተውል ። መተርጕማን ፡ ግን ፡ የተቀዳበትን ፡ ጽርኡንና ፡ ዐረቡን ፡ ዕብራይስጡንም ፡ ስላላዩት ፥ መጽሐፍ ፡ ምስጢር ፡ ብቻ ፡ እንጂ ፡ ሕገ ፡ ሰዋስው ፡ አይጠብቅም ፥ አንድና ፡ ብዙ ፡ ወንድና ፡ ሴት ፡ ቅርብና ፡ ሩቅ ፡ አይጠነቀቅም ፡ ብለው ፡ ያውጁና ፥ ጸያፍን ፡ ኹሉ ፡ ልማደ ፡ መጻሕፍት ፡ ይሉታል ። በገድል ፡ በታምር ፡ በቅኔ ፡ በመልክና ፡ በሰላምታ ፡ ድርሰት ፡ ብዙ ፡ ጸያፍ ፡ አለመገኘቱ ፡ ስለ ፡ ምን ፡ ነው ፡ ብትል ፥ ሥሩና ፡ ምንጩ ፡ ግእዝ ፡ ብቻ ፡ ስለ ፡ ኾነለት ፥ አበባውም ፡ ድርሰት ፡ ከግእዝ ፡ መምህራን ፡ ስለ ፡ ፈነዳና ፡ ከሌላ ፡ ቋንቋ ፡ ስላልተቀዳ ፡ ነው ። የዘ ፡ እንተ ፡ እለም ፡ ጥንቃቄ ፡ ኋላ ፡ በዘርፍ ፡ በቅጽል ፡ ይነ ገራል ።

፲፮ኛ ፡ ዕርከን ።

ሳቢና ፡ ተሳቢ ፡ የሰዋስው ፡ ኵንቢ ።

፩ ፤ ሳቢና ፡ ተሳቢ ፡ ማለት ፡ ዘርፍና ፡ ባለቤት ፡ ወይም ፡ ቅጽልና ፡ ባለቤት ፡ እንደ ፡ ማለት ፡ ነው ፤ ሳቢው ፡ አንቀጽ ፡ ተሳቢው ፡ ባለቤት ፡ ነውና ። የባለቤትም ፡ ጓዝ ፡ ዘር ፍና ፡ ቅጽል ፡ ሌላውም ፡ ኹሉ ፡ በተሳቢነት ፡ ይከተታል ። በገቢር ፡ አንቀጽ ፡ አደረገ ፡

አላደረገም ÷ በተገብሮ ፡ ተደረገ ፡ አልተደረገም ÷ ባጕል ፡ አንቀጽ ፡ ኸነ ፡ አልኸነም ÷ በነባር ፡ አንቀጽ ፡ ነው ፡ አይዶለም ፡ ተብሎ ፡ የሚነገርለ(በ)ት ፡ አካል ÷ ወይም ፡ ፩ ፡ ሌላ ፡ ነገር ÷ ባንቀጽ ፡ የሚሳብ ፡ ስለ ፡ ኸነ ፡ ተሳቢ ÷ ማሰሪያ ፡ ተቀባይ ፡ ስለ ፡ ኸነ ፡ ባለቤት ፡ ይባላል ። በተሳቢነቱ ፡ አንቀጽ ፡ ቀድሞት ፡ ወይም ፡ ተከትሎት ፡ ሲነገር ፡ አገባብ ፡ አይወድቅበትም ፤ ስሙም ፡ ነባር ፡ ካልኸነ ፡ በቀር ÷ ሳድስ ፡ ሣልስ ፡ ካዕብ ፡ ኹኖ ፡ በቁሙ ፡ ይነገራል ፡ እንጂ ፤ ተለውጦ ፡ ግእዝና ፡ ኃምስ ፡ ሳብዕ ፡ አይኸንም ። ምሳሌ ፤ ሐዋርያት ፡ ሰበኩ ÷ ወይም ፤ ሰበኩ ፡ ሐዋርያት ፡ ወንጌለ ፡ እምኢየሩሳሌም ፡ እስከ ፡ በሓውርተ ፡ አሕዛብ ፡ ሲል ፡ ኹሉም ፡ እያንዳንዱ ፡ ሰበኩ ፡ ባለው ፡ ይሳባል ። ዐቢይ ፡ አንቀጽም ፡ ዐቢይ ፡ አገባብ ፡ ሳይወድቅበት ፡ ከሚስበው ፡ ባለቤትና ፡ ቃል ፡ ቀድሞ ፡ ተከትሎ ፡ ሲነገር ÷ ስሙ ፡ ማሰሪያ ፡ ይባላል ። አገባብ ፡ ወድቆበት ፡ ተሳቢ ፡ ሲኸን ፡ ግን ፡ አንቀጽ ፡ እንጂ ፡ ማሰሪያ ፡ አይባልም ። ባለቤትን ፡ ማሰሪያ ፡ ተቀባይ ፡ ማለት ፡ ስለዚህ ፡ ነው ። ባንድነት ፡ ታስረው ፡ የሚነገሩ ፡ ፍጹማን ፡ ቃላት ፡ ከ፪ ፡ አያንሱም ፤ ማነሳቸውና ፡ መብዛታቸውም ፡ ካንቀጽ ፡ ቍጥርና ፡ ከተሳቦቹ ፡ ማጠር ፡ ነው ።

፱ ፤ የሳቢና ፡ የተሳቢ ፡ አርእስት ፡ ፲ ፡ ናቸው ፤ መኾን ÷ ወይም ፡ ኗኗኘት ፤ መደረግ ÷ ማድረግ ÷ ማስደረግ ÷ መደራረግ ፡ ማደራረግ ። መኾን ፡ ኗኙን ፡ አካል ፡ ብቻ ፡ የሚስብ ፡ ያጕል ፡ አንቀጽ ፡ ነው ፤ ፈለሰ ፡ ነገደ ፡ ዐርገ ፡ ወረደ ፡ ጕሕቈ ፡ ረትዐ ፡ ደክመ ፡ ጸንዐ ÷ ይህን ፡ የመሰለ ። ኗኝ ፡ ብቻ ፡ ሳይኸን ፡ አኗኝና ፡ ኗኝ ፡ ፍሉጠ ፡ ርእስ ፡ የሦስት ፡ ፊደል ፡ ግስ ፡ ስለ ፡ ኸነ ፡ ምንም ፡ የመደረግ ፡ ልማድ ፡ ተ ፡ ፬ኛ ፡ ኹኖ ፡ ባይገባበት ፡ አሳሳቡና ፡ አገባቡ ፡ እንደ ፡ መደረግ ፡ ነው ። በነዚህም ፡ በ፯ቱ ፡ አርእስት ፡ የሚገቡ ፡ ደቂቅ ፡ አገባቦች ፡ በ ፡ እም ፡ ለ ፡ ኀበ ፡ መንገለ ፡ ውእደ ፡ እንተ ፡ ውስተ ፡ እስከ ፡ እንዳንቀጹ ፡ ስልት ፡ ልዩ ፡ ልዩ ፡ ስም ፡ አላቸው ፤ ይህም ፡ በ ፡ እንደሚስበው ፡ አንቀጽ ፡ መኾኛ ፡ መደረጊያ ÷ ማድረጊያ ፡ ማስደረጊያ ÷ መደራረጊያ ፡ ማደራረጊያ ÷ እም ፡ ሰጭ÷ለ ፡ ተቀባይ ፡ ይባላሉ ። ሖረ ፡ ተመይጠ ፡ ወፅአ ፡ ወረደ ፡ በሚያሰኙ ፡ አናቅጽ ፡ ሲሳቡ ፡ ግን ÷ እም ፡ መነሻ ፡ ለ ፡ ኀበ ፡ መንገለ ፡ ውእደ ፡ ውስተ ፡ መገሥገሻ ÷ እስከ ፡ መድረሻ ፡ ይባላሉ ።

፲ ፤ መኾን ፡ ኗኝን ፡ መኾኛን ÷ መደረግ ፡ ተደራጊን ፡ መደረጊያን ÷ መነሻን ÷ መገሥገሻን ÷ ወይም ፡ መድረሻን ÷ መነሻና ፡ መድረሻም ፡ ቢቀሩ ፡ ሰጭን ÷ ተቀባይን ፡ ማሰሪያ ፡ የሚያስለቅቅ ፡ ዐቢይ ፡ አገባብን ÷ ዘንድን ÷ ንኡስ ፡ አንቀጽን ፡ ይስባል ። ማሰሪያ ፡ የማያስለቅቅ ፡ አገባብ ፡ ግን ፡ መደረጊያ ÷ መነሻ ÷ መገሥገሻ ፡ ተቀባይ ፡ ከተባሉት ፡ ጋራ ፡ ዐቢይ ፡ አገባብም ፡ ቢኸን ፡ ዐብሮ ፡ ይቈጠራል ። መኾን ፡ ኗኝና ፡ መኾኛን ፡ መደረግም ፡ ተደራጊንና ፡ መደረጊያን ፡ ከቢይ ፡ አገባብ ፡ ጋራ ፡ ሲስብ ÷ (ረትዐት) ፡ ተወሰነት ፡ ሃይማኖት ፡ ኦርቶዶክሳዊት ፡ በጉባኤ ፡ ኒቅያ ፡ በአፈ ፡ ሠለስቱ ፡ ምእት ፡ አመ ፡ ነግሠ ፡ ቈስጠንጢኖስ ፡ ይላል ። መነሻ ፡ መገሥገሻ ÷ ወይም ፡ መድረሻ ፡ ተደራጊ ፡ አገባብ ፡ ሲስብ ÷ (ፈለሱ ፡ አው ፡ ወፅኡ) ፡ ተፈነዉ ፡ ሐዋርያት ፡ እምኢየሩሳሌም ፡ ውስተ ፡ ኵሉ ፡ ብሔረ ፡ አሕዛብ ፡ ሶበ ፡ ፈቀዱ ፡ ፈጽሞተ ፡ ቃሉ ፡ ለእግዚእነ ፡ ይላል ። ተደራጊን ፡ ሰጭን ፡ ተቀባይን ፡ አገባብን ፡ ሲስብ ÷ (በርሀ) ፡ ተሰብከ ፡ ሃይማኖት ፡ እምቃለ ፡

ሐዋርያት ፡ ለአሕዛብ ፡ ድኅረ ፡ ዐርገ ፡ እግዚእነ ፡ ይላል ። ፫ቱን ፡ ኹሉ ፡ ሲስብ ÷ (ተመ ሥጠ) ፡ ዐርገ ፡ ኤልያስ ፡ እምድር ፡ ውስተ ፡ ገነት ፡ በሠረገላ ፡ እሳት ፡ እምድኅረ ፡ ተአ ምረ ፡ ዐቂቦቱ ፡ ሕገ ፡ እግዚአብሔር ፡ ይንበር ፡ ህየ ፡ ይላል ። በዚህ ፡ ላይ ፡ በማድረግ ፡ ጊዜ ፡ አድራጊን ÷ በማስደረግ ፡ ጊዜ ፡ አስደራጊን ፡ ጨምር ። (መሠጠ) ፡ አዕረጎ ፡ እግ ዚአብሔር ፡ ለኤልያስ ፡ አዕርጎተ ፡ ፍቅር ።

፬ ፤ መደራረግ ፡ ተደራራጊን ፡ መደራረጊያን ፡ ተደራጊን ፡ መነሻን ፡ መገሥገሻን ፡ ወይም ፡ መድረሻን ፡ ንኡስ ፡ አንቀጽን ፡ አገባብን ፡ ይስባል ። ሲገባም ÷ ተራወጹ ፡ ተቃ ሓውያን ፡ ሩጸተ ፡ እመከን ፡ እስከ ፡ መከን ፡ ዘወሰኑ ፡ ሎሙ ፡ በዕዳን ፡ በመርሕብ ፡ በዕ ለተ ፡ አዕረፉ ፡ እምተግባረ ፡ ሥጋ ፡ ይክሥቱ ፡ ፍጥነተ ፡ እግሮሙ ። ፩ኛም ፡ መደራረግ ፡ ተደራራጊን ፡ መደራረጊያን ፡ አገባብን ፡ ሲስብ ÷ ተቃተለ ፡ ዳዊት ፡ ምስለ ፡ ጎልያድ ፡ በመከነ ፡ ዔላ ፡ ሶበ ፡ ዐርጉ ፡ ኢሎፍላውያን ፡ ኀበ ፡ ደቂቀ ፡ እስራኤል ፡ ይላል ። ተደራ ጊንም ፡ ሲጨምር ÷ ተራወጹ ፡ አብያጽ ፡ ተቃሓውያን ፡ ሩጸተ ፡ በመርሕብ ፡ በዕለተ ፡ አዕረፉ ፡ እምተግባረ ፡ ሥጋ ፡ ይላል ። መነሻንና ፡ መገሥገሻንም ፡ ሲጨምር ÷ ይትራ ወጹ ፡ ሩጸተ ፡ መንፈሳዌ ፡ ሐዋርያት ፡ ወአርድእት ፡ እምኢየሩሳሌም ፡ ኀበ ፡ እስከ ፡ ብሔረ ፡ አሕዛብ ፡ ወእምህየ ፡ ኀበ ፡ ሳሌም ፡ እንዘ ፡ ይሰብኩ ፡ ወንጌለ ፡ ይላል ። በማደ ራረግም ፡ ጊዜ ፡ በዚህ ፡ ላይ ፡ አደራራጊን ፡ ጨምር ፤ አስተራወጸ ፡ እግዚእነ ፡ ሐዋር ያተ ፡ ወአርድእተ ።

፭ ፤ ዳግመኛም ፡ መደረግ ፡ ተደራጊን ÷ መደራረግ ፡ ተደራራጊን ÷ ግእዝ ፡ ኃምስ ፡ ሳብዕ ፡ አድርገው ፡ ይስባሉ ። ራብዕ ፡ ግን ፡ ለገቢርና ፡ ለተገብሮ ፡ ስለ ፡ ተመቸ ፡ ኹሉ ፡ ይስቡታል ፤ ይህም ፡ በልዐ ፡ ሥጋ ፡ ወመና ÷ ተበልዐ ፡ ሥጋ ፡ ወመና ፡ ማለቱን ፡ ያሳ ያል ። ስመ ፡ ተጸውዖም ፡ በገቢር ፡ አንቀጽ ፡ ተደራጊ ፡ ተሳቢ ፡ ኹኖ ፡ ሲነገር ፡ የግእዝ ፡ ወራሽ ፡ ሀ ፡ ይጨመርበታል ፤ ይህም ፡ ጸውዑ ፡ ሊተ ፡ ናታንሀ ፡ ነቢየ ፡ ወሳዶቅሀ ፡ ካህነ ፡ ወብንያስሀ ፡ ባለው ፡ ይታወቃል ። መደረግ ፡ ሳድስን ፡ ካዕብን ፡ ሣልስን ፡ ሲስብ ፡ ተቀ ትለ ፡ ፀር ፡ አው ፡ ፀሩ ፡ ወሚመ ፡ ጸላኢ ፡ ይላል ። ማድረግ ፡ ግእዝን ፡ ሳብዕን ፡ ኃምስን ፡ ሲስብ ÷ ቀተለ ፡ ፀረ ፡ አው ፡ ፀሮ ፡ ወሚመ ፡ ጸላኤ ፡ ይላል ። በማስደረግ ፡ ጊዜ ፡ አቅተለ ፡ በማደራረግ ፡ ጊዜ ፡ አስተቃተለ ፡ በል ። መደረግ ፡ በነባርነት ፡ ያሉ ፡ የማድረግን ፡ ተሳ ቦች ፡ ይወርሳል ፤ ይህም ፡ ተቀሥመ ፡ ጽጌ ፡ ወፍሬ ÷ ተዘብጠ ፡ ከበሮ ፡ ወመሰንቆ ፡ ማ ለቱን ፡ ያሳያል ። ማድረግም ፡ በጐልትነት ፡ ያሉ ፡ የመደረግን ፡ ተሳቦች ፡ ይወርሳል ። ይህም ፡ አክበረ ፡ አቡሁ ÷ ከሠተ ፡ አፉሁ ÷ አፍቀረ ፡ ፈጣሪሁ ÷ አፈቅር ፡ መድኅንየ ፡ ማለቱን ፡ ያሳያል ።

፮ ፤ ማናቸውም ፡ አንቀጽ ፡ በንኡስ ፡ አገባብ ፡ ፈንታ ፡ ጥሬዎቹን ፡ ግእዝ ፡ አድ ርጎ ፡ ሲስብ ፡ ማሰሪያ ፡ አጐላማሽ ፡ ነው ፡ እንጂ ፤ እውነተኛ ፡ ተሳቢ ፡ አይዶለም ። ይ ህም ፡ ፈቲወ ፡ ፈተውክዎ ÷ ወፈተዉ ፡ ፍትወተ ÷ ልህበ ፡ ልህበተ ÷ ተዐጽበ ፡ ዕጽበተ ፡ ሲል ÷ አካቶ ፡ ፈጽሞ ፡ ጭራሽ ፡ እያሰኘ ፡ ሌላውን ፡ ኹሉ ፡ ያሳያል ። ፪ኛም ፡ በደቂቅ ፡ አገባብ ፡ ፈንታ ፡ ዐርገ ፡ ሰማየ ፡ ወረደ ፡ ቀላየ ÷ ተሰቅለ ፡ ቀትረ ÷ ተዛበጠ ፡ በትረ ፡ እያለ ፡ ባዕድ ፡ ጥሬ ፡ ሲስብ ፡ ግእዝነቱ ፡ የብትን ፡ ሰዋስው ፡ ነውና ፤ ኋላ ፡ በቦታው ፡ ይነገራል ።

መደረግ ፡ በጕልትነት ፡ ካሉ ፡ ከነባሮችና ፡ ግእዝ ፡ አድርጎ ፡ ከሚስባቸው ፡ ከራሱ ፡ ጥሬዎች ፡ በቀር ፡ ማድረግ ፡ የሚስባቸውን ፡ ግእዝና ፡ ኃምስ ፡ ሳብዕ ፡ አይስብም ፤ ገንዘቦቹን ፡ ብቻ ፡ ካዕብና ፡ ሣልስ ፡ ሳድስ ፡ ቢስብ ፡ እንጂ ። ይህም ፡ ተላጸየ ፡ ርእስ ፡ ሱ ፤ ተመትረ ፡ ክሣድ ፡ ዱ ፥ ተሀይደ ፡ ንዋይ ፡ ዩ ፥ ተእኅዘ ፡ ሰራቂ ፡ ማለቱን ፡ መደብ ፡ አድርጎ ፡ ርእሰ ፡ ሶ ፥ ክሣደ ፡ ዶ ፥ ንዋየ ፡ ዮ ፥ ሰራቄ ፡ አለማለቱን ፡ ያሳያል ። መጽሐፍ ፡ ግን ፡ የገቢሩን ፡ ለተገብሮ ፡ ሰጥቶ ፡ ተላጸየ ፡ ርእሶ ፥ ተመትረ ፡ ክሣዶ ፥ ተሀይደ ፡ ንዋዮ ፡ ወብእሲቶ ፡ ይላል ፤ የመላ'ሽና ፡ የጣፊ ፡ ስሕተት ፡ ነው ። ባላገባቦችም ፡ የሚያሰኝ ፡ መስኋቸው ፡ አብነት ፡ አድርገው ፡ ይጠቅሱታል ። ዐዋቆችና ፡ ጠንቃቆች ፡ ግን ፡ ስንኳን ፡ ግእዙን ፡ ዐማርኛውንም ፡ ይነቅፋሉ ፤ ተላጨ ፡ ተቈረጠ ፡ ተቀማ ፡ ብሎ ፡ ራሱን ፡ ዐንገቱን ፡ ገንዘቡን ፡ ሚስቱን ፡ ማለት ፡ ልውጥና ፡ ግልብጥ ፡ ነውና ። ተገብሮ ፡ ግእዝ ፡ የሚስብ ፡ ገቢሩ ፡ እንደነመሀረ ፡ ፪ ፡ ግእዝ ፡ ሲስብለት ፡ ነው ፡ (ተምህረ ፡ መጽሐፈ) ። ይህነንም ፡ ኋላ ፡ በተራው ፡ እናመጣዋለን ።

፺ ፤ ሳቦች ፡ አናቅጽ ፡ ፳ ፡ ናቸው ፤ ፫ቱ ፡ ዐበይት ፥ ፲፯ቱ ፡ ንኡሳት ፡ (ቍ፻፳) ። በጠባይና ፡ በሳሳብ ፡ ግን ፡ ገቢር ፡ ተገብሮ ፡ ተብለው ፡ በ፪ ፡ ይከፈላሉ ፡ (ቍ፻፲፰) ። ዐበይት ፡ አናቅጽ ፡ የሚባሉት ፡ ኅላፊና ፡ ትንቢት ፡ ትእዛዝ ፥ ከንኡሳትም ፡ ዘንድና ፡ ቦዝ ፡ እነዚህ ፡ ፫ቱ ፡ በፊት ፡ ኹነው ፡ ወደ ፡ ኋላ ፥ በኋላም ፡ ኹነው ፡ ወደ ፡ ፊት ፡ ሲስቡ ፡ ዐርፈው ፡ እንጂ ፡ ተናበው ፡ አይስቡም ። ይህም ፡ በፊት ፡ ሲኾኑ ፥ በልዐ ፡ ኅብስተ ፡ ይበልዕ ፡ ኅብስተ ፡ ይብላዕ ፡ ኅብስተ ፤ ሖረ ፡ ይብላዕ ፡ ኅብስተ ፥ በሊዖ ፡ ኅብስተ ። በኋላም ፡ ሲኾኑ ፡ ኅብስተ ፡ በልዐ ፡ ይበልዕ ፡ ይብላዕ ፤ ኅብስተ ፡ ይብላዕ ፡ ሖረ ፤ ኅብስተ ፡ በሊዖ ፡ ማለቱን ፡ ያሳያል ፤ በቀሩትም ፡ ባራቱ ፡ አዕማድ ፥ አሳሳባቸው ፡ እንዲሁ ፡ ነው ፤ አይለወጥም ። አርእስትና ፡ ሳቢ ፡ ዘር ፡ ውስጠ ፡ ዘ ፡ እነዚህ ፡ ሦስቱ ፡ ዐርፈው ፡ ተናበው ፡ በለ ፡ ተያይዘው ፡ በፊትም ፡ በኋላም ፡ ኹነው ፡ ይስባሉ ። ዐርፈው ፡ በፊት ፡ ኹነው ፡ ሲስቡ ፥ በሊዕ ፡ በሊዖት ፤ በሊዖት ፡ ኅብስተ ፥ በላዒ ፡ ኅብዝተ ። በኋላም ፡ ኹነው ፡ ሲስቡ ፡ ኅብዝተ ፡ በሊዕ ፡ ዖት ፡ ብልዐት ፡ በላዒ ፡ ያሰኛሉ ። ተናበው ፡ ሲስቡ ፥ በሊዐ ፡ ኅብስት ፡ በሊዖተ ፡ ኅ ፡ ብልዐተ ፡ ኅ ፡ በላዔ ፡ ኅብዝት ። በለ ፡ ተያይዘው ፡ ወደ ፡ ፊት ፡ ሲስቡ ፥ በሊዕሁ ፡ በሊዖቱ ፡ ብልዐቱ ፡ በላዒሁ ፡ ለኅብዝት ። ወደ ፡ ኋላም ፡ ሲስቡ ፥ ለኅብዝት ፡ በሊዕሁ ፡ በሊዖቱ ፡ ብልዐቱ ፡ በላዒሁ ፡ ያሰኛሉ ። የቀረ ፡ ተሳቢ ፡ ሲጨምሩና ፡ አገባብ ፡ ሲጫናቸው ፡ ግን ፡ ወደ ፡ ፊት ፡ ብቻ ፡ እንጂ ፡ ወደ ፡ ኋላ ፡ አይስቡም ። ይህም ፡ በሊዐ ፡ ኅብዝት ፡ በማእድ ፡ ቢል ፡ እንጂ ፡ በማእድ ፡ በሊዐ ፡ ኅ ፡ በላዔ ፡ ኅ ፡ አይልም ። ሲያያዝም ። በሊዖቱ ፡ ለኅብዝት ፡ በማእድ ፡ ቢል ፡ እንጂ ፡ በማእድ ፡ በሊዖቱ ፡ ለኅብዝት ፡ አይልም ፤ አገባብም ፡ ሲጫነው ፡ ለበሊዕ ፡ ኅብዝተ ፡ ለበላዔ ፡ ኅብዝት ፡ ቢል ፡ እንጂ ፥ ኅብዝተ ፡ ለበሊዕ ፡ ወይም ፡ ለበላዒ ፡ አይልም ፤ በቀሩትም ፡ እንደዚሁ ፡ ነው ።

፺፩ ፤ ኹለት ፡ ግእዝ ፡ የሚስቡ ፡ አናቅጽ ፥ ረሰየ ፡ መሀረ ፡ ጸውዐ ፡ ሰመየ ፡ ብህለ ፡ መልአ ፡ ቀብዐ ፡ ከደነ ፡ ዐጸፈ ፡ ናቸው ፤ እነዚህን ፡ የመሰሉ ፡ ኹሉ ፡ ፪ ፡ ግእዝ ፡ ስበው ፡ ሲገኙ ፡ ፩ኛው ፡ ተሳቢ ፡ ኹኖ ፡ በራሱ ፥ ፪ኛው ፡ በገባብ ፡ ፈንታ ፡ ይነገራል ፤ ረሰዮ ፡ ለማይ ፥ ወይን ፡ ረሰየ ፡ ማየ ፡ ወይነ ፡ ቢል ፥ ከመ ፡ ወይን ፡ ማለት ፡ ነውና ፤ የረሰየ ፡ ምስ

ጢር፡እንዲህ፡እንዳኹኑ፡ውላጤ፡ሲኾን፡ተገብሮውንም፡ከነ፡ይወርሰዋል፤ጥዒሞ፡አንከረ፡ውእተ፡ማየ፡ዘከነ፡ወይነ፡እንዲል። መሀረም፡ትምርቱንና፡ተማሪውን፡ኹለቱንም፡በግእዝ፡ሲስብ፥መሀረ፡ፊደለ፡ሕፃናተ፡ቢል፡የተቀበይን፡ን፡አገባብ፡ለን፡ግእዝ፡ሲወርሰው፡ነው፤ስትፈታም፡ለሕፃናት፡በል፡እንጂ፡ሕፃናትን፡አትበል። ፪ኛም፡መሀሮሙ፡ፊደለ፡ለሕፃናት፤ወትፈቅዱ፡ይምሀሩክሙ፡ቀዳሚ፡መጽሐፈ፡እያሰኘ፡ተቀባዩን፡በገባብና፡በዝርዝር፥ተሰሬውን፡በግእዝ፡ሲስብ፥፩፡አንቀጽ፡ከ፩፡ግቢር፡በቀር፡፪ኛ፡ግቢር፡እንዳይስብ፡በግልጥ፡ያስረዳል። ተገብሮውና፡ሳድስ፡ቅጽሉም፥ተምህረ፡መጽሐፈ፥ብእሲ፡ምሁር፡መጽሐፈ፡እያሰኘ፡ግቢር፡የሳበውን፡መልሰ፡በግእዝ፡ይስባል።

፱፤ጸውዐና፡ሰመየም፡ባለስምን፡በዝርዝርና፡በጠቃሽ፥ስምን፡በግእዝ፡ሲስቡ፥ወጸውዑ፡ስሞ፡ኢየሱስሀ፤ወሰመዮ፡ለብርሃን፡መዓልተ፡ወለጽልመት፡ሌሊተ፡ያሰኛሉ። ተገብሯቸውም፥ተጸውዐ፡ተጠራ፡ሲኾን፡ሳድስ፡እንጂ፡ግእዝ፡አይስብም፤ተሰምየ፡ግን፡ተባለ፡ሲኾን፡ግእዝና፡ነባር፡ይስባል። ተሰመይኪ፡እመ፡ወአመተ፤ተሰምየ፡አምላክ፡ውእቱ፡ክርስቶስ፤አምላክ፡ነው፡ተባለ። ተሰምየ፡ብሎ፡ስሙ፡ካላለ፡ግእዝ፡እንጂ፡ሳድስ፡አይስብም፤መጽሐፍ፡ግን፡ተሰምየ፡ዐማኑኤል፤ወዓዲ፡ይሰመይ፡ኢየሱስሀ፡ይላል። ሰመየም፡በግእዝ፡ፈንታ፡ሳድስ፡እየሳበ፡ይገኛል። ሰመዮ፡ለስምዖን፡ጴጥሮስ። ብህለና፡ይቤም፡፩፡ወገን፡ኹኖ፡ጥሬዎችን፡እንደነሰመየ፡ሲስብ፥መኑ፡ትብል፡ርእሰከ፤መኑ፡ይብለኒ፡ሰብእ፡ይላል። በውእቱም፡ፈንታ፥በ፡እለ፡ይብሉከ፡ኤልያስሀ፡አው፡ኤርምያስሀ፤እለ፡ይብሉ፡ርእሶሙ፡ሐዋርያተ፡እያለ፡ግእዝ፡ይስባል። በተለየም፡አንቀጽና፡አገባብ፡ሲስብ፡ይቤሎ፡እግዚእ፡ለእግዚእየ፡ንበር፡በየማንየ፤ኢትበል፡ለየማን፡ወኢለፀጋም፡ይላል። መልአና፡ቀብዐ፡ከደነና፡ዐጸፈም፡፪፡ግእዝ፡ስበው፡ሲገኙ፡፪ኛው፡በገባብ፡ፈንታ፡ነው፤ተገብሯቸውም፡ተመልአ፡ጥበበ፥ተቀብዐ፡ዘይተ፥ተከድነ፡ሠቀ፥ተዐጽፈ፡ርትዐ፡እያሰኘ፡እንደነመሀረ፡ግእዝ፡ይስባል።

፲፤ የነባር፡አንቀጽም፡አሳሳብ፡እንዲህ፡ነው፤ውእቱ፡በአንቀጽነቱ፡ነው፡ተብሎ፡ሲፈታ፡የነባርና፡የጥሬ፡ዘር፡የማልስና፡የሳድስ፡ቅጽል፡ያርእስትና፡የሳቢ፡ዘር፡ማሰሪያ፡ይኾናል። መሓሪ፡ውእቱ፡እግዚአብሔር፤ሠናይ፡ውእቱ፡ሕግ፤መንፈስ፡ይእቲ፡ነፍስ፤መሬት፡ውእቱ፡ሥጋ፡እያለ፡በሚስበውና፡በሚያስረው፡ኹሉ፡የባለቤትን፡ባሕርይና፡ግብር፡ሌላውንም፡ይተረጕማል። ተገልጠም፡ባልተነገረበት፥ሕይወቱ፡ለነዳይ፡ስኢለ፡ምጽዋት፤ወተስፋሁ፡ጸጊበ፡ኅብስት፤ፈጢር፡ዘእግዚአብሔር፤ወተፈጥሮ፡ዘሰማይ፡ወምድር፡እያሰኘ፡በየደጁ፡ይመረመራል። አከና፡ኢ፡ደግሞ፡አይዶለም፡ተብለው፡ሲፈቱ፡አካኼዳቸው፡እንደ፡ውእቱ፡ነው፤ርሱ፡የሚስባቸውን፡ይስባሉ። ይህም፡አከ፡ወይም፡ኢመፍትው፡አድልዎ፡በፍትሕ፤አከ፡ወይም፡ኢሕዝብየ፡እሉ። ተነስሖቱ፡ለይሁዳ፡አከ፡ወይም፡ኢከመ፡ተነስሖቱ፡ለጴጥሮስ፡ማለቱን፡ያሳያል።

፲፩ ፤ ቅጽል ፡ ከባለቤት ፡ ሲርቅ ፡ ወይም ፡ በውእቱ ፡ ሲፈረቀቅ ፡ ስሙ ፡ ተለዋጭ ፡ ይባላል ፤ ተለዋጭም ፡ ባሕርይና ፡ ግብር ፡ ስምና ፡ ነገር ፡ ይተረጕማል ፤ አካልም ፡ ያመጣል ። አካልም ፡ ኹኖ ፡ ቅጽልም ፡ ኹኖ ፡ ማሰሪያ ፡ ከወደቀበት ፡ በግድ ፡ ተለዋጭ ፡ ይኾናል ፤ አካል ፡ ሲያመጣ ፡ አምላክ ፡ ውእቱ ፡ ዘለብሰ ፡ ሥጋ ፡ ብሎ ፡ ሥጋ ፡ የለበሰ ፡ አካል ፡ ያሰኛል ፤ ግብርም ፡ ሲተረጕም ፡ ማርያም ፡ ይእቲ ፡ ኪሩቤል ፡ ይላል ። ካሥሩ ፡ መደብ ፡ ፱ቱ ፡ ሩቆች ፡ በቂና ፡ አንቀጽ ፡ እየኾኑ ፡ ራሳቸውን ፡ ይችላሉ ። ምሳሌ ፤ ውእቱ ፡ ዘፈጸመ ፡ ሕገ ። ይእቲ ፡ እንተ ፡ ወለደት ፡ አምላከ ። ውእቶሙ ፡ አው ፡ እሙንቱ ፡ እለ ፡ ሰበኩ ፡ ወንጌለ ፤ ውእቶን ፡ አው ፡ እማንቱ ፡ እለ ፡ ብዙኀ ፡ ተጋደላ ። ዘ ፡ እንተ ፡ እለም ፡ ባልገቡበት ፡ ቅጽልና ፡ ጥሬ ፡ ማሰሪያ ፡ ሲኾኑ ፡ ውእቱ ፡ ሕያው ፥ ወእከ ፡ ምዉት ፤ ውእቱ ፡ አብርሃም ፥ ወይእቲ ፡ ሳራ ፤ እሙንቱ ፡ ደቂቅ ፥ ወእማንቱ ፡ አዋልድ ፡ እያሰኙ ፡ ሌላውን ፡ ኹሉ ፡ ያሳያሉ ።

፲፪ ፤ ፮ቱ ፡ ቅርቦች ፡ ግን ፡ የሩቁን ፡ አንቀጽ ፡ ውእቱን ፡ ይደርባሉ ። ውእቱም ፡ ለዋጭ ፡ ተለዋጭ ፡ እንደ ፡ መኾኑ ፡ በወንድና ፡ በሴት ፡ ባንድና ፡ በብዙ ፡ የቅርብ ፡ አፈታት ፡ ይፈታል ። ምሳሌ ፤ አንተ ፡ ውእቱ ፡ ዘትገብር ፡ መንክረ ። አንቲ ፡ ውእቱ ፡ እንተ ፡ ወለድኪ ፡ አምላከ ። አንትሙ ፡ ውእቱ ፡ እለ ፡ ኖድክሙ ፡ አህጉረ ። አንትን ፡ ውእቱ ፡ እለ ፡ አፍቀርክን ፡ ንጽሐ ። አነ ፡ ውእቱ ፡ ዘአአምን ፡ በክርስቶስ ። ንሕነ ፡ ውእቱ ፡ እለ ፡ ንትፋቀር ፡ በበይናቲነ ። ወይም ፡ በብዙ ፡ አንትሙ ፡ እሙንቱ ፥ አንትን ፡ እማንቱ ፥ ንሕነ ፡ እሙንቱ ፤ ባንዲቱም ፡ አንቲ ፡ ይእቲ ፡ እያሰኘ ፡ ሩቆቹን ፡ ኹሉ ፡ ይደርባል ። በግልጠ ፡ ዘ ፡ ብቻ ፡ ያይዶለ ፡ በሌላውም ፡ ቅጽልና ፡ ጥሬ ፡ እንዲሁ ፡ ናቸው ፤ አንተ ፡ ውእቱ ፡ ክርስቶስ ። አንቲ ፡ ውእቱ ፡ ምሥራቅ ። አንትሙ ፡ ውእቱ ፡ ዘርዕ ፡ ክቡር ። አነ ፡ ውእቱ ፡ እግዚአብሔር ፡ ይላል ። ፪ኛም ፡ ሩቁን ፡ ትተው ፡ ቅርቡን ፡ ብቻ ፡ ይደርባሉ ። ምሳሌ ፤ አንተ ፡ መኑ ፡ አንተ ። አንቲሰ ፡ እብድ ፡ አንቲ ። አንትሙ ፡ ኢለባውያን ፡ አንትሙ ። አንትንሰ ፡ ጠባባት ፡ አንትን ። እስመ ፡ አነ ፡ ኄር ፡ አነ ። ንሕነሰ ፡ አግብርቲከ ፡ ንሕነ ። ፫ኛም ፡ ሩቅና ፡ ቅርብ ፡ ሳይደርቡ ፡ ብቻ ፡ ብቻቸውን ፡ ራሳቸውን ፡ ይችላሉ ። ምሳሌ ፤ አንተ ፡ ዘትፈትን ፡ ልበ ፡ ወኵልያተ ፤ አንተ ፡ ካህኑ ፡ ለዓለም ። አንቲ ፡ በአማን ፡ ምክሐ ፡ ዘመድነ ። አንትሙ ፡ ጼው ፡ ለምድር ። አንትን ፡ አዋልደ ፡ መኑ ። አንሰ ፡ ቃለ ፡ ዐዋዲ ። ወንሕነ ፡ ሰማዕቱ ።

፲፫ ፤ ውእቱ ፡ በግብር ፡ ለውጥ ፡ ሩቁን ፡ በቅርብ ፥ ቅርቡን ፡ በሩቅ ፥ አንዱን ፡ በብዙ ፥ ብዙውን ፡ ባንድ ፥ ወንዱን ፡ በሴት ፥ ሴቱን ፡ በወንድ ፡ ያናግራል ። አንተ ፡ ውእቱ ፡ ዘይገብር ፡ ኵሎ ። ማርያም ፡ ኪሩቤል ፡ ይእቲ ፤ ወኪሩቤል ፡ እሙንቱ ፡ ማርያም ፡ በ ፡ ለ ፡ እም ፡ በእንተ ፡ ጸዊረ ፡ አምላክ ። በአካልም ፡ ለውጥ ፡ ሲገባ ፡ በየራሱ ፡ ያናግራል ፤ ወይም ፡ ተለዋጭ ፡ ይኾናል ። እመ ፡ አምላክ ፡ ይእቲ ፡ ማርያም ፤ ማርያም ፡ ይእቲ ፡ እመ ፡ አምላክ ። በባሕርይም ፡ ለውጥ ፥ እብን ፡ ዘአርአዮ ፡ ሰይጣን ፡ ለእግዚእነ ፡ ኅብዝት ፡ ውእቱ ፤ ኅብዝት ፡ ዘአርአዮ ፡ ሰይጣን ፡ ለእግዚእነ ፡ እብን ፡ ውእቱ ፡ ያሰኛል ። እኮና ፡ ኢ ፡ ደግሞ ፡ የውእቱ ፡ አሉታ ፡ እየኾኑ ፡ እስከኹን ፡ በገባው ፡ ይገባሉ ።

፲፬ ፤ በ ፡ በነባርነቱ ፡ አለ ፡ ኖረ ፡ ነበረ ፡ ተብሎ ፡ እንደ ፡ ውእቱ ፡ ሲፈታ ፤ በ ፡ አዳም ፡ ውስተ ፡ ገነት ፡ እምቅድመ ፡ ዕልወት ፡ መጠነ ፡ ሰብዐቱ ፡ ዓመት ፡ እያሰኘ ፡ ባለ

ቤት ፡ ካገባብ ፡ ይሰባል ። በዝርዝርነቱም ፡ በ ፡ በቱ ፡ አለው ፡ ኖረው ፡ ነበረው ፡ ተብሎ ፡ ሲፈታ ፥ ወበ ፡ እኅት ፡ ሠናይት ፡ ለአቤሴሎም ። ወበቲ ፡ ለርብቃ ፡ እኍ ፡ እያሰኘ ፡ ገንዘብና ፡ ባለገንዘብን ፡ ከናገባቡ ፡ ይስባል ። ዝርዝሩ ፡ በቂና ፡ ዐጸፋ ፡ሲኾን ፡ ግን ፡ ዘበ ፡ ክልኤ ፡ ክዳናት ። ወቦቱ ፡ ብርሃን ፡ ዘኢይጠፍእ ፡ እያለ ፡ ገንዘብን ፡ ብቻ ፡ ይስባል ። አሉታውም ፡ አልቦ ፡ አልቦቱ ፡ እንደ ፡ ጽድቁ ፡ ነው ። በ ፡ ነባር ፡ ከዝርዝር ፡ እንደ ፡ ኾነ ፥ ቦቱ ፡ ግን ፡ ዝርዝር ፡ ብቻ ፡ እንደ ፡ ኾነ ፡ አስተውል ። ሎ ፡ ሎቱ ፡ ደግሞ ፡ አለው ፡ አለለት ፡ ተብሎ ፡ ሲፈታ ፡ እንደ ፡ ቦቱ ፡ አድርጎ ፡ ይስባል ፤ ማይሰ ፡ ሎሙ ፡ አረፍት ፡ በይምን ፡ ወአረፍት ፡ በፅግም ። ሎሙ ፡ ሕግ ፡ ወሎሙ ፡ ሥርዐት ፡ እንዲል ።　　ሐሰ ፡ በለ ፡ ሲዘረዘር ፡ ዘንድና ፡ አርእስት ፡ ሳቢ ፡ ዘር ፡ ይስባል ። እግዚአ ፡ ታጥፍአነ ፡ ሐሰ ፡ ለከ ። ሐሰ ፡ ሊተ ፡ እግበር ፡ እኩየ ፤ አው ፡ ገቢረ ፡ እኩይ ፡ ግብረተ ፡ እኩይ ። ሳይዘረ ዝርም ፡ እንደነአከ ፡ ብቻውን ፡ ይገባል ። ገደፎሙኑ ፡ እግዚ ፡ ለሕዝቡ ፤ ሐሰ ።

፲፫ ፤ የኮነም ፡ አካኼድ ፡ እንደ ፡ ውእቱ ፡ ነው ፤ ያርእስትና ፡ የሳቢ ፡ ዘር ፡ የቅጽልና ፡ የጥሬ ፡ ማሰሪያ ፡ ይኾናል ። አንቀጽነቱ ፡ ዐጕል ፡ ስለ ፡ ኾነ ፡ የረሰየና ፡ የገብረ ፡ መደረግ ፡ ይባላል ፤ የረሰየ ፡ ሲኾን ፡ በሚለወጥና ፡ በማይለወጥ ፡ ነገር ፡ ግእዝና ፡ ራብዕ ፡ ኃምስና ፡ ሳብዕ ፡ ይስባል ። ምሳሌ ፤ ሌሊተ ፡ ኮነ ፡ ቀትር ፤ ቃል ፡ ሥጋ ፡ ኮነ ፤ ይስማኤል ፡ ኮነ ፡ ነዳፌ ፤ ኮንኪ ፡ ታቦቶ ፡ ለፈጣሪ ። የገብረ ፡ መደረግ ፡ ሲኾን ፡ ግን ፡ ሳድስ ፡ እንጂ ፡ ግእዝ ፡ አይስብም ፤ ይህም ፡ ኩብኩብ ፡ ኮነ ፡ በቃና ፤ ዮም ፡ ኮነ ፡ ሕይወት ፡ ለዝንቱ ፡ ቤት ። ኢዐቀብነ ፡ ወኢገበርነ ፡ በከመ ፡ አዘዝከነ ፡ ከመ ፡ ይኩን ፡ ሠናይ ፡ ላዕሌነ ፡ ማለቱን ፡ ያሳያል ። በሚለወጥ ፡ ነገር ፡ መደረግ ፡ ሲኾን ፡ በማይለወጠው ፡ ማድረግ ፡ ይኾናል ፤ በሚለወጥ ፡ ማለት ፥ ለዋጩ ፡ ሌላ ፡ ተለዋጩ ፡ ሌላ ፡ ሲኾን ፡ ነው ፤ እንደ ፡ ማየ ፡ ግብጽ ፡ እንደ ፡ ማየ ፡ ቃና ። በማይለወጥ ፡ ማለት ፡ ግን ፡ ዐጕል ፡ አንቀጽ ፡ ከኗኙ ፡ በቀር ፡ ሌላ ፡ አይስብምና ፤ የራሱ ፡ አድራጊ ፡ ኗኙም ፡ አኗኙም ፡ ርሱ ፡ ራሱ ፡ ብቻ ፡ ሲኾን ፡ ነው ፤ ይህም ፥ ቃል ፡ ሥጋ ፡ ኮነ ፡ ብሎ ፡ ወኀደረ ፡ ውስቴትነ ፡ ባለው ፡ ይታወቃል ።

፲፬ ፤ ዳግመኛም ፡ በወ ፡ ከፋይነትና ፡ አያያዥነት ፡ የነገር ፡ የታሪክ ፡ ማንሻና ፡ መነሻ ፡ ሲኾን ፡ እንደ ፡ ብህለና ፡ እንደ ፡ ይቤ ፡ አንቀጽ ፡ ይስባል ። ይህም ፥ ወኮነ ፡ እምድኅረ ፡ ሞተ ፡ ሙሴ ፤ ይቤሎ ፡ እግዚ ፡ ለኢያሱ ። ወኮነ ፡ በመዋዕለ ፡ ሄሮድስ ፡ ንጉሥ ፤ ሀሎ ፡ አሐዱ ፡ ካህን ። ወኮነ ፡ በውእቱ ፡ መዋዕል ፤ ወፅአ ፡ ትእዛዝ ፡ እያለ ፡ ሌላውን ፡ ኹሉ ፡ ያሳያል ። ጽንዕም ፡ ሲኾን ፥ አካኼዱ ፡ እንደ ፡ ሀለወ ፡ ነው ፤ ከትንቢት ፡ አንቀጽ ፡ እየተደረበ ፡ ነበር ፡ ተብሎ ፡ ይፈታል ። አገባቡንም ፡ በ፳ኛ ፡ ዕርከን ፡ ተመልከት ፡ (ቍ፳) ።　　ሀለወ ፡ ደግሞ ፥ ሀሎ ፡ ይጽሕፍ ፡ አው ፡ ይጽሕፍ ፡ ሀሎ ፡ እያሰኘ ፡ የትንቢት ፡ ትርአስና ፡ ትርጋፅ ፡ ሲኾን ፡ ይጥፋል ፡ ብሎ ፡ ያኹኑን ፥ ይጥፍ ፡ ነበር ፡ ብሎ ፡ ያለፈና ፡ የሚመጣ ፡ ጊዜ ፡ ያሳያል ። ተዘርዝሮም ፥ ሀለዎሙ ፡ ይእመኑ ፡ ቦቱ ፥ ዘሀለዎ ፡ ይኩን ፡ ፍጡነ ፥ እስመ ፡ ሀለዎ ፡ ይሙት ፡ እያሰኘ ፡ ዘንድ ፡ አንቀጽ ፡ ሲስብ ፥ ወደ ፡ ፊት ፡ የሚመጣ ፡ እንጂ ፡ ያለፈ ፡ አያሳይም ። የሳቢና ፡ የተሳቢ ፡ ነገር ፡ በጭሩ ፡ ይህ ፡ ነው ።

መጨረሻ ፡ ዐዋጅ ።

፲፯ ፡ ግእዝ ፡ ኃምስ ፡ ሳብዕ ፡ የሚኾነውን ፥ ሳድስ ፡ ሣልስ ፡ ካዕብ ፡ ከማድረግ ፥ ሳድስ ፡ ሣልስ ፡ ካዕብ ፡ የሚኾነውን ፥ ግእዝ ፡ ኃምስ ፡ ሳብዕ ፡ ከማድረግ ፡ ተጠንቀቅ ። በባለቤትና ፡ በዘርፍ ፡ በቅጽል ፡ መካከል ፡ ሌላ ፡ እንዳይገባ ፥ በሳቢ.ና ፡ በተሳቢ.ም ፡ ማኸል ፡ ባዕድ ፡ አይገባም ። ይህም ፡ በማእድ ፡ ነዳይ ፡ በሊዐ ፡ ኅብዝት ፡ አለማለቱን ፡ ያሳያል ። ሳቢ.ና ፡ ተሳቢ. ፡ ማስተላለፍ ፡ ብርቱ ፡ ጸያፍ ፡ ነው ። እምአርዑተ ፡ ኀጢአት ፡ ኢየሱስ ፡ ዘአግዐዘ ፡ ትዝምደ ፡ ሰብእ ፤ ወይም ፡ ለተቀንዎ ፡ አምላክ ፡ ዘኢያኀጸርከ ፡ አእጋረ ፡ አያሰኝም ። የዚህ ፡ ዐይነት ፡ ጸያፍ ፡ ስሙ ፡ ግሥግሥ ፡ ይባላል ፤ ኅብስተ ፡ ለበሊዕ ፡ አይልም ፡ ያልነውም ፡ መከታ ፡ ይባላል ፤ መከታውም ፡ ለ ፡ ነው ።

፲፯ኛ ፡ ዕርከን ።

ዘርፍና ፡ ባለቤት ፥ ተናባቢ.ና ፡ ተያያዥ ።

፲፰ ፤ ዘርፍ ፡ ማለት ፥ ዘይቤው ፡ ዘፈረ ፡ ቃል ፥ ትርጓሜው ፡ ዐጭር ፡ ቅጽል ፥ ምስጢሩ ፡ ግን ፡ ባለወገንና ፡ ባለገንዘብ ፥ የስም ፡ ተውሳክ ፡ የባለቤት ፡ ምስማክ ፡ ማለት ፡ ነው ። ባለቤትም ፡ ማለት ፥ ባለዘርፍ ፡ የዘርፍና ፡ የቅጽል ፡ ጌታ ፥ ዘርፉን ፡ ተቈራኝቶ ፡ እንደ ፡ ኵታ ፡ ዐብሮ ፡ የሚታሰር ፡ የሚፈታ ፡ ማለት ፡ ነው ። አገናኝቶም ፡ ዘርፍና ፡ ባለቤት ፡ ሲሉት ፥ ነፍስና ፡ ሥጋ ፡ ወይም ፡ ባልና ፡ ሚስት ፡ እንደ ፡ ማለት ፡ ኹኖ ፡ ዕሙርነቱን ፡ ያሳያል ። ዘርፍ ፡ ኹሉ ፡ የርሱን ፡ ስምና ፡ ባለገንዘብነት ፡ መደብ ፡ አድርጎ ፡ የባለቤቱን ፡ ገንዘብነት ፡ ስሙና ፡ ግብሩን ፡ ወገኑን ፡ ዐይነቱን ፡ ገልጦ ፡ የሚያሳይ ፡ ዐጭር ፡ ቅጽል ፡ እንደ ፡ መኾኑ ፥ በስተሳሰሩና ፡ በፈታቱ ፡ የዘ ፡ እንተ ፡ እለን ፡ ዐማርኛ ፡ የን ፡ አይለቅም ።

፲፱ ፤ ዘርፍና ፡ ባለቤት ፡ የሚባሉ ፡ በ፪ ፡ አገባብ ፡ በለና ፡ በዘእንተእለ ፡ ተያይዘው ፥ ወይም ፡ ባ፬ ፡ ፊደል ፡ በግእዝ ፡ በራብዕ ፥ በኃምስ ፡ በሳብዕ ፡ ተናበው ፡ የሚጣፉና ፡ የሚጠሩ ፥ ተከታትለው ፡ የሚነገሩ ፡ ፪ ፡ ስሞች ፡ ናቸው ፤ አምላክ ፥ ሰማይ ፥ እነዚህን ፡ የመሰለ ፡ ኹሉ ። ፪ቱ ፡ ቀንጃ ፡ ስም ፡ በገባብ ፡ በፊደል ፡ ሲያያዝና ፡ ሲናበብ ፥ አምላኩ ፡ ለሰማይ ፥ አምላክ ፡ ዘሰማይ ፥ አምላከ ፡ ሰማይ ፥ ደብተራ ፡ ኦሪት ፡ ፍሬ ፡ በለስ ፡ ገቦ ፡ ኢየሱስ ፡ አሰኝቶ ፡ ፍችውንም ፡ የሰማይ ፡ አምላክ ፡ የኦሪት ፡ ድንኳን ፡ የበለስ ፡ ፍሬ ፡ የኢየሱስ ፡ ጐን ፡ እያሰኘ ፡ ኹሉን ፡ ያሳያል ። መንታ ፡ ዘርፍም ፡ ሲኾን ፡ አምላከ ፡ ሰማይ ፡ ወምድር ፥ እግዚአ ፡ መላእክት ፡ ወሰብእ ፥ ነቢያተ ፡ ይሁዳ ፡ ወሰማርያ ፡ ወባቢሎን ፡ እያሰኘ ፡ በወ ፡ ያጣፍራል ። ባለቤትም ፡ መንታ ፡ እየኾነ ፡ በዋዌ ፡ ተጣፍሮ ፡ በንዳንድ ፡ ዘርፍ ፡ ላይ ፡ ይናበባል ። ኀሩያነ ፡ ወሠናያነ ፡ ሊባኖስ ። ተምያጠ ፡ ወተውላጠ ፡ ህላውያት ፤ ጽጌያተ ፡ ወፍሬያተ ፡ ትሩፋት ። ሦስት ፡ እየኾነም ፡ ሲጣፈር ፡ ጥንተ ፡ ወተፍጻመ ፡ ወማእከለ ፡ መዋዕል ። ድምፀ ፡ ወጣሕረ ፡ ወግርማ ፡ አራዊት ፡ ይላል ። ይህም ፡ አካኼድ ፡ በመጽሐፍ ፡ እንጂ ፡ በቅኔ ፡ አልተለመደም ።

፳ ፤ ያ፩ኛው ፡ አገባብ ፡ የለ ፡ ፊደሉ ፡ ፩ ፡ እንደ ፡ ኸነ ፡ ዐዋጁም ፡ ፩ ፡ ነው ፤ ይኸውም ፡ ላንድና ፡ ለብዙ ፡ ለወንድና ፡ ለሴት ፡ አያያዥ ፡ ሙኸን ፡ ነው ። ዘ ፡ እንተ ፡ እለ ፡

ግን ፡ ምንም ፡ በማያያዝ ፡ እንዘ ፡ ሠለስቱ ፡ አሐዱ ፡ ቢባሉ ፡ የንባብና ፡ የምስጢር ፡ ልዩነት ፡ ስላላቸው ፥ ዐዋጃቸውም ፡ እንደ ፡ ንባባቸው ፡ ፫ ፡ ነው ፤ ዘ ፡ ላንድ ፡ ወንድ ፡ ብቻ ፥ እንተ ፡ ላንዲት ፡ ሴት ፡ ብቻ ፥ እለ ፡ ለ፪ቱም ፡ ወገን ፡ ብዙዎች ፡ ለወንዶች ፡ ለሴቶች ፡ ተብለው ፡ ይነገራሉ ፤ በቅጽልነትም ፡ እንዲሁ ፡ ናቸው ። ይህም ፡ ዐዋጅ ፡ ያዋቆችና ፡ የጠንቃቆች ፥ ያይናሞችና ፡ የልባሞች ፡ እንጂ ፡ የኹሉ ፡ አይዶለም ፤ የሌሎቹስ ፡ ዐዋጅ ፡ ወንድና ፡ ሴት ፡ ሳይለይ ፥ እንተ ፡ ላንድ ፡ ዘ ፡ ላንድና ፡ ለብዙ ፡ እለ ፡ ለብዙ ፡ ተብሎ ፡ በሽፍንነት ፡ ይነገራል ።

፫፩ ፤ ለ ፡ ላንድና ፡ ለብዙ ፥ ለወንድና ፡ ለሴት ፡ አያያዥ ፡ ሲኾን ፥ ጥበቡ ፡ ጥበባቲሁ ፡ ለሰሎሞን ፤ ምክሮሙ ፡ ምክራቲሆሙ ፡ ለጠቢባን ፤ ዕበያ ፡ ዕበያቲሃ ፡ ለድንግል ፤ ክብሮን ፡ ክብራቲሆን ፡ ለአንስት ፡ ያሰኛል ። የዘርፉንም ፡ ዘርፍ ፡ ቀስተ ፡ መሐላሁ ፡ ለኖኅ ፤ ደቀ ፡ ጽርሑ ፡ ለዳዊት ፡ ወመገብተ ፡ ቤቱ ፡ ያሰኛል ። ደፍቶም ፡ ሲያያይዝ ፥ ለኖኅ ፡ ሐመሩ ፥ ለአሮን ፡ በትሩ ፥ ለጌዴዎን ፡ ፀምሩ ፡ ያሰኛል ። የዘርፉንም ፡ ሲደፉ ፥ ለዳዊት ፡ መሰንቆ ፡ መዝሙሩ ፥ ለሰሎሞን ፡ መንበረ ፡ ክብሩ ፥ ለፍሬ ፡ ስብሐት ፡ መጸሩ ፡ ያሰኛል ፤ አንዳንድ ፡ መምህራን ፡ ለ ፡ ለዘርፍ ፡ ብቻ ፡ እንጂ ፥ ለዘርፍ ፡ ዘርፍ ፡ ደፊነት ፡ የለውም ፡ ይላሉ ። ዘ ፡ እንተ ፡ እለም ፡ ሲያያይዙ ፥ መዝሙር ፡ ዘዳዊት ፥ መዘምራን ፡ እለ ፡ ዳዊት ፥ ብእሲት ፡ እንተ ፡ ዳዊት ፥ ዕቁባት ፡ እለ ፡ ሰሎሞን ፤ ወይም ፡ ደፍተው ፡ ዘዳዊት ፡ መዝሙር ፡ እለ ፡ ዳዊት ፡ መዘምራን ፤ እንተ ፡ ዳዊት ፡ ብእሲት ፥ እለ ፡ ሰሎሞን ፡ ዕቁባት ፡ ያሰኛሉ ።

፫፪ ፤ ዘርፍና ፡ ባለቤት ፡ ተሳቢ ፡ ኹኖ ፡ በ፪ ፡ አገባብ ፡ ሲያያዝ ፥ የባለቤቱ ፡ መድረሻ ፡ ነባር ፡ ፊደል ፡ ካልኾነ ፡ በቀር ፡ እንዳንቀጹ ፡ ጠባይ ፡ በመወራረስ ፡ ይነገራል ። ይህም ፡ ቀተለ ፡ ኢዮአብ ፡ ብሎ ፥ ፀረ ፡ ዳዊት ፥ አፅራረ ፡ እለ ፡ ዳዊት ፥ ዕቤረ ፡ እንተ ፡ ዳዊት ፤ ፀሮ ፡ አፅራሮ ፡ ዕቤሮ ፡ ለዳዊት ፤ ወይም ፡ ደፍቶ ፡ ዘዳዊት ፡ ፀረ ፥ እለ ፡ ዳዊት ፡ አፅራረ ፥ እንተ ፡ ዳዊት ፡ ዕቤረ ፤ ለዳዊት ፡ ፀሮ ፡ አፅራሮ ፡ ዕቤሮ ፡ ይላል ፡ እንጂ ፤ ፀር ፡ አፅራር ፡ ዕቤር ፥ ፀሩ ፡ አፅራሩ ፡ ዕቤሩ ፡ አይልም ፤ ጸላኢ ፡ ባለውም ፡ እንዲሁ ፡ ነው ። ዳግመኛም ፡ ተቀትለ ፡ ብሎ ፡ ፀር ፡ ፀሩ ፥ ተቀትሉ ፡ ብሎ ፡ አፅራር ፡ አፅራሩ ፥ ተቀትለት ፡ ብሎ ፡ ዕቤር ፡ ዕቤሩ ፡ ቢል ፡ እንጂ ፥ ፀረ ፡ ፀሮ ፥ አፅራረ ፡ አፅራሮ ፡ ዕቤረ ፡ ዕቤሮ ፡ አይልም ። ካዕብና ፡ ሳብዕ ፡ መዋረሳቸው ፡ ዝርዝሩ ፡ እንዲህ ፡ እንዳኹኑ ፡ ዘመድ ፡ ሲኾን ፡ ነው ፤ ባዕድ ፡ ሲኾን ፡ ግን ፥ ጕልትነትና ፡ ስያፍነት ፡ ያስቀርባቸዋል ፤ ይህም ፡ ጸላኢሁ ፡ ብሎ ፡ ቀተለ ፡ ተቀትለ ፥ አፅራሪሁ ፡ ብሎ ፡ ቀተሉ ፡ ተቀትሉ ፡ እያሰኘ ፡ ሌላውን ፡ ኹሉ ፡ ያሳያል ።

፫፫ ፤ ዘርፍ ፡ ከባለቤት ፡ በ፪ ፡ አገባብ ፡ ሲያያዝ ፡ የባለቤትን ፡ ፍጻሜ ፡ በገቢርና ፡ በተገብሮ ፡ ለይተው ፡ የሚያስታውቁ ፡ ፊደላት ፡ ግእዝና ፡ ሳድስ ፡ ካዕብና ፡ ሳብዕ ፡ ሣልስና ፡ ኃምስ ፡ እነዚህ ፡ ፮ቱ ፡ ተቃራንያን ፡ ይባላሉ ፤ ተወራራሾች ፡ ማለት ፡ ነው ፤ (መቅ ፡ ቍ፷) ። መድረሻው ፡ ፊደል ፡ ግን ፡ ነባር ፡ ሲኾን ፥ ዓሣ ፡ ባሕር ፡ ብሎ ፡ አሥገረ ፥ ወይም ፡ ተሠግረ ፤ አርዌ ፡ ምድር ፡ ብሎ ፥ ቀተለ ፥ ወይም ፡ ተቀትለ ፤ ስብኮ ፡ ዕፅ ፡ ብሎ ፡ ሰበረ ፡ ወይም ፡ ተሰብረ ፡ እያሰኘ ፥ ገቢር ፡ ተገብሮ ፡ ያሰማማል ፤ እነዚህም ፡ ፫ቱ ፡ ፊደ

ላት ፡ (ማ ፡ ዌ ፡ ክ) ፡ ተፋቃርያን ፡ ይባላሉ ። ባ፩ ፡ ፊደልም ፡ ሲናበብ ፡ ፪ቱ ፡ በዝርዝር ነት ፡ ፪ቱ ፡ በነባርነት ፡ ገቢር ፡ ተገብሮ ፡ ያሰማሙለታል ፤ ዝርዝርነቱም ፡ ሳድሱን ፡ ግእዝ ÷ ማልሱን ፡ ኃምስ ፡ ማድረግ ፡ ነው ። ግእዝና ፡ ኃምስ ፡ በዝርዝርነት ፡ እየተና በቡ ፡ ሲያሰማሙ ፤ ሃይማኖተ ፡ ወንጌል ፡ ብሎ ፡ ሰበከ ፡ ወይም ፡ ተሰብከ ፤ ጸላኤ ፡ ዳዊት ፡ ብሎ ፡ ሞአ ፡ ወይም ፡ ተሞአ ፡ ያሰኛሉ ። ለራብዕና ፡ ለሳብዕ ፡ ግን ፡ ነባርነት ፡ እንጂ ፡ ዝርዝርነት ፡ የላቸውም ፤ የነባርም ፡ ምስጢር ፡ ጕልትነት ፡ ነው ።

፳፬ ፤ ዘርፍና ፡ ባለቤት ፡ በ፪ ፡ አገባብ ፡ ሲያያዙና ፡ ባ፩ ፡ ፊደላት ፡ ሲናበቡ ፡ የሚ ያሳዩትና ፡ የሚያሰሙት ፡ ምስጢር ፡ ብዙ ፡ ነው ፤ ፩ኛው ፡ ገንዘብነትና ፡ ባለገንዘብነት ። ይህም ፡ መዝሙር ፡ ዘዳዊት ÷ መዝሙሩ ፡ ለዳዊት ÷ መዝሙረ ፡ ዳዊት ፡ ብሎ ÷ የዳ ዊት ፡ መዝሙር ፡ እያሰኘ ፡ መዝሙር ፡ ገንዘብ ÷ ዳዊት ፡ ባለገንዘብ ፡ መኾኑን ፡ ያሳያል ። ማሳየቱም ፡ ዘርፍ ፡ እንዲህ ፡ እንዳኹኑ ፡ ነባቢ ፡ አካል ፡ ኹኖ ÷ ባለቤት ፡ ኢነባቢ ፡ ስም ፡ ሲኾን ፡ ነው ። ፪ኛም ÷ ባለቤት ፡ ነባቢ ፡ ዘርፍ ፡ ኢነባቢ ፡ ኹኖ ÷ መልአከ ፡ ሰማይ ፡ ብእሴ ፡ ምድር ፡ ሲል ÷ ወገንና ፡ ባለወገንን ፡ ያሳያል ፤ መልአክና ፡ ብእሲ ፡ ወገን ÷ ሰማ ይና ፡ ምድር ፡ ባለወገን ። መናበብና ፡ መያያዝም ፡ ሲቀር ፡ መልአክ ፡ ሰማያዊ ፡ ብእሲ ፡ ምድራዊ ፡ እያሰኘ ፡ ወገን ፡ ቅጽል ፡ ኹኖ ፡ ይነገራል ። ዘርፎችን ፡ በዘርፍነታቸው ፡ አቁሞ ፡ ባለገንዘብና ፡ ባለወገን ፡ የሚያደርጋቸው ፡ በለ ፡ መያያዝ ፡ ነው ፤ ዘ ፡ እንተ ፡ እለና ፡ መናበብ ፡ ግን ፡ ግልጠ ፡ ዘና ፡ ውስጠ ፡ ዘ ፡ ኹነው ፡ አንቀጽ ፡ እየሰጡ ፡ ዘርፍን ፡ ኹሉ ፡ ወደ ፡ ቅጽልነት ፡ ይስባሉ ።

፳፭ ፤ ፫ኛም ፡ ዘርፍና ፡ ባለቤት ፡ ፪ቱም ፡ ኢነባብያን ፡ ሲኾኑ ፡ ዝርዝርና ፡ ለን ፡ አያስገቡምና ÷ ባንድ ፡ አገባብ ፡ ብቻ ፡ በዘ ፡ እንተ ፡ እለ ፡ ተያይዘው ÷ ባ፩ ፡ ፊደላት ፡ ተናበው ፡ ሲዛረፉና ፡ ሲነገሩ ፡ ቅጽልና ፡ ባለቤት ፡ ኹነው ፡ ሥራንና ፡ መሥሪያን ፡ ያሳ ያሉ ። ይህም ፡ ተቋም ፡ ዘወርቅ ÷ ልብሰ ፡ ወርቅ ÷ ወልታ ፡ ወርቅ ÷ አርዌ ፡ ብርት ÷ ስብከ ፡ ዕፅ ፡ ብሎ ፡ ተቋሙ ፡ ልብሱ ፡ ወልታሁ ፡ ለወርቅ ÷ አርዌሁ ፡ ለብርት ፡ ስብከሁ ፡ ለዕፅ ፡ አለማሰኘቱን ፡ መደብ ፡ አድርጎ ፡ ተቋምና ፡ ልብስ ፡ ወልታና ፡ አርዌ ፡ ስብከ ፡ ሥራ ፡ እንደ ፡ ኾኑ ፡ ወርቅና ፡ ብርት ፡ ዕፅ ፡ መሥሪያ ፡ እንደ ፡ ኾኑ ፡ ያሳያል ። ሲፈታም ፡ ዘግ ቡር ፡ እምወርቅ ÷ ዘልቡጥ ፡ በወርቅ ÷ ግቡረ ፡ ብርት ፡ ዘተገብረ ፡ እምዕፅ ፡ እያሰኘ ፡ ቅጽል ፡ ይኾናል ፤ ስሙም ፡ ሥረ ፡ ወጥ ÷ ወይም ፡ ዘመድ ፡ ዘርፍ ፡ ይባላል ።

፳፮ ፤ ፬ኛም ፡ የባሕርይ ፡ ስም ፡ ከህላዌ ፡ ስም ፡ ተናበ ፡ ሲዛረፍ ፡ የህላዌ ፡ ስም ፡ ለባሕርይ ፡ ስም ፡ መፍቻና ፡ ቅጽል ፡ እየኾነ ፡ ባሕርይና ፡ መልክን ፡ ያሳያል ። ይህም ፡ ዕፀ ፡ አውልዕ ፡ ብሎ ፡ ወይራ ፡ የሚባል ፡ ዕንጨት ÷ የወይራ ፡ ዕንጨትነት ÷ ወይም ፡ ወይራው ፡ ዕንጨት ፡ እያሰኘ ፡ የዕፅን ፡ ባሕርይነትና ፡ የርሱን ፡ ህላዌነት ፡ ያስረዳል ። ዕፅ ፡ ብሕርዩና ፡ የባሕርይ ፡ ስሙ ፡ ነው ፤ አውልዕም ፡ ከዕፀዋት ፡ ኹሉ ፡ ተለይቶ ፡ የሚ ታወቅበት ፡ ህላዌውና ፡ የህላዌው ፡ ስም ፡ ነው ። ህላዌም ፡ ማለት ፡ አናዎር ፡ ጠባይ ፡ ግዘፈ ፡ ባሕርይ ÷ የተፈጥሮ ፡ ልክ ፡ ዐይነትና ፡ መልክ ፡ ማለት ፡ ነው ፤ አካል ፡ እንደ ፡ ማለት ። ህላዌ ፡ አስተጋባኢ ፡ ስም ፡ ስለ ፡ ኾነ ፡ ለፈጣሪም ፡ ሳይቀር ፡ ለፍጡራን ፡ ኹሉ ፡

ይነገራል ፤ አካል ፡ ግን ፡ እኔ ፡ እገሌ ፡ ብሎ ፡ ስሙንና ፡ ግብሩን ፡ ለሚናገር ፡ ለነባቢ ፡ ባሕርይ ፡ ነው ፡ እንጂ ፡ ለኢነባብያን ፡ አይኾንም ።

፹፯ ፤ ፫ኛም ፡ የግብር ፡ ስም ፡ ከተጸውዖ ፡ ስም ፡ ሲናበብ ፡ ዘርፉ ፡ ለባለቤት ፡ ቅጽል ፡ እየኾነ ፡ እንዲሁ ፡ ይፈታል ፤ ይህም ፡ ነቢየ ፡ ሙሴ ፡ ብሎ ፡ ሙሴ ፡ የሚባል ፡ ነቢይ ፥ ወይም ፡ ነቢዩ ፡ ሙሴ ፡ ማለቱን ፡ ያሳያል ። የተቀብዖም ፡ ስም ፡ ካህነ ፡ አሮን ፡ ብሎ ፡ እንዲሁ ፡ ይፈታል ፤ በዘርፍም ፡ አፈታት ፡ ሲቃኙት ፡ የሙሴ ፡ ነቢይነት ፡ የአሮን ፡ ክህንነት ፥ ክህን ፡ መኾኑ ፡ ካህን ፡ መባሉ ፡ እያሰኘ ፡ ባሕርይና ፡ ግብርን ፡ ያሳያል ። የተጸውዖ ፡ ስም ፡ ማናቸውም ፡ ስም ፡ ተናበበት ፡ ዘርፍ ፡ ይኾናል ፡ እንጂ ፥ ርሱ ፡ በሌላ ፡ ስም ፡ ተናበ ፡ የዘርፍ ፡ ባለቤት ፡ አይኾንም ፤ ይህም ፡ ዳዊተ ፡ መንግሥት ፡ አሮነ ፡ ክህነት ፡ አለማሰኘቱን ፡ ያሳያል ። ያገርም ፡ ስም ፡ ቢኾን ፡ እንደዚሁ ፡ ነው ፤ ናዝሬተ ፡ ኢየሱስ ፥ ወይም ፡ ኢየሱሰ ፡ ናዝሬት ፡ አያሰኝም ፤ ናዝሬት ፡ እንተ ፡ ኢየሱስ ፥ ኢየሱስ ፡ ናዝራዊ ፡ ቢያሰኝ ፡ እንጂ ። በዘ ፡ እንተ ፡ እለም ፡ ሲያያዝ ፡ ጊዮርጊስ ፡ ዘልዳ ፥ ማርያም ፡ እንተ ፡ ዕፍረት ፡ ቢል ፥ ዘርፉ ፡ ልዳዊ ፡ ብእሴ ፡ ልዳ ፥ ዕፍረታዊት ፡ በዓልተ ፡ ዕፍረት ፡ እያሰኘ ፡ ወገን ፡ ቅጽል ፡ ይኾናል ፡ እንጂ ፤ ባለወገን ፡ ዘርፍ ፡ አይኾንም ።

፹፰ ፤ የባሕርይም ፡ ስም ፡ ብእሲ ፡ ዘለምጽ ፥ ዕደው ፡ እለ ፡ ለምጽ ፤ ወይም ፡ ብእሴ ፡ ለምጽ ፥ ዕደወ ፡ ለምጽ ፡ ብሎ ፡ ሲያያዝና ፡ ሲናበብ ፡ ለምጻዊ ፡ ልሙጽ ፡ ዘቦቱ ፡ ለምጽ ፤ ልሙጻን ፡ እለ ፡ በሙ ፡ ለምጽ ፡ እያሰኘ ፡ በቅጽልነት ፡ ይፈታል ፤ ሲደፉም ፡ ዘብእሲ ፡ ማቴዎስ ፡ ቢል ፡ ፍችው ፡ እንደዚሁ ፡ ነው ። ዘርፍን ፡ ከቅጽል ፡ ለይቶ ፡ ዘርፍ ፡ የሚያሰኘው ፡ መያያዝና ፡ መናበብ ፡ ብቻ ፡ ነው ፤ ባፈታትና ፡ በምስጢር ፡ ግን ፡ ከታላቅ ፡ ወንድሙ ፡ ከቅጽል ፡ ልዩነት ፡ የለውም ። እስካኹን ፡ ድረስ ፡ በነጠላነት ፡ የተነገረው ፡ ዘርፍ ፡ ፪ ፡ ዐይነት ፡ ነው ፤ ፩ኛው ፡ ባለገንዘብና ፡ ባለወገን ፥ ፪ኛው ፡ ዘመድ ፡ ወይም ፡ ሥረ ፡ ወጥ ፤ አካኼዱም ፡ የመጽሐፍ ፡ ንባብ ፡ ነው ፤ ለቅኔም ፡ ይኾናል ። የዘርፍና ፡ የባለቤት ፡ ጠባይ ፡ በሠምና ፡ በወርቅ ፡ አካኼድ ፡ ስሙና ፡ ጓዙ ፡ ስለ ፡ በዛ ፡ ጸዋትወ ፡ ቅኔ ፡ ተብሎ ፡ ለብቻው ፡ ፩ ፡ ወገን ፡ ተጠቅሎ ፡ በልዩነት ፡ ተጽኗልና ፤ ከዚህ ፡ የቀረውን ፡ በ፫ኛው ፡ ክፍል ፡ ተመልከት ። አርእስትና ፡ ሳቢ ፡ ዘርም ፡ ውስጡ ፡ ዘ ፡ ሳይቀር ፡ ሳቢና ፡ ተሳቢ ፡ በመኾን ፡ ዘርፍና ፡ ባለቤት ፡ ኹነው ፡ እየተናበበ ፡ ገቢር ፡ ተገብሮ ፡ ያሳያሉና ፤ ይህም ፡ በሳቢና ፡ በተሳቢ ፡ ቦታ ፡ ተነግሯል ። የዘርፍ ፡ ነገር ፡ ከምሉ ፡ በክፍሉ ፡ ይህ ፡ ነው ።

፲፰ኛ ፡ ዐርከን ።

ቅጽልና ፡ ባለቤት ።

፹፱ ፤ ቅጽል ፡ ማለት ፡ ከባለቤት ፡ ጋራ ፡ እንደ ፡ ዘርፍ ፡ ሳይያያዝና ፡ ሳይናበብ ፡ የባለቤትን ፡ ጠባይና ፡ አናዎር ፡ ለመግለጥ ፡ ዑብሮት ፡ የሚነገር ፡ ማለት ፡ ነው ፤ ባለሟል ፡ ወይም ፡ አስተርጓሚ ፡ እንደ ፡ ማለት ፡ (ቍ፪፲፫)። ቅጽልም ፡ እንደ ፡ ዘርፍ ፡ ፪ ፡ ዐይነት ፡ ነው ፤ ዘመድ ፡ ቅጽልና ፡ ባዕድ ፡ ቅጽል ። ሲዘረዘር ፡ ግን ፡ ስሙ ፡ ፫ ፡ ነው ፤ ውስጠ ፡ ዘ፥

ግልጠ ፡ ዘ ፥ ወገን ፡ ቅጽል ፥ መስም ፥ ጥሬ ፥ ንኡስ ፥ ደቂቅ ፥ አኃዝ ፡ ይባላል ። ዘመድና ፡
ባዕድ ፡ ያሰኘውም ፡ ጌታውንና ፡ ባለቤቱን ፡ መምሰልና ፡ አለመምሰል ፡ ነው ።

ዘመድ ፡ ቅጽል ።

፴፩ ፤ ውስጠ ፡ ዘ ፤ መንፈስ ፡ (ስ) ፡ ናዛዚ ፡ (ዜ) ፤ መልአክ ፡ (ከ) ፡ ፍንው ፡ (ወ) ፤ አም
ላክ ፡ (ከ) ፡ ዐቢይ ፡ (የ) ፤ ብእሲ ፡ (ሴ) ፡ መካሕ ፡ (ሐ) ፡ (ቍ፴፩—፴፫) ። ግልጠ ፡ ዘ ፤ ጳው
ሎስ ፡ ዘተጸውዐ ፥ ፊቤን ፡ እንተ ፡ ትትለአክ ፥ አርድእት ፡ እለ ፡ ተኀርዩ ። ወገን ፤ አብር
ሃም ፡ (ሀ) ፡ ክሉዳዊ ፡ (ዊ) ። መስም ፤ ዳዊት ፡ መዘምር ፡ ዳዊትሀ ፡ መዘምረ ፤ ሰሎሞን ፡ (ሀ) ፡
ማእምር ፡ (ረ) ። ጥሬ ፤ ወንጌል ፡ ጽንዐ ፡ ሃይማኖት ፤ ክርስቶስ ፡ አክሊለ ፡ ሰማዕት ። ን
ኡስ ፤ አይ ፡ አፍ ፡ ወአይ ፡ ከናፍር ፥ አይ ፡ አኰቴት ። ደቂቅ ፤ ውእቱ ፡ ሚካኤል ፤ ይእቲ ፡
ማርያም ፤ ዝኩ ፡ ብእሲ ፤ እንታክቲ ፡ ብእሲት ። አኃዝ ፤ አሐዱ ፡ እግዚአብሔር ፥ ወአ
ሐቲ ፡ ሃይማኖት ።

፴፪ ፤ ቅጽል ፡ ከባለቤት ፡ ቀድሞ ፡ ወይም ፡ ተከትሎ ፡ ይነገራል ፤ ይህም ፡ ክቡር ፡
አምላክ ፥ አምላክ ፡ ክቡር ፡ እንደ ፡ ማለት ፡ ነው ። ቅጽል ፥ ባለቤት ፡ ሲቀር ፡ በቂ ፡ ይኾ
ናል ፤ ይህም ፡ ድንግል ፡ ወለደት ፡ አምላከ ፤ ዘተወልደ ፡ እምድንግል ፡ አድኀነ ፡ ዓለመ ፡
እንደ ፡ ማለት ፡ ነው ። ቅጽል ፡ ከባለቤቱ ፡ አይርቅም ፤ ቢርቅ ፡ ግን ፡ ማሰሪያ ፡ አስፈላጊ ፡
ወይም ፡ መመርመሪያ ፡ ይኾናል ፤ ይህም ፡ እግዚአብሔር ፡ ክቡር ፡ በኀበ ፡ እስራኤል ፡
ሲል ፡ ቅጽልነቱን ፤ እግዚ ፡ በኀበ ፡ እስራኤል ፡ ክቡር ፥ ወይም ፡ ዘከብረ ፡ ሲል ፥ ማሰሪያ ፡
ማስፈለጉንና ፡ ተለዋጭነቱን ፡ ያሳያል ። ከባለቤትም ፡ ባይርቅ ፡ ተሳቢ ፡ ካለው ፡ ማሰ
ሪያ ፡ ማስፈለግ ፡ አይቀርም ፤ ኄር ፡ እግዚ ፡ ለእለ ፡ ይትዌገሥዎ ፡ እንዲል ። ውስጠ ፡ ዘና ፡
መስም ፡ ሲስቡ ፡ ባለቤታቸውን ፡ መምሰል ፡ አይተውም ፤ ይህም ፡ አምላክ ፡ ክቡር ፡ በ
ህላዌሁ ፥ አምላከ ፡ ክቡረ ፡ በህላዌሁ ። ማርያም ፡ መስተምሕርት ፡ ኀበ ፡ ወልዳ ፥ ማርያ
ምሃ ፡ መስተምሕርተ ፡ ኀበ ፡ ወልዳ ፡ ማለቱን ፡ ያሳያል ።

፴፫ ፤ ላንድ ፡ ባለቤት ፡ ፪ ፡ ውስጠ ፡ ዘ ፥ ወይም ፡ ፪ ፡ ግልጠ ፡ ዘ ፡ ባንድ ፡ ወገን ፡ ሲ
ቀጸል ፡ መንታ ፡ ይባላል ፤ ይህም ፡ ማርያም ፡ ኀሪተ ፡ አምላክ ፡ ወፍቅርተ ፡ መላእክት ፡
ዐርገት ፡ ሰማየ ። ተሰብሐ ፡ እግዚአብሔር ፡ ክቡረ ፡ ስም ፡ ወልዑለ ፡ ምኵናን ። (፪ ፡
ግልጠ ፡ ዘ) ፡ ተዐውቀ ፡ እግዚ ፡ ዘገብረ ፡ ሰማየ ፡ ወምድረ ፡ ወዘለብሰ ፡ ሥጋ ፡ በይሁዳ ፡
እንደ ፡ ማለት ፡ ነው ። ፪ኛም ፡ ላንድ ፡ ባለቤት ፡ ውስጠ ፡ ዘ ፡ ግልጠ ፡ ዘ ፡ እንዲህ ፡ እን
ዳኹኑ ፡ ተጫፍረው ፡ ባንድ ፡ ወገን ፡ አይቀጸሉም ፤ በግራና ፡ በቀኝ ፡ ሲቀጸሉ ፡ ግን ፡ ስ
ማቸው ፡ መከዳ ፡ ይባላል ፤ ይህም ፡ አስተርአየ ፡ ልዑል ፡ አምላክ ፡ ዘኢያስተርኢ ፡ በ
ሥጋ ፡ እንደ ፡ ማለት ፡ ነው ። በመከዳነት ፡ ግን ፡ መንታ ፡ እየኾኑ ፡ ቢቀጸሉ ፡ ጸያፍ ፡
አይባሉም ፤ ይህም ፡ ብዙኀ ፡ መልእክት ፡ ወነዊኀ ፡ ስብከት ፡ ጳውሎስ ፡ ዘተጸውዐ ፡ ወተ
ፈልጠ ፡ እምአርድእት ፡ ተሰብሐ ፡ ጥቀ ፡ እምኵሎሙ ፡ ሐዋርያት ፡ እንደ ፡ ማለት ፡ ነው ።

፴፬ ፤ ፫ኛም ፡ የቅጽል ፡ ባለቤት ፡ ከአንቀጽ ፡ ባለቤት ፡ ቀድሞ ፡ የባለቤት ፡ አን
ቀጽ ፡ ሲወድቅበት ፡ አታላይ ፡ ቅጽል ፡ ይባላል ። ይህም ፡ ተመትረ ፡ ሥላሴ ፡ ዘፈጠሩ ፡

ጊዮርጊስ፡በሰይፈ፡ኀጺን ። ተሰቅለ፡ማርያም፡ዘወለደት፡አምላከ፡ዲበ፡ዕፅ፡ምኑን ። ተንሥአ፡ፈሪሳውያን፡ወሰዱቃን፡ዘሰቀሉ፡ክርስቶስ፡እሙታን ። በጥሬ፡ቅጽልም፥እሞሙ፡ለሰማዕት፡ብዙኃን፡ማርያም፡እያለ፡አታላይነቱን፡ያሳያል ። በባለቤት፡ላይ፡የሚወድቅ፡ነገር፡በዘርፍና፡በቅጽል፤በሳቢም፡የሚወድቅ፡በተሳቢ፡ይጠበቃል ። በዘርፍ፡ሲጠበቅ፥አክበርዎ፡መላእክት፡ለዘሰማይ፡አምላክ፡ይላል ። በቅጽልም፡ሲጠበቅ፥አዕበይዎ፡እስራኤል፡ለዘነግሠ፡ዳዊት፡ይላል ። በባለቤትም፡ሲጠበቅ፥ወተኀፍሩ፥እስመ፡እግዚአብሔር፡አኅሰሮሙ፡ይላል ። በቅጽል፡ተሳቢም፡ሲጠበቅ፥ረስዕዎ፡እስራኤል፡ለእግዚ፡ዘየዐቢ፡ኀይለ፡ወብዙኀ፡መንክረ፡ገብረ፡ሎሙ፡ይላል ።

፴፬፤ ፬ኛም፡መልክአ፡ፊደሉ፡ሳይለወጥ፡ወንድና፡ሴት፡እያስተባበረ፡ለ፪ቱም፡ወገን፡የሚቀጸል፥ፀዋግ፡ጸጓር፡አዳም፡ድንግል፥ሐለይት፡ሰንቀውት፡ቀነይት፡ዐበይት፥ይህን፡የመሰለ፡ፈናፍንት፡ቅጽል፡ስሙ፡መድበል፡ይባላል ። ሐዋሪ፡ከያኒ፡ከማለት፡የወጡ፡ሐዋርያና፡ኬንያም፡መሳይ፡ተከታይ፡የሌላቸው፡ባሕታውያን፡ስለ፡ኹሉ፥የሣልስ፡ዲቃሎች፡ወይም፡ሕግ፡አፍራሾች፡ይባላሉ ። ሐዋርያትና፡ነቢያትም፡የሴቶች፡ብቻ፡እንጂ፡የወንዶች፡አይዶሉም፤ሐወርት፡ነበይት፡ካላለ፡መድበል፡ኹኖ፡አያስተባብርም ። ይኸውም፡ባካኼዳቸው፡ይታወቃል፤ሐዋሪ፡ሪት፤ሐዋርያን፡ያት፤ሐወርት ። ነቢይ፡ይት፤ነቢያን፡ያት፤ነበይት ። ነበየ፡ተነበየ፡ማለት፥ነቢብ፡ነበ፡ተነበ፡ከለው፡የወጣ፡ዲቃላና፡ተቀጥላ፡ነው ። የብዙውንም፡ላንድ፡ሲቀጽል፥ሰማዕት፡መፃምርት፡ይላል፤ኹሉም፡የስሕተት፡ልማድ፡ነው ። ሌላም፡ይህን፡የመሰለ፡ብዙ፡ይገኛል ።

ሐተታ ።

፴፭፤ የቅጽሎች፡ጠባይ፡ውስጠ፡ዘና፡ግልጠ፡ዘ፡በማለት፡ተወስኗል፤ከነዚህ፡ከ፪ቱ፡አይወጣም ። ዐይነታቸው፡ግን፡ብዙ፡ነው፤ከግልጠ፡ዘም፡ይልቅ፡የውስጠ፡ዘ፡ዐይነት፡ይበዛል ። ውስጠ፡ዘ፡ደግሞ፡ከመድረሻው፡ፊደል፡ስም፡ነሥቶ፡ሣልስና፡ሳድስ፡ይባላል፤የንባቡም፡ዐይነት፡ስድስት፡ነው ። ፩ኛው፡መካከሉን፡ራብዕ፡አድርጎ፡ቀታሊ፡ተቀታሊ፡አቅታሊ፡ተቃታሊ፡አስተቃታሊ፡እያሰኘ፡ከ፫ቱ፡አዕማድ፡ከኀላፊና፡ከትንቢት፡ወጥቶ፡በ፪፡ይፈታል ። ፪ኛው፡መካከሉን፡ሣልስ፡አድርጎ፡ዐቢይ፡ነቢይ፡ዐዚዝ፡ገዚፍ፡ቀጢን፡ጸሊም፡ቄሪር፡እያለ፡በሳድስ፡ፊደል፡ይጨርሳል ። ፫ኛው፡መካከሉን፡በሣልስ፡ፈንታ፡ራብዕ፡ያደርጋል፤ነዳይ፡ሠናይ፡ጠዋይ፡ቀላይ፡መካሕ፡ከዋው፡ለዋው፡ጸያፍ፤የመሰለው፡ኹሉ ። ፬ኛው፡መነሻውን፡ራብዕ፡አድርጎ፡ኹሉን፡በሳድስ፡ይጨርሳል፤ጻድቅ፡ኃጥእ፡ራትዕ፡ባዕል፡ባዕድ፡ቃውም፡ላእክ፡ካህን፤የመሰለው፡ኹሉ ። ፭ኛው፡ዐመል፡ስላለበት፡(ኄረ፡ኀየረ፡ኄረወ)፡ኄር፡ኄራዊ፤ዴጋን፡ዴጋኒ፡ሜራዩ፡እያለ፡በኃምስ፡ይነሣል፤እስካኹን፡የተነገሩቱ፡ሳድሶች፡ኹሉም፡ከንደኛው፡ዐምድ፡የወጡ፡ናቸው ።

፻፷፮ ፤ ፮ኛው ፡ ግን ፡ ከተገብሮና ፡ ከሐውልት ፡ ይወጣል ፤ አካኼዱም ፡ ከነዚህ ፡ ልዩ ፡ ነው ። በሳድስ ፡ ተነሥቶ ፡ መከከሉን ፡ ካዕብ ፡ ያደርጋል ። ይህም ፡ ተቀትለ ፡ ቅቱል ፥ ተቀደሰ ፡ ቅዱስ ፥ ተሰብሐ ፡ ስቡሕ ፥ ነበረ ፡ ንቡር ፥ ደክመ ፡ ድኩም ፥ ጸንዐ ፡ ጽኑዕ ፡ ማለቱን ፡ ያሳያል ። በባረከ ፡ ቤት ፡ ግን ፡ መነሻውንም ፡ ቡሩክ ፡ ሱቱፍ ፡ ጉቡእ ፡ ሡሩር ፡ እያለ ፡ ካዕብ ፡ ያደርጋል ። በዴገነም ፡ ቤት ፡ ዲጉን ፡ ሚሩይ ፡ ሊሉይ ፡ ቂቁይ ፡ ጊጉይ ፡ እያለ ፡ በማልስ ፡ ይነሣል ። መድረሻው ፡ ወ ፡ ሲኾን ፡ ህልው ፡ ሕስው ፡ እያለ ፡ ኹሉን ፡ ሳድስ ፡ ያደርጋል ፤ ያፈታቱም ፡ ምስጢር ፡ ሥራው ፡ ያለቀለት ፡ ያለፈና ፡ የኹን ፡ ቢያሳይ ፡ እንጂ ፤ ገና ፡ ወደ ፡ ፊት ፡ የሚመጣ ፡ ትንቢት ፡ አያሳይም ። በዕብራይስጥም ፡ ሆዌ ፡ ይባላል ፤ ክውን ፡ የኾነ ፡ የተደረገ ፡ ማለት ፡ ነው ።

፻፷፯ ፤ የግልጠ ፡ ዘም ፡ ጠባይ ፡ ፯ ፡ ነው ፤ በአንቀጽ ፡ ላይ ፡ ሲወድቅ ፡ ቅጽል ፤ በጥሬ ፡ ላይ ፡ ሲወድቅ ፡ ዘርፍ ፡ አያያዥ ፡ ይባላል ። ጸጋ ፡ ዘአብ ፡ ኂሩት ፡ ዘወልድ ፡ ሱታፌ ፡ ዘመንፈስ ፡ ቅዱስ ፡ እንደ ፡ ማለት ፤ ምስጢሩ ፡ ግን ፡ ከቅጽልነት ፡ አይወጣም ። ወገን ፡ ቅጽልም ፡ ከዘርፍ ፡ አያያዥ ፡ ዘ ፡ የወጣ ፡ ነው ፤ አወጣጡም ፡ በዘርፍ ፡ አካኼድ ፡ ተነግሯል ። መስም ፡ ቅጽልም ፡ የማልስና ፡ የሳድስ ፡ ውስጠ ፡ ዘ ፡ ድርብ ፡ ነው ፤ ከተገብሮ ፡ በቀር ፡ ካራቱ ፡ አዕማድ ፡ ከ፰ ፡ ከ፰ቱ ፡ ፩ ፡ ፩ ፡ መስም ፡ ይወጣል ። ይህም ፡ ቀታሊ ፡ አቅታሊ ፡ ብሎ ፡ መቅተሊ ፡ መቅትል ፤ ተቃታሊ ፡ አስተቃታሊ ፡ ብሎ ፡ መስተቃትል ፡ ማለቱን ፡ ያሳያል ። አፈታቱም ፡ እንዳወጣጡ ፡ ዕጥፍ ፡ ድርብ ፡ ነው ፤ በቀታሊ ፡ እንደ ፡ ቀታሊ ፥ በአቅታሊም ፡ እንደ ፡ አቅታሊ ፥ በቀሩትም ፡ እንዲሁ ፡ ይፈታል ፤ በኹሉም ፡ ኀላፊና ፡ ትንቢት ፡ አለበት ።

፻፷፰ ፤ የዘርና ፡ የነባር ፡ ጥሬም ፡ ዘርፍ ፡ ሳይዝ ፡ አለመቀጸሉ ፥ ውስጠ ፡ ዘነት ፡ ስለሌለው ፡ ነው ፤ ቤተ ፡ ልሔም ፡ ሀገረ ፡ ዳዊት ፥ ማርያም ፡ እመ ፡ አምላክ ፥ መላእክት ፡ ሐራ ፡ ሰማይ ፥ ያዕቆብ ፡ እኅወ ፡ እግዚእነ ፡ እያለ ፡ ዘርፍ ፡ ሲይዝ ፡ ግን ፡ ውስጠ ፡ ዘነትና ፡ የውስጠ ፡ ዘ ፡ አፈታት ፡ ያገኛል ። የግብርና ፡ የተቀብዖም ፡ ስም ፡ ዘርፍ ፡ ሳይዝ ፡ ለተጸውዖ ፡ ስም ፡ መቀጸሉ ፡ ውስጠ ፡ ዘ ፡ ስለ ፡ ኾነ ፡ ነው ፤ ይህም ፡ ኢየሱስ ፡ ክርስቶስ ፡ (ቅቡዕ) ፤ ስምዖን ፡ ጴጥሮስ ፡ (ኰኵሓዊ) ፡ ባለው ፡ ይታወቃል ፤ ግእዙማ ፡ ምን ፡ ተጠርጥሮ ። ባስልኤል ፡ ነሃቢ ፥ ዮሴፍ ፡ ጸራቢ ፥ ገብርኤል ፡ መልአክ ፥ ዘካርያስ ፡ ካህን ፡ ወነቢይ ፡ ወሰማዕት ፤ የመሰለው ፡ ኹሉ ።

፻፷፱ ፤ ንኡስ ፡ ቅጽል ፥ በጥያቄ ፡ ቃል ፡ የሚነገር ፡ የተጠያቂና ፡ የተመርማሪ ፡ ቅጽል ፡ ነው ፤ አንድና ፡ ብዙ ፥ ወንድና ፡ ሴት ፡ ያስተባብራል ፡ (ቍ፱፲፪) ። ይህም ፥ አየ ፡ ገቦ ፡ ረገዙ ፤ አያተ ፡ ሥሕጸታተ ፡ ነበቡ ፤ በአይኒ ፡ ታሕጻጽ ፡ እያሰኘ ። ሲበቃም ፥ ምንት ፡ ውእቱ ፡ ሰብእ ፤ መኑ ፡ ዝንቱ ፤ መኑ ፡ ይእቲ ፡ ዛቲ ። መኑ ፡ አንተ ፤ ወምንት ፡ ንሕነ ፤ ምንት ፡ እማንቱ ፡ ማለቱን ፡ ያሳያል ። ለጊዜም ፡ ሲቀጸል ፤ በአይ ፡ መዋዕል ፡ ወበአይ ፡ አዝማን ፤ ለአይ ፡ ዓመታት ፡ ወለማእዜ ፡ መዋዕል ፤ አየ ፡ ጊዜ ፡ ሐይወ ። ለበታም ፡ ሲቀጸል ፥ እምአይ ፡ ብሔር ፡ አንተ ፡ ያሰኛል ። አይቴ ፡ ሲል ፡ ግን ፡ በቂ ፡ እየኾነ ፡ ባለቤት ፡ አልቦ ፥ አይቴኑ ፡ አሐውር ፤ አይቴ ፡ ብሔራ ፡ ወአይቴ ፡ ማኅደራ ፡ ያሰኛል ። ለሌላውም ፡ ጥሬ ፡ ሲቀጸል ፥ በአይ ፡ ሥልጣን ፤ ታሕተ ፡ አይ ፡ ዕፅ ። በከፊልም ፥

አይ፡ ዕፅ፡ ይኄይስ፡ እምዕፀው፡ ያሰኛል ። ስፍን፡ እስፍንቱም፡ እንዲሁ፡ ናቸው ፤ ስፍን፡ ኀፍረት፡ ዘይረክበኒ፡ በይእቲ ፡ ዕለት ፤ እስፍንቱ ፡ መዋዕሊከ ። እንክሮም፡ ሲኾኑ÷እስፍንተ፡ተአምራተ፡ረብሐ፤እስፍንተ፡እዜኑ፡እከያቲሃ፡ለልሳን፡ያሰኛሉ ።

፺ ፤ ደቂቅ፡ቅጽል፤ከውእቱ፡እስከ፡ንሕነ፡ያሉ፡፲ሩ፡የኪያሁ፡ተወራራሾች÷ ወይም ፡ ተቃዋሚዎቹ፡ ስለ፡ ኾኑ÷በማድረግ ፡ አድራጊ÷በማስደረግ ፡ አስደራጊ፡ በማደራረግ፡አደራራጊ፡እየኾኑ፡ይነገራሉ፡እንጂ፤እንደ፡ኪያሁ፡በማድረግ፡ተደ ራጊ÷በማስደረግ፡ አድራጊ ፡ ተደራጊ÷በማደራረግ፡ ተደራራጊ ፡ ኹነው ፡ አይነገ ሩም፡(ቍ፫፲፰)። ኪያም፡በገቢር፡ጊዜ÷ወራሻቸውና፡ተውላጣቸው፡ ዐጸፋቸውና፡ በቂያቸው፡ ኹኖ፡ ሲዘረዘርና፡ ሲቀጸል÷ኪያሁ፡ መንፈሰ፤ኪያሃ ፡ ፍኖተ፤ኪያከ፡ አውልዐ፡ገዳም ፡ ያሰኛል ፤ በበቂነትም፡ሲነገር÷ዘኪያክሙ፡ ሰምዐ፡ኪያየ፡ሰምዐ፡ ይላል ። እነዚህም፡ጥቅሶች፡ውእቱ፡ይእቲ፡አንተ፡አንትሙ፡አነ፡በማለት፡ፈንታ፡ የገቡ፡ናቸው ። ካሥሩ፡ ሰራዊት ፡ ፮ቱ፡ ውእቱና፡ ይእቲ፡ ብቻ፡ ውእተ፡ ይእተ፡ እያ ሰኙ፡ ራሳቸውን፡ ይችላሉ ። ስምንቱ፡ ግን፡ እግረ፡ ቀለማቸው፡ የማይፈልስ፡ ጕልት፡ ስለ ፡ ኾነ፡ እለኪያሁ፡ በራሳቸው ፡ ቁመው ፡ አይነገሩም ። ኪያሁ ፡ በተደራጊነት፡ የውእቱ፡ ወራሽ፡ ስለ፡ ኾነ፡ አገባብ፡ ተጭኖት፡ በይእቲና፡ በውእቶን፡ ፈንታ÷ለኪ ያሃ፡ ሰዓት÷በኪያሆን፡ መዋዕል፡ እያለ፡ አለርስቱ፡ ገብቶ፡ ይገኛል ፤ ኹሉም፡ የመ ላሽ፡ ስሕተት፡ ነው ።

፺፩ ፤ ለሊሁም፡ እንደ፡ ውእቱ፡ ባለቤት ፡ ይኾናል ፡ እንጂ ፤ እንደ ፡ ኪያሁ፡ ተደራጊ፡ ተሳቢ፡ አይኾንም ። ሲቀጸልም፡ ለሊሁ፡ እግዚ፡ጸብአ፡ሎሙ ፤ ለሊሁ፡ አምላክ፡ ይመጽእ፡ ወያድኅነነ ፤ ዘለሊሁ፡ዳዊት፡እግዚእየ፡ይቤሎ፡ያሰኛል ። ለነ ውእቱም÷ውእቱ፡ ለሊሁ÷ይእቲ፡ ለሊሃ÷አንተ፡ ለሊከ፡ እየተባለ፡ ይቀጸላል ፤ በዐ ጸፋነትም፡በቂ፡ይኾናል፤አካኼዱ፡ኹሉ፡እንደ፡ውእቱ፡ነው ። ኵሉ፡ከተጸውዖ፡ ስም፡ በቀር÷ኵሉ፡ ብእሲ፡ ኵላ፡ እከይ፡ እያሰኘ፡ ለብትኖች፡ ኹሉ ፡ ይቀጸላል ። ፫ኛ፡ ደግሞ፡ ባሕቲቱና፡ ዕራቁ÷እግዚአብሔር፡ ባሕቲቱ፡ ቅዱስ ፤ ማርያም፡ ባሕ ቲታ፡ ልዕልተ፡ ኵሉ፡ ፍጥረት ፤ ወመልአ፡ ለነፍስ፡ ዕራቃ፡ በረከተ፡ እያሰኙ፡ ይቀ ጸላሉ ፤ የቀረውም፡ ኋላ፡ ባጸፋ፡ ይነገራል ። በይን፡ ደግሞ ፡ በይናት ፡ በበይናት፡ ቲሁ፡ እያሰኘ፡ በዝቶና፡ አገባብ፡ ወድቆበት፡ ሲነገር÷ዐጸፋ፡ እንጂ፡ ቅጽል፡ አይኾ ንም ፤ ማሰሪያውም፡ ፪፡ ብቻ፡ ነው ፤ ተደራራጊና፡ አደራራጊ፡ አንቀጽ ።

አኃዝ፡ ቅጽል ።

፺፪ ፤ የጅምላ፡ አኃዝ፡ ለጥሬ፡ ኹሉ፡ ሲቀጸል፡ ከ፳፩፡ እስከ፡ ፲፡ በገቢርና፡ በተ ገብሮ÷ከ፳፪፡ እስከ፡ ምእልፊት፡ በወንድና፡ በሴት፡ ይተባበራል ። ሲቀጸልም፡ በክት፡ በከፊል፡ በደጊመ፡ ቃል፡ ይነገራል ፤ በክት፡ ሲነገር÷መጽኡ፡ ዐሠርቱ፡ ዕደው ፤ ውነ ረየ፡ ካልኣነ፡ ሰብዓ። በከፊል÷አሐዱ፡ አካል፡ እምነ፡ ሠለስቱ፡ አካላት፡ ኮነ፡ ሰብአ። በደጊመ፡ ቃል÷ንዑ፡ ንረድ፡ ወንንሣእ፡ ለነ፡ አሐተ፡ አሐተ፡ ብእሲተ÷ወንለድ፡

እምኔሆን ፡ አሐደ ፡ አሐደ ፡ ውሉደ ፡ ይላል ። ርስ ፡ በርሱም ፤ ተጋብኡ ፡ አሐዱ ፡ ዐሠ ርቱ ፡ ሰብአ ÷ ወይም ፡ አሐዱ ፡ ምእት ÷ ክልኤቱ ፡ ምእት ÷ ሠለስቱ ፡ ምእት ፡ እያለ ፡ ይቀ ጻጻላል ። በብትን ፡ ሰዋስው ፡ የሚገቡ ፡ ደቂቅ ፡ አገባቦች ፡ ለአሐዱ ፡ በአሐዱ ፡ ምስለ ፡ አሐዱ ፡ እያሰኙ ፡ ይሰማሙታል ፤ ደጊም ፡ እየኾኑም ፡ ሲገቡበት ፡ በደጊመ ፡ ቃል ፡ ይፈታል ። ይህም ÷ ለለ ፡ አሐዱ ፤ ላንዱም ፡ ላንዱም ፡ ለያንዳንዱ ። በበ ፡ አሐዱ ፤ በያ ንዳንዱ ÷ እያንዳንዱ ÷ አንዱንም ፡ አንዱንም ። ወአርፍቅዎሙ ፡ በበ ፡ ኀምሳ ፡ ወበበ ፡ ምእት ÷ ፻ ፡ ፻ውን ፡ ፲ ፡ ፲ውን ፡ እያሰኘ ፡ ሌላውን ፡ ኹሉ ፡ ያሳያል ።

፵፫ ፤ አኃዝ ፡ ጥንትና ፡ መሠረት ፡ እየኾነ ፡ በታሪክ ፡ ልማድ ፡ ይነገራል ፡ ታሪ ኩም ፡ የዘመን ፡ ቍጥር ፡ ነው ፤ በዐሠርቱ ፡ ወተስዐቱ ፡ ምእት ፡ ወአርብዓ ፡ ዓመተ ፡ ሥጋዌ ፡ ተንሥኡ ፡ ጎግ ፡ ወማጎግ ፡ ፍሉጣነ ፡ ሕግ ፡ ከመ ፡ ይትቃተሉ ፡ በበይናቲሆሙ ፡ እንደ ፡ ማለት ። የተርታም ፡ አኃዝ ፡ ከቀዳምና ፡ ከአሐድ ፡ እስከ ፡ ዓሥር ፡ ወታስዕ ፡ በወ ንድና ፡ በሴት ፡ እየተለየ ÷ ከዕሥራ ፡ እስከ ፡ ምእልፌት ፡ እየተባበረ ፡ ለጥሬ ፡ ኹሉ ፡ ይቀጻላል ። የዕለትም ፡ አኃዝ ፡ ዐሡር ፡ ወሰኑይ ÷ ዐሡር ፡ ወረቡዕ ፡ መዋዕል ፡ እያለ ፡ ሲቀጸል ፡ አፈታቱ ፡ እንደ ፡ ጅምላ ፡ ነው ፤ ፲፪ ፡ ፲፬ ፡ ቀን ፡ ያሰኛል ፤ የቀረውን ፡ በ፻፷ ፡ ቍ ፡ ተመልከት ። የጊዜም ፡ አኃዝ ፡ ምዕር ፡ ሲቀር ፡ ለጊዜያት ፡ ኹሉ ፡ ይቀጻላል ፤ አፈ ታቱም ፡ እንደዚሁ ፡ ነው ፤ ሥልሰ ፡ ጊዜያተ ፡ ብሎ ፡ ፫ ፡ ጊዜ ፡ ያሰኛል ። ርብዕ ፡ በእ መት ፤ ዕሥራ ፡ ወካዕበ ፡ በመስፈርት ፡ እያለም ፡ ከልክና ፡ ከመስፈሪያ ፡ ጋራ ፡ ሲነገር ፡ እንዲሁ ፡ ይፈታል ።

፵፬ ፤ ምዕር ፡ ፩ ፡ ጊዜ ፤ ምዕራት ፡ ፪ ፡ ጊዜ ÷ ወይም ፡ ብዙ ፡ ጊዜ ፡ ይኾናሉ ፤ ከጅ ምላና ፡ ከተራ ፡ አኃዝ ፡ ጋራ ፡ አሐተ ፡ ምዕረ ፡ ወምዕረ ፡ ካዕበ ÷ ምዕራተ ፡ ብዙኃተ ፡ እያለ ፡ ሲነገር ÷ ምዕር ፡ ባለቤት ፡ አኃዙ ፡ ቅጽል ፡ ይኾናል ። ደቂቅ ፡ ቅጽልም ÷ ዛተ ፡ ምዕረ ÷ ይእተ ፡ ምዕረ ፡ እያለ ፡ ይሰማማዋል ፤ ሲዘረዝርም ፡ ምዕሬሁ ፡ ሃ ፤ ምዕሬሃ ፡ ለይ እቲ ፡ መስፈርት ፡ ያሰኛል ። ኀድጊ ፡ ምዕረ ፡ ይጽገቡ ፡ ውሉድ ። ብላዕ ፡ ወስተይ ፡ ም ዕረ ፡ ወተፈሣሕ ፡ ሲል ÷ ጥቂት ፡ አኹን ፡ ፊት ፡ ተብሎ ፡ ይፈታል ። የዕጽፍም ፡ አኃዝ ፡ እፈድዮሙ ፡ ካዕበተ ፡ ዐመፃሆሙ ። ምክዕቢተ ፡ ክብር ፡ ይደልዎሙ ፡ እያሰኘ ፡ ከጥሬው ፡ ተናበ ፡ ይነገራል ። የክፍልም ፡ አኃዝ ፡ ተስዐቱ ፡ እድ ÷ ዐሠርቱ ፡ እድ ÷ ሰብዐተ ፡ እደ ፡ እያሰኘ ÷ የእድ ፡ ቅጽል ፡ ኹኖ ፡ በጅምላ ፡ ቍጥር ፡ ይነገራል ፤ እድ ፡ የተባለም ፡ ክፍል ፡ ነው ። በተራ ፡ ቍጥር ፡ ግን ፡ ሲነገር ፡ ከእድ ፡ ተናበ ፡ የቅጽል ፡ አፈታት ፡ ይፈታል ፤ ይህም ፡ ሣልስተ ፡ እዴሃ ፡ ለሀገር ፤ ራብዕተ ፡ እዴሃ ፡ ለምድር ፤ ሳድስተ ፡ እዴሃ ፡ ለኢን ዝኩ ፡ ሳብዕተ ፡ እድ ÷ ሰባተኛ ፡ እጅ ፡ እያሰኘ ፡ ሌላውን ፡ ኹሉ ፡ ያሳያል ። የዘመድ ፡ ቅጽል ፡ ጓዝ ፡ እስከዚህ ፡ ነው ።

ባዕድ ፡ ቅጽል ።

፵፭ ፤ ቅጽልን ፡ ባዕድ ፡ የሚያሰኘው ÷ አገባቡ ፡ የባለቤት ÷ አንቀጹ ፡ የተሳቢ ፡ ኹኖ ፡ ሲነገር ፡ ነው ። ባዕድ ፡ ቅጽል ፡ ባፈታት ፡ ሲለይ ፡ ተሳቢውን ÷ ሲነበብ ፡ ባለቤ ቱን ፡ መስሎ ፡ ይነገራል ፤ ዘመድ ፡ ቅጽል ፡ ግን ፡ ሲነበብም ፡ ሲለይም ፡ ባለቤቱን ፡ ብቻ ፡

ይመስላል ። ይህም ፡ ዳዊት ፡ ዘነግሠ ፡ ለእስራኤል ፡ ሲል ፥ ለእስራኤል ፡ የነገሠ ፡ ማለቱን ፡
ያሳያል ። ዳግመኛም ፡ ባዕድ ፡ ቅጽል ፡ አንድና ፡ ብዙ ፡ ወንድና ፡ ሴት ፡ ቅርብና ፡ ሩቅ ፡
ሳያናግር ፡ ያናገረ ፡ ይመስላል ። ባዕድ ፡ ቅጽልም ፡ የሚኾኑ ፡ ፫ ፡ ናቸው ፤ ግልጠ ፡ ዘ ፡
ውስጠ ፡ ዘ ፥ የቦታ ፡ የጊዜ ፡ የልክ ፡ ቅጽሎች ። ባዕድ ፡ ግልጠ ፡ ዘ ፡ በ፫ቱ ፡ አዕማድ ፡
ሲገባ ፡ አንቀጹን ፡ ቢዘረዝርም ፡ ባይዘረዝርም ፡ በዝርዝርነት ፡ ይፈታል ።

፵፮ ፤ በድራጊ ፡ ሲገባ ፥ ወይን ፡ እንተ ፡ ተከ(ሉ)ልዋ ፡ ገባእት ፡ ፈረየት ፡ አስካለ ። በተ
ደራጊ ፥ መስቀል ፡ ዘተሰቅ(ለ)ሎ ፡ ክርስቶስ ፡ ዕፀ ፡ ሎጥ ፡ ውእቱ ። በስደራጊ ፥ መቅደስ ፡
እንተ ፡ አሕነ(ጻ)ጻ ፡ ሰሎሞን ፡ ኪራምህ ፡ መንክርት ፡ ጥቀ ። በተደራራጊ ፥ ዳዊት ፡ ዘተጻብ
(አ ፡ ምስለ)አ ፡ አቤሴሎም ፡ መፍቀሬ ፡ ወልድ ፡ ጥቀ ። በደራራጊ ፥ ሰሎሞን ፡ ዘአስተጻብ
(አ)አ ፡ ዳዊት ፡ ምስለ ፡ ኢዮአብ ፡ ኢፈርሀ ፡ እምኔሁ ። ተሳቢውንም ፡ ሲዘረዝር ፥ በሐ
ውልት ፡ ግስ ፡ ዐብየ ፡ ሰሎሞን ፡ ዘጸንዐት ፡ መንግሥቱ ። በተገብሮ ፥ ጸድቀ ፡ ኢዮብ ፡
ዘይትነከር ፡ ትዕግሥቱ ። በማድረግ ፥ ተሞቅሐ ፡ ጳውሎስ ፡ ዘሰበኩ ፡ አርዳኢሁ ፡ ወን
ጌለ ። በስደራጊ ፥ ጽሙእ ፡ ጥቀ ፡ ዳዊት ፡ ዘአምጽ(እዎ)ኡ ፡ ሥዩማኒሁ ፡ ማየ ፡ ቤተ ፡ ል
ሔም ፡ ሐራ ። በተደራራጊ ፥ ሞተ ፡ ዔሊ ፡ ዘተቃተሉ ፡ ደቂቁ ፡ ምስለ ፡ ኢሎፍላውያን ።
በደራራጊ ፥ ሞአ ፡ ለዓለም ፡ ክርስቶስ ፡ ዘአስተቃተለት ፡ ወንጌሉ ፡ ሰማዕተ ፡ ምስለ ፡ ዐ
ላውያን ፡ ይላል ። የተሳቢውን ፡ ዘርፍና ፡ የዘርፉንም ፡ ዘርፍ ፡ ሲዘረዝር ፥ ዳዊት ፡ ዘየዐ
ቅብዎ ፡ ደቀ ፡ ጽርሑ ፤ ብእሲ ፡ ዘኰልቄ ፡ ስመ ፡ ፊደሉ ፡ ሠላስ ፡ ይላል ።

፵፯ ፤ በባዕድ ፡ ግልጠ ፡ ዘ ፡ የሚዘረዝሩ ፡ ደቂቅ ፡ አገባቦች ፡ ፲ ፡ ናቸው ። ለ ፡ በቁ
ም ፡ ቀሪ ፤ በእንተ ፡ በይነ ፡ እንበይነ ፡ ስለ ፤ ምስለ ፡ ከ—ጋራ ፤ ኀበ ፡ መንገለ ፡ እንተ ፡ ው
ስተ ፡ ለ ፡ ወደ ፤ እስከ ፡ በቁሙ ፡ ድረስ ፤ እም ፡ ከ ፤ ከመ ፡ እንደ ፤ መጠነ ፡ ያኽል ። እንበ
ለም ፡ ለኒህ ፡ ለዘጠኙ ፡ አሉታና ፡ አፍራሽ ፡ እየኾነ ፡ ከኢ ፡ ተደርቦ ፡ ይገባል ። ያገባቦ
ችም ፡ ዝርዝር ፡ ይህ ፡ ነው ፤ ሔዋን ፡ ዘነግሠ ፡ ላቲ ፡ አምላክ ። አዳም ፡ ዘሞተ ፡ በእን
ቲአሁ ፡ እግዚእ ። መስቀል ፡ ዘተሰቅለ ፡ ቦቱ ፡ አምላክ ። ክርስቶስ ፡ ዘሞቱ ፡ ምስሌሁ ፡
ፈያት ። ማርያም ፡ እንተ ፡ ተፈነወ ፡ ኀቤሃ ፥ አው ፡ እስከኔሃ ፡ ገብርኤል ። ምጡቅ ፡ ው
እቱ ፡ ሰማይ ፡ ዘመጽአ ፡ እምኔሁ ፡ ገብርኤል ። አርብዓ ፡ ዓመተ ፡ ነግሠ ፡ ዳዊት ፤ ዘነግሠ ፡
ከማሁ ፥ አው ፡ መጠኖ ፡ ሰሎሞን ። በቀሩትም ፡ አዕማድ ፡ እንዲህ ፡ ተዘርዝረው ፡ ይገ
ባሉ ። ዳግመኛም ፡ ደቂቅ ፡ አገባቦች ፡ ሳይገቡና ፡ ሳይዘረዝሩ ፥ አናቅጽ ፡ ብቻ ፡ ተዘርዝ
ረው ፥ ድኅነ ፡ አዳም ፡ ዘሞቶ ፡ እግዚእ ፤ ከብረ ፡ መስቀል ፡ ዘተሰቅሎ ፡ አምላክ ፡ እያሰኙ ፡
አገባቦችን ፡ ያሰማሉ ። እንበለም ፡ አሉታና ፡ አፍራሽ ፡ ሲኾን ፥ አዳም ፡ ዘኢተሰቅለ ፡
አምላክ ፡ እንበሌሁ ፥ አበ ፡ ሥጋነ ፤ አምላክ ፡ አ(ያ)ለርሱ ፡ ያልተሰቀለ ፡ አዳም ፡ የሥጋ ፡
አባታችን ፡ ነው ፡ ያሰኛል ። ይህ ፡ የበእንተ ፡ አፍራሽ ፡ ነው ፤ የቀሩትንም ፡ እንደዚሁ ፡
እያሰማማኽ ፡ አግባ ። የግልጠ ፡ ዘ ፡ ዐዋጅ ፡ ይህ ፡ ነው ።

፵፰ ፤ ባዕድ ፡ ውስጠ ፡ ዘ ፡ ደግሞ ፡ እንደ ፡ ግልጠ ፡ ዘ ፡ ነው ፤ በንባብ ፡ ባለቤቱን ፡
በፈታት ፡ ተሳቢውን ፡ መስሎ ፡ ሲነገር ፥ ተሳቢና ፡ አንቀጽ ፡ አገባብ ፡ ይዘረዝራል ፤ አ
ንቀጹን ፡ ዘርዝሮ ፡ ከተሳቢው ፡ እየተናበበ ፡ ሲነገር ፥ ዐይነቱ ፡ ወይም ፡ አርእስቱ ፡ ፫ ፡
ነው ። ፩ኛው ፡ ተገብሮና ፡ ሐውልት ፡ ውስጠ ፡ ዘ ፡ ከድራጊ ፡ ተሳቢ ፡ ተናቦ ፡ በገቢር ፡

አንቀጽ፤ ከስደራጊ፡ ተሳቢ፡ ተናበ፡ በስደራጊ፡ አንቀጽ፡ ይፈታል። ፪ኛው፡ ገቢር፡ ውስጠ፡ዘ፡ ካድራጊ፡ ተሳቢ፡ ተናበ፡ ባድራጊ፡ አንቀጽ፤ ካስደራጊ፡ ተሳቢ፡ ተናበ፡ ባስደራጊ፡ አንቀጽ፡ ይፈታል። ፫ኛው፡ ተደራራጊ፡ ሣልስ፡ ቅጽል፡ ከተደራራጊ፡ ተሳቢ፡ ተናበ፡ በተደራራጊ፡ አንቀጽ፤ ካደራራጊ፡ ተሳቢ፡ ተናበ፡ ባደራራጊ፡ አንቀጽ፡ ይፈታል።

፺፱፤ (፩ኛ)፤ ወይን፡ ትክልተ፡ ገበእት፡ ፈረየት፡ አስካለ፥ገበራርት፡ የተከሏት፡ ወይን፡ ዘለላን፡ አፈራች። ትክልት፡ በንባቡ፡ ወይንን፡ ይመስላል፤ ሲፈታ፡ ግን፡ አገባቡና፡ ዝርዝሩ፡ የርሷ፤ አንቀጹ፡ የገባእት፡ ነው። ገባእት፡ አድራጊ፥ወይን፡ ተደራጊ፡ ተሳቢ፡ ናቸውና፤ የተገብሮ፡ ውስጠ፡ ዘ፡ ካድራጊ፡ ተሳቢ፡ ተናበ፡ በገቢር፡ አንቀጽ፡ ይፈታል፡ ያልነው፡ ይህ፡ ነው። ሐውልት፡ ውስጠ፡ ዘ፡ ካድራጊ፡ ተናበ፡ በገቢር፡ አንቀጽ፡ ሲፈታ፥ዳዊት፡ ንጉሠ፡ (አው)፡ ነጋሤ፡ እግዚአብሔር፤ እግዜር፡ ያነገሠው፡ ዳዊት። ተገብሮ፡ ውስጠ፡ ዘ፡ ካስደራጊ፡ ተናበ፡ ባስደራጊ፡ አንቀጽ፡ ሲፈታ፤ መቅደስ፡ ሕንጽተ፡ ሰሎሞን፡ ኪራምህ፤ ሰሎሞን፡ ኪራምን፡ ያሠራት፡ መቅደስ፡ ያሰኛል። (፪ኛ)፤ ገቢር፡ ውስጠ፡ ዘ፡ ካድራጊ፡ ተናበ፡ ባድራጊው፡ አንቀጽ፡ ሲፈታ፡ ኀብስት፡ በላዔ፡ ነዳይ፤ ድኻ፡ የሚበላው፡ እንጀራ። ካስደራጊውም፡ ተናበ፡ ባስደራጊ፡ አንቀጽ፡ ሲፈታ፤ ኪራም፡ ሐናጼ፡ ሰሎሞን፡ መቅደሰ፤ ሰሎሞን፡ መቅደስን፡ ያሠራው፡ ኪራም፡ ያሰኛል። (፫ኛ)፤ የተደራራጊ፡ ሣልስ፡ ቅጽል፥ከተደራራጊ፡ ተናበ፡ በተደራራጊ፡ አንቀጽ፡ ሲፈታ፤ ዳዊት፡ ተጻባኤ፡ አቤሴሎም፡ ወልዱ፤ ልጁ፡ አቤሴሎም፡ የተጣላው፡ ዳዊት። ካደራራጊም፡ ተናበ፡ ባደራራጊ፡ አንቀጽ፡ ሲፈታ፤ ሰሎሞን፡ ተጻባኤ፡ ዳዊት፡ ምስለ፡ ኢዮአብ፤ ዳዊት፡ ከኢዮአብ፡ ጋራ፡ ያጣላው፡ ሰሎሞን፡ ያሰኛል።

፻፤ ተሳቢውንም፡ ሲዘረዝር፥ያሯቱ፡ አዕማድ፡ ውስጠ፡ ዘ፡ ከተሳቢው፡ ጋራ፡ ተናበ፡ እንዳንቀጹ፡ ስልት፡ ይፈታል። የተገብሮ፡ ሣልስ፥አብ፡ ተሰባሔ፡ ወልድ፡ በደብረ፡ ታቦር፤ ልጁ፡ በደብረ፡ ታቦር፡ የተገለጠ፡ አብ። የሐውልት፡ ሳድስ፥ሰሎሞን፡ ጽኑዐ፡ መንግሥት፤ መንግሥቱ፡ የጠና፡ ሰሎሞን። የገቢር፡ ሣልስ፤ ጳውሎስ፡ ሰባኬ፡ አርድእት፡ ወንጌለ፤ አርድእቱ፡ ወንጌልን፡ ያስተማሩ(ለት)፡ ጳውሎስ። ያስደራጊ፡ ሣልስ፥ዳዊት፡ አምጻኤ፡ ሥዩማን፡ ማየ፡ ሐራ፡ ኢ.ሰትየ፡ እምኔሁ፤ ሹማምቱ፡ ወታደሮችን፡ ውሃ፡ ያስመጡለት፡ ዳዊት፡ ከርሱ፡ አልጠጣም። የተደራራጊ፡ ሣልስ፥ዔሊ፡ ተቃታሌ፡ ደቂቅ፡ ምስለ፡ ኢሎፍላውያን፤ ልጆቹ፡ ከኢሎፍላውያን፡ ጋራ፡ የተዋጉ፡ ዔሊ። ያደራራጊ፡ ሣልስ፥ክርስቶስ፡ አስተቃታሌ፡ ወንጌል፡ ሰማዕተ፡ ምስለ፡ ዐላውያን፤ ወንጌሉ፡ ሰማዕታትን፡ ከዐላውያን፡ ጋራ፡ ያጋደለች(ለት)፡ ክርስቶስ። የተጸውዖ፡ ስም፡ ጊዮርጊሱ፡ ሚካኤሉ፡ እያሰኘ፡ የማይዘረዘር፡ ስለ፡ ኾነ፡ እንደ፡ ሌላው፡ ስም፡ በተሳቢነት፡ አይገባም።

፻፩፤ አገባቦቹንም፡ ሲዘረዝር፡ ከተሳቢው፡ ጋራ፡ ተናበ፡ ነው፤ ለን፡ ሲዘረዝር፥ሔዋን፡ ንግሥተ፡ አምላክ፤ አምላክ፡ ለርሷ፡ የነገሠ፤ ወይም፡ የነገሠላት፡ ሔዋን። በእንተን፡ ሲዘረዝር፥አዳም፡ ምውተ፡ እግዚእ፤ ጌታ፡ ስለ፡ ርሱ፡ የሞተ፡ አዳም። በን፡

ሲዘረዝር፥መስቀል፡ስቁለ፡አምላክ፤አምላክ፡በርሱ፡የተሰቀለ፥ወይም፡የተሰቀለ በት። ምስለን፡ሲዘረዝር፥አምላክ፡ምዉተ፥አው፡መዋቴ፡ፈያት፤ወንበዶች፡ ከርሱ፡ጋራ፥ወይም፡ዐብረውት፡የሞቱ፡አምላክ። ኀበን፡እስከን፡ሲዘረዝር፥ማር ያም፡ፍኑተ፡ገብርኤል፡እምሰማይ፤ገብርኤል፡ከሰማይ፡ወደ፡ርሷ፥እስከ፡ርሷ፡የተ ላከ፡ማርያም። እምን፡ሲዘረዝር፥ሰማይ፡ምጹአ፥አው፡መጻኤ፡ገብርኤል፡ኀበ፡ ማርያም፤ገብርኤል፡ወደ፡ማርያም፡ከርሱ፡የመጣ፡ሰማይ። ከመን፡ሲዘረዝር፤ አልቦ፡ሰራቂ፡ቅሡፈ፡ክርስቶስ፤ክርስቶስ፡እንደ፡ርሱ፡የተገረፈ፡ሌባ፡የለም። መጠነን፡ሲዘረዝር፥ብዙኃት፡ዓመታተ፡ዳዊት፡ነጋሥያተ፥አው፡ንጉሣተ፡ሰሎ ሞን፤ሰሎሞን፡ርሳቸውን፡ያኽል፡የነገሡ፡የዳዊት፡ዘመኖች፡ብዙዎች፡ናቸው፡ በል። እንበለን፡ለኒህ፡ለዘጠኙ፡አፍራሽና፡አሉታ፡ስታደርግ፡እስካኹን፡በተነገሩቱ፡ ቅጽሎች፡ኢ፡ን፡ጨምር። ይህም፡አበ፡ሥጋነ፡አዳም፡ኢስቁለ፡አምላክ፤አምላክ፡ ያለርሱ፡ያልተሰቀለ፡አዳም፡ማለቱን፡ያሳያል፤በቀሩትም፡ኢ፡ን፡እየጨመርኽ፡ እንዲህ፡አግባ። ከዚህ፡የቀረውን፡የውስጠ፡ዘ፡ጠባይ፡በሳቢና፡በተሳቢ፡በሙሻ ዘር፡ክፍል፡ተመልከት።

፺፪፤ የቦታ፡የጊዜ፡የልክ፡አገባቦች፥የነዚህ፡የሦስቱ፡በዕድ፡ቅጽልነት፤ አገባቦች፡እንደ፡ግልጠ፡ዘ፡ባለቤትን፥አናቅጽ፡ተሳቢን፡ያሳያሉና፤ስለዚህ፡ነው። የቦታ፡አገባቦች፤ወንሰግድ፡ውስተ፡መካን፡ኀበ፡ቆመ፡እግረ፡እግዚእነ። መካን፡ ኀበ፡ይትገበር፡መንገለ፡ይትገበር፡ውእደ፡ይትገበር፡መሢዕተ፡ቅዳሴ፡ቅዱስ፡ ውእቱ። በምድረ፡በድው፡ኀበ፡አልቦ፡ዕፅ፡ወማይ። የጊዜ፡አገባቦች፤ተዘርዉ፡ ሐዋርያት፡በዕለት፡አመ፡ተእኀዘ፡እግዚእነ። ይመጽእ፡መዋዕል፡አመ፡ይብሉ፡ ብፁዓት፡መካናት። የልክ፡አገባቦች፡ሲቀጸሉ፡ከአኃዝ፡ጥሬ፡ተቈጥረው፡እንደ፡ ተነገሩት፡ነው፡እንጂ፤ሌላ፡አነጋገር፡የላቸውም። የቦታና፡የጊዜ፡አገባቦች፡ባለ ቤታቸውን፡የሚመስሉ፡በዝርዝር፡(ቦቱ፡ ባቲ)፡ብቻ፡እንደ፡ኾነ፡አስተውል፤ ይህም፡እስካኹን፡በተነገሩቱ፡ይታወቃል። በባለቤትና፡በቅጽል፡መካከል፡ከባለ ቤቱ፡ዘርፍና፡ከዘርፉ፡ቅጽል፡በቀር፡ባዕድ፡ቃል፡አይገባም፤ይህም፡አምላክ፡ ሰማይ፡ምጡቅ፡ሕያው፡ማለቱን፤አምላክ፡ሕያው፡ዘሰማይ፤ወይም፡ተወሰነት፡ ሃይማኖት፡በጉባኤ፡ርትዕት፡አለማለቱን፡ያሳያል። ካንቀጽ፡ወዲያም፡ቅጽል፡እን ደዚሁ፡ይፈረቅቃል፤ይኸውም፡ዮሐንስ፡ሰበከ፡ወንጌላዊ፡እንደ፡ማለት፡ነው።

፺፫፤ የበቂና፡ያጸፋም፡ነገር፡እንደዚህ፡ነው፤ቅጽል፡ኹሉ፡ባለቤት፡ሲቀር፡ በባለቤት፡ፈንታ፡በቂ፡ተጠያቂ፥ወይም፡ወኪል፡ባለቤት፡አከል፡መኾኑ፡ካኹን፡ ቀደም፡ባጭር፡ቃል፡ተነግሯል፡(ቍ፴፩)። በበቂነቱም፡ተሳቢና፡ዘርፍ፡ይኾናል፤ ቅጽልም፡ይቀጸልለታል። ተሳቢ፥ምንተ፡ይመስል፡ዘአጥመቀ፡በማይ፤ዜንውዎ፡ ለዮሐንስ፡ዘትሬእዩ፡ወዘትሰምዑ። ዘርፍ፥ወአንተኒ፡ሕፃን፡ነቢየ፡ልዑል፡ትሰ መይ፤ተጠምቀ፡ሰማያዊ፡በእደ፡ምድራዊ። ቅጽል፥ቅዱስ፡ኀያል፤ናዝራዊ፡ቅዱስ። ዐጸፉ፡የሚኾኑ፡ግን፡፪፡ብቻ፡ናቸው፤ደቂቅ፡ቅጽልና፡ዝርዝር።

፺፬ ፤ ክ፲ሩ፡መደብ፡፬ቱ፡ሩቆች፡እነውእቱ፡ቅጽልና፡ዐጻፉ፡መኽናቸው፡ ባልታየ፡ነገር፡ነው፤ሲቀጸሉና፡ሲታጸፉም፡በማድረግ፡ተደራጊ፣በማስደረግ፡ አስደራጊ፣ተደራጊ፣በማደራረግ፡ተደራራጊ፡እየኾኑ፡ይነገራሉ። ይህም፡ተፈ ነወ፡ኢዮአብ፡ኀበ፡ሰብአ፡ኤዶምያስ፣ወውእቱ፡ቀተሎሙ፡አቅተሎሙ፡አስተቃ ተሎሙ፡ማለቱን፡ያሳያል። አንቀጽና፡ዘርፍም፡ሲታጠፍ፣ሰበከ፡ጴጥሮስ፡ሃይማ ኖተ፡ክርስቶስ፡ብሎ፣አንቀጹን፡ወበውእቱ፡(ስብከት)፡ወይም፡ወቦቱ፡ተሰብሐ፤ ዘርፉንም፡ውእቱኒ፡(ክርስቶስ)፡ገብረ፡ሎቱ፡መንክራተ፡ይላል። ተሳቢም፡ኹኖ፡ በተደራጊነት፡ሲነገር፣ውእተ፡ይእተ፣ወይም፡በወራሹ፡ኪያሁ፡ኪያሃ፡ያሰኛል። ቅጽልም፡ቢኾን፡ዐጻፉነት፡አይቀርበትም፤ወትቤሎ፡ይእቲ፡ብእሲት፡ሀበኒ፡እም ውእቱ፡ማይ። ብቻውን፡ሲነገር፡በቅጽልነቱ፡በቂ፣በደቂቅነቱ፡ዐጻፉ፤ከባለቤት፡ ጋራም፡ሲነገር፡ጭብጥ፡ወይም፡ጨበጣ፡ቅጽል፡ይበላል። አንተኑ፡ስምዖን፡ወልደ፡ ዮና፤አንተኬ፡ትሰመይ፡ኬፋ። አንቲኒ፡ዓዲ፡እምሰአልኪዮ። አንትሙ፡ዕደው፡ አክብሩ፡አንስቲያክሙ፡እስመ፡እማንቱሂ፡ይወርሳ፡ክብረ። ወከማሁ፡አንትንሂ፡ አንስት። አነ፡ዮሐንስ፡እኁክሙ። ንሕነ፡አግብርቲከ፡ንሴብሐከ።

፺፭ ፤ የዘ፡እንተ፡እለ፡ደቂቆች፡እነዝኩ፡ዝክቱ፡ቅጽልና፡ዐጻፉ፡መኽና ቸው፡እንዳራቱ፡ቅርቦች፡በታየ፡ነገር፡ሲገቡ፡ነው፤ምስጢራቸው፡እማሬ፡ነውና። ሞተኑ፡ዝኩ፡ሕፃን፤ዳኅንኑ፡ዝስኩ፡አቡክሙ፤እስመ፡ዝንቱ፡ዝክቱ፤ወዝክቱ፡ ዝንቱ። ዝ፡ዝንቱ፡የቅርብ፡ቅርብ፤ዝኩ፡ዝክቱ፡የቅርብ፡ሩቅ፡ነው። መጽሐፍ፡ ግን፡ዝኩ፡ዝንቱ፡ዝኩ፡ዘንተ፡በማለት፡ፈንታ፣ውእቱ፡ደብር፤ርእየ፡ውእተ፡ ደብረ፡ይላል፤የመላሽ፡ስሕተት፡ነው። ውእቱ፡የሚቀጸለው፡ወይም፡የሚያጽ ፈው፡ባለቤት፡ባይን፡የማይታይ፡የሩቅ፡ሩቅ፡ስውርና፡ድብቅ፡ነው፡እንጂ፤ ባይን፡ቀምሎ፡በጣት፡ጠንቍሎ፡የሚያዩትና፡የሚያሳዩት፡ነገር፡አይደለም።

፺፮ ፤ ውእቱ፡ኪያሁ፡ለሊሁ፤እነዚህ፡፫ቱ፡ሲቀጸሉ፡ነገር፡ለማጽናት፡ይደ ጋግማሉ፤ውእቱ፡ሰማያዊ፡ወውእቱ፡ምድራዊ፤አንተ፡ሐማሚ፡ወመዋቲ፡ዘከመ፡ ዕሬናከ፡ምስሌነ፤ወአንተ፡ኢሐማሚ፡ወኢመዋቲ፡ዘከመ፡ዕሬናከ፡ምስለ፡አብ። ኪያከ፡አበ፡ኪያከ፡መጋቤ፡ወኪያከ፡ረዳኤ። ለሊሁ፡ካህን፡ወለሊሁ፡በግዕ፡ወለ ሊሁ፡ምሣዕ። ሲያጽፋም፡መልኀ፡ጴጥሮስ፡መጥባሕተ፡ኀጺን፤ወይእቲ፡ከነቶ፡ ለእዝን። ዘእንተ፡ርእሱ፡በግዕት፡ዕድሜ፡አኀጸረ፤ወኪያሃ፡በገነት፡ሰወረ። ሰበኬ፡ ብርሃን፡ዮሐንስ፡ስምዐ፡ኮነ፤ወለሊሁ፡ኢኮነ፡ብርሃነ። መሀረ፡ክርስቶስ፡መጥ ምቶ፡ርእስ፡እንዘ፡ለሊሁ፡ይሜጡ፡ርእሶ፡ያሰኛሉ። ለሊሁ፡ደግሞ፡እንደ፡ውእቱ፡ በባለቤት፡በዘርፍ፡በተሳቢ፡ዐጻፉ፡ይነገራል፤በባለቤት፣አብ፡ፈነወ፡ወልዶ፡ለከ ዊነ፡ሰብእ፤ወለሊሁ፡ኢተፈነወ። ተፈነወ፡ወልዱ፡ለአብ፡ለከዊነ፡ሰብእ፡እንዘ፡ አሐዱ፡ምስሌሁ፤ወለሊሁሰ፡ኢኮነ፡ሰብአ። በተሳቢ፣አብ፡ፈነዎ፡ለወልዱ፤ወለ ሊሁ፡ሰምዐ፡ወተአዘዘ።

፺፯ ፤ ኵሉ፡ደምላይና፡ጠቅላይ፡የአኃዝ፡ጥሬ፡ስለ፡ኾነ፡ለብዙም፡ለጥቂ ትም፡በጠቅላይነት፡ይቀጸላል፤ከንድ፡የወጣ፡፪ም፡፲ም፡ኵሉ፡ይባላል። ኵሉ፡

ፍጥረት ፥ ኵሉ ፡ ዓለም ፥ ኵሉ ፡ ትውልድ ፤ ወተሀውከት ፡ ኵላ ፡ ሀገር ፤ አንተ ፡ ወኵሉ ፡ ቤትከ ። ሲበቃም ፡ ኵሉ ፡ ዐረየ ፤ ኵሉ ፡ ይኄሊ ፡ ትካዘ ፡ ርእሱ ፤ ወኵሉ ፡ ከመ ፡ ልብስ ፡ ይበሊ ። ሲያጥፍም ፡ በሩቅ ፥ እመኒ ፡ ኵሎሙ ፡ ዐለዉከ ። በቅርብም ፡ ተሰባሕክሙ ፡ አ ፡ ሐዋርያት ፡ በሰቢከ ፡ ወንጌል ፤ ወኵልክሙ ፡ ሰማዕተ ፡ ኮንክሙ ፡ ይላል ። ባሕቲቱና ፡ ዕራቁ ፡ ለባለቤት ፡ ሲቀርቡ ፡ ቅጽል ፥ ከባለቤት ፡ ሲርቁ ፡ ተሳቢ ፡ ይኾናሉ ፤ ዐጸፋነት ፡ ግን ፡ የላቸውም ፤ ከባለቤትም ፡ በይርቁ ፡ አፈታታቸው ፡ ከተለየ ፡ ተሳቢ ፡ እንጂ ፡ ቅጽል ፡ አይኾኑም ። ቅጽል ፥ አከ ፡ በእንተ ፡ እሉ ፡ ባሕቲቶሙ ፡ ዘእስእል ፤ ኢይከውን ፡ ሥጋ ፡ ባሕቲቱ ፡ መድኀኒተ ። ተጠምቀ ፡ በማይ ፡ ዕራቁ ፤ ኢትስተይ ፡ ማየ ፡ ዕራቆ ። ተሳቢ ፥ ኢይከውን ፡ ሥጋ ፡ መድኀኒተ ፡ ባሕቲቶ ፤ ወአሦጡ ፡ ቀሣውቲሆሙ ፡ ዕራቆ ፤ ኢትቁም ፡ ዕራቀከ ።

፶፰ ፤ ከንቱ ፡ ቅጽልና ፡ በቂ ፡ ይኾናል ፤ ቅጽል ፥ ከንቱ ፡ ንዋይ ፡ ይከውን ፡ ከመ ፡ ኢምንት ፤ ለአጽድቆ ፡ ሕልም ፡ ነገሮሙ ፡ ከንቱ ። በቂ ፥ እመ ፡ ኢጻመውከ ፡ በርትዕ ፡ ትረክብ ፡ ከንቶ ፤ እመ ፡ ኢኀደጉ ፡ ከንቶሆሙ ፡ (ጣያታቸውን) ። ተሳቢም ፡ ሲኾን ፥ ትንብር ፡ ምድር ፡ ከንቱታ ፤ ከንቱ ፡ ዅና ፡ ያሰኛል ። ርእስ ፡ (ርእሱ ፡ ሳ ፡ ሰሙ ፡ ሰን ፡ ስከ ፡ ኪ ፡ ክሙ ፡ ክን ፡ የ ፡ ነ) ፡ ርስ ፡ ራስ ፡ ባለቤት ፥ መክብበ ፡ ሕዋሳት ። ሲዘረዘርም ፤ ፍችው ፡ እንደ ፡ ውእቱና ፡ እንደ ፡ ለሊሁ ፡ ነው ፤ ለሊሁ ፡ ለነውእቱ ፡ እንዲቀጸል ፥ ይህም ፥ ውእቱ ፡ ርእሱ ፡ ይእቲ ፡ ርእሳ ፡ አንተ ፡ ርእስከ ፤ ሲፈታም ፡ ርሱ ፡ ራሱ ፡ ባለቤቱ ፥ አንተ ፡ ራስኽ ፡ ባለቤትኽ ፡ እያሰኘ ፡ እስከ ፡ ንሕነ ፡ ላሉት ፡ ይቀጸላል ። ለሴላ ፡ ስም ፡ ግን ፡ ዘርፍ ፡ ሳይዝ ፡ አይቀጸልም ፤ ይህም ፥ እብን ፡ ርእሰ ፡ ማእዘንት ፤ ኤጲስቆጶስ ፡ ርእሰ ፡ ካህናት ፡ እንደ ፡ ማለት ፡ ነው ። ዳግመኛም ፡ የተደራጊ ፡ ተሳቢና ፡ ዐጸፋ ፡ ዘርፍ ፡ ይኾናል ፡ እንጂ ፥ ባለቤት ፡ አይኾንም ። ለሊከኑ ፡ ትንእድ ፡ ርእሰከ ፤ ክርስቶስኒ ፡ አኮ ፡ ርእሶ ፡ ዘንእደ ። ዘርፍ ፡ ሲኾን ፥ ትካዘ ፡ ርእሱ ፤ ምስማከ ፡ ርእሱ ። ደቂቅ ፡ አገባብም ፡ ሲጨምር ፥ አድለወ ፡ ለርእሱ ፤ ዘመከረ ፡ ብኪ ፡ መከረ ፡ በርእሱ ፤ ይቤ ፡ በእንተ ፡ ርእሱ ፡ ይላል ።

ዝርዝር ።

፶፱ ፤ የዝርዝር ፡ ጠባይ ፡ ከአናቅጽ ፡ ጋራ ፡ ባ፩ኛ ፡ ምዕራፍ ፡ በ፯ኛና ፡ በ፱ኛ ፡ ዕርከን ፡ ተነግሯል ። ጥሬ ፡ ዅኖ ፡ ነባር ፡ ዅኖ ፡ አገባብም ፡ ዅኖ ፡ ባ፲ ፡ ባ፲ ፡ መደብ ፡ በዘመድ ፡ በባዕድ ፡ የሚዘረዘር ፡ ቃል ፡ ዅሉም ፡ ደቂቅ ፡ ርባታ ፡ ተብሏል ። ስለ ፡ ንኡሳንም ፡ አናቅጽ ፡ ንኡስ ፡ ርባታ ፡ ይባላል ። ዘመድና ፡ ባዕድ ፡ ዝርዝሮች ፡ ብእሲታ ፡ ብእሲሁ ፥ ዛቲ ፡ ብእሲት ፡ ዝኩ ፡ ብእሲ ፡ በማለት ፡ ፈንታ ፡ እየገቡ ፡ ቅጽልና ፡ ዐጸፋ ፡ ይኾናሉ ፤ ሲፈቱም ፡ ይች ፡ ሴት ፡ ያ ፡ ሰው ፥ ወይም ፡ ሴትዮዋ ፡ ሰውዮው ፡ ያሰኛሉ ። ጥሬ ፡ ከግእዝ ፡ በቀር ፡ በ፮ቱ ፡ ዅሉ ፡ ይጨርሳል ፤ በካዕብ ፡ የሚጨርስ ፡ ጥሬ ፡ ዝርዝሩ ፡ እንደ ፡ ከንቱ ፡ ነው ፡ (ከንቶሁ ፡ ሃ ፡ ሆሙ ፡ ን ፤ ከንቱከ ፡ ኪ ፡ ክሙ ፡ ን ፡ የ ፡ ነ) ። በሣልስ ፡ በራብዕ ፡ በኃምስ ፡ በሳብዕ ፡ የሚጨርስም ፡ እንደዚሁ ፡ በባዕድ ፡ ይዘረዝራል ፤ ብእሲ ፡ ብእሲሁ ፥ ደብተራ ፡ ደብተራሁ ፥ ቅዳሴ ፡ ቅዳሴሁ ፥ መሰንቆ ፡ መሰንቆሁ ። በሳ

ድስ ፡ የሚጨርስ ፡ ግን ፡ በዘመድ ፡ በባዕድ ፡ ይዘረዝራል ፤ ብእሲት ፡ ቱ ፥ እም ፡ ሙ ፥ ውሉድ ፡ ዱ ፥ ደቅ ፡ ቁ ፥ አዕይንት ፡ ቱ ፡ ቲሁ ፥ አርድእት ፡ ቱ ፡ ቲሁ ፥ አርዳእ ፡ ኡ ፡ ኢሁ ። አብ ፡ አቡ ፡ አቡሁ ። እድ ፡ እዱ ፡ እዴሁ ። ምግባር ፡ ሩ ፡ ሪሁ ። አገባቦችም ፡ ዘርና ፡ ነባር ፡ ስለ ፡ ኾኑ ፡ በዘመድ ፡ በባዕድ ፡ ይዘረዘራሉ ፤ ተውላጥ ፡ ጡ ፡ ጣ ፤ ኀበ ፡ ኀቤሁ ፡ ሃ ። በጭ ራሽም ፡ ዝርዝር ፡ የማያስገቡ ፡ አሉ ፡ (ዕር፲፫ ፡ ቍ ፡ ፺፱) ።

፫፻ ፤ ዝርዝር ፡ ዐጥፎና ፡ ጠቅሶ ፡ የሚያሳየው ፡ ፱ ፡ ነገር ፡ ነው ፤ ባለቤትና ፡ ተሳቢ ፡ ዘርፍና ፡ ደቂቅ ፡ አገባብ ። ያንቀጽና ፡ የደቂቅ ፡ አገባብ ፡ ዝርዝር ፡ ባለቤትን ፡ ሲያሳይ ፤ ቀተለ ፡ ቀቲለከ ፡ በእንቲአሃ ፡ ምስሌሆሙ ፡ ብሎ ፥ ውእቱ ፡ አንተ ፡ ይእቲ ፡ እሙንቱ ፡ ማለትን ፡ ያሰማል ። የዐበይትና ፡ የንኡሳት ፡ አናቅጽ ፡ ዝርዝር ፡ በተደራጊና ፡ ባድራጊ ፡ በተደራጊ ፡ ተሳቢ ፡ ፈንታ ፡ ይነገራል ። ፈጠሮ ፡ እግዚአብሔር ፡ ለአዳም ፡ ወረሰዮ ፡ እግዚአ ፡ ፍጥረት ። አምጽአ ፡ ሰሎሞን ፡ ለኪራም ፡ ወአሕነጾ ፡ መቅደሰ ። እመ ፡ ብዙኀ ፡ ስቴ ፡ ኮነ ፡ መስሐቴ ፡ ኢንኅሥሥ ፡ አብዝኖቶ ። እምከመ ፡ ኮነ ፡ እክል ፡ ዘያጸንዕ ፡ ሰብአ ፡ ርቱዕ ፡ ብልዐቱ ። የቀረውም ፡ የገቢር ፡ አንቀጽ ፡ ዝርዝር ፡ እንዲህ ፡ እየኾነ ፡ በተሳቢ ፡ ፈንታ ፡ ይነገራል ። የሐውልትና ፡ የተገብሮ ፡ የተጋብሮ ፡ አንቀጽ ፡ ዝርዝር ፡ ባገባቦች ፡ ፈንታ ፡ ይነገራል ፤ ይህም ፡ ለእመ ፡ መጽአ ፡ ዘይኬብረከ ፡ ሲል ፥ እምኔከ ፤ ተአምሩ ፡ ከመ ፡ መጽሐፈ ፡ ክርስቶስ ፡ ትትለአከክሙ ፡ ሲል ፥ ለክሙ ፡ በኀቤክሙ ፤ ወተፈኒዎ ፡ ኢየሱስ ፡ ኀበ ፡ ሄሮድስ ፡ ተቃጸበ ፡ ሲል ፥ ቦቱ ፡ በላዕሌሁ ፡ እያሰኘ ፡ ሌላውን ፡ ኹሉ ፡ ያሳያል ። ያርእስትና ፡ የውስጠ ፡ ዘ ፡ የሳቢ ፡ ዘርም ፡ ዝርዝር ፡ እንዲሁ ፡ ባገባብ ፡ ፈንታ ፡ ይነገራል ።

፫፻፩ ፤ የተደራጊም ፡ ዝርዝር ፡ በምስለ ፡ ፈንታ ፡ ሲነገር ፥ መኑ ፡ የአምር ፡ ኀሊናሁ ፡ ለእግዚ ፡ ወመኑ ፡ ተማከሮ ። በአርእስትም ፥ ዐርከ ፡ ዘእንበይነ ፡ ከርሡ ፥ ለእመ ፡ አልብከ ፡ ውእቱ ፡ ይቀድም ፡ ተቃትሎተከ ፤ በውስጠ ፡ ዘም ፡ ይከውን ፡ ተቃታሊከ ፡ ያሰኛል ። ዳግመኛም ፡ ሣልስና ፡ ሳድስ ፡ ቅጽሎች ፡ ሲዘረዘሩ ፡ ተሳቢ ፡ እየኾኑ ፡ በበ ዝና ፡ በእንዘ ፡ ዐማርኛ ፡ ይፈታሉ ። ይህም ፥ ማእዜ ፡ ርኢናከ ፡ ርኁበከ ፡ ወጽሙአከ ፡ ወዕሩቀከ ፡ ሲል ፤ ተርበኽ ፡ ተጠምተኽ ፡ ታርዘኽ ። ነቂረከ ፡ ትባእ ፡ ውስተ ፡ ሕይወት ፡ ሲል ፥ ፩ ፡ ዐይና ፡ ኹነኽ ። ኀደግዋ ፡ ለሀገር ፡ ርኅታ ፤ ከፍተው ፥ ወይም ፡ ክፍቷን ። አኀዝዎ ፡ ሕያዎ ፤ በሕይወቱ ፡ ሳለ ፥ ደኅንኛውን ፥ ወይም ፡ ሳይሞት ፡ ያሰኛል ። ዝርዝሩ ፡ ካዕብ ፡ ሲኾን ፡ ግን ፡ ተሳቢና ፡ ባለቤት ፡ ያሳያል ፤ ይህም ፥ ሕያዉ ፡ ተንሥአ ፡ ባለው ፡ ይታወቃል ፤ ሕያው ፡ ኹኖ ፡ ሲሉት ፡ ተሳቢ ፥ ደኅኛው ፡ ሲሉት ፡ ባለቤት ፡ ይኾናል ።

፫፻፪ ፤ ያ፫ቱ ፡ አዕማድ ፡ አርእስትና ፡ የውስጠ ፡ ዘ ፥ የሳቢ ፡ ዘርና ፡ የጥሬ ፡ ዝርዝር ፡ በዘርፍ ፡ ፈንታ ፡ ይነገራል ። ተዐቅፉ ፡ ፈሪሳውያን ፡ በረፊቀ ፡ ክርስቶስ ፡ ምስለ ፡ ኃጥአን ፡ ወበበሊዖቱ ፡ ምስሌሆሙ ። ስንክሳር ፡ ያየድዐነ ፡ ዕለተ ፡ ሞቶሙ ፡ ለሰማዕት ፡ ወዘከመ ፡ እፎ ፡ ተቀትሎቶሙ ። እሙን ፡ ይኩን ፡ ዐርኩ ፡ ለንጉሥ ፡ ወጸሓፊሁኒ ፡ መልእክታተ ። ልዑላን ፡ ፍጥረታተ ፡ እግዚእ ፡ እሙንቱ ፡ መላእክት ፡ ወጥቀ ፡ ፍቁራኒሁ ። ዕጹብ ፡ ውእቱ ፡ ንብረተ ፡ ባሕታውን ፡ ገዳመ ፡ ወብልዐቶሙ ፡ አቍጽለ ። ወልደቱ ፡ ተዐውቀ ፡ እመንፈስ ፡ ቅዱስ ። ዕጹብ ፡ ጥበበ ፡ ሰሎሞን ፡ ወመንክር ፡ ግብሩ ። ባለቤት ፡ ለገን

ዘቡ ፡ ኹሉ ፡ ዘርፍ ፡ ስለ ፡ ኾነ ፥ በዘርፍ ፡ ፈንታ ፡ የገባ ፡ ዝርዝር ፡ የባለቤትም ፡ ዐጸፋ ፡ ይኾናል ። ዐቢይ ፡ እግዚአብሔር ፡ ውብዙኅ ፡ አኰቴቱ ፡ ሲል ፥ አኰቴተ ፡ ርእሱ ፡ ወይም ዚአሁ ፡ ይሰማበታል ። አርቆ ፡ ያዕቆብ ፡ ወዮሐንስ ፡ ኀደጉ ፡ አባሆሙ ፡ ወመሣግሪሆሙ ፡ ቢል ፤ አቅርቦም ፡ አክብር ፡ አባከ ፡ ወእመከ ፡ ቢል ፥ ዘርፉ ፡ ዘመድ ፡ ይኹን ፡ እንጂ ፡ ዐጸፋነቱ ፡ ከዘርፍ ፡ አይወጣም ።

፻፫ ፤ የገቢር ፡ አንቀጽ ፡ አርእስትና ፡ ውስጠ ፡ ዘ ፡ ሳቢ ፡ ዘር ፡ ከተሳቢ ፡ ጋራ ፡ ሲና በቡ ፡ ዘርፉቸው ፡ በዘ ፡ እንተ ፡ እለ ፡ ይያያዛል ፤ አፍቅሮተ ፡ ሰብእ ፡ ዘእግዚአብሔር ። ከዘርፍም ፡ ጋራ ፡ ሲያያዙና ፡ ሲናበቡ ፡ ተሳቢያቸው ፡ ግእዝና ፡ ኃምስ ፡ ሳብዕም ፡ ኹኖ ፡ ይነገራል ። ሲያያዝ ፥ በሊዖቱ ፡ ለብእሲ ፡ ኅብስተ ፤ ሲናበብ ፥ በሊዖተ ፡ ብእሲ ፡ ኅብስተ ፡ ይላል ፤ የቀሩትም ፡ እንደዚህ ፡ ናቸው ። በባለቤትና ፡ በተሳቢ ፡ በዘርፍ ፡ ፈንታ ፡ የገባ ፡ ዝርዝር ፡ በውእቱና ፡ በኪያሁ ፡ ይቀናል ፤ ውእቱንና ፡ ኪያሁን ፡ እስካኹን ፡ በገባው ፡ አስተውል ። በሎ ፡ በሎቱ ፡ የሚቀኑም ፡ ወሀበንና ፡ መጠወን ፡ የመሰሉ ፡ አናቅጽ ፡ አሉ ፤ የገቢር ፡ አናቅጽ ፡ አርእስትና ፡ ውስጠ ፡ ዘ ፡ ሳቢ ፡ ዘር ፡ ተዘርዝረውና ፡ ዐርፈው ፡ ሲስቡ ፡ በኪያሁ ፥ ሲናበቡ ፡ ግን ፡ በዚአሁ ፡ ይቀናሉ ። የቀሩትም ፡ አዕማድ ፡ ዝርዝሮች ፡ በሚሰማሟቸው ፡ ደቂቅ ፡ አገባቦች ፡ ይቀናሉ ። በዘርፍ ፡ ፈንታም ፡ የሚነገር ፡ ከነዚአሁ ፡ ተናበ ፡ በርሳቸው ፡ ይቀናል ።

፻፬ ፤ ካ፩ኛው ፡ ዐምድ ፡ ከቦዝ ፡ ስለ ፡ ባለቤትም ፡ ዐጸፋ ፡ ከሚነገሩ ፡ ዝርዝሮች ፡ በቀር ፡ የቀሩቱ ፡ በለ ፡ ይገጥማሉ ። የተጋጠሙቱ ፡ አናቅጽና ፡ ተሳቢ ፡ ቢኾኑ ፡ ሳቢና ፡ ተሳቢ ፤ ዘርፍና ፡ ባለቤት ፡ ቢኾኑ ፡ ግን ፡ ጠቃሽ ፡ ተጠቃሽ ፡ ይባላሉ ። ደቂቅ ፡ አገባብም ፡ በለ ፡ ሲጋጠም ፡ እንደዚሁ ፡ ጠቃሽ ፡ ተጠቃሽ ፡ ነው ። በአንቀጽ ፡ ዝርዝር ፡ የሚሳብ ፡ ለ ፡ ሳቢው ፡ ገቢር ፡ አንቀጽ ፡ ቢኾን ፡ በልማዳዊ ፡ ዐማርኛ ፡ ይፈታል ፤ ተገብሮ ፡ ቢኾን ፡ ግን ፡ በሚሰማሙቱ ፡ ደቂቅ ፡ አገባቦች ፡ ይፈታል ። ተገሐሣ ፡ ለመዐት ፤ ከቍጣ ፡ ራቀ ። አፍጥን ፡ ተግሕሦታ ፡ ለእከይ ፤ ከክፋት ፡ ፈጥነኽ ፥ ወይም ፡ ቶሎ ፡ ብለኽ ፡ ራቅ ። ዮ ፡ ያ ፡ ዮሙ ፡ ዮን ፤ እኒህ ፡ ዝርዝሮች ፡ በለ ፡ በሎቱ ፡ በሚቀኑ ፡ አናቅጽ ፡ ዝርዝር ፡ ላይ ፡ እየተጨመሩ ፡ በኪያሁ ፡ ሃ ፡ ሆሙ ፡ ሆን ፡ ፈንታ ፡ ይነገራሉ ፤ ስማቸውም ፡ ድርብ ፡ ዝርዝር ፡ ይባላል ። ሀበኒዮ ፥ ሀቦሙያ ፥ ጸግወኒያ ፤ ሀበኒዮሙ ፥ ዘወሀበኒዮን ።

፻፭ ፤ የአኃዝ ፡ ዝርዝር ፥ የጅምላው ፡ በቦታው ፡ ተነግሯል ፡ (ቍ፻፳፪) ፤ የተራውም ፡ ይህ ፡ ነው ። ቀዳሚሁ ፡ ሃ ፡ ሆሙ ፡ ሆን ፤ ቀዳሚከ ፡ ኪ ፡ ክሙ ፡ ክን ፡ የ ፡ ነ ። ቀዳሚቱ ፡ ታ ፡ ቶሙ ፡ ቶን ፤ ቀዳሚትከ ፡ ኪ ። ዳግሙ ፡ ዳግምቱ ፤ ሣልሱ ፡ ሣልስቱ ፡ እያሰኘ ፡ እስከ ፡ ዓሥር ፡ ዓሥርት ፡ ይዘረዘራል ። ዝርዝሩም ፡ ለአካል ፡ ለነገር ፡ ለጊዜ ፡ ለክፍል ፡ ይኾናል ፤ ለአካል ፡ ሲኾን ፥ ወፅአ ፡ ካልኡ ። ለነገር ፥ ሣልስከ ፡ ዝንቱ ። ለጊዜ ፥ ሣልሰሙ ፡ ዮም ። ለክፍል ፥ ሣልስትኪ ፡ በብድብድ ፡ ወበረኃብ ፥ ወሣልስትኪ ፡ በኵናት ። የኹሉም ፡ ዝርዝር ፡ በቦታው ፡ ተነግሯል ፡ (ቍ፻፴፫) ።

፯ኛ ፡ ክፍል ።

ጸዋትወ ፡ አገባብ፥የዘርና ፡ የነባር ፡ ሕንባብ፥ወይም ፡ ያገባቦች ፡ አገባብና ፡ ፍች፥ ፫ኛውን ፡ ክፍል ፡ መልሶ ፡ እየዘረዘረ ፡ የሚተች ። አገባብ ፡ ሲባል ፡ ኹሉም ፡ የዝ ርዋን ፡ ቃላት ፡ ሰብሳቢ ፡ ነው፤ በተለየ ፡ ግን ፡ ዐቢይ ፡ አገባብ ፡ በአናቅጽ ፡ ብቻ፥ንኡስ ፡ አገባብ ፡ በአናቅጽና ፡ በቅጽል ፥ ደቂቅ ፡ አገባብ ፡ በጥሬ ፡ ወይም ፡ በብትን ፡ ይገባል ፤ ብትንና ፡ ጥሬ ፡ ፩ ፡ ወገን ፡ ነው ።

፲፱ኛ ፡ ዕርከን ።

ዐበይት ፡ አገባቦች ።

፷፯ ፤ እስመ ፤ ና ፡ ስለ ፡ እንደ ፡ ይኾናል ። ና ፡ ሲኾን ፡ በኀላፊና ፡ በትንቢት ፡ በዘ ንድና ፡ በነባር ፡ አንቀጽ ፡ በጽድቅ ፡ ባሉታ ፡ ይገባል ፤ በኋላ ፡ ኹኖ ፡ የፊቱን፥በፊትም ፡ ኹኖ ፡ የኋላውን ፡ ያስረዳል ። በኀላፊ፥ኢያምሠጠ ፡ አዳም ፡ እምኰነኔሁ ፡ ለእግዚአብ ሔር፥እስመ ፡ በልዐ ፡ እምዕፅ ፡ ዘኢአዘዞ ፡ ይብልዖ ። ወይም፥እስመ ፡ ኢዐቀበ ፡ ትእዛዞ ፡ ለእግዚአብሔር ፤ ተወክፈ ፡ አዳም ፡ በድልወት ፡ ፍትሐ ፡ ሞተ ፡ ሥጋ ፡ ወነፍስ ፡ እም እግዚኡ ። በትንቢት ፡ ሲገባ፥ሰማዕት ፡ ኢይፈርሁ ፡ ሞተ ፡ ሥጋ ፤ እስመ ፡ ይሬእይዋ ፡ ለመንግሥተ ፡ ሰማይ ፡ በዐይነ ፡ ተስፋ ። በዘንድ ፡ ሲገባ ፡ በነባር ፡ ይፈታል ፤ ይህም ፡ ጻድቃን ፡ ይብልዎ ፡ ለክርስቶስ ፡ እንዘ ፡ ያመጽእ ፡ ላዕሌሆሙ ፡ መከራ ፡ ሥጋ ፡ ኄር ፡ ውእቱ ፤ እስመ ፡ ከመ ፡ ይኩን ፡ ገዝ ፡ መከራ ፡ ሕይወተ ፡ ነፍሳቲሆሙ ፡ ሲል ፥ ይህ ፡ መ ከራ ፡ የነፍሳቸው ፡ ሕይወት ፡ ይኾን ፡ ዘንድ ፡ (እንዲኾን ፡ ሊኾን) ፡ ነውና ፡ ያሰኛል ። በነባር ፡ ሲገባ፥ውሉደ ፡ እግዚአብሔር ፡ በእንተ ፡ ክርስቶስ ፡ ይትዔገሡ ፡ መከራ ፤ እ ስመ ፡ ውእቱ ፡ አርአያሆሙ ። ወይም ፡ እስመ ፡ አኮ ፡ ዘቲ ፡ ዓለም ፡ ዘትትነብር ፡ ለዓለም ፤ ይሬእይዋ ፡ ጻድቃን ፡ ከመ ፡ እዳው ። እስመ ፡ ና ፡ በተባለበት ፡ ኹሉ ፡ ስለ ፡ ይሰማማ ዋል ፤ በተለየ ፡ ግን ፡ ስለና ፡ እንደ ፡ ሲኾን ፡ በኀላፊና ፡ በነባር ፡ ይገባል ። ይህም ፡ ተሠ ገወ ፡ቃል ፥ እስመ ፡ ተዋረደ ፡ አዳም ። አዳም ፡ ስለ ፡ ተዋረደ ። እሙን ፡ ነገር ፡ እስመ ፡ ክርስቶስ ፡ መጽአ ፡ ውስተ ፡ ዓለም ፤ እንደ ፡ መጣ ፡ ማለቱን ፡ ያሳያል ። አምጽኡ ፡ ሎቱ ፡ ወርቀ ፡ እስመ ፡ ንጉሥ ፡ ውእቱ ፡ ሲል ፥ ንጉሥ ፡ ነውና ፥ ንጉሥ ፡ ስለ ፡ ኾነ ፥ ንጉሥ ፡ እንደ ፡ መኾኑ ፡ ተብሎ ፡ በሦስቱም ፡ ይፈታል ። አንዳንድ ፡ መምህራን ፡ ፬ኛ ፡ ብሎ ፡ ይኾናል ፡ ይላሉ ፤ በስለና ፡ በና ፡ በ፪ቱ ፡ ፈንታ ፡ የገባ ፡ ትርፍ ፡ ፀማርኛ ፡ ነው ፡ እንጂ፥ መደበኛ ፡ አይደለም ። በሦስቱ ፡ ግን ፥ ምእተ ፡ ምክዕቢተ ፡ የዐስዮሙ ፡ ክርስቶስ ፡ ለጻ ድቃኒሁ ፡ እስመ ፡ በእንቲአሁ ፡ ተወክፉ ፡ መከራ ፤ ተመንደቡ፡ሂ ፡ ወሐሙ ፤ ዓዲ ፡ ሰ ቀሉ ፡ ሥጋሆሙ ፡ ምስለ ፡ ፍትወት ፡ እያሰኘ ፡ በዋዌ ፡ እስከ ፡ ፫ ፡ አንቀጽ ፡ ይወርዳል ፤ እስከ ፡ ፫ም ፡ ማለት ፡ የሰዋስው ፡ እንጂ ፡ የመጽሐፍ ፡ አይደለም ። እስመ ፡ እንደ ፡ ተ ብሎ ፡ መፈታቱ ፡ በከመ ፡ ቦታ ፡ እየገባ ፡ ስለ ፡ ተገኘ ፡ ነው ። ዳእሙ ፡ በባሕቱ ፡ ቦታ ፡ ስለ ፡ ገባ ፡ ብቻ ፡ ተብሎ ፡ እንዲፈታ ። ንኡስ ፡ አገባብም ፡ ሲኾን ፡ በኀላፊና ፡ በትን ቢት ፡ በነባር ፡ አንቀጽ ፡ እየገባ ፡ እኮ ፡ ቢያ ፡ ይኾናል ፤ ምስጢሩም ፡ ደስታና ፡ ሐዘን ፡

አንክሮ ፡ ነው ። እስመ ፡ ሖረ ፤ ኼደ ፡ እኮ ÷ ኼደ ፡ ቢያ ። እስመ ፡ የሐውር ፤ ዝኒ ፡ ከማሁ ። እስመ ፡ ርኢክኒሁ ፡ አመንከኒ ፤ አይተኸ ፡ እኮ ÷ አይተኸ ፡ ቢያ ። በነባርም ፡ እስመ ፡ ብዙኃን ፡ እለ ፡ አኀዙ ፡ ሠሪዐ ፡ ዜና ፡ ሲል ፡ እንዲሁ ፡ ይፈታል ።

፷፯ ፤ አኮኑ ፤ ዐቢይ ፡ አገባብ ።   አኮኑ ፡ ባገባብነቱ ፡ አስረጅ ፡ ነውና ÷ እንደ ፡ እስመ ፡ በኀላፊ ፡ በትንቢት ፡ በነባር ፡ አንቀጽ ፡ እየገባ ፡ ና ፡ ተብሎ ፡ ይፈታል ። ፪ኛም ፡ እስመ ፡ ና ፡ በተባለበት ፡ ስለን ፡ እንዲደርብ ÷ አኮኑም ፡ ባገባብነቱ ፡ ና ፡ ሲባል ÷ ባንቀጽነቱ ፡ የጥያቄ ፡ አገባብ ፡ ኑ ፡ ሁ ፡ ስላለበት ፡ ነውና ፡ አይዶለምን ፡ ተብሎ ፡ በ፪ ፡ ይፈታል ። ይህም ፡ ገደፎሙኑ ፡ እግዚ ፡ ለሕዝቡ ÷ ሐሰ ፤ አኮኑ ፡ አነ ፡ እስራኤላዊ ። አኮኑ ፡ በፋሲካነ ፡ ተሰቅለ ፡ ክርስቶስ ። አኮሁ ፡ ነፍስ ፡ ተዐቢ ፡ እምሲሲት ፡ በለው ፡ ይታወቃል ፤ አኮኑ ፡ አገባብ ፡ መባሉ ÷ የኋሊትም ፡ ተሰቅለ ፡ አኮኑ ፡ እያለ ፡ ማሰሪያ ፡ ማስጣሉ ፡ በሰዋስው ፡ እንጂ ÷ በመጽሐፍ ፡ አይዶለም ፤ በመጽሐፍስ ፡ ከኑ ፡ በቀር ፡ አኮ ፡ አገባብ ፡ ተብሎ ፡ አይጠራም ። ያንቀጽነቱንም ፡ አሉታና ፡ አፈታት ፡ በደቂቅ ፡ ርባታ ፡ ተመልከት ፡ (ቍ፺፫) ።   አምጣነ ፡ ደግሞ ፡ ቅጽል ፡ ሲኾን ፡ ባገባብነቱ ፡ ና ፡ ይኾናል ፤ ይኸውም ፡ በሰዋስውና ፡ በቅኔ ፡ ነው ፡ እንጂ ÷ በመጽሐፍ ፡ እንደ ፡ አኮኑ ፡ ነው ። እስመ ፡ አኮኑ ፡ አምጣነ ፡ እነዚህ ፡ ፫ቱ ፡ ና ፡ ለመኾን ፡ በኀላፊና ፡ በነባር ፡ ሲገቡ ፡ በጽንዕ ፡ ይፈታሉ ፤ ይህም ፡ ቀንአ ፡ ሰይጣን ፡ ላዕለ ፡ አዳም ፤ እስመ ፡ አኮኑ ፡ አምጣነ ፡ እመ ፡ ዐቀበ ፡ ትእዛዘ ፡ ፈጣሪሁ ፡ ኢይመውት ፡ ለዓለም ፤ አይሞትም ፡ ነበርና ። ኢአምንዎ ፡ አይሁድ ፡ ለዘዕዉሩ ፡ ተወልደ ፡ ከመ ፡ ተፈወሰ ፤ እስመ ፡ አኮኑ ፡ አምጣነ ፡ ዕዉር ፡ ውእቱ ፤ ዕውር ፡ ነበረና ፡ ማለቱን ፡ ያሳያል ።

፷፰ ፤ በእንተ ፤ በይነ ፤ እንበይነ ።   እነዚህ ፡ ፫ቱ ፡ ዐበይት ፡ አገባቦች ፡ ሲኾኑ ፡ ዘን ፡ በር ፡ ከፋች ፡ አድርገው ፡ በኀላፊ ፡ አንቀጽ ፡ እየገቡ ፡ ስለ ፡ ይኾናሉ ። ንወድሳ ፡ ለማርያም ፡ በእንተ ፡ ዘተወልደ ፡ እምኔሃ ፡ እግዚእነ ፤ ሞተ ፡ ክርስቶስ ፡ በይነ ፡ ዘሞተ ፡ እንበይነ ፡ ዘሞተ ፡ አዳም ። ምስጢራቸውም ፡ እንደ ፡ ከመ ፡ አንጻርነት ፡ ነው ። ደቂቅ ፡ አገባብም ፡ ሲኾኑ ÷ በእንተ ፡ ስለ ፡ በ ፡ ይኾናል ፤ ስለ ፡ የበጎ ÷ በ ፡ የክፉ ፡ ነው ፤ ይኸውም ፡ ነገር ፡ በእንተ ፡ ይሁዳ ፡ ወበእንተ ፡ ኢየሩሳሌም ፡ በለው ፡ ይታወቃል ፤ ስለ ፡ ይሁዳና ፡ ስለየሩሳሌም ÷ በይሁዳና ፡ በየሩሳሌም ፡ ላይ ፡ ማለት ፡ ነውና ። ን ፡ ሲኾን ፡ ደግሞ ÷ ደስ ፡ ይበለው ፡ ብሎ ÷ ደስ ፡ ይበለው ፡ ሲል ፤ ደስ ፡ አይበለው ፡ ብሎ ÷ ደስ ፡ አይበለው ፡ ሲል ፡ ይኾናል ፤ ቃል ፡ ሥጋ ፡ ኮነ ፡ በእንተ ፡ አዳም ፤ አዳምን ፡ ደስ ፡ ይበለው ፡ ብሎ ፤ እምአፈ ፡ ደቂቅ ፡ ወሕፃናት ፡ አስተዳሎከ ፡ ስብሐተ ፡ በእንተ ፡ ጸላኢ ፤ ዲያብሎስን ፡ ደስ ፡ አይበለው ፡ ብሎ ። ሲዘረዘርም ÷ በእንቲአሁ ፡ ሃ ፡ ብሎ ፡ ስለ ፡ ርሱ ፡ የርሱን ፡ ነገር ÷ በርሱ ፡ ላይ ፡ በርሱ ፡ ምክንያት ፡ እያሰኘ ፡ እንዳርእስቱ ፡ ይፈታል ። በይነ ፡ በ ፡ እያጋነነው ፡ ሳያጋንነውም ÷ እንበይነ ፡ ብቻውን ፡ ኹኖ ፡ ፪ቱም ፡ ስለ ፡ ይኾናሉ ። በበይነ ፡ ዝንቱ ÷ በይነ ፡ ምንት ÷ እንበይነ ፡ ምጺት ።

፷፱ ፤ ህየንተ ፤ ተውላጠ ፤ ፍዳ ፤ በቀለ ።   እነዚህ ፡ ፬ቱ ፡ ዐበይት ፡ አገባቦች ፡ ሲኾኑ ÷ ከበቀለ ፡ በቀር ፡ ፫ቱ ፡ ዘን ፡ በር ፡ ከፋች ፡ አድርገው ፡ ህየንተና ፡ ፍዳ ፡ በኀላፊ ÷ ተውላጠ ፡ በኀላፊና ፡ በትንቢት ፡ እየገቡ ፡ ኹሉም ፡ ስለ ፡ ይኾናሉ ። ህየንተ ፡ ዘገብሩ ፡

ግንፉለ ። ተውላጠ ፡ ዘይሴሰይ ። ተወክፈ ፡ አዳም ፡ ፍትሐ ፡ ሞት ፡ ፍዳ ፡ ዘአበሰ ። በቀለ ፡ ደግሞ ፡ በቁም ፡ ቀሪነቱን ፡ ሳይለቅ ፡ ስለ ፥ እንደ ፡ ይኾናል ፤ ብፁዕ ፡ ዘይትቤቀለኪ ፡ በቀለ ፡ ተበቀልክነ ፤ ስለ ፡ ተበቀልሽን ፥ እንደ ፡ ተበቀልሽን ። ደቂቅ ፡ አገባብም ፡ ሲኾኑ ፡ ህየንተ ፡ ስለ ፥ ፈንታ ፥ እንደ ፡ ይኾናል ፤ በዋጋ ፡ በለውጥ ፡ በካሳ ፡ ይገባል ። ስለ ፡ ሲኾን ፥ ይሙት ፡ ህየንተ ፡ ሕዝብ ። ፈንታ ፥ ፈደዩኒ ፡ እኪተ ፡ ህየንተ ፡ ሠናይት ። ተቀንየ ፡ ያዕቆብ ፡ ህየንተ ፡ ራሔል ። እንደ ፡ ሲኾን ፥ አ ፡ እግዚአ ፡ አሕመልምል ፡ ሊተ ፡ ነፍስየ ፡ ህየንተ ፡ ዕፅ ፡ ትክልት ፡ ማእከለ ፡ ገነት ። ሲዘረዘርም ፡ ህየንቴሁ ፡ ሃ ፤ በርሱ ፡ ፈንታ ፡ ስለ ፡ ርሱ ፡ ያሰኛል ። ተውላጠም ፡ ለውጥነት ፡ ባለው ፡ በብትን ፡ እየገባ ፡ ስለ ፡ ይኾናል ፤ ተውላጠ ፡ ዝ ፥ ስለዚህ ። ሲዘረዘርም ፡ እንደ ፡ ጥሬነቱ ፡ ተውላጡ ፡ ጣ ፡ ብሎ ፡ ለውጡ ፡ ልዋጩ ፡ ያሰኛል ። ፍዳም ፡ በብትን ፡ ሲገባ ፡ ስለ ፡ ይኾናል ፤ ፍዳ ፡ ወይን ፡ ይስተይ ፡ ማየ ፡ ዝናም ፤ ስለ ፡ ወይን ፥ በወይን ፡ ብድር ፥ ወይም ፡ ፈንታ ።

፰ ፤ ኀበ ፤ መንገለ ፤ ውእደ ። እነዚህ ፡ ፫ቱ ፡ ዐበይት ፡ አገባቦች ፡ ሲኾኑ ፡ ዘንድ ፡ የ ፡ ይኾናሉ ። ዘንድ ፡ ሲኾኑ ፡ በዘማች ፡ በነባር ፡ ያሳስራሉ ፤ ይህም ፡ ተመዊአቱ ፡ ለንጉሥ ፡ ይከውን ፥ ወይም ፡ ውእቱ ፡ ኀበ ፡ መንገለ ፡ ውእደ ፡ ኢፈድፈደ ፡ ሰራዊቱ ፤ ካልበዛ ፡ ዘንድ ፡ ይኾናል ፥ ወይም ፡ ነው ፡ ማለቱን ፡ ያሳያል ። የ ፡ ሲኾኑ ፡ ግን ፡ የቦታ ፡ ቅጽሎች ፡ ናቸውና ፤ በ፬ኛ ፡ ክፍል ፡ ተነግረዋል ፡ (ቍ፱፲፮) ። የቦታም ፡ ቅጽሎች ፡ ስለ ፡ ኾኑ ፡ ፭ ፡ የቦታ ፡ አገባቦች ፡ ይሰማሟቸዋል ። ፩ኛ ፤ ኀበ ፡ መንገለ ፡ እንተ ፡ ውስተ ፡ ለ ፡ ወደ ፡ ሲኾኑ ፥ ውእደ ፥ ወደ ፡ ለመባል ፡ መደበኛ ፡ አገባብ ፡ ነውና ። ፪ኛ ፤ እንተ ፡ በ ፡ ሲኾን ። ፫ኛ ፡ በ ፡ በቁም ፡ ቀሪ ፡ ሲኾን ። ፬ኛ ፤ እም ፡ መነሻ ፡ ሲኾን ። ፭ኛ ፤ እስከ ፡ መድረሻ ፡ ሲኾን ፤ የ ፡ ለሚኾን ፡ አገባብ ፡ እነዚህ ፡ ፭ቱ ፡ እየተሰማሙት ፡ ሲነገር ፡ ፍችው ፡ ይበዘበዛል ። ይህም ፥ የሐውሩ ፡ አግብርት ፡ እምኀበ ፡ ሀለዉ ፡ መንገለ ፡ ኀበ ፡ ሀሎ ፥ ውእደ ፡ ኀበ ፡ ሀሎ ፥ እንተ ፡ ኀበ ፡ ሀሎ ፥ ውስተ ፡ ኀበ ፡ ሀሎ ፥ ለኀበ ፡ ሀሎ ፥ እስከ ፡ ኀበ ፡ ሀሎ ፡ እግዚአሙ ፤ ባሮች ፡ ካሉበት ፡ ጌታቸው ፡ ወዳ ፥ እስካለበት ፡ ይኼዳሉ ። ይሄልዉ ፡ አግብርት ፡ እንተ ፡ ኀበ ፡ ሀሎ ፥ በኀበ ፡ ሀሎ ፡ እግዚአሙ ፤ ባሮች ፡ ጌታቸው ፡ ባለበት ፡ ይኖራሉ ፡ ማለቱን ፡ ያሳያል ። ዳግመኛም ፡ በ ፡ እም ፡ እንተ ፡ በየምስጢራቸው ፡ ሲሰማሙት ፥ አልቦ ፡ በኀበ ፡ ኢይከብር ፡ ነቢይ ፤ የማይከብርበት ። ቦ ፡ ብሔር ፡ እምኀበ ፡ ይወፅእ ፡ ብሩር ፤ የሚወጣበት ። ኢየአምር ፡ እንተ ፡ ኀበ ፡ ይመጽእ ፡ ኀጢአት ፤ የሚመጣበትን ፡ ያሰኛል ። የቦን ፡ ዝርዝር ፡ በን ፡ ከን ፡ ወደን ፡ ማምጣታቸው ፡ የቦታ ፡ ቅጽሎች ፡ ሲኾኑ ፡ ነው ፤ ኀበ ፡ ሀሎ ፡ ቀደላ ። ኀበ ፡ ተለይቶ ፡ በትንቢትና ፡ በደጊም ፡ ሲገባ ፥ ሲ ፡ ሲ ፡ ሳ ፡ ሳ ፡ ስ ፡ ስ ፡ እየ ፡ እየ ፡ እያሰኘ ፡ በእንዘ ፡ ዐማርኛ ፡ ይፈታል ፤ ሰሎሞን ፡ ኀበ ፡ ኀበ ፡ ይነውም ፡ ይከሥት ፡ ዐይኖ ፡ ሲ ፡ ሲ ፤ ኀበ ፡ ኀበ ፡ ይነቅህሰ ፡ ይከድኖ ። ማየ ፡ አይኅ ፡ እስከነ ፡ አርብዓ ፡ መዋዕል ፡ ኀበ ፡ ኀበ ፡ ይመልእ ፡ ሐረ ፡ እየ ፡ እየ ፤ ወእምድኅሬሁሰ ፡ ኀበ ፡ ኀበ ፡ ይነትግ ። ደቂቅ ፡ አገባብም ፡ ሲኾኑ ፡ ፫ቱ ፡ ኹሉ ፡ ወደ ፥ አጠገብ ፡ ይኾናሉ ። አሐውር ፡ ኀበ ፡ አብ ፤ ነበረ ፡ ኀበ ፡ ዐዘቅት ። ሑሩ ፡ መንገለ ፡ መስዕ ፤ ኢታቅሞ ፡ መንገሌከ ። እቱ ፡ ውእደ ፡ ሕዝብከ ፤ በውእደ ፡ ማየ ፡ ባሕር ፥ አጠገብ ። በተለየ ፡ ግን ፡ ኀበ ፡ በአካል ፡ ሲገባ ፡ ዘንድ ፤ መንገለ ፡ ወገን ፡ ይኾናል ፤ እንተ ፡

ሀለወት፡ኀበ፡አብ። ኢኮነ፡አምላከ፡እመንገለ፡እሙ፤ አላ፡እመንገለ፡አቡሁ። ሲዘ ረዘሩም፡ኀቤሁ፡ሃ፥ መንገሌሁ፡ሃ፥ ውእደ፡ሁ፡ሃ፥ ወይም፡ውእዱ፡ዳ፡ ያሰኛሉ፤ ከኀበና፡ከመንገለ፡በቀር፡የውእደ፡ዝርዝር፡አልተለመደም።

፻፮፤ እንዘ፤ ዐቢይ፡አገባብ። ሲ፡ሳ፡ስ፡እየ፡ቸልታ፡ይኾናል። ሲ፡ሳ፡ስ፡ሲኾን፡በነባር፡በዘማች፡ከዚያውም፡በትንቢት፡በጽድቅ፡ባሉታ፡ይገባል፤ ከሀሎና፡ከሀለወ፡በቀር፡በትንቢት፡ብቻ፡እንጂ፡በኀላፊ፡አይገባም። ይህም፥ እንዘ፡ ይበልዑ፡ኢትበልዑ፡ንበልዕ፤ ሲበሉ፡ሳትበሉ፡ስንበላ። እንዘ፡ውእቱ፤ ሲኾን፡ሲኖር፡ሳለ። እንዘ፡ሀሎ፡በ፡አልበ፡አኮ፤ ሳለ፡ ሳይኖር፡ሳይኾን። ዖደ፡አድያመ፡ዮርዳኖስ፡እንዘ፡ይጸርሕ፤ እየጮኸ፡ማለቱን፡ ያሳያል። ቸልታም፡ ሲኾን፥ ሞተ፡እንዘ፡የሐምም፥ ታሞ፤ ተቀብረ፡እንዘ፡ይመውት፥ ሙቶ፡ያሰኛል። ሲ፡ስ፡እየ፡በሚኾንበት፡ቸልታነትን፡ይደርባል፤ ይህም፡እንዘ፡ይበልዕ፥ ሲበላ፡በልቶ፤ እንዘ፡ ትበልዕ፥ ስትበላ፡በልተኽ፤ጸርሐ፡እንዘ፡ይብል፥ ሲል፡እያለ፡ብሎ፡ማሰኘቱን፡ያሳያል።

፻፯፤ መጠነ፤ አምጣነ፤ ዐቅመ፤ ዐበይት፡አገባቦች። ቅጽልነታቸው፡ባንደኛው፡ምዕራፍ፡መጨረሻ፡በ፲፻፴፩፡ተነግሯል። አገባብም፡ኹነው፡በኀላፊና፡በትንቢት፡ሲገቡ፥ ያኽል፡ስለ፡እንደ፡ይኾናሉ። ፫ቱ፡ኹሉ፡ጥሬ፡ዘሮች፡ናቸው፤ አምጣነም፡የመጠነ፡ብዥ፡ነው፤ ዘይቤያቸው፡ልክ፡መጠን፥ ፍቻቸው፡ያኽልና፡ስለ፡እንደ፤ ምስጢራቸው፡ስፍርና፡ቍጥር፡ግምት፡ስለ፡ ኾነ፥ ልኩና፡መጠኑ፡ስፍሩና፡ቍጥሩ፡በታወቀና፡ባልተወቀ፡በውስጠ፡ብዙነት፡ይገባሉ። በኀላፊ፥ መጠነ፡ጸለይኩ፡በሕይወትየ። በትንቢት፥ አምጣነ፡ትበልዕዎ፡ለዝንቱ፡ኅብዝት፤ ይህን፡ኅብዝት፡የምትበሉት፡ያኽል፥ ወይም፡በምትበሉት፡ልክ፤ ስለምትበሉት፥ እንደምትበሉት፡መጠን፡እያሰኘ፡ሌላውን፡ኹሉ፡ያሳያል። ዐቅመ፡ውስተ፡ልቡ፡ኀደረ፡ፍቅረ፡ቃል፡ወሕይወቱ፤ ያደረበት፡ያኽል፥ ባደረበት፡ልክ፤ ስላደረበት፡እንዳደረበት፡መጠን። በአንጻራቸውም፡ከማሁ፡ፈድፋደ፡ሲከተሉ፤ በአምጣነ፡ይነፍኅ፡ነፋስ፡ላዕሌሆሙ፡ከማሁ፡ይፈደፍድ፡ጽንዖሙ። አምጣነ፡ይክልአሙ፡ውእቱ፡ፈድፋደ፡ይነግሩ፡ሎቱ፡እያለ፡እንዲሁ፡ይፈታል። አምጣነ፡ተለይቶ፡በእንዘ፡ቦታ፡እየገባ፡ሳ፡ይኾናል፤ ይህም፥ ወባሕቱ፡እብል፡አምጣነሰ፡ሕፃን፡ውእቱ፥ ሕፃን፡ኹኖ፡ሳለ። አምጣነ፡ሀሎ፡መርዓዊ፡ምስሌሆሙ፥ ሳለ። ኢይክል፡ሰብእ፡ሐይወ፡አምጣነ፡ኢይበልዕ፡ወኢይሰቲ፤ ሳይበላ፡ሳይጠጣ፡ማለቱን፡ያሳያል። ና፡ሲኾን፡እስመ፡በገባበት፡ይገባል፤ አገባቡም፡ከእስመና፡ከአኮኑ፡ጋራ፡ቀድሞ፡ተነግሯል። መጠነ፡ደግሞ፡ ተለይቶ፡የሩቁን፡ በቅርብ፡ የቅርቡን፡ በሩቅ፥ ያንዱን፡በብዙ፡ የብዙውን፡ባንድ፥ ዘርዝሮም፡ሳይዘረዝርም፡ውጥን፡ይጨርሳል። የሩቁን፡በቅርብ፡ ሲወጥን፥ አ፡ዳዊት፡ነግሠ፡ሰሎሞን፡መጠነ፡አንተ፡ላዕለ፡እስራኤል፤ አንተ፡የነገሥከውን፡ያኽል። የቅርቡን፡በሩቅ፡ሲወጥን፥ ሰሎሞን፡ነገሥከ፡መጠነ፡አቡከ፡ላዕለ፡እስራኤል። በቀረውም፡ሰበከ፡ጴጥሮስ፡ወንጌለ፡መጠነ፡ሙሴ፡ኦሪተ። ኢትሬኢኑ፡መጠነ፡ይበልዕ፡ ወይሰቲ፤ እንዲበላና፡እንዲጠጣ፡እያሰኘ፡ከመ፡በገባበት፡ይገ

ባል ። ደቂቅ ፡ አገባብም ፡ ሲኾኑ ፡ ከመ ፡ በገባበት ፡ እየገቡ ፡ እንደ ፡ ይኾናሉ ፤ ባፈታታቸውም ፡ ምስጢራቸውን ፡ አይለቁም ።

፸፫ ፤ ከመ ፤ ዐቢይ ፡ አገባብ ። እንደ ፡ ዳ ፡ ዲ ፡ ድ ፡ ይኾናል ። በ ፡ ዘ ፡ እያጋንኑት ፡ ሳያጋንኑትም ÷ ከማሁ ፡ አንጻር ፡ እየኾነው ፡ ሳይኾነውም ፡ በኀላፊና ፡ በትንቢት ፡ ይገባል ፤ ባንጻር ፡ ባብነት ፡ ይነገራል ። ባንጻር ÷ በከመ ፡ ይምሕር ፡ አብ ፡ ውሉዶ ፡ ከማሁ ፡ ይምሕሮሙ ፤ ወበከመ ፡ ይርሕቅ ፡ ሠርቅ ፡ እምዐረብ ፡ አርሐቀ ፡ እምኔነ ። ባብነት ÷ ተሰቅሉ ፡ ጴጥሮስ ፡ ወእንድርያስ ÷ በከመ ፡ ተሰቅለ ፡ ክርስቶስ ፡ ይላል ። ውጥን ፡ ጨራሽም ፡ ሲኾን ፡ እንደ ፡ መጠነ ፡ ነው ፤ ርሱ ፡ በገባበት ፡ ይገባል ። ፪ኛም ፡ ከመ ፡ ዘ ፡ እንተ ፡ እለ ፡ በገቡበት ፡ አንቀጽና ፡ ጥሬ ፡ ሲገባ ፡ መሰለ ፡ ይኾናል ፤ ለምንት ፡ ትኄልዩ ፡ ከመ ፡ ዘኢመጻእኩ ፤ ያልመጣኹ ፡ ይመስል ÷ እንዳልመጣኹ ፡ ኹሉ ፤ ከመ ፡ ዘሰራቂኑ ÷ ሌባ ፡ ይመስል ÷ እንደ ፡ ሌባ ፡ ኹሉ ። በግእዝም ፡ በታ ፡ እየገባ ፡ መሰለን ፡ ሲያስከትል ፡ ን ፡ ይኾናል ፤ ይህም ፡ ከመ ፡ ሰዶም ፡ እምኮነ ÷ ወከመ ፡ ገሞራ ፡ እመሰልነ ፡ (ገሞራን ፡ በመሰልን) ፡ ባለው ፡ ይታወቃል ። ሲዘረዘርም ፡ አልቦ ፡ ዘከማሁ ፡ ሃ ፤ ርሱን ፡ የሚመስል ÷ ወይም ፡ የመሰለ ÷ እንደ ፡ ርሱ ፡ ያለ ፡ ሰኛል ። ፫ኛም ፤ ከመ ÷ መሐለ ፡ ነበበ ፡ ዖቀ ፡ ጠየቀ ፡ ርእየ ፡ ሰምዐ ፡ ኀለየ ፡ በሚሉና ፡ ይህን ፡ በመሰሉ ፡ አናቅጽ ፡ ሲሳብ ፡ ነገር ፡ ኹኖ ፡ ማድረግ ፡ መደረግን ፡ ያሳያል ፡ እንጂ ፤ አንጻር ፡ አይኾንም ። ይህም ÷ ኢሰማዕኪኑ ፡ ከመ ፡ ነግሠ ፡ አዶንያስ ። ይትፈጸም ፡ ዘተብህለ ፡ በነቢይ ፡ ከመ ፡ ናዝራዊ ፡ ይሰመይ ፡ ወልድየ ። በነባርም ፡ ወሰምዐ ፡ ያዕቆብ ፡ ከመ ፡ ቦ ፡ እክል ፡ በብሔረ ፡ ግብጽ ። ተዘከር ፡ እግዚኦ ፡ ከመ ፡ መሬት ፡ ንሕነ ፡ እያሰኘ ፡ ተሳቢነቱን ፡ ያሳያል ። ተሰፈወና ፡ ተነበየ ፡ እነዚህ ፡ ፪ቱ ፡ ሲስቡት ፡ ግን ፡ በትንቢት ፡ ብቻ ፡ ይገባል ፤ ተፈሥሐት ፡ ሳራ ፡ በልደተ ፡ ይሥሐቅ ÷ ወተሰፈወት ፡ ከመ ፡ ይልህቅ ። ተነበዩ ፡ ነቢያት ፡ ከመ ፡ ይትወለድ ፡ ክርስቶስ ÷ ወከመ ፡ ይትቀተል ፡ ወይትነሣእ ፤ እንዲወለድ ÷ እንዲሞትና ፡ እንዲነሣ ። አንዳንድ ፡ ጊዜም ፡ ርኢ ፡ ዘከመ ፡ ይጽሕፍ ÷ ወለቡ ፡ ዘከመ ፡ ይነብብ ÷ ወስማዕ ፡ ዘከመ ፡ ያወሥእ ፡ እያለ ፡ ሲገባ ÷ አጣጣፉን ፡ አነጋገሩን ፡ አመላለሱን ፡ ተብሎ ፡ መፈታት ፡ ያምርለታል ። ፬ኛም ፤ ሲነባበርና ፡ ሲደረደር ፡ በኀላፊና ፡ በትንቢት ፡ ይገባል ፤ ሲነባበር ፡ ከመ ፡ ከመ ፡ ቀርበ ÷ ወከመ ፡ ከመ ፡ ይበጽሕ ፡ ጊዜሁ ፡ እያለ ፡ ፈጽሞ ፡ ያሰኛል ። ሲደረደርም ÷ ነአምን ፡ ከመ ፡ ሐመ ፡ ወከመ ፡ ሞተ ÷ ከመሂ ፡ ተንሥአ ፡ ወከመ ፡ ዐርገ ፡ እያሰኘ ፡ በተሳቢነት ፡ ይነገራል ። በቅርብ ፡ ዐጸፋም ፡ ሲገባ ÷ ከመ ፡ ዝ ፡ ወከመ ፡ ዝ ፡ መከርኩ ፡ አነ ፤ እንዲህና ፡ እንዲህ ። ከመ ፡ ከመ ፡ ዝ ፡ ግዒሮ ፡ ሞተ ፤ እንዲህ ፡ እንዲህ ፡ ብሎ ÷ ወይም ፡ ተናግሮ ፡ እያሰኘ ፡ ተሳቢነቱን ፡ ያሳያል ። ሠረዝም ፡ ሲኾን ÷ ሰሎሞን ፡ ለመንግሥት ፡ ከመ ፡ ዳዊት ÷ ወመንግሥት ፡ ለዳዊት ፡ ከመ ፡ መንበር ፡ እያለ ፡ በነባር ፡ ይገባል ። ከመ ፡ በዘንድ ፡ አንቀጽ ፡ ሲወድቅ ፡ አዳማቂ ፡ ኹኖ ፡ ይቀራል ፤ ከመ ፡ ይብጻሕ ፡ ዘተብህለ ፤ ይህም ፡ ይደርስ ፡ ዘንድ ÷ እንዲደርስ ፡ ሊደርስ ፡ ተብሎ ፡ ሲፈታ ፡ እንዲ ፡ ያሰኘው ፡ ጠባዩ ፡ ነው ፡ እንጂ ፤ ከመ ፡ እንዳይዶለ ፡ አስተውል ። ደቂቅ ፡ አገባብም ፡ ሲኾን ፡ በጥሬ ፡ በቅጽል ፡ በብትን ፡ ቃል ፡ ኹሉ ፡ እየገባ ፡ እንደ ፡ ይኾናል ፤ ምስጢሩም ፡ አንጻርነት ፡ ነው ። ተቀሥፈ ፡ ከመ ፡ ገብር ÷ ወተስቅለ ፡ ከመ ፡ እቡስ ፤ ከመ ፡

በግዕ፡የዋህ÷ወከመ፡ላሕም፡ንጹሕ፡እያለ፡በዂሉ፡ይገባል።እንደ፡ቀድሞውም፡ሲነባበር፡አንዱ፡በስም፡፩ኛው፡በነባር፡አንቀጽ፡ይወድቃል፤ይህም÷ሰማዕነ፡ኢያሱ፡ከመ፡ከመ፡ሙሴ፡በአሪት÷ወጳውሎስኒ፡ከመ፡ከመ፡ጴጥሮስ፡በወንጌል፤ ኢያሱ፡በአሪት፡እንደ፡ሙሴ፡እንደ፡ዅነ፡ማለቱን፡ያሳያል።ሲደረደርም፡ከመ፡ዳዊት፡ወከመ፡ሰሎሞን፡ያሰኛል።ሲዘረዘርም፡ከማሁ፡ሃ÷እንደ፡ርሱ፡ሷ፡እያሰኘ፡እስከሥር፡ይዘምታል።ምፀትም፡ሲዅን፡እምአፍቀርኩ፡ይሙት÷ወይም፡እመ፡ይመውት፡ጻድቅ፡ከመ፡ኪሩብ፡በሚያሰኝ፡ነገር፡ይገባል።መከታም፡ሲዅን÷እግዚአ፡ከመ፡ወልታ፡ሥሙር፡ከለልከነ÷ወከመ፡ደመና፡ሰወርከነ፡ያሰኛል።

፫፻፬፤ በዘ፤እምዘ፤ዐበይት፡አገባቦች። በዘ÷ፍችው፡ገንዘብና፡ስለ÷እንደ፡ይዅናል፤በኀላፊና፡በትንቢት፡ይገባል። በት፡ተብሎ፡ሲፈታ፡ዘበቱ፡እንተ፡በቲ፡እለ፡በሙ፡በማለት፡ፈንታ፡ሲነገር፡ነውና፤በየወደቀበት፡በቂ፡ቅጽል፡እንጂ፡አገባብ፡አይዅንም፤በቂነቱም፡ለነገር፡ብቻ፡ነው። አገባብ፡ዅኖ፡በኀላፊና፡በትንቢት፡ሲገባም፡እንዲህ፡ነው፤በኀላፊ÷ሰለጥኩ፡በዘአምጽአ፡ሊተ፡አፍሮዲጡ፤በመጣልኝ፡ገንዘብ።በዘወድአ፡ሞት፡ኵሎ፤ሞት፡ዅሉን፡በጨረሰ፡ገንዘብ። በዘቀነዮሙ፡ሞት፤በገዛቸው፡ገንዘብ። ይትዋረድ፡ብእሲ፡እኩይ፡በዘአስተዋረደ፡ሰብአ፤በዋረደ፡ገንዘብ፡ስላዋረደ፡እያሰኘ፡በኀላፊው፡ዅሉ፡ስለን፡ይደርባል።በትንቢትም፡ወትሜህር፡በዘታስሕቶሙ፡ብሎ፡በምታስታቸው፡ገንዘብ፡ያሰኛል። በኀላፊ፡ገብቶም፡እንደ፡ሲዅን፡ስልቱ፡፪፡ነው፤ ፩ኛው፡የከመ÷፪ኛው፡የበዝ፤የከመ፡ሲዅን፡ወኮነ፡በዘአንተ፡አዘዝከ፤አንተ፡እንዳዘዝከው፡ዅነ። የበዝ፡ሲዅን÷እመ፡ኢረከብከ፡በዘበልዐ፡ኵሎ፡ቤል፡ንመውት፤ቤል፡ዅሉን፡እንደ፡በላ÷ወይም፡በልቶ፡ባታገኝ፡እንሞታለን። እምዘ፡ግን፡እንደ፡በዘ፡ሲዅን፡አይገኝም፤ብቻ፡እም፡የወደቀበት፡ቅጽል፡ስለ፡ዅነ÷በኀላፊ፡ገብቶ፡ከ፡መዅኑን፡ሳይለቅ፡ዝምሮ፡በኋላ፡ይዅናል፤ምስጢሩ፡ጊዜ፡ነው።እምዘፀንሰት፡ኤልሳቤጥ÷ከፀነሰች፡ዝምሮ። እምዘረወዩ፡አግማሊሁ፤ገመሎቹ፡ከጠጡ፡በኋላ። በትንቢት፡ሲገባ፡ቅጽል፡ብቻ፡ዅኖ፡ይቀራል። አብልዐኒ፡እምዘይበልዕ፡ወአስተየኒ፡እምዘይሰቲ፤ከሚበላው፡ከሚጠጣው።

፫፻፭፤ አርአያ፤አምሳለ፤ሕገ፤ዐበይት፡አገባቦች። ሦስቱ፡ዅሉ፡በኀላፊና፡በትንቢት፡አንቀጽ፡እየገቡ፡እንደ፡ይዅናሉ። ምስክሩን፡በተራ፡ተመልከት።አርአያ፡ጾመ፡ሙሴ፡ጾመ፡ኢየሱስኒ፤ አርአያ፡ይነውም፡ዘልፈ÷ወትሮ፡እንዲተኛ። አምሳለ፡እሙንቱ፡ሶጥዎ፡ላዕሌነ÷ርሳቸው፡እንዳሳደሩብን፤አምሳለ፡ይፈቅድ፡ንዒወ÷ማደን፡እንዲሻ።ትፈጽም፡ሕገ፡ተጽሕፈ፡እንደ፡ተጻፈ።ኢተአምሩኑ፡አኀዊነ፡ሕገ፡ንነግረክሙ፤እንድንነግራችዂ። ደቂቅ፡አገባብም፡ሲዅኑ÷አርአያ፡ከመዝ፡ሰረረ። ይነቁ፡አምሳለ፡ዖፍ። ሕገ፡ሰብእ፡እነብብ፤ሕገ፡ሰብእ፡እናሕሲ፡ለነ፡እያሰኙ፡እንደ፡ይዅናሉ።

፫፻፮፤ እመ፤ሶበ፤ዐበይት፡አገባቦች። ፪ቱም፡ውል፡ባለው፡ነገር፡በኀላፊና፡በትንቢት፡በነባር፡አንቀጽ፡እየገቡ፡ከ፡ካ፡ቢ፡ብ፡ባ፡ይዅናሉ፤ከ፡በኀላፊ፡በጽ

ድቅ፥ከ፡ባሉታ፡በሥሩ፡ሰራዊት፡ይገባሉ፤እመ፥ለ፡እያጋነነው፡ሳያጋንነውም፡ሰበ፡ብቻውን፡ይነገራል።ይህም፥እመ፡ቀተለ፡ሰበ፡ቀተሉ፥ከገደለ፡ከገደሉ፤ባሉታውም፡እመ፡ኢቀተለ፡ሰበ፡ኢቀተልከ፥ካልገደለ፡ካልገደልኽ፡ማለቱን፡ያሳያል።ቢ፡በሦስቱ፡ሩቆች፥ብ፡ባንዲቱ፡ሩቅና፡በ፮ቱ፡ቅርቦች፡በትንቢት፡ይገባል።ይህም፥እመ፡ይቀትል፡ሰበ፡ትቀትል፥ቢገድል፡ብትገድል፤ባሉታውም፡እመ፡ሰበ፡ኢይቀትል፥ባይገድል፡እያሰኘ፡ኹሉን፡ያሳያል።ከ፡ቢ፡ብ፡የተባሉት፡ወደ፡ራብዕነት፡ተለውጠው፡ከ፡ባ፡መባላቸው፡በአ፡ምክንያት፡ነውና፤ከ፡ተለይቶ፡ዐማርኛው፡በአ፡በሚነሣ፡በጽድቅም፡በኀላፊ፡ብቻ፡ይገባል።ይህም፥እመ፡ዖቀ፡ወአዖቀ፥ካወቀ፡ካሳወቀ፤ሰበ፡አምነ፡ወአእመነ፥ካመነ፡ካሳመነ፡ማለቱን፡ያሳያል።መጽሐፍ፡ግን፡የኀላፊውን፡በትንቢት፡ወሰበ፡እንዘ፡ዘበምድር፡እነግረክሙ፡ኢተአምኑኒ፤የትንቢቱንም፡በኀላፊ፡ለእመ፡ኵሎ፡ዓለመ፡ረብሐ፡እያለ፡አለመንገዱ፡ያገባል፤የመላሽና፡የጣፊ፡ስሕተት፡ነው።በነባሮችም፡ሲገቡ፥እመሰ፡ሰበሰ፡አምላክ፡ውእቱ፡ባሕቲቱ፡እፎመ፡እምሐመ፡ሰበ፡ሰቀልዎ፤ወእመሂ፡ወሰበሂ፡ሰብእ፡ውእቱ፡ባሕቲቱ፡እፎመ፡እምአድኀነ፡ፍጡራነ፤አምላክ፡ብቻ፡ቢኾን፥ሰውም፡ብቻ፡ቢኾን፥ወይም፡ከኾነ።እመ፡አኮ፡ሰበ፡አኮ፡እግዚ፡ምስሌነ፤ከኛ፡ጋራ፡ባይኾን፥ካልኾነ።እመ፡ቦ፡ሰበ፡አልቦ፤ቢኖር፡ባይኖር፥ካለ፡ከሌለ፡ያሰኛል።ዳግመኛም፡ጥያቄና፡አንክሮ፡ባለበት፡በጥርጥር፡ቃል፡ሲገቡ፡አንቀጻቸው፡ቦዝ፡እየኾነ፡እንደኾን፡ተብለው፡ይፈታሉ፤በዚህ፡ላይ፡ደግሞ፡የጥያቄ፡አገባብ፡ሁ፡ትራስ፡ሲኾናቸው፥ምናልባት፡ማለትን፡ይጨምራሉ።እመሰ፡ሰበሰ፡እኩየ፡ነበብኩ፥ክፉ፡ተናግሬ፡እንደኾን።ይእዜ፡ያድኅኖ፡እመ፡ይፈቅዶ፤ይወደው፡እንደኾን፥ቢወደው።እመሁ፡ሰበሁ፡የአምር፡በዓለ፡ቤት፥ምናልባት፡ቢያውቅ፡ያውቅ፡ቢኾን።ለእመሁ፡ትትኤዘዙኒ፡በኵሉ።እመሁ፡አንተ፥አው፡እመ፡አንተሁ፡ክርስቶስ፡ንግረነ፡ገሃደ።ሦስተኛም፡እመ፡ተለይቶ፡የክፍል፡አገባቦች፡ሂ፡ኒ፡ትራስ፡ሲኾኑት፥ዐማርኛውን፡ሳይለቅ፡ምንም፡እያሰኘ፡እንደ፡እመሁ፡ትርፍ፡ዐማርኛ፡ይጨምራል፤ምስጢሩም፡አፍራሽነት፡ነው።ይህም፥እመኒ፡ያበዝኅ፡ሰብእ፡ጥበበ፡ኢይክል፡ያእምር፡ዕለተ፡ሞቱ።እመኒ፡ኰሎሙ፡የዐልዉከ፡አንሰ፡ኢየዐልወከ፡ባለው፡ይታወቃል።በአካል፡በነባር፡እየገባ፡ሲደጋገም፡ግን፥ዋዌ፡ኹኖ፡በቁሙ፡ይፈታል፤እመኒ፡አይሁዳዊ፡ወእመኒ፡አረማዊ፥እመሂ፡ጳውሎስ፡ወእመሂ፡አጵሎስ፤ቢኾን።እመኒ፡እወ፡እወ፥ወእመኒ፡አልቦ፡አልቦ፤እውነት፡ቢኾን፡እውነት፥ሐሰት፡ቢኾን፡ሐሰት፤ወይም፡ቢኖር፡አለ፥ባይኖር፡የለም።በብትን፡ሲገባም፡እመሂ፡በባሕር፡ወእመሂ፡በአፍላግ፥እመሂ፡ሠርከ፡ወእመሂ፡መንፈቀ፡ሌሊት።በፍጹም፡ቃልም፡እየገባ፥እመኒ፡ዐረጉ፡ወእመኒ፡ወረድኩ፡ቢል፡ፍችው፡አይለወጥም።እመ፥በትንቢት፡በነባር፡ካልኾነ፡በኀላፊ፡ገብቶ፡ቢ፡ብ፡እንዳይኾን፡ካኹን፡በፊት፡ተነግሯልና፤እመኒ፡ዐረጉ፡ወወረድኩ፡ወእመኒ፡ነሣእኩ፡ክንፈ፡ማለቱ፡ስሕተት፡እንደ፡ኾነ፡አስተውል።እመ፡አኮም፡እንደ፡እመኒ፡ሲደጋገምና፡ሲጣፈር፡፪ቱም፡ወይ፡ተብሎ፡ይፈታል።እመ፡አኮ፡አንተ፡ኤልያስ፥ወእመ፡አኮ፡አነ፡ኤልዛቤል፤ወይ፡አንተ፡ኤልያስ፡ተብለኽ፥ወይም፡እኔ፡ኤልዛቤል፡ተብዬ።

ኢይክል ፡ ገብር ፡ ተቀንዮ ፡ ለክልኤ ፡ አጋዕዝት ፤ እመ ፡ አኮ ፡ አሐደ ፡ ይጸልእ ፡ ወከ
ልአ ፡ ያፈቅር ፤ ወእመ ፡ አኮ ፡ ለአሐዱ ፡ ይትኤዘዝ ፡ ወለካልኡ ፡ የአቢ ፡ ያለውም ፡ እን
ዲሁ ፡ ይፈታል ። የእመና ፡ የሶበ ፡ አንድነት ፡ እስከዚህ ፡ ነው ፤ ሶበ ፡ ተለይቶ ፡ ጊዜ ፡
ሲኾን ፡ ግን ፡ ከወንድሞቹ ፡ ከጊዜ ፡ አገባቦች ፡ ጋራ ፡ ተባብሮ ፡ ተጣፍሮ ፡ በጊዜነትና ፡
በቀጽልነት ፡ ይነገራል ።

፹፯ ፤ እመ ፤ ሶበ ፤ ጊዜ ፤ ዐበይት ፡ አገባቦች ። ጊዜ ፡ ሲ ፡ ስ ፡ ሳ ፡ የ ፡ ይኾናሉ ፤
ባፈታታቸው ፡ ኹሉ ፡ የማድረጊያ ፡ አገባብ ፡ አይለያቸውም ። ቀጽልም ፡ ሲኾኑ ፡
የዘን ፡ ዐማርኛ ፡ የን ፡ የበን ፡ ዝርዝር ፡ ይዘው ፡ ሲፈቱ ፡ ዐዋጃቸው ፡ በቀጽሎች ፡ ተራ ፡
ተነግሯል ፤ በ፩ኛ ፡ ክፍል ፡ (ቍ፪፲፮) ፡ ተመልከት ፤ ከዚያ ፡ የቀረውም ፡ አኹን ፡ ይነገራል ።
ጊዜ ፡ ሲኾኑ ፡ በኀላፊ ፡ ብቻ ፡ ይገባሉ ፤ ይህም ፤ ወአመ ፡ በጽሐ ፡ ወሶበ ፡ በጽሐ ፡ ወጊዜ ፡
በጽሐ ፡ ዕድሜሁ ፡ ፈነወ ፡ ወልዶ ፤ ቀጠሮው ፡ በደረሰ ፡ ጊዜ ፡ ልጁን ፡ ላከ ፡ እያለ ፡ መኼ
ዱን ፡ ያሳያል ። በቀጽልነትም ፡ ሲፈታ ፡ ቀጠሮው ፡ በደረሰበት ፡ ጊዜ ፡ ያሰኛል ። በት
ንቢትም ፡ ገብተው ፡ እንደዚሁ ፡ ሲፈቱ ፡ ቅጽሎች ፤ በእንዝ ፡ ዐማርኛ ፡ ሲ ፡ ስ ፡ ሳ ፡ ተብ
ለው ፡ ሲፈቱ ፡ አገባቦች ፡ ናቸው ፤ ምስጢራቸው ፡ ግን ፡ ከጊዜነቱ ፡ አይወጣም ። ይህም ፡
ወአመ ፡ ይመጽእ ፡ ወልደ ፡ ዕጓለ ፡ መሕያው ፤ አመ ፡ ሶበ ፡ ጊዜ ፡ ትመጽእ ፡ በመንግ
ሥትከ ፤ በሚመጣበት ፡ ጊዜ ፤ በምትመጣበት ፡ ጊዜ ፤ ቅጽል ። ሲመጣ ፡ ስትመጣ ፤
አገባብ ። ሳ ፡ ሲኾኑም ፡ በትንቢት ፡ አሉታ ፡ ይገባሉ ፤ እመ ፡ ሶበ ፡ ጊዜ ፡ ኢይትሜ
ሀሩ ፡ ሰዋስወ ፡ ተምህሮ ፡ ትርጓሜ ፤ ከመ ፡ አመ ፡ ሶበ ፡ ጊዜ ፡ ኢይትበጥሑ ፡ ተሐግሞ ፤
ሰዋስውን ፡ ሳይማሩ ፡ ትርጓሜን ፡ መማር ፡ ሳይበጡ ፡ እንደ ፡ መታገም ፡ ነው ። ደቂቅ ፡
አገባብም ፡ ሲኾኑ ፡ ባርእስትና ፡ በሳቢ ፡ ዘር ፡ በጥሬ ፡ በብትን ፡ ይገባሉ ፤ ይህም ፤ አመ ፡
ተሰቅሎቱ ፡ በሥጋ ፤ ሶበ ፡ ሑረቱ ፡ ወሶበ ፡ ግብአቱ ፤ ጊዜ ፡ ፀአተ ፡ ፍትሕ ፤ በፍርድ ፡
መውጣት ፡ ጊዜ ፤ ወይም ፡ ፍርድ ፡ በመውጣቱ ፡ ጊዜ ። አመ ፡ ሶበ ፡ ጊዜ ፡ ወርኀ ፡ ማእ
ረር ፤ በመከር ፡ ወራት ፡ ጊዜ ። በአካልም ፡ ሲገቡ ፡ አመ ፡ ሶበ ፡ ጊዜ ፡ ኤልያስ ፡ ወኤል
ሳዕ ፡ ያሰኛሉ ። አመ ፡ ተለይቶ ፡ በአኃዝና ፡ በጊዜ ፡ ጥሬዎች ፡ ሲገባ ፡ በ ፡ ይኾናል ፤
አመ ፡ አሚሩ ፤ አመ ፡ ሰኑዩ ፤ አመ ፡ ዕለተ ፡ ቀትል ፤ አመ ፡ ሰዓተ ፡ ሞት ። አሚሁ ፡ ሃ ፤
ሶቤሁ ፡ ሃ ፤ ጊዜሁ ፡ ሃ ፡ እያሰኙ ፡ እስከ፲ ፡ ይዘረዘራሉ ። ፫ ፡ አገባቦች ፡ ለ ፡ እም ፡ እስከ ፡
ይስማሟቸዋል ። ለአሚሃ ፡ እምሶቤሃ ፡ እስከ ፡ ጊዜሃ ፤ ብቻቸውንም ፡ ሲፈቱ ፡ ያን ፡ ጊዜ ፡
በዚያ ፡ ጊዜ ፡ ወዲያው ፡ ፈጥኖ ፡ ቶሎ ፡ ያሰኛሉ ፤ ምስጢራቸው ፡ ዐጸፋነት ፡ ነው ፤ ዘይ
ቤያቸውም ፡ ጊዜው ፡ ጊዜዋ ፡ ጊዜኽ ፡ ያሰኛል ። ዝርዝሩም ፡ ቀርቶ ፡ አሜ ፡ ሶቤ ፡ ኹ
ነው ፡ ሲገኙ ፡ ጊዜ ፡ ተብለው ፡ ይፈታሉ ፤ ዘአሜ ፡ ልደቱ ፡ ሰገዱ ፡ ሰብአ ፡ ሰገል ። ይት
ፌሥሑ ፡ ጻድቃን ፡ አሜ ፡ ሞቶሙ ። ወይእተ ፡ ሶቤ ፡ አእመኖሙ ፡ እንዲል ። ዓመተ ፡
መዋዕለ ፡ ዕለተ ፡ ሰዓ ፡ ሰዓተ ፡ ቅጽሎችና ፡ ዐበይት ፡ አገባቦች ፡ እንደ ፡ ኾኑ ፡ ከነ
አመ ፡ ጋራ ፡ ባ፲፩ኛ ፡ ዕርከን ፡ (ቍ፪፲፮) ፡ ተነግሯል ። ደቂቅ ፡ አገባብም ፡ ሲኾኑ ፡ በን ፡
እየያዙ ፡ ሳይዙም ፡ ገብተው ፡ ጊዜ ፡ ይኾናሉ ፤ ባማርኛቸውም ፡ ቢፈቱ ፡ ምስጢራ
ቸው ፡ ከጊዜ ፡ አይወጣም ። ሲገቡም ፤ በመዋዕለ ፡ ሰላም ፤ በሰላም ፡ ወራት ፤ ወይም ፡
ጊዜ ። በዕለተ ፡ ቀትል ፤ በሰልፍ ፡ ቀን ። ሰዓ ፡ ጽባሕ ፤ በሰዓተ ፡ ጽባሕ ፤ ማለዳ ፡ በጧት ።
ዓመተ ፡ ግን ፡ ደቂቅ ፡ አገባብ ፡ ኹኖ ፡ አይገኝም ።

፭፰ ፤ እስከ ፤ ዐቢይ ፡ አገባብ ። እስከ ፡ በቊሙ ÷ በትርፍ ፡ ዐማርኛ ፡ ድረስ ፡ ይኾናል ፤ አገባብነቱም ፡ የቦታ ፡ የጊዜ ፡ የልክ ፡ ነው ። ፍጻሜ ፡ ባለው ፡ በሌለውም ፡ ነገር ፡ በኀላፊና ፡ በትንቢት ፡ ይገባል ፤ ፍጻሜ ፡ ባለው ፡ ሲገባ ፡ ብዛትና ፡ ጽናት ፡ ከልክ ፡ ማለፍን ፡ ያሳያል ። ፍጻሜም ፡ በሌለው ፡ ሲገባ ፡ አካቶ ፡ ፈጽሞ ፡ ጭራሽ ፡ ያሰኛል ። በር ፡ ከፋቾቹም ፡ ነ ፡ አመ ፡ ሶበ ፡ ጊዜ ፡ ናቸው ፤ በር ፡ ከፋችም ፡ ሳይዝ ፡ ብቻውን ፡ ይገባል ፤ ሲፈታም ፡ ባ፲ሩ ፡ ሰራዊት ፡ በኀላፊ ፡ እስከ ÷ በትንቢት ፡ በ፫ቱ ፡ ሰራዊት ፡ እስኪ ÷ በ፺ቱ ፡ እስክ ፡ ያሰኛል ። ባሉታም ፡ ሲገባ ፡ ዐማርኛው ፡ በአ ፡ የሚነሣ ፡ ስለ ፡ ኾነ ፡ ባሥሩ ፡ ኹሉ ፡ በኀላፊና ፡ በትንቢት ፡ እስካ ፡ ይኾናል ። ፍጻሜ ፡ ባለው ፡ ሲገባ ÷ ኢወለደት ፡ ኤልሳቤጥ ፡ እስከ ፡ ልህቀት ÷ እስከነ ፡ ትልህቀ ÷ እስከ ፡ አመ ፡ ሶበ ፡ ጊዜ ፡ ትልህቅ ። ፍጻሜ ፡ በሌለው ፡ ሲገባ ÷ ኢወለደት ፡ ሚልኮል ፡ እስከ ፡ አመ ፡ ሞተት ። ኢተመይጠ ፡ ቋዕ ፡ እስከ ፡ አመ ፡ የብሰ ፡ ማይ ። ብዛትን ፡ ሲያሳይ ÷ ተጋብኡ ፡ ሕዝብ ፡ ኀቤሁ ፡ እስከ ፡ ይመልኡ ፡ መርሕበ ፤ ወይም ፡ እስከ ፡ ኢያገምሮሙ ፡ መከን ። ጥናትንም ፡ ሲያሳይ ÷ ወኢይትመየጥ ፡ እስከ ፡ አጠፍአሙ ። እሄሉ ፡ ምስሌክሙ ፡ በኵሉ ፡ መዋዕል ፡ እስከ ፡ ኅልቀተ ፡ ዓለም ። እስከ ፡ ሶበ ፡ ኵሉ ፡ ይትገበር ፡ ወይከውን ፡ ይላል ። ደቂቅ ፡ አገባብም ፡ ሲኾን ፡ መድረሻና ፡ ፍጻሜ ፡ እየኾነ ፡ በቦታ ፡ በጊዜ ፡ በልክና ፡ በክፍል ፡ ይገባል ። በቦታ ÷ ወምኵናኒከኒ ፡ እስከ ፡ አጽናፈ ፡ ምድር ። በጊዜ ÷ ዐለዉኒ ፡ እስከ ፡ ዮም ፡ ወእስከ ፡ ዛቲ ፡ ዕለት ። በልክና ፡ በክፍል ÷ ወበጽሐ ፡ እስከ ፡ ዓሥር ። ከማሁ ፡ ገብረ ፡ እስከ ፡ ስብዕ ። መሐለ ፡ ከመ ፡ የሀብ ፡ እስከ ፡ መንፈቀ ፡ መንግሥቱ ፡ ያሰኛል ። ለ ፡ በገባበት ፡ በግብር ፡ በነገር ፡ ሲገባ ÷ በጽሐ ፡ ይበጽሕን ፡ ያመጣል ፤ ይህም ÷ በፍቅር ፡ ተስሕበ ፡ እግዚእነ ፡ እስከ ፡ ለሞት ፤ ለሞት ፡ እስኪደርስ ። ተጻብኡ ፡ እስከ ፡ ለበትር ፤ እስኪደርሱ ፡ ማለቱን ፡ ያሳያል ። በቀሩትም ፡ በቦታና ፡ በጊዜ ፡ ጥሬዎች ፡ በኹሉ ፡ ይገባል ፤ በማእዜም ÷ ሲገባ ፡ በቁም ፡ ቀሪነቱን ፡ ሳይለቅ ፡ መመኘት ፡ መሰልቸት ፡ ይኾናል ። መመኘት ÷ ተመየጥ ፡ እግዚኦ ፡ እስከ ፡ ማእዜኑ ፤ መሰልቸት ÷ እስከ ፡ ማእዜኑ ፡ እሄሉ ፡ ውስተ ፡ ዝንቱ ፡ ሥጋ ፡ ዘቱሱሕ ፡ ምስሌየ ። በር ፡ ከፋችም ፡ ይዞ ፡ ሲገባ ÷ እምሥራቀ ፡ ፀሓይ ፡ እስከነ ፡ ዐረብ ÷ ወይም ፡ እስከ ፡ ኀበ ፡ ምዕራቢሃ ፡ ይላል ። ሲዘረዘርም ÷ እስከ ኔሁ ፡ ሃ ፡ ሆሙ ፡ ሆን ፤ እስከኔከ ፡ ኪ ፡ ክሙ ፡ ክን ፤ ኔየ ፡ ኔነ ፡ እያሰኘ ÷ እስከ ፡ ርሱ ፡ እስከንተ ፡ ማለቱን ፡ ያሳያል ።

፭፱ ፤ ድኅረ ፤ ዐቢይ ፡ አገባብ ። በኀላፊ ፡ ብቻ ፡ በጊዜ ፡ በቦታ ፡ እየገባ ፡ ኋላ ፡ ይኾናል ፤ እም ፡ እያዳመቀው ፡ ሳያዳምቀውም ፡ ይነገራል ። የጊዜና ፡ የቦታ ፡ አገባብ ፡ ስለ ፡ ኾነ ፡ ባፈታቱ ፡ ኹሉ ፡ ከና ፡ በ ፡ አይለዩትም ፤ ምስጢሩም ፡ ከፋይነት ፡ ነው ። ይህም ÷ ድኅረ ፡ ተንሥአ ፡ እምድኅረ ፡ ተንሥአ ፡ እሙታን ፡ አስተርአዮን ፡ ቀዲሙ ፡ ለአንስት ፤ ከተነሣ ፡ በኋላ ። ደቂቅ ፡ አገባብም ፡ ሲኾን ፡ በቦታ ፡ በጊዜ ፡ ይገባል ፤ በቦታ ÷ ድኅረ ፡ ማዕጾ ÷ እምድኅረ ፡ ማዕጾ ፤ ከመዝጊያ ፡ በኋላ ። እንተም ፡ ሲስማማው ፡ መጽአት ፡ እንተ ፡ ድኅሬሁ ፡ እያለ ፡ በስተኋላው ፡ በስተዠርባው ፡ ያሰኛል ። በጊዜም ፡ ሲገባ ÷ ወድኅረ ፡ ኵሎሙ ፡ አስተርአየኒ ፡ ሊተ ። ሰሎሞን ፡ ነግሠ ፡ እምድኅረ ፡ ዳዊት ፤ ወእምድኅሬሁኒ ፡ ሮብዓም ፡ ይላል ። ድኅረ ፡ ሕቅ ÷ እምድኅረ ፡ ሕቅ ፡ እያለ ፡

ሲገባም፥ጥቂት፡ቈይቶ፥ከጥቂት፡ጊዜ፡በኋላ፡ያሰኛል።ሲዘረዘርም፡ድኅሬሁ፡ሃ፡ሆሙ፡ሆን፤ድኅሬከ፡ኪ፡ክሙ፡ክን፡ሬየ፡ነ፡እያሰኘ፥ኋላው፡በኋላው፡ወደ፡ኋላው፡ይኾናል።

፺፫፤ ዘ፡እንተ፡እለ፤ዐበይት፡አገባቦች። ቅጽልነታቸው፡በ፩ኛ፡ክፍል፡በ፻፲፩፡ቍ፡ተነግሯል፤አኹንም፡በዚህ፡ቅጽልነት፡ሳይቀር፡በየብትኑ፡በሚገቡ፡በደቂቆች፡ላይ፡እየገቡ፡ኀላፊና፡ትንቢት፡ነባር፡አንቀጽም፡ያመጣሉ። ይህም፡ብርሃን፡ዘእምብርሃን፡ሲል፥ተረክበ፡ይትረከብ።እግዚእ፡ዘሎቱ፡ስብሐት፡ሲል፥ደለወ፡ይደሉ።ኵሉ፡ዘበሰማይ፡ወዘበምድር፡ሲል፥ሀለወ፡ይሄሉ።ጳውሎስ፡ዘእስከ፡አድማስ፡ሲል፥በጽሐ፡ይበጽሕ፡ማሰኘታቸውን፡ያሳያል።ዘዲበ፡ዘላዕለ፡ዘላዕሌሆሙ፥ዘታሕተ፡ዘእምታሕተ፥ዘቅድመ፥ዘውስተ፡እያሉ፡በቀሩትም፡ደቂቅ፡አገባቦች፡እየገቡ፡ሀለወ፡ይሄሉን፥ወይም፡ውእቱን፡ያመጣሉ።እንተና፡እለንም፡እንደ፡ዘ፡አሰማምተኽ፡አግባ። ዚኣሁ፡ሃ፥እንቲኣሁ፡ሃ፥እሊኣሁ፡ሃ፡እያሰኙ፡እስካሥር፡ሲዘረዘሩ፡ግን፡የርሱ፡የርሷ፡ያሰኛሉና፤ስማቸው፡ዘርፍ፡አያያዥ፡እንጂ፡ቅጽል፡አይባልም። በዚኣሁ፡ላይ፡ግን፡ዘዚኣሁ፡እያለ፡፪ኛ፡ዘ፡ሲጨመር፡ውእቱን፡ያመጣልና፥ቅጽሎች፡ናቸው፤ሲፈቱም፡የርሱ፡የኾነ፥ወይም፡የሚኾን፡ያሰኛሉ።ኵሉ፡ዘዚኣየ፡ዚኣከ፡ውእቱ፤ወዘዚኣከኒ፡ዚኣየ፡ውእቱ፤የኔ፡የኾነ፡ኹሉ፡ያንተ፡ነው፤ያንተም፡የኾነ፡ኹሉ፡የኔ፡ነው። ዚኣከ፡ቃለ፡ዚኣከ፡ጥበበ፡ያለውም፡አንቀጽ፡የሚያመጣ፡፪ኛ፡ዘ፡ስለሌለው፥ቃለከ፡ጥበበከ፡በማለት፡ፈንታ፡የገባ፡የዘርፍ፡ደፊ፡እንጂ፡ቅጽል፡አይባልም። በዘ፡ብቻ፡ሳይኾን፡በቀሩትም፡እንተ፡እንቲአሃ፡አመት፥እለ፡እሊኣሁ፡አግብርት፡እያሰኘ፥ይእቲንና፡እሙንቱን፡ያመጣል። ዳግመኛም፡ዘ፡ተለይቶ፡ጥያቄን፡እየተከተለ፡በኀላፊና፡በትንቢት፡ሲገባ፡የጥያቄውን፡ምክንያት፡ይገልጣል፤ምንት፡ውእቱ፡ዝንቱ፡ዘአፍጠንከ፡ረኪበ፥ወልድየ። ምንት፡ኮንኪ፡ባሕር፡ዘጐየይኪ፡ወአንተኒ፡ዮርዳኖስ፡ዘገባእከ፡ድኅሬከ።እስመም፡ዘ፡በገባበት፡እየገባ፡ሊነገር፡ይቻላል። ደቂቅ፡አገባብም፡ሲኾኑ፡ልዩነት፡አላቸው። ዘ፡ደቂቅ፡ሲኾን፡እንደ፡በበና፡እንደ፡ለለ፥ዘዘ፡እያሰኘ፡በደጊመ፡ቃል፡በዚኣሁ፡ዝርዝሮች፡ላይ፡ሲገባ፡እየ፥ወይም፡እየ፡እየ፡ይኾናል፤ምስጢሩ፡ልዩ፡ልዩነት፡ነው፤ወአኀዙ፡ይንብቡ፡ዘዘ፡ዚኣሆሙ፤እየራሳቸው፡እያንዳንዳቸው፤በደጊመ፡ቃልም፡እየራስ፡እየራሳቸው፡ያሰኛል። ይፈልጠሙ፡ዘዘ፡ዚኣሆሙ፤አስተራሕቅዎሙ፡ዘዘ፡ዚኣሆሙ፤እየብቻቸው። ወዘዘ፡ዚኣሁ፡ጸጋሁ፤ስጦታው፡እየቅሉ፡ነው፤ወይም፡ልዩ፡ልዩ፡ነው፡እያሰኘ፡እንዳመጣጡ፡ይፈታል። በር፡ከፋችና፡አጋናኝ፡መኾኑም፡በያገባቡ፡ተነግሯል። 　እንተ፥ደቂቅ፡አገባብ፡ሲኾን፡እየ፡በ፡ወደ፡ለ፡ን፡ይኾናል፤እየ፡ሲኾን፡የሀበነ፡ምሕረቶ፡ወትረ፡እንተ፡ጽብሐት፤እየጧቱ፡እየለቱ፤ወይም፡እንደ፡ዘዘ፡በደጊመ፡ቃል፥ጧት፡ጧት፡ዕለት፡ዕለት፡ያሰኛል፤እንተ፡ጸብሐ፡ሲል፡ግን፡እየነጋ፡ያሰኛልና፤ዐቢይ፡አገባብ፡ነው። በ፡ወደ፡ሲኾን፡በቦታ፡ይገባል፤እንተ፡ካልእ፡ገጽ። ወእንተ፡ካልእ፡ፍኖት። ይሔውጹ፡

እንተ ፡ መሳክው ፡ በ ። ፈነወ ፡ እዴሁ ፡ እንተ ፡ ስቍረት ፡ ወደ ። ለ ፡ ን ፡ ሲኾን ፡ እንተ ፡ ባሕቲቱ ፡ ታ ፡ ቶሙ ፡ ቶን ፡ እያለ ፡ በአካል ፡ ይገባል ። አገናኝም ፡ ሲኾን ፥ እንተ ፡ ስበ ፡ ጸዋዕክዎ ፥ እንተ ፡ ጊዜ ፡ ተንሥአ ፡ እያለ ፡ ሰበንና ፡ ጊዜን ፡ ያዳምቃል ። እለም ፡ ደቂቅ ፡ ሲኾን ፡ በጥያቄና ፡ በተጸውዖ ፡ ስም ፡ እየገባ ፡ እነ ፡ ይኾናል ፤ ስሙም ፡ አብዢ ፡ ይባላል ። እለ ፡ መኑ ፡ አንትሙ ። ወእምዝ ፡ ኀለፉ ፡ እለ ፡ ጳውሎስ ፡ እምነ ፡ ጳፉ ። ለጽዋዐ ፡ ኤልያስ ፡ ወሔኖክ ፡ እስከ ፡ በእለ ፡ ሔኖክ ፡ ያኅልፉ ፤ እነ ፡ ማን ፡ ናችኹ ፥ እነ ፡ ጳውሎስ ፥ በነሔኖክ ።

፹፩ ፤ አላ ፤ ዳእሙ ፤ ባሕቱ ፤ እንበለ ፤ ዐበይት ፡ አገባቦች ። አራቱ ፡ ኹሉ ፡ እንጂ ፡ ይኾናሉ ፤ አላ ፡ ዳእሙ ፡ ባሕቱ ፡ በቀዳማይና ፡ በካልአይ ፡ በሣልሳይ ፡ አንቀጽ ፡ ይገባሉ ። አሉታውን ፡ በጽድቅ ፡ ይወጥናሉ ፤ ማሰሪያቸውም ፡ አኮ ፡ አልቦ ፡ ኢ ፡ ናቸው ፤ በነባር ፡ በዘማች ፡ በብትን ፡ ሰዋስው ፡ የሚገባ ፡ አገባብ ፡ በማሰሪያቸው ፡ ይገባል ። ይህም ፥ ሥቃየ ፡ ገሃነም ፡ አኮ ፡ ዘበቱ ፡ ፍጻሜ ፤ አላ ፡ ዳእሙ ፡ ባሕቱ ፡ ዘአልቦቱ ፡ ፍጻሜ ። አልቦ ፡ በመንግሥተ ፡ ሰማይ ፡ ምስጢር ፡ ኅቡእ ፡ እምቅዱሳን ፤ አላ ፡ ዳእሙ ፡ ክሡት ፡ ሎሙ ፡ ኵሉ ። ኢሰዐረ ፡ እግዚእነ ፡ ሕገ ፡ ኦሪት ፤ ባሕቱ ፡ ፈጸሞ ። ኢፈነወ ፡ አብ ፡ ወልዶ ፡ ለኵነኔ ፡ ዓለም ፤ አላ ፡ ዳእሙ ፡ ባሕቱ ፡ ለሕይወተ ፡ ዓለም ። እንበለም ፡ ዘን ፡ አዳማቂና ፡ በር ፡ ከፋች ፡ አድርጎ ፡ በኅላፊና ፡ በትንቢት ፡ ይገባል ፤ በኅላፊ ፡ ኢያን ተጉ ፡ አይሁድ ፡ ዕርፈ ፡ ቶሙ ፡ እምድኅረ ፡ ዐርብ ፥ ዘእንበለ ፡ ዘወሰኩ ። በትንቢትም ፡ ኢይመውት ፡ ዘእንበለ ፡ ዘአሐዩ ። መኑ ፡ ውእቱ ፡ ሐሳዊ ፡ ዘእንበለ ፡ ዘይክሕድ ፡ ወይ ብል ፡ እስመ ፡ ኢየሱስ ፡ ኢኮነ ፡ መሲሐ ፡ ያሰኛል ። ዳግመኛም ፡ የጽድቁን ፡ ባሉታ ፡ እንዳናገሩ ፥ ያሉታውን ፡ በጽድቅ ፥ ያንዱን ፡ በብዙ ፥ የብዙውን ፡ ባንድ ፡ ያናግራሉ ፤ ውጥንም ፡ ይጨርሳሉ ። ያሉታውን ፡ በጽድቅ ፥ ኢክሕደ ፡ ጴጥሮስ ፡ አሚነ ፡ በክርስ ቶስ ፤ አላ ፡ ዳእሙ ፡ ባሕቱ ፡ ዘእንበለ ፡ ዘከሠተ ፡ ኪያሁ ፡ በተሰቅሎቱ ፡ ቍልቍሊተ ። በነባር ፡ አንቀጽም ፥ አኮ ፡ ዘሞተት ፡ ሕፃን ፤ አላ ፡ ትነውም ፡ ይላል ። ያንዱን ፡ በብዙ ፥ ጳውሎስ ፡ ሰበከ ፡ ትንሣኤ ፡ ሙታን ፤ አላ ፡ ዳእሙ ፡ ባሕቱ ፡ ዘእንበለ ፡ ዘኢሰበኩ ፡ ሰዱ ቃውያን ። የብዙውን ፡ ባንድ ፥ ሐዋርያት ፡ ሰበኩ ፡ ወንጌለ ፤ አላ ፡ ይሁዳ ፡ ኢሰበከ ። ውጥንም ፡ ሲጨርሱ ፥ ተንሥአ ፡ እግዚእነ ፡ እምከርሠ ፡ መቃብር ፤ አላ ፡ ዳእሙ ፡ ባሕቱ ፡ ይሁዳ ፡ እመቃብር ። እንበለም ፥ ወመዝራዕቶሙኒ ፡ ኢያድኅኖሙ ፡ ዘእንበለ ፡ የማንከ ፡ ወመዝራዕትከ ፡ እያሰኘ ፥ አሉታውን ፡ በጽድቅ ፡ ውጥን ፡ ይጨርሳል ። ፪ኛም ፡ ፬ቱ ፡ ኹሉ ፡ ንኡስ ፡ አገባብ ፡ ይኾናሉ ። አላ ፡ በትንቢትና ፡ በነባር ፥ እንጂ ፡ ግን ፡ ይኾናል ፤ እንጂና ፡ ግን ፡ አንድ ፡ ወገን ፡ ናቸው ፤ ምስጢራቸውም ፡ አፍራሽነት ፡ ነው ። በትን ቢት ፡ ዝኒ ፡ ይከውን ፡ ሕዝበ ፡ ዐቢየ ፤ አላ ፡ ዘይንእሶ ፡ የዐብዮ ። በነባርም ፡ አኮ ፡ አነ ፤ አላ ፡ አንተ ፡ ወቤተ ፡ አቡከ ። ዳእሙም ፡ እንጂ ፡ ብቻ ፡ ግን ፡ ይኾናል ፤ ብቻ ፡ ሲኾን ፡ በኹሉ ፡ ይገባል ። አኮ ፡ ከመ ፡ ዝ ፡ ዳእሙ ፡ ከመ ፡ መሬት ፤ እንጂ ። ኢትፍራህ ፥ ተአ መን ፡ ዳእሙ ። ወለዘሂ ፡ ቄላፍ ፡ በአሚን ፡ ዳእሙ ፡ ያጸድቆ ። እሉኑ ፡ ዳእሙ ፡ ደቂ ቅከ ፥ ብቻ ። ግን ፡ ሲኾን ፡ ዳእሙ ፡ ሥርዎ ፡ ወጕንዶ ፡ ኅድጉ ፡ ውስተ ፡ ምድር ። ኵሎ ፡ ዘበ ፡ መጠውኩከ ፡ ውስተ ፡ እዴከ ፥ ዳእሙ ፡ ኪያሁ ፡ ኢትግስስ ፤ ርሱን ፡ ግን ፡ ወይም ፡

ብቻ ፤ ፪ቱም ፡ ፩ ፡ ወገን ፡ ናቸው ። ባሕቱም ፡ ግን ፡ ብቻ ፡ ይኾናል ፤ ግን ፡ ሲኾን ፡
ቀድሞ ፡ ተከትሎ ፡ በኹሉ ፡ ይገባል ። ባሕቱ ፡ ዘንተ ፡ ረከብኩ ። መበለተ ፡ ባሕቱ ፡
ኢታውስብ ። ወን ፡ እየደረበም ፡ ሲገባ ፥ ወባሕቱ ፡ እብለክሙ ። ወእቤለክሙ ፡ ባሕቱ ።
ብቻ ፡ ሲኾን ፡ እንደ ፡ ዳእሙ ፡ እጅግ ፡ አይገኝም ፤ አላ ፡ ነቅዐ ፡ ማይ ፡ የዐርግ ፡ ባሕቱ ፡
እምነ ፡ ምድር ። በዝንቱ ፡ ባሕቱ ፤ አንተ ፡ ባሕቱ ። በብቻም ፡ ፈንታ ፡ ይልቅ ፡ ሲሉት ፡
ያምራል ። አኮ ፡ ይእዜ ፤ አላ ፡ ባሕቱ ፡ እምድኅረ ፡ ኅዳጥ ፡ መዋዕል ። እንበለም ፡ ዘ ፡
እያጋነነው ፡ በዘንድ ፡ አንቀጽ ፡ ገብቶ ፡ ሳ ፡ ይኾናል ። ዘእንበለ ፡ ያእምር ፡ ሕፃን ፡ ሰ
ምየ ፡ አቡሁ ፡ ወእሙ ። ዘእንበለ ፡ ይቁሙ ፡ አድባር ። ፫ኛም ፡ እንበለ ፡ ደቂቅ ፡ አገ
ባብ ፡ ሲኾን ፥ በቀር ፡ አለ ፡ ያለ ፡ እንጂ ፡ ይኾናል ። ዘ ፡ እያጋነነው ፡ ሳያጋንነውም ፡
በጥሬ ፡ ኹሉ ፡ ይገባል ፤ በቀር ፡ ሲኾን ፡ ባሉታና ፡ በክፍል ፡ ይገባል ። ባሉታ ፥ ወኢ
ታገምር ፡ ፍኖታ ፡ ዘእንበለ ፡ አሐቲ ፡ ኪደተ ፡ እግረ ፡ ብእሲ ። አልብነ ፡ ዝየ ፡ ዘእንበለ ፡
ኀምስ ፡ ኅብስት ። በክፈል ፥ ወተዘርዉ ፡ ኵሎሙ ፡ ዘእንበለ ፡ ሐዋርያት ። አለ ፡ ያለ ፡
ሲኾን ፥ እንበለ ፡ ኀጢአት ፡ ተሰቅለ ፥ ወእንበለ ፡ ድልወት ፡ ተገፍዐ ፡ ያሰኛል ። እንጂ ፡
ሲኾን ፥ አዘዞሙ ፡ ኢይንግሩ ፡ ዘርእዩ ፡ በደብር ፥ ዘእንበለ ፡ አመ ፡ ተንሥአ ፤ በተነሣ ፡
ጊዜ ፡ እንጂ ። አልቦኬ ፡ ዘይበቍዕ ፡ ዘእንበለ ፡ ለገዲፍ ፡ አፍአ ። ሲዘረዝርም ፥ እንበሌሁ ፡
ሃ ፡ ሆሙ ፡ ሆን ፥ እንበሌክ ፡ ኪ ፡ ክሙ ፡ ክን ፡ የ ፡ ነ ፡ እያሰኘ ፡ አለ ፡ ያለ ፡ በቀር ፡ ይኾናል ።

፹፪ ፤ ዓዲ ፤ ዐቢይ ፡ አገባብ ። እንጂ ፡ ም ፡ ይኾናል ፤ ቀድሞ ፡ ተከትሎ ፡ ይነገ
ራል ፤ አላ ፡ ዳእሙ ፡ ባሕቱ ፡ በገቡበት ፡ ኹሉ ፡ ይገባል ። እንጂ ፡ ሲኾን ፡ ዋዌነቱ ፡ አይ
ቀርም ፤ አሉታውን ፡ በጽድቅ ፡ ሲያናግር ፥ አኮ ፡ በመቄዶንያ ፡ ወአካይያ ፡ ባሕቲቱ ፥
ዓዲ ፡ በኵሉ ፡ በሓውርት ፤ ባገሩም ፡ ኹሉ ፡ እንጂ ። ያሉታውን ፡ ውጥን ፡ በጽድቅ ፡
ሲጨርስ ፤ ምሕሮ ፡ ወአኮ ፡ ሎቱ ፡ ለባሕቲቱ ፥ ዓዲ ፡ ሊተኒ ፤ እኔንም ፡ ደግሞ ፡ ይቅር ፡
አለኝ ፡ እንጂ ። ዳእሙ ፡ ዓዲ ፡ እያለ ፡ ሲገባ ፡ እንጂነቱን ፡ ዳእሙ ፡ ወርሶት ፡ ዋዌ ፡
ብቻ ፡ ኹኖ ፡ ይቀራል ። አኮ ፡ ክመ ፡ ሰንበተ ፡ ባሕቲቶ ፡ ዘይስዕር ፡ ዳእሙ ፡ ዓዲ ፡ አ
ባሁ ፡ ይሬስዮ ፡ ለእግዚ ፤ እግዚርንም ፡ አባቱ ፡ ያደርጋል ፡ እንጂ ። ንኡስ ፡ አገባ
ብም ፡ ሲኾን ፡ ገና ፥ ደግሞ ፡ ዳግመኛ ፥ አኹን ፡ ም ፡ ይኾናል ። ገና ፡ ሲኾን ፡ በኀላፊና ፡
በትንቢት ፡ በትእዛዝና ፡ በነባር ፡ ይገባል ። ይህም ፡ ዓዲ ፡ ሀሎኩ ፡ ምስሌክ ። ይዌስክ ፡
ዓዲሁ ። ተዐገሡ ፡ ዓዲ ፡ ኅዳጠ ። ዓዲ ፡ ብየ ፡ ነገር ። ዘትብሉ ፡ ከመ ፡ ዓዲ ፡ ሐያው ፡ ማለ
ቱን ፡ ያሳያል ። እስመ ፡ ዓዲ ፡ እንዘ ፡ ዓዲ ፡ ዘዓዲ ፡ ከመ ፡ ዓዲ ፡ እያሰኘም ፡ በነባር ፡ አንቀጽ ፡
ከሚገቡ ፡ አገባቦች ፡ ጋራ ፡ ይነገራል ። በኀላፊ ፡ ግን ፡ ብዙ ፡ ጊዜ ፡ ባሉታ ፡ ይገባል ።
ዓዲ ፡ ኢበጽሐ ፡ ጊዜሁ ። ዓዲሁ ፡ ሃ ፡ እያለም ፡ ሲዘረዝር ፡ ገና ፡ ይኾናል ፤ እንዘ ፡ ዓዲሁ ፡
ጽልመት ። እስመ ፡ ዓዲሃ ፡ ኢተዐውቀት ። ዓዲየ ፡ ኢነሣእኩ ። ደግሞ ፡ ዳግመኛ ፡ ሲ
ኾን ፡ በኹሉ ፡ ይገባል ፤ ወገብረ ፡ እግዚአብሔር ፡ ዓዲ ፡ አራዊተ ። ወትቤ ፡ ይእዜ ፡
ዓዲ ፡ አአምኖ ። አኹን ፡ ሲኾን ፥ ዓዲ ፡ መጽአ ፡ ዓዲ ፡ ይመጽእ ፡ እያሰኘ ፡ ይህን ፡ በመ
ሰለ ፡ ይገባል ። ዓዲ ፡ ኅዳጠ ፥ አኹን ፡ ጥቂት ፤ ወዓዲ ፡ ኅዳጥ ፥ ጥቂት ፡ ቈይቶ ፥ ከጥቂት ፡
በኋላ ፡ ይኾናል ። ም ፡ ሲኾን ፡ ዋዌ ፡ ነውና ፥ ከወንድሞቹ ፡ ከወሂኒ ፡ ጋራ ፡ ኋላ ፡ በበ
ታው ፡ ይነገራል ።

፹፫ ፤ ብሂል ፤ ዐቢይ ፡ አገባብ ። ዘይቤው ፡ ማለት ፡ ይኸናል ፤ የብህለና ፡ የይቤ ፡ ራስ ፡ ነው ። ብሂል ፡ ፫ ፡ ነገር ፡ ይኸናል ፤ እነዚህም ፡ ፫ቱ ፡ አንቀጽነትና ፡ አገባብነት ፡ ሰዋስውነት ፡ ናቸው ። ባንቀጽነቱ ፡ አንቀጽን ፡ ኹሉ ፡ ይስባል ፤ ሲነገርም ፡ ቀድሞ ፡ ተከትሎ ÷ ዐርፎ ፡ ተናቦ ፡ ይገባል ። ይህም ÷ ብሂል ፡ ሠረቀ ፡ ብሂል ፡ ተወልደ ፤ ወይም ፡ ሠረቀ ፡ ብሂል ፡ ተወልደ ፡ ብሂል ። ብሂለ ፡ ሠረቀ ፡ ብሂለ ፡ ተወልደ ፡ ውእቱ ። በካልኣይና ፡ በሣልሳይም ÷ ብሂለ ፡ ይሠርቅ ፡ ኮከብ ፡ እምያዕቆብ ። ብሂለ ፡ ንበር ፡ በየማንየ ። በነባርም ፡ ኢይምሰልክሙ ፡ በብሂለ፡አብ ፡ ብነ፡ ማለቱን ፡ ያሳያል ። ፪ኛም ፡ ባገባብነቱ ፡ ዘማች ፡ አንቀጽና ፡ ነባር ፡ አንቀጽ ፡ ኹሉ ፡ እንዳያስሩ ፡ ይከለክላል ። ይህም ÷ ብሂል ፡ ከፈለ ፡ ሙሴ ፡ ባሕረ ÷ ብሂል ፡ ዐደወ ፡ ብንያም ፡ ብሂል ፡ ለሊቀ ። በዚህ፡አንቀጽነቱ፡መሳቡን ፡ ሳይለቅ ፡ ባገባብነቱ ፡ ከፈለና ፡ ዐደወ ፡ እንዳያስሩ ፡ ማሰሪያነትን ፡ አስለቀቀ ፤ ይህ ፡ ሲደረደር ፡ ነው ። ሲነባበር ፡ ደግሞ ÷ ብሂለ ፡ ብሂል ፡ ተወልደ ፡ አምላክ ፡ እማርያም ፡ ለሊቀ ፡ ይላል ። ግብር ፡ እንዲተረጐም ፡ ስም ፡ ይተረጐማል ፤ ግብር ፡ ያለፈው ፡ ነው ፤ ስም ፡ ሲተረጐም ÷ ሚካኤል ፡ ብሂል ፡ በልሰነ ፡ ዕብራይስጥ ÷ መኑ ፡ ከመ ፡ አምላክ ፤ ጴጥሮስ ፡ ብሂል ፡ በልሳነ ፡ ጽርእ ÷ ኰኵሓዊ ÷ አው ፡ ብእሴ ፡ ኰኵሕ ። ፫ኛም ፡ በሰዋስውነቱ ፡ ዘርፍና ፡ ምሳሌ ፡ ይኸናል ። ዘርፍና ፡ ምሳሌም ፡ ሲኾን ፡ ለዘርፍነቱ ፡ ብዙ ፡ ስምና ፡ ግብር ፡ አለውና ፡ ኋላ ፡ በቅኔ ፡ ክፍል ፡ በሠምና ፡ በወርቅ ፡ ይነገራል ።

ሐተታ ፤ ያለፈውን ፡ ዕርከን ፡ መልሶ ፡ የሚፈታና ፡ የሚያፍታታ ፤
ያበይት ፡ አገባቦች ፡ ዳግም ፡ ሕግ ÷ ማሰሪያና ፡ አገባብ ፡ የሚያዛውግ ።

፹፬ ፤ ከብሂል ፡ በፊት ፡ ከእስመ ፡ እስከ ፡ ብሂል ፡ ከተነገሩቱ ፡ ተመርጠውና ፡ ተለይተው ፡ ዳግመኛ ፡ መነገር ፡ የሚያሻቸው ፡ ዐበይት ፡ አገባቦች ፡ እሊህ ፡ ናቸው ፤ መደገማቸውም ፡ ስለ ፡ ማሰሪያ ፡ ነው ። ንኡስና ፡ ደቂቅ ፡ መኾናቸው ፡ ሳይቀር ፡ ጠባያቸው ፡ ኹሉ ፡ ተለቅሞ ፡ ተቃርሞ ፡ ተከቶ ፡ ተነግሯል ። የማሰሪያም ፡ ነገር ፡ እንዲህ ፡ ነው ፤ እስመ ፡ በእንተ ፡ በይነ ፡ እንበይነ ፡ ስለ ፡ ስላ ፡ ሲኾኑ ፡ በራሳቸውና ፡ በባዕድ ፡ ያሳስራሉ ። በራሳቸው ፡ ማለት ፡ በነባር ፡ አንቀጽ ÷ በባዕድ ፡ ማለት ፡ በዘማች ፡ አንቀጽ ፡ ማለት ፡ ነው ፤ በባዕድ ፡ ሲያሳስሩ ፡ ለነገሩ ፡ ፲ ፡ አገባቦች ፡ ይሰማሙታል ። አገባቦቹም ፡ እሊህ ፡ ናቸው ፤ እስመ ፡ አምጣነ ፡ አኮኑ ፡ ና ፡ ሲኾኑ ፤ እመ ፡ ሶበ ፡ ብቢ ፡ ሲኾኑ ፤ እመ ፡ እምከመ ፡ ከ ፡ ካ ፡ ሲኾኑ ፤ ኀበ ፡ ዘንድ ፡ ሲኾን ፤ ከመ ፡ እንደ ፡ ሲኾን ፤ እንዘ ፡ እየ ፡ ሲኾን ፤ እንተ ፡ እለ ፡ ዘ ፡ የ ፡ ሲኾኑ ፡ ነው ። በራሳቸው ፡ ሲያሳስሩ ÷ ሞቱ ፡ ለእግዚእ ፡ እስመ ፡ ሞተ ፡ አዳም ፡ በእንተ ፡ በይነ ፡ እንበይነ ፡ ዘሞተ ፡ አዳም ፤ የጌታ ፡ ሞቱ ፡ አዳም ፡ ስለ ፡ ሞተ ፡ ነው ። በባዕድ ፡ ሲያሳስሩ ÷ እስመ ፡ ተዋረደ ፡ በእንተ ፡ በይነ ፡ እንበይነ ፡ ዘተዋረደ ፡ አዳም ፡ ሞተ ፡ እግዚእ ፡ ያሰኛል ።

፹፭ ፤ ለነገሩም ፡ ፲ቱ ፡ አገባቦች ፡ ሲሰማሙት ÷ ሞቱ ፡ ለእግዚእ ፡ እስመ ፡ እስመ ፡ ሞተ ፡ አዳም ÷ አምጣነ ፡ በእንተ ፡ ዘሞተ ፡ አዳም ÷ አኮኑ ፡ በይነ ፡ እንበይነ ፡ ዘሞተ ፡ አዳም ÷ ሎቱ ፡ ስብሐት ፤ የጌታ ፡ ሞት ፡ አዳም ፡ ስለ ፡ ሞተ ፡ ነውና ÷ ምስጋና ፡ ይገባ

ዋል ። ኵሉ ፡ ፍጥረት ፡ ይሴብሖ ፡ ለእግዚ ፡ እመ ፡ ሰበ ፡ ተሰቅሎቱ ፡ እስመ ፡ ተዋረደ ፥ በእንተ ፡ በይነ ፡ እንበይነ ፡ ዘተዋረደ ፡ አዳም ፤ መሰቀሉ ፡ አዳም ፡ ስለ ፡ ተዋረደ ፡ ቢ ኽን ። በይነ ፡ ምንት ፡ መነንዎ ፡ አይሁድ ፡ ለእግዚአብሔር ፡ እምከመ ፡ ተወልዶቱ ፡ እስመ ፡ አፍቀረ ፡ ሰብአ ፥ እመ ፡ ተወልዶቱ ፡ በእንተ ፡ በይነ ፡ እንበይነ ፡ ዘአፍቀረ ፡ ሰ ብአ ፤ መወለዱ ፡ ሰውን ፡ ስለ ፡ ወደደ ፡ ከኾነ ፡ አይሁድ ፡ ጌታን ፡ ስለ ፡ ምን ፡ ናቁት ። እግ ዚእ ፡ ተሰምየ ፡ ጻድቀ ፡ ኀበ ፡ እስመ ፡ መሐለ ፥ ኀበ ፡ በእንተ ፡ በይነ ፡ እንበይነ ፡ ዘመ ሐለ ፡ ለአዳም ፡ ሞቱ ፤ ሞቱ ፡ ለአዳም ፡ ስለ ፡ ማለ ፡ ከኾነ ፡ ዘንድ ። ተዐውቀ ፡ ወተጠ የቀ ፡ ከመ ፡ ተሰምዮቱ ፡ ለተክለ ፡ ሃይማኖት ፡ ተክለ ፥ እስመ ፡ ተኀርየ ፡ በእንተ ፡ በይነ ፡ እንበይነ ፡ ዘተኀርየ ፡ እምከርሠ ፡ እሙ ፤ ስለ ፡ ተመረጠ ፡ እንደ ፡ ኾነ ። እፎ ፡ ይምሕል ፡ ሰብእ ፡ እንዘ ፡ እስመ ፡ መሐለ ፥ እንዘ ፡ በእንተ ፡ በይነ ፡ እንበይነ ፡ ዘመሐለ ፡ ተሰቅሎቱ ፡ ለእግዚእ ፤ የጌታ ፡ መሰቀል ፡ ስለ ፡ ማለ ፡ ሲኾን ። ተሰብሐ ፡ እግዚእ ፡ ዘበእንተ ፡ በይነ ፡ እንበይነ ፡ መሐለ ፡ ለአዳም ፡ ሞቱ ። ሞቱ ፡ ለአዳም ፡ ስለ ፡ ማለ ፡ የኾነ ፡ ጌታ ። የቀሩ ትም ፡ ስለ ፡ የሚኾኑ ፡ ዐበይት ፡ አገባቦች ፡ እንደዚሁ ፡ ናቸው ። ኀበ ፡ መንገለ ፡ ውእደ ፡ ዘንድ ፡ ሲኾኑ ፡ በራሳቸውና ፡ በባዕድ ፡ ያሳስራሉ ፤ ይህም ፡ በቦታው ፡ ተነግሯል ። አገ ባቦችም ፡ ሲስማሙት ፥ ሚ ፡ የአኪ ፡ ኀጢአት ፡ እስመ ፡ ኀበ ፡ ገብረ ፥ አምጣነ ፡ መንገለ ፡ ገብረ ፥ አኮኑ ፡ ውእደ ፡ ገብረ ፡ አዳም ፡ ኀጢአተ ፡ ሞተ ፡ እግዚእ ። የቀሩትንም ፡ እን ዲሁ ፡ አግባ ።

፹፮ ፤ እንዘ ፥ ስ ፡ ሲ ፡ ኹኖ ፡ ሲነገር ፤ አገባቦችም ፡ ሲስማሙት ፥ ጸጊቦቱ ፡ ለር ኁብ ፡ እስመ ፡ እንዘ ፡ ይበልዕ ፡ ኅብስተ ፥ እምከመ ፡ እንዘ ፡ ይበልዕ ፡ ኅብስተ ፥ ንብላዕ ፡ ኪያሁ ። መጠነ ፡ አምጣነ ፡ ዐቅመ ፥ ያኽል ፡ ሲኾኑ ፡ በራሳቸውና ፡ በባዕድ ፡ ያሳስራሉ ። በራሳቸው ፥ ተቀርዶቱ ፡ ለፈርዖን ፡ መጠነ ፡ አምጣነ ፡ ዐቅመ ፡ አስተዋረዶሙ ፡ ለእስራ ኤል ። በባዕድ ፥ ተዋረደ ፡ ፈርዖን ፡ መጠነ ፡ አስተረዋዶሙ ፡ ለእስራኤል ። አገባቦችም ፡ ሲስማሙት ፥ አብደሩ ፡ ጻድቃን ፡ መከራ ፡ ሥጋ ፡ እምተድላ ፡ ሥጋ ፤ እስመ ፡ መጠነ ፡ አፈድፈዱ ፡ መከራ ፡ ይፈደፍድ ፡ ፍሥሓሆሙ ። ለምንት ፡ ሰብእ ፡ ይጸልእ ፡ መከራ ፡ እመ ፡ ክብሩ ፡ አምጣነ ፡ ያበዝኅ ፡ መከራ ። ከመ ፥ እንደ ፡ ሲኾን ፡ በራሱ ፡ በባዕድ ፡ ያሳ ስራል ፤ በራሱ ፡ ተቀሥፎቱ ፡ ለእግዚእ ፡ ከመ ፡ ተቀሥፎተ ፡ ሰራቂ ። በባዕድ ፡ ሲያሳ ስር ፥ ይደልዎሙ ፡ ክብር ፡ ለሰማዕታት ፤ እስመ ፡ ተሣቅዮቶሙ ፡ ከመ ፡ ተሣቀየ ፡ ክር ስቶስ ። የቀሩትንም ፡ እያስማማኽ ፡ እንዲሁ ፡ አግባ ።

፹፯ ፤ እመ ፤ ሰበ ፤ ብ ፡ ቢ ፡ ሲኾኑ ፡ በራሳቸው ፡ በባዕድ ፡ ያሳስራሉ ፤ በራሳቸው ፡ አድኅኖተ ፡ ሰብእ ፡ ነፍሰ ፡ እመ ፡ ሰበ ፡ በሃይማኖቱ ፡ ይዌስክ ፡ ምግባረ ። በባዕድ ፥ ያድ ኅን ፡ ሰብእ ፡ ነፍሰ ፡ እመ ፡ ሰበ ፡ ይዌስክ ፡ ምግባረ ፡ በሃይማኖቱ ። አገባብም ፡ ሲስማማ ቸው ፥ ይጽሕቅ ፡ ሰብእ ፡ ለከዊነ ፡ ብዕል ፤ እስመ ፡ እመ ፡ ሰበ ፡ ይብዕል ፡ ክብሩ ፡ ያሰኛሉ ፤ የቀሩትንም ፡ እንዲህ ፡ አግባ ። እስከ ፥ በራሱ ፡ በባዕድ ፡ ያሳስራል ፤ በራሱ ፥ ንብረ ቶሙ ፡ ለሙታን ፡ ውሳጤ ፡ መቃብር ፡ እስከ ፡ አመ ፡ ይከውን ፡ ንፍኀተ ፡ ቀርን ። በባ ዕድ ፥ ኢትቅናዕ ፡ ላዕለ ፡ ባዕል ፤ እስመ ፡ እስከ ፡ ይመውት ፡ ብዕሉ ። የቀሩትንም ፡ እን ዲህ ፡ አግባ ። ቅድመና ፡ ድኅረም ፡ በራሳቸውና ፡ በባዕድ ፡ ያሳስራሉ ። በራሳቸው ፥

ሞቱ ፡ ለሰብእ ፡ ቅድመ ፡ ትንሣኤ ፤ ወድኅረ ፡ ትንሣኤ ፡ ሞተ ፡ ዓለም ። ተፈንዎቱ ፡ ለጳራቅሊጦስ ፡ ኀበ ፡ ሐዋርያት ፡ እምድኅረ ፡ ዐርገ ፡ እግዚእነ ። በባዕድም ፥ መንክር ፡ ኀይሉ ፡ ለጳራቅሊጦስ ፤ እስመ ፡ እምድኅረ ፡ ወረደ ፡ ሎሙ ፡ ጥብዐተ ፡ ሐዋርያት ፡ እለ ፡ እምቅድሜሁ ፡ ኢኮኑ ፡ ጥቡዓነ ። የቀሩትንም ፡ እንዲሁ ፡ አስማምተኸ ፡ አግባ ።

፳ኛ ፡ ዕርከን ።

ንኡሳን ፡ አገባቦች ።

፻፰ ፤ ሰ ፤ ና ፡ ስ ፡ ሳ ፡ ማ ፡ ግን ፡ ትቸ ፡ ይኾናል ፤ ምስጢሩ ፡ ግን ፡ የኹሉም ፡ አፍራሽ ፡ ነው ። ሲገባም ፡ ትራስ ፡ እየኾነ ፡ በቃል ፡ መጨረሻ ፡ ይገባል ። ሰ ፡ ስ ፡ መኾኑን ፡ ሳይለቅ ፡ ጳንሐ ፡ ተርፈ ፡ ተኀድገ ፡ በሚሉ ፡ በነዚህ ፡ በ፫ቱ ፡ በማልሳይ ፡ ብቻ ፡ እየገባ ፡ ና ፡ ይኾናል ። አገባቡም ፡ ይህ ፡ ነው ፤ ኢፈጸሙ ፡ አይሁድ ፡ ሕገ ፡ ወንጌል ፤ ይጽናሕሰ ፡ ይትርፍሰ ፡ ይትኀደግሰ ፡ ዝንቱ ፤ ሕገ ፡ ኦሪትሂ ፡ ኢ ፡ ጥቀ ፡ ኢፈጸሙ ፤ ሲፈታም ፡ ይህስ ፡ ይቅርና ፡ የኦሪትን ፡ ሕግ ፡ ስንኳ ፡ አልፈጸሙም ። ስ ፡ ብቻ ፡ ሲኾን ፡ በብትን ፡ በቅጽል ፡ ይገባል ፤ ወልድየሰ ፡ መዊቶ ፡ ሀለወ ፥ ወበእንተ ፡ ዝ ፡ ጐንደየ ፤ ልጅስ ፡ ሙቷል ። ውእቱሰ ፡ ሕያው ፤ ርሱስ ፡ ደኅና ፡ ነው ። ሳ ፡ ሲኾን ፡ ደግሞ ፡ እንደዚሁ ፡ በቅጽል ፡ በብትን ፡ እየገባ ፡ ጥያቄ ፡ ይከተለዋል ። ይቤሎ ፡ ለዘይቤሎ ፡ መጽኡ ፡ ላእካኒሁ ፡ ለንጉሥ ፥ ውእቱሰ ፡ ተርፈኑ ፤ ርሱሳ ፡ ቀረን ። አንተሰ ፡ መጻእከ ፥ እኁከሰ ፤ አንተስ ፡ መጣኽ ፥ ወንድምኽሳ ። ማ ፡ ሲኾን ፡ ደግሞ ፡ በቅጽል ፡ በብትን ፡ ባገባብ ፡ ገብቶ ፡ በጥያቄ ፡ ምላሽ ፡ ይነገራል ። ይቤሎ ፡ ለዘይቤሎ ፡ ሕያውኑ ፡ እኁከ ፥ ውእቱሰ ፡ ሞተ ፤ ርሱማ ፡ ሞተ ። ግን ፡ ሲኾን ፡ ብቻውን ፡ በብትን ፡ ይገባል ፤ ሰብእሰ ፡ እንዘ ፡ ክቡር ፡ ውእቱ ፡ ኢያእመረ ። መብልዕሰ ፡ ጽኑዕ ፡ ለልሂቅ ። ትቸ ፡ ሲኾን ፡ ወ ፡ ሂ ፡ ኒ ፡ ሰ ፥ ግን ፡ እየኾኑ ፡ ይከተሉታል ። ይህም ፥ ሰብእሰ ፡ ገጸ ፡ ይሬኢ ፡ ወእግዚአብሔርሰ ፡ ልበ ፡ ይሬኢ ። እሙንቱሰ ፡ ተዐቅጹ ፡ ወወድቁ ፡ ወንሕነሰ ፡ ተንሣእነ ፡ ወረታዕነ ። ለአድግሰ ፡ አቅሕሞ ፤ ወለገብርኒ ፡ ገሥጾ ፡ ባለው ፡ ይታወቃል ። ባገባብና ፡ ባንቀጽም ፡ ኹሉ ፡ ይገባል ፤ ሰበሰ ፡ ትእምሬ ፥ እመሰ ፡ እማን ፥ እንከሰ ፥ ይረትዕሰ ፥ እፈቱሰ ፡ እፍልስ ።

፻፱ ፤ እም ፤ ንኡስ ፡ አገባብ ። በ ፡ ባ ፡ ከ ፡ ካ ፡ ኪ ፡ ክ ፡ ይኾናል ፤ ኪ ፡ ክ ፡ ሲኾን ፡ በትርፍ ፡ ዐማርኛ ፡ ይልቅ ፡ ያሰኛል ። እመና ፡ ሰበ ፡ ቀድመውት ፡ ወይም ፡ ተከትለውት ፥ ብቻውንም ፡ ኹኖ ፡ በኀላፊ ፡ አንቀጽ ፡ እየገባ ፡ በጽንዕ ፡ ሲፈታ ፡ በ ፡ ባ ፡ ይኾናል ፤ ምስጢሩም ፡ ባለፈ ፡ ነገር ፡ ጸጸት ፥ በሚመጣ ፡ ነገር ፡ ምኞት ፡ ያሳያል ። እመ ፡ ይኔስሕ ፡ ይሁዳ ፡ እምጸድቀ ፤ በጸደቀ ፡ ነበር ። እምኀየሶ ፡ ሰብ ፡ ኢተወልደ ። እመ ፡ ኢይበልዕ ፡ አዳም ፡ በለሰ ፡ እምኢኀጥአ ፡ ጸጋሁ ፡ ዘተውህበ ፤ ሰበሰ ፡ ትሄሉ ፡ ዝየ ፡ እምኢሞተ ፡ እኁየ ፤ ባልሞተም ፡ ነበር ። የእመና ፡ የሰበ ፡ ጠባይ ፡ እንዴት ፡ እንደ ፡ ኾነ ፡ (ዕር፲፱ኛ ፡ ቍ፫፮) ፡ ተመልከት ። ብቻውንም ፥ እምደለወከ ፡ ታግብእ ፡ ወርቅየ ፥ ወመጺእየ ፡ እምእስተገበርክዎ ፡ ለልየ ። መኑ ፡ እምወሀበኒ ፡ ማየ ፡ እያለ ፡ ይገባል ። ከ ፡ ካ ፡ ሲኾን ፡ ከመንና ፡ ዘን ፡ በር ፡ ከፋች ፡ አድርጎ ፡ እንደዚሁ ፡ በኀላፊ ፡ አንቀጽ ፡ ይገባል ፤ እምዘ ፡ እምከመ ፡ የሚባል ፡ አገባብ ፡ የለምና ፤ እምዘ ፡ ከበዘ ፡ ጋራ ፡ በቦታው ፡

ተነግሯል ፤ ከመም ፤ እምከመ ፡ ለምለመ ፡ ዐጽቁ ፤ ወእምከመ ፡ ወፅአ ፡ መንፈስ ፡ ርኵስ ፡
እያለ ፡ ይገባል ። ዘእም ፡ እያለም ፡ ሲገባ ፡ እምዘ ፡ ተብሎ ፡ ይፈታል ፤ ይህም ፡ ጼልኡ ፡
ዘእምአፍቀሩ ፤ ከወደዱት ፡ ይልቅ ። አኀሰረከ ፡ ዘእምአክበረከ ፤ ካከበረኽ ፡ ይልቅ ።
ሊወዱት ፡ የነበር ÷ ሊያከብርኽ ፡ የነበር ፡ ብለው ፡ ኋላፊውን ፡ በዘንድ ፡ የሚፈቱ ፡
አሉ ። ሕቀ ፡ ክመ ፡ ዘእምድኅፀ ፡ ሰኰናየ ፤ ዘእምተንተና ፡ እገርየ ፡ ያለውም ፤ እን
ዲሁ ፡ ይፈታል ። ኪ ፡ ክ ፡ ሲኾን ፡ በዘንድ ፡ እየገባ ፡ ይልቅ ፡ ያሰኛል ፤ ማሰሪያውም ፡
ቀለ ፡ ኀየሰ ፡ አፍቀረ ፡ ኀረየ ÷ ይህን ፡ የመሰለ ፡ ነው ። ይቀልል ፡ ኀልፈተ ፡ ሰማይ ፡
እምትደቅ ፡ አሐቲ ፡ ቃል ። ይኄይሰነ ፡ ንቅትል ፡ አሐደ ፡ ብእሴ ፡ እምይትሀጐል ፡
ኵሉ ፡ ሕዝብ ። ደቂቅ ፡ አገባብም ፡ ሲኾን ÷ ከ ፡ ይልቅ ፡ የተነሣ ፡ ዠምሮ ÷ ኋላ ፡ ወ
ዲያ ፡ ወዲህ ፡ ይኾናል ። እም ፡ ከ ፡ ካ ፡ እየኾነ ፡ በሰዋስው ፡ ላይ ፡ ሲወድቅ ÷ ተወላጅ ፡
ተከፋይ ፡ መገኛ ፡ ሰጭ ፡ ይኾናል ። ተወላጅ ፡ ሲኾን ፡ ተወልደ ፡ ቃል ፡ እምአብ ፤ ተከ
ፋይ ፡ ሲኾን ፡ ተወልደ ፡ ቃል ፡ እምድንግል ፤ ተወላጅና ፡ ተከፋይ ፡ ሲኾን ፡ ተወልደ ፡
ወልድ ፡ አው ፡ ሕፃን ፡ እምአቡሁ ፡ ወእሙ ። መገኛ ፡ ሲኾን ፡ ወፅአ ፡ ቃል ፡ እምአብ ፤
ተሰብከ ፡ ወንጌል ፡ ለአሕዛብ ፡ እም ቃለ ፡ ሐዋርያት ። ሰጭ ፡ ሲኾን ፡ ተውህበ ፡ ወርቅ ፡
እምንጉሥ ፡ ለወዓሊሁ ፡ ያሰኛል ። አለግሱ ፡ የተነበበ ፡ እም ፡ በዝ ፡ አንቀጽ ፡ ይመረመ
ርበታል ፤ ይህም ፡ ዜነዋ ፡ ገብርኤል ፡ ለማርያም ፡ እምእግዚአብሔር ፤ ታዘ ፡ ተልከ ።
ለዘሐወጻነ ፡ እምአርያም ÷ ወርዶ ፡ መጥቶ ። ተንሥአ ፡ እሙታን ÷ ተለይቶ ፡ ቀድሞ ፡
አስቀድሞ ። ሰብሕዎ ፡ ለእግዚ ፡ እምሰማያት ፤ ከመላእክት ፡ አብነት ፡ ነሥታችኹ ።
እምከርሥ ፡ ስሕቱ ፡ ወነበቡ ፡ ሐሰተ ፤ ከማሕፀን ፡ ዠምረው ፡ ማለቱን ፡ ያሳያል ። እም ፡
ይልቅ ፡ እጅግ ፡ ሲኾን ፡ በተመሳሳይ ፡ ቃል ፡ ይነገራል ፤ ይትበደር ፡ ሰብእ ፡ እምዕንቈ ፡
ሰንፔር ፡ ክቡር ፤ እምወርቅ ፡ ወእምብሩር ፡ ይትበደሩ ፡ ጻድቃን ። አንቲ ፡ ተዐብዩ ፡
እምብዙኃት ፡ አንስት ። ውጥንም ፡ ሲጨርስ ፡ የዐቢ ፡ ክብራ ፡ ለማርያም ፡ እምኵሎሙ ፡
ቅዱሳን ፡ ይላል ። የተነሣ ፡ ሲኾን ፡ ነ ፡ መንገለ ፡ በር ፡ ከፋቾች ፡ ኹነው ፡ ሳይኾኑም ፡
ብቻውን ፡ ምክንያት ፡ ባለው ፡ ቃል ፡ ይገባል ። ሰቀልዎ ፡ አይሁድ ፡ ለክርስቶስ ፡ እምነ ፡
እመንገለ ፡ ቅንአቶሙ ። የብሰ ፡ እምድንጋጼ ፡ ወገቦየ ፡ እምፍርሀት ። ዠምሮ ፡ ሲኾን ፡
በቦታ ፡ በጊዜ ፡ ይገባል ፤ በቦታ ÷ እምጽንፍ ፡ እስከ ፡ ጽንፍ ፤ እምኢየሩሳሌም ፡ እ
ስከ ፡ ግብጽ ። በጊዜ ÷ እምአዳም ፡ እስከ ፡ ሙሴ ፤ እምትንሣኤ ፡ እስከ ፡ ዕርገት ። ኋላ ፡
ሲኾን ፡ በጸፋ ፡ ይገባል ፤ ወእምዝ ፡ ወሰዶ ፡ መንፈስ ፡ ገዳመ ፤ ወእምዝ ፡ መጽኡ ፡ አር
ዳኢሁ ፤ ከዚህ ፡ በኋላ ። ወዲያ ፡ ወዲህ ፡ ሲኾን ÷ ኢያበርህ ፡ ፀሓይ ፡ እምአድማስ ፡
እላ ፡ እምአድማስ ፡ ይላል ። ሲዘረዝርም ፤ እምኔሁ ፡ ሃ ፡ ሆሙ ፡ ሆን ፤ እምኔከ ፡ ኪ ፡
ክሙ ፡ ክን ፡ የ ፡ ነ ፡ እያሰኘ ፡ እንደሚስማማው ፡ ይፈታል ። እም ፡ ነን ፡ በር ፡ ከፋች ፡
ሳይዝ ፡ በ ፡ ፈ ፡ ሰ ፡ ጸ ፡ ፐ ፡ ብሎ ፡ በሚነሣ ፡ ቃል ÷ እምበረከት ፡ እምፈቃድ ፡ እምሰ
ማይ ፡ እምጸፋ ፡ እምፓና ፡ እያለ ፡ በቅኔ ፡ ሲገባ ፡ አፈ ፡ ጺያፍ ፡ ነው ። ፪ኛም ፡ ከግእዝ ፡
እስከ ፡ ሳብዕ ፡ ባለው ፡ በመ ፡ ፊደል ፡ በሚነሡ ፡ ቃላት ፡ ሲገባ ፡ ደጊመ ፡ ቃልነት ፡ ስላ
ለው ፡ እየጠበቀና ፡ እየዋጠ ፡ ቀለም ፡ ያስቀራል ። ይህም ፡ እሙብረቅ ፡ እሙላድ ፡ እሚ
ናስ ፡ እማርያም ፡ እሜሎስ ፡ እምሥራቅ ፡ እሞት ፡ ማለቱን ፡ ያሳያል ።

፫፤ አይ፡ምንት፡መኑ። ማእዜ፤ አይቴ፤ ስፍን። ባለቤት፡ሲኖር፡ቅጽል፥ባለቤት፡ሲቀር፡በቂ፡ይኾናሉ፤ ማእዜ፡ግን፡ብቻውን፡ይበቃል። ቅጽልነታቸው፡በ፩ኛና፡በ፫ኛ፡ክፍል፡ተነግሯል። አኹንም፡በዚህ፡የጥያቄ፡አገባብ፡ስለ፡ኾኑ፡ዐብሮ፡ይነገራል። በንባብ፡ጥያቄ፡ብቻ፡ሲመስሉ፡በምስጢር፡አሉታ፡ናቸው፤ ሁ፡ኑ፡ያጋንኗቸዋል፤ አላ፡ዳእሙ፡ባሕቱ፡ያጸድቋቸዋል። አይ፡ምንት፡በበቂነትም፡በቅጽልነትም፡የግብር፡የነገድ፡የተቀብዖ፡ስም፡ይፈልጋሉ። ይህም፡አይ፤ ምንት፡ተሰቅለ፤ወይም፡አይ፡ብእሲ፥ምንት፡ሰብእ፡ተሰቅለ፡በቀራንዮ፤ነቢይሁኑ፥ወሚመ፡ሐዋርያ፥አው፡ረድእ፡ወእመ፡አኮ፡አሐዱ፡ጻድቅ፤ አኮ፡ነቢይ፡ወአኮ፡ሐዋርያ፥ኢረድእ፡ወኢጻድቅ፥ዳእሙ፡አምላክ፡ሥግው። ናሁ፡ተሰቅለ፡አሐዱ፡ብእሲ፥ምንት፡ብእሲሁ፡ባለ፡ጊዜ፥አይሁዳዊ፡ወይም፡ክርስቲያናዊ፡መኾኑን። ወናሁ፡ብእሲ፡ዲበ፡መንበር፤ አይ፡ብእሲ፡ብሎ፡ጳጳስ፡ንጉሥ፡መኾኑን፡ይፈልጋል። ምንት፡ሲቀር፡አይ፡መኑ፡ባክል፡የተለየ፡የተጸውዖ፡ስም፡ይሻሉ። ይህም፥አይ፡መኑ፡ተሰቅለ፡እምሐዋርያት፡ቍልቍሊተ፡በትዕይንተ፡ሮም፥ጳውሎስኑ፡ወሚመ፡ዮሐንስ፤ አልቦ፡ዘተሰቅለ፡ዘእንበለ፡ጴጥሮስ፡ማለቱን፡ያሳያል። ሂ፡ኒ፡ትራስ፡ሲኾኗቸው፥ማንም፡ይኾናሉ፤ አይኒ፡ዘተምዐ። በአይኒ፡ግብር፡እምግብራት። ዘይዘብጥ፡መኑሂ፤ማንንም፡ማን። ኢአይኒ፡ወኢመኑሂ፤አንድስ፡እንኳ፡ያሰኛሉ።ኢተገብረ፡ዘከማሁ፡ወኢበአይኒ፡መንግሥት።አልቦ፡ዘርእየ፡ወኢመኑሂ። በክፍል፡ሲገቡም፡እንዲሁ፡ናቸው። ምንት፡ደግሞ፡ሂ፡ኒ፡ትራስ፡ሲኾኑት፡ምንም፡አንዳች፡ይኾናል። አሌዕል፡እደውየ፡ኀበ፡ሰማይ፡ከመ፡ኢይነሥእ፡ምንተኒ፡እምንዋይከ። ዘወሀቦ፡አሐዱ፡ለካልኡ፡ምንተኒ። ኢ፡ወኢ፡ሲገቡበት፡ያልተፈጠረ፡ከንቱ፥ስምና፡ህላዌ፡የሌለው፡ተብሎ፡ይፈታል። ሰፍሐ፡ለመስዕ፡ዲበ፡ኢምንት፡አው፡ዲበ፡ወኢምንት።

አይ፡ማእዜ፤ መቼ፡ይኾናሉ፤አየ፡ዘመን፡በአይ፡ዘመን፥ማእዜ፡ተወልደ፡ክርስቶስ። አይ፡ለኹሉ፡ይኾናል፤ ማእዜ፡ግን፡ለጊዜ፡ብቻ፡ነው፤ሂ፡ኒ፡ትራስ፡ሲኾኑት፡ኢ፡ሲጨመርበት፡ማሰሪያው፡አሉታ፡ነው። ኢለከፎን፡ፀሐይ፡ማእዜሂ። ወኢማእዜኒ፡ኢኮኑ፡ሕያዋነ፡መቼም፡መች። አይቴ፤ ሔት፡ወዴት፡ይኾናል፤ ዐዋጁ፡እንደ፡ማእዜ፡ነው። በአይቴ፡ኀበ፡አይቴ፡እንተ፡አይቴ፡እምአይቴ፡እስከ፡አይቴ፡እያሰኙ፡የቦታ፡አገባቦች፡ይሰማሙታል። ለ፡ሲሰማማው፡ኀበን፡በር፡ከፋች፡አድርጎ፡ለኀበ፡አይቴ፡ያሰኛል። ሂ፡ኒ፡ትራስ፡ኹነውት፡ሳይኾኑትም፡ኢ፡ወኢ፡ሲጨመርበት፡ማሰሪያው፡አሉታ፡ነው። ኢትግእ፡እምህየ፡ወኢትሑር፡አይቴሂ፤ ኢአይቴኒ፥የትም፡የት፥ወዴትም፡ወዴት። ግሙራ፡ኢያስተርአየ፡ዘከመ፡ዝ፡ወኢበአይቴኒ፤ በየትም፡በየት፥ባንድ፡ስንኳ፡ቦታ፡ያሰኛል። ስፍን፡እስፍንት፡ቱ፤ ስንት፡ምን፡ያኽል፡ይኾናሉ፤ ስፍን፡ያንድ፥እስፍንት፡የብዙ፡ነው፤ ምስጢራቸው፡አኃዝ፡ስለ፡ኾነ፡በክፊል፡ይነገራሉ። ሲገቡም፡በበቂነት፥እስፍንተ፡ኀረየ፤ ወይም፡በቅጽልነት፥እስፍንተ፡ሐዋርያተ፡ኀረየ፡ክርስቶስ፡እምእስራኤል፥ክልኤተኑ፡አው፡ሠለስተ፤ ዳእሙ፡ዐሠርተ፡ወክልኤተ፡ያሰኛሉ። ሂ፡ኒ፡ትራስ፡ይኾኗቸዋል፡ማለት፡የለም፡እንጂ፡ዐዋጃቸው፡ኹሉ፡እንደ፡ሌሎቹ፡ነው።

፫፻፩፤ መ ። ሚ ። መ፡ነገር፡ያበረታል፣ቃል፡ያገነታል፤አዳማቂ፡ኹኖ፡ይቀራል፡እንጂ፣ንኡስ፡አገባብ፡እንደ፡መኾኑ፡የተለየ፡ፍች፡የለውም ። እውነተኛ፡ፍችው፡ማ፡ነበረ፤በመምህራን፡ልማድ፡ከሰ፡ተደርበ፡ተነግሯል ። ከአይ፡እስከ፡እፎ፡ባሉት፡በንኡሳንና፡በደቂቅ፡ቅጽሎች፡በአንቀጽም፡ሳይቀር፡ትራስ፡እየ ኾነ፡በኹሉ፡ይገባል ። የጥያቄ፡አገባብ፡ኑ፡ሲንተራሰው፡ጥርጥር፡ያሳያል ። መኑመ፡አንተ፤ምንተኑመ፡ትርአዩ፡ወፃእክሙ ። ዝኑመ ። ብቻውንም፡አይቴመ፣እፎመ፣እስኩመ፡ውእቱመ፣ከልእመ ። በአንቀጽም፡መጽአመ፡ዘይመጽእ፡እያለ፡ይገባል ። ከንኡሳን፡በቀር፡በሌሎቹ፡ማ፡ተብሎ፡ሲፈታ፡ያምርለታል ። ሚ፤ምን፡ምንድር፣ምንኛ፡ስንት፡ይኾናል ። ምን፡ምንድር፡ሲኾን፡በአናቅጽ፡ኹሉ፡ይገባል፤ምስጢሩም፡ጥያቄ፡ምርመራ፡አንክሮ፡ነው ። ሚ፡የዐቢ፡እምረኃብ፡ወሚ፡ያሐምም፡እምቍር ። ሚ፡እግበሮ፡ለዝ፡ሕዝብ ። ሚ፡ላዕሌነ፤ምን፡አለብን ። ምንኛ፡ስንት፡ምን፡ሲኾን፡በኀላፊና፡በትንቢት፡በቅጽል፡ይገባል፤ሚ፡በዝኁ፡እለ፡ይሣቅዩኒ ። ሚ፡ይበዝኅ፡ሐዘነ፡እምየ ። ሚ፡መጠን፡ግርምት፡ዛቲ፡ዕለት ። እምን፡ተከትሎ፡በጸጸት፡በምኞት፡ሲገባ፡ምነው፡ይኾናል ። ሚ፡እሞትነ፡በግብጽ፤ምነው፡በሞትነ ። መጽሐፍ፡ግን፡እመ፡ሞትነ፡ሶበ፡ሞትነ፡ይላል፡(ዘፀ ፲፮፡፫) ። ሚመ፡ተብሎ፡ባንድነት፡ሲነገር፡አማራጭ፡ነውና፤ኋላ፡ከአው፡ጋራ፡ይነገራል ።

፫፻፪፤ እፎ ። እንዴት፡ረግ፣ምን፡ምንኛ፤በ፡ሲወድቅበት፡ስለ፡ምን፡ይኾናል ። ኢ፡ኬ፡ኑ፡መ፡እንጋ፡እያጋነኑት፡ሳያጋንኑትም፡በኀላፊና፡በትንቢት፡በነባር፡በቅጽል፡ይገባል፤ምስጢሩም፡ጥያቄና፡አንክሮ፡ድንጋፄ፡ነው፤መዓትም፡ያሳያል ። እንዴትና፡ረግ፡፩፡ወገን፡ናቸው፤እፎ፡ወድቀ፡ኮከበ፡ጽባሕ፡እምሰማይ ። እፎ፡አግመርከዮ፡ለዘኢይትገመር ። ኢ፡ኬ፡ሲያጋንኑት፡ራብዕ፡ያናግራል፤ኢ፡ደግሞ፡ኤ፡ይኾናል ። እፎኢ፡እንዘ፡አይሁዳዊ፡አንተ፡ትስእል፡በኀቤየ፡ትስተይ፡ማየ፡እንዘ፡ሳምራዊት፡አነ፤ኤ፡እንዴት፡ነዋ፡ረግና ። እፎኬ፡ሰቀልዎ፤እንዴት፡ነዋ፡ሰቀሉት ። በቀሩትም፡እፎኑ፡ንዜኑ ። እፎመ፡ዘኢያምጻእክምዎ ። እፎኑመ፡ይኴንን፡ዓለመ ። እፎ፡እንጋ፡ማሕፀነ፡ድንግል፡ጾሮ፡እያለ፡ይገባል ። ምን፡ምንኛ፡ሲኾን፣እፎ፡ትቤ ። እፎ፡ተሰባሕከ፡ኤልያስ፡ያሰኛል ። በቅጽልም፡አ፡ሞት፡እፎ፡ዝክርከ፡መሪር፡እያለ፡ምንኛ፡ይኾናል ። ስለ፡ምን፡ሲኾን፣በእፎ፡ትነውኅ፡ዕለት፡እምዕለት፡ይላል ። በደጊመ፡ቃልም፡ሲነገር፡በደጊመ፡ቃል፡ይፈታል፤ይህም፡እፎ፡እፎ፣ወይም፡እፊፎ፤ምንምን፣ምን፡ምን፡ምንኛ፣እንዴት፡እንዴት፣ረግ፡ረግ ። እፊፎ፡ትቤ፡(ቈር) ። እፎያዊ፤እንዴት፡ያለ፣እንደ፡ምን፡ያለ፡ያሰኛል ።

፫፻፫ ። ሁ፤ኑ ። ጥያቄና፡አጋናኝ፡ናቸው፤በነገር፡ኹሉ፡ትራስ፡እየኾኑ፡ይገባሉ ። ጥያቄ፡ባለው፡ቃል፡ሲገቡ፡ን፡ይኾናሉ፤ምስጢራቸውም፡ጥያቄን፡መደብ፡አድርጎ፡ማድነቅና፡መናቅ፡መሰልቸት፡ያሳያል ። ጥያቄና፡ድንቅ፡ሲኾኑ፡ባንድ፡ቃል፡አንዳንድ፡ጊዜ፡ብቻ፡ይነገራሉ፤ትሳአሉኒሁ፡መጻእክሙ ። ይትከሀልኑ፡

ይፃእ ፡ ኄር ፡ እምናዝሬት ። ድኩምኑ ፡ ከመ ፡ ዝ ፡ ይገብር ። መናቅና ፡ መሰልቸት ፡ ሲኾኑ ፡ ተመላልሰው ፡ ይነገራሉ ፤ መኑ ፡ ያኀድገነ ፡ ፍቅሮ ፡ ለክርስቶስ ፡ ሕማምኑ ፡ ምንዳቤኑ ፡ መጥባሕትኑ ። ይቤ ፡ ነዳይ ፡ ዘጸንዐ ፡ ቦቱ ፡ ምንዳቤ ÷ ምንት ፡ ይኄይሰኒ ፡ ሞትኑ ፡ ስደ ትኑ ፡ ሰረቅኑ ፤ ስርቆትን ፡ ያሰኛል ። አጋናኝ ፡ ሲኾኑ ፡ ከአይ ፡ እስከ ፡ እፎ ፡ ባሉት ፡ ይገ ባሉ ። ዳግመኛም ፡ ቦሁ ፡ ቦኑ ፡ እያሉ ፡ ሲገቡ ፡ በውኑ ፡ ተብለው ፡ ይፈታሉ ። ቦኑ ፡ መሢዐተ ፡ ወቍርባነ ፡ አባእክሙ ፡ ሊተ ። ቦኑ ፡ ይብሎ ፡ ጽቡር ፡ ለለብሓዊ ፡ ኢትግበ ረኒ ፡ ከመ ፡ ዝ ። ቦኑ ፡ ለባሕቲቶሙ ፡ ለአይሁድ ፡ እግዚ ። በቅጽልና ፡ በጥሬ ፡ ግን ፡ አለን ፡ ያሰኛሉ ። ቦሁ ፡ ዘይሴወር ፡ እምኔየ ። ቦኑ ፡ ዘተርፈ ፡ ኀቤከ ። ይቤላሁ ፡ ለዘይቤሎን ፡ ቦኑ ፡ ረአይ ፡ በዛቲ ፡ ሀገር ÷ እወ ፡ ቦ ።

፺፬ ፤ ኦ ። የጥሬ ፡ አገባብ ፡ ነው ፤ ሆይ ÷ ምን ÷ ወዮ ፡ ይብላኝ ፡ ይኾናል ። በተለ የም ፡ ላራቱ ፡ ቅርቦች ፡ የሰሚ ፡ አገባብ ፡ ነው ። ሆይ ፡ ሲኾን ፡ ቃለ ፡ ጽዋዔ ፡ ነው ፤ ምስ ጢሩም ፡ አክብሮና ፡ አፍቅሮ ÷ አራኅርኆና ፡ ምክር ÷ አፍርሆና ፡ አኅስሮ ÷ ወቀሣም ፡ ያሳያል ። ጽዋዔ ፡ ለሩቅም ፡ ለቅርብም ፡ ሲነገር ፡ የሩቁ ፡ ተጠሪ ፡ የቅርቡ ፡ ሰሚ ፡ ይባ ላል ፤ ምስጢሩ ፡ አክብሮ ፡ ሲኾን ፡ ኦ ፡ ኢየሱስ ፡ ወልደ ፡ ዳዊት ፡ ተሣሀለነ ። አፍቅሮ ÷ ኦ ፡ ማርያም ፡ በእንተ ፡ ዝ ፡ ናፈቅረኪ ። አራኅርኆ ÷ ኦ ፡ መስተምሕርት ፡ አስተምሕሪ ፡ ኀበ ፡ ወልድኪ ። ኦ ፡ ዮሴፍ ፡ ወልደ ፡ ዳዊት ፡ ኢትፍራህ ፡ ነሢአታ ፡ ለማርያም ፡ ፍኅ ርትከ ። ምክር ፡ ሲኾን ÷ ኦ ፡ ወልድየ ፡ ስምዐኒ ፡ ዘእብለከ ። አፍርሆ ÷ ኦ ፡ ሀገረ ፡ ሰዶም ። አኅስሮ ÷ ኦ ፡ ይሁዳ ÷ ኦ ፡ ሐናንያ ፡ እፎ ፡ መልአ ፡ ሰይጣን ፡ ውስተ ፡ ልብከ ። ወቀሣም ፡ ሲኾን ÷ ኦ ፡ አዳም ፡ ምንተኑ ፡ ረሰይናከ ፡ ማለቱን ፡ ያሳያል ። ምን ፡ ሲኾን ÷ ቃለ ፡ አን ክሮ ፡ ነው ፤ ለክፉም ፡ ለበጎም ፡ ይነገራል ፤ ለ ፡ እየተከተለው ፡ ሳይከተለውም ፡ በቅጽል ፡ በጥሬ ፡ ይገባል ። ኦ ፡ ዝንቱ ፡ ምስጢር ። ኦ ፡ ዕሙቅ ፡ ብዕለ ፡ ጥበቡ ። ኦ ፡ ለዝ ፡ ዝን ጋዔ ። ኦ ፡ ለዝ ፡ ኅሊና ። ወዮ ፡ ይብላኝ ፡ ሲኾን ÷ ቃለ ፡ ሰቈቃው ፡ ነው ፤ እምና ፡ ለ ፡ ይሰማሙታል ። ኦ ፡ ሞት ፤ ኦ ፡ እምዝንቱ ፡ ሞት ፡ ዘሥሉጥ ፡ ላዕለ ፡ ዕጓለ ፡ መሕያው ። ኦ ፡ ለዘሞተ ። ኦ ፡ ለይሁዳ ፤ እስመ ፡ ሜጠ ፡ ለእግዚኡ ። ፪ኛም ፡ የሰሚ ፡ አገባብ ፡ ሲኾን ፡ ምስጢሩ ፡ ከጽዋዔነት ፡ አይወጣም ፤ ሰሚዎቹም ፡ ፬ ፡ ናቸው ፤ አንተ ፡ አንቲ ፡ አንትሙ ፡ አንትን ፤ አቅራቢዎቻቸውም ፡ ዝርዝሮች ፡ ፬ ፡ ናቸው ፤ ከ ፡ ኪ ፡ ክሙ ፡ ክን ። ኦ ፡ እየገባ ባቸው ፡ ሳይገባባቸውም ፡ ብቻቸውን ፡ እየተጠሩ ፡ ይሰማሉ ። ኦ ፡ ሰ.ገባ ፡ ኦ ፡ አግዚኦ ÷ ኦ ፡ ብእሲቶ ÷ ኦ ፡ አንትሙ ፡ ሕዝበ ፡ ክርስቲያን ÷ ኦ ፡ አዋልድየ ። ኦ ፡ ሲቀር ÷ ስምዐኒ ፡ እግዚኦ ፤ ስምዒ ፡ ወለትየ ፤ አጽምዑ ፡ ሕዝብየ ፤ አዋልደ ፡ ኢየሩሳሌም ፡ ኢትብክያ ፡ ላዕሌየ ፡ እያለ ፡ ሌላውን ፡ ኹሉ ፡ ያሳያል ። እነዚህም ፡ ፮ቱ ፡ ቅርቦች ፡ በ፮ ፡ ነገር ፡ ይሰ ማሉ ፤ በማሰሪያ ፡ አቅራቢ ÷ ባንቀጽ ፡ አቅራቢ ÷ በቅጽል ፡ አቅራቢ ÷ በባለቤት ፡ አቅ ራቢ ÷ በዘርፍ ፡ አቅራቢ ÷ ባገባብ ፡ አቅራቢ ፡ ይሰማሉ ። በማሰሪያ ፡ አቅራቢ ፡ ሲሰሙ ፡ ኦ ፡ አብ ፡ ፈኖከ ፡ ወልደ ። ባንቀጽ ፡ አቅራቢ ፡ አመ ፡ ፈኖከ ፡ ወልደ ። በቅጽል ፡ አቅ ራቢ ፡ ፍቁርከ ። በባለቤት ፡ አቅራቢ ፡ ተሰቅለ ፡ ወልድከ ። በዘርፍ ፡ አቅራቢ ፡ ወልደ ፡ ባሕርይከ ። ባገባብ ፡ አቅራቢ ፡ አንቃዕደወ ፡ ኀቤከ ። ሰሚ ፡ ከክፍል ፡ ወዲህ ፡ ኹኖ ፡ ከክፍል ፡ ወዲያ ፡ ያለውን ፡ አይሰማም ፤ ይህም ÷ ኦ ፡ አብ ፡ ይነብሩ ፡ አሕዛብ ፡ በአም

ልክ፡ጣዖት፤ባሕቱ፡እሉ፡አከ፡ሕዝብከ፡አለማለቱን፡ያሳያል። እንደዚሁ፡ደግሞ፡ ከዋዌ፡በታች፡ኹኖ፡ከዋዌ፡በላይ፡ያለውን፡አይሰማም፤ ይህም፥አ፡አብ፡አይሁድ፡ዐለዉ፡ሕገ፡ወሰቀሉ፡ወልደከ፡አለማለቱን፡ያሳያል። ፫ኛም፡አአ፡ተብሎ፡ በደጊመ፡ቃል፡ሲነገር፡ኡኡ፡ይኹናል፤የሪታና፡የቡታ፡ቃል፡ነው፤የሰው፡ያለኽ፡ ድረሱልኝ፡ማለት፡ይሰማበታል። ሆይ፡ሆይ፡ተብሎም፡ሲፈታ፡የክፉ፡አንክሮና፡ ቃለ፡አፍርሆ፡ነው፤የጭንቅና፡የመከራ፡ብዛት፡ያሳያል። አአ፡ጐዩ፡እምስሜን።

፺፫፤ አሌ፤ወይ፤ወይሌ፤ሰይ። ኹሉም፡ቃለ፡ብካይ፡ናቸው፤ወዮ፡ወየው፡ ወዮታ፡እዬዬ፡ይኹናሉ። አሌ፡ሎ፡አሌ፡ላ፤ወይ፡ሊተ፡ሰይ፡ልየ፤ወይሌ፡ለቅ ጥቃጤየ፡እያሰኙ፡በለ፡ሲገቡ፥ወዮልኝ፡ወዮታ፡አለብኝ፡ወዮታ፡ይገባታል፤ ወይሌ፡ላዕለ፡ናባው፤ወዮታ፡አለባት፡ያሰኛሉ። ብቻቸውንም፡ወይ፡እኑየ፡ወይ፡ እግዚእየ፡እያሉ፡በቅርብ፡በቅርብ፡ይገባሉ።

አህ፥አሀህ፤ዬ፤ሐዊሳ። አህ፡አሀህ፥የአንክሮና፡የደስታ፡የሐዘንና፡የነቀ ፌታ፡ነው፤የአንክሮና፡የደስታ፡ሲኾን፡እዬ፡እዬ፥ዋይ፡ዋይ፡ይኹናል። አህ፡ አህ፡አንደደኒ፡ፍቅርከ። አህ፡አህ፡ለድምፀ፡ቅኔሆሙ። ሐዘንና፡ነቀፌታ፡ሲኾን፡ ወዲያ፡ወዲያ፡ጓድግ፡ይኹናል፤አህ፡አህ፡እምዛቲ፡ኀፍረት። አህ፡አህ፡እምዛቲ፡ ሕሠም። ዬ፤የልቅሶና፡የደስታ፡ቃል። የልቅሶ፡ሲኾን፡በቁሙ፡ወዮ፡ወየው፡ እዬዬ፡ይኹናል። ዬ፡ዬ፡ዬ፡አውረድዎ፡እምዕፅ። የደስታ፡ሲኾን፡እንሆ፡ዕሠይ፡ ይኹናል። ዬ፡መስቀል፡ጸገየ። አንፈርዐጹ፡ሰብአ፡ሰገል፡ረኪቦሙ፡ሕፃነ፡ዘተወ ልደ፡ለነ፥ዬ፡ዬ፡ዬ። ሐዊሳ፤የደስታና፡ያንክሮ፡ቃል፤ዕሠ፡ዕሠ፡ይኹናል። ሐዊሳ፡ለምጽአትከ። ሐዊሳ፡ሐዊሳ፡ለዝንቱ፡ሐዋርያ። ምስጢሩ፡ደስ፡የሚያሰኝ፡ ነገር፡ከማየት፡ከመስማት፡የተነሣ፡ራስን፡ዐንገትን፡በመነቅነቅና፡በማድነቅ፥ወሰ ው፡ወሰው፥መልካም፡መልካም፥ይበል፡ይበል፡ማለትን፡ያሳያል። በሓ፤በአድ ንኖተ፡ርእስ፡የሚነገር፡የሰላምታ፡ቃል፥ሰላም፡ለከ፡ይኹናል፤በሓከ፡ኪ፡ክሙ፡ ክን፡እያለ፥ሳይዘረዘርም፡በሓ፡ንጉሦሙ፡ለአይሁድ፡እያሰኘ፡ባራቱ፡ቅርቦች፡ ይነገራል።

፺፬፤ እስኩ፤ዮጊ። እንጋ፤እንዳዒ። እስኩ፥እስኪ፡ይኹናል፤ጥያቄ፡ባለው፡ ቃል፡በማልሳይ፡አንቀጽ፡ቀድሞ፡ተከትሎ፡ይገባል። እስኩ፡ንግረኒ፡ምንትኑ፡ዝ፡ ነገር፡ዘትሜህር። ንግረኒ፡እስኩ፥ሰብአ፡ሮሜኑ፡አንተ። እስኩ፡ፍትሑ፡ለሊክሙ። እስኩ፡በሎሙ። ዮጊ፤እንሆ፡አኹን፥ወይ፡ምናልባት፡ይኹናል፤በኀላፊና፡በት ንቢት፡ይገባል። እምትሡዒ፡ለአማልክት፡ወእምዕጣነ፡ታዕርጊ፥ተመትሮተ፡ክሣድ፡ አብደርኪ፡ወኀረይኪ፡ዮጊ። ገሥጸ፡ለዐርክከ፡ዮጊ፡ኢገብረ። ኢትፍቅድ፡ከዊነ፡ መኰንን፤ዮጊ፡ኢትክል፡ተበቅሎቶ፡ለዘአበሰ፥ወዮጊ፡ታደሉ፡ለገጸ፡ዐቢይ። እንጋ፡እንዳዒ፤ንኡስ፡ቅጽልና፡የጥያቄ፡አገባብ፡እየተከተሉ፡ሲገቡ፡እንጃ፡ይኾ ናሉ፤ምስጢራቸው፡ምኞትና፡አንክሮ፡ጥርጥር፡ያሳያል። አሐዩኑ፡እንጋ፡እስከ፡ እማንቱ፡መዋዕል። መኑ፡እንጋ፡ይክል፡ድኂነ። እንዳዒ፡እመ፡ቦ፡ዘኀለየ፡ልብከ። እንጋ፡ተለይቶ፡አለጥያቄ፡በኀላፊ፡አንቀጽ፡ሲገባ፡እንሆ፡ይኹናል። እንጋ፡በጽ

ሐት፡ኀቤክሙ፡መንግሥተ፡እግዚአብሔር ። በነባር፡አንቀጽም፡አነሁ፡አንጋ፡እግ ዚአ፡እያለ፡ይገባል ።   እንዳዒ፥እንጂ፡ሲኾን፡ርእየ፡ሰምዐ፡አእመረ፡እኒህን፡ የመሰሉ፡ግሶች፡ይወርሳል ። እንጃ፡ማለት፡አላየኹም፡አልሰማኹም፡አላውቅም፡ ማለት፡ነው ። እንዳዒ፡ኢያእመርነ፡ከመ፡ይመልእ፡ኵሉ፡ዝቅ፡ወይኑ፤ እንዳዒ፡ እመ፡ቦ፡ዘኀለይከ። አሉታውንም፡በጽድቅ፡ውጥን፡ይጨርሳል ። አልቦ፡ዘየዐብየኒ፡ በዝንቱ፥እንዳዒ፡ገብርኤል ።

፺፰፤ ከመ ። ጽመ፡ጽሚተ ። ጓ ። እንቋዕ ። ጥቀ ።   ከመ፡ብቻ፡መቼም፡መች፥ ድንት፡ይኾናል፤ ኹሉም፡የጊዜ፡ነው ። ብቻ፡ሲኾን፥ሕቀ፡ከመ፤ ንስቲተ፡ከመ፥ ተርፎሙ፡ይላል፤ ጥቂት፡ብቻ፡ማለት፡ነው ። መቼም፡መች፡ሲኾን፡ሂ፡ኒ፡ትራስ፡ እየኾኑት፡ሳይኾኑትም፡ብቻውን፡ይገባል ። ከመኒ፡ኢወረደ፡አይኅ፡ከመ፡አመ፡ ኖኅ ። ከመ፡ኢከነ፡ዕረፍት፡ለእስራኤል፡ከመ፡አመ፡ነገሠ፡ሰሎሞን ። አንተሰ፡ አንተ፡ከመ ። ድንት፡ሲኾን፡በጸጸት፡በምኞት፡ይገባል፤ ሰበ፡ኢዐለወ፥አው፡ሶበ፡ ኢየዐሉ፡አዳም፡ትእዛዘ፡እግዚኡ፡ከመ፡እምነበረ፡ውስተ፡ገነት፡በከመ፡ይነብሩ፡ ሔኖክ፡ወኤልያስ ። ንበር፡ከመ፥ያንብርከ፡ከመ፡እያለም፡በሣልሳይ፡አንቀጽ፡ ይገባል ።   ጽመ፤ ዝም፡ብሎ፥ቀስ፡ብሎ፥ዝግ፡ብሎ፡ይኾናል ። መጽአ፡ጽመ፥ ይመጽእ፡ጽመ፥ነዐ፡ጽመ፥ሑር፡ጽመ፥ብላዕ፡ጽመ፡እያለ፡በዘማች፡አንቀጽ፡ ይገባል ።   ጽሚተ፡ጽምሚተ፤ በዝምታ፡በቀስታ፡በስውር፡ይኾናል፤ ኢፈቀደ፡ ይክሥታ፡አላ፡መከረ፡ጽሚተ፡ይኅድጋ ። አልቦ፡ዘተናገርኩ፡ጽሚተ፤ ሰውሬ፡በስ ውር ።   ጓ፤ እኮ፡ቢያ፡እንኳ፡ይኾናል፤ ትራስ፡እየኾነ፡በቃል፡መጨረሻ፡ይገ ባል ። እኮ፡ቢያ፡ሲኾን፥አገባቡ፡እንደ፡እስመ፡ነው፤ የእስመን፡፫ኛውን፡ፍች፡ ተመልከት ። እንኳ፡ሲኾን፥በብትን፡ይገባል፤ ሕሡመ፡ይሜንኖ፡ኃጥእ፡ለጻድቅ፥ ዝሰ፡ይትርፍ፡ቀቲሎቶ፡ጓ፥ይቅትሎ፡ጓ፡ይትሜነይ ። መግደሉን፡እንኳ፥ሊገድ ለው፡እንኳ፡ይመኛል ።   እንቋዕ፤ የደስታ፡ቃል፥እንኳዕ፡ይኾናል፤ ዕሠይ፡ዕፃ፡ ወሰው፡ውሽን፡ማለት፡ነው፤ በኀላፊና፡በትንቢት፡ይገባል ። እንቋዕ፡ተሰብረት፡ ማዕጾ፡አሕዛብ ። እለ፡ይብሉኒ፡እንቋዕ፡እንቋዕ ።   ጥቀ፤ ስንኳን፡ይኾናል ። ወ፡ ሂ፡ኒ፡ስንኳን፡ሲኾኑ፡ይሰማሙታል ። ይቤሎ፡ለዘይቤሎ፡ትፈቅድኑ፡ይሙት፡ እኁየ፥ጥቀ፡ይሙት፥ጥቀ፡ሞት፥ሕማምኒ፡ወሕማምሂ፥ሕማም፡ጓ፡ኢይርከበ ። አብርሃም፡ጥቀ፡ሞተ፥ወነቢያትኒ፡ሞቱ ። አልቦ፡ዘመድ፡ጊዜ፡ተዋርዶ፤ ወይከ ውን፡በዕደ፡ጊዜ፡ተዋርዶ፡ዘመድ፤ እመሰ፡ይትሌዐል፡በንብረተ፡ሥጋ፡ማእድ፥ ጥቀ፡ዘመዱ፡ወጥቀ፡ነገድ፥ባዕድ፡ይዘመድ ። እንኳንና፡እንኳ፡እንኳዕና፡ስንኳን፡ ልዩ፡ልዩዎች፡እንደ፡ኾኑ፡አስተውል ። እንኳን፡የእኮ፡ፍች፡ነው፤ ምስጢሩም፡ አሉታ ። እንኳ፡የጓ፡ፍች፡ነው፤ ምስጢሩም፡አንክሮና፡ምኞት፡ማበላለጥ፡ነው፤ በማበላለጡ፡ከጥቀ፡ይጎራበታል ። እንኳዕ፡የእንቋዕ፡ብቻ፡ነው፤ ምስጢሩም፡ ደስታ ። ስንኳን፡ግን፡የማማረጥና፡የማሻሻል፡ቃል፡ነው፤ ከጓ፡ብቻ፡እንጂ፡ከ፫ቱ፡ አይመሳሰልም ።

፺፱፤ እንከ ። እምዮም፥እምይእዜ ።   እንከ፥እንኪያ፥እንግዲህ፡ከንግዲህ፡ ወዲህ፥ከዚያ፡ወዲያ፡እንሆ፡ይኾናል፤ የነገር፡ዚቅ፡ወይም፡ዘዬ፡ይባላል ። ካኹን፡

ዝርምሮ ፡ ወደ ፡ ፊት ፡ በሚመጣ ፡ ነገር ፡ ቃልን ፡ ተከትሎ ፡ ይገባል ፤ ሰና ፡ ኬ ፡ ትራስ ፡ ሲኾኑት ፡ ግን ፡ በፊትም ፡ በኋላም ፡ ይገባል ። እንኪያ ፡ ሲኾን ፡ ይቤሎ ፡ ለዘይቤሎ ፡ አልብየ ፡ መፍቅድ ፡ ኀቤከ ፡ ለምንት ፡ እንከ ፡ መጻእከ ፡ ኀቤየ ፤ እንኪያ ፡ ወደኔ ፡ ለምን ፡ መጣኽ ። ዘትገብር ፡ እንከ ፡ ፍጡነ ፡ ግበር ። ትሬኢ ፡ እንከ ፡ ዘየዐቢ ፡ ኀጢአተ ፤ እን ግዴህ ፡ ከንግዴህ ፡ ወዲህ ። እንከሰ ፡ እወቅሥ ። ግበሩ ፡ እንከሰ ። እንከሰኬ ፡ ይብልዑ ፡ ፍሬ ፡ ምግባሮሙ ፤ እንግዴህስ ። ኀደገት ፡ እንከ ፡ ብሂሎታ ። ወኢይሰማዕ ፡ እንከ ፡ ዐመፃ ። አልቦ ፡ እንከ ፡ መዓልት ፡ ወኢሌሊት ፤ ከዚያ ፡ ወዲያ ። ሀለዉ ፡ እንከ ፡ ኀቤነ ፡ ክልኤቱ ፡ አኀው ፤ እንሆ ። እንከ ፥ እንሆ ፡ መኾኑ ፡ በናሁ ፡ ፈንታ ፡ ሲገባ ፡ ነው ። እም ዮም ፡ እምይእዜም ፡ እንከ ፡ በገባበት ፡ እየገቡ ፡ የርሱን ፡ አፈታት ፡ ይወርሳሉ ።

፺፱ ፤ አ ፤ ሰ ፤ ኬ ። አ ፥ ቃለ ፡ መልእክት ፡ ነው ፤ ትራስ ፡ እየኾነ ፡ በኹሉ ፡ ይገ ባል ፤ ምስጢሩም ፡ ቍልምጫና ፡ ከበሬታ ፡ ነው ። በቅርብ ፡ ሲገባ ፡ ቃለ ፡ አጋኖ ፡ ቃለ ፡ አስተብቍዖ ፡ ቃለ ፡ ተጋንዮ ፡ ይኾናል ። አስተብቍዖ ፡ ሲኾን ፡ ፍችው ፡ እባክኽ ፡ ነው ፤ ያንኑ ፡ በደጊመ ፡ ቃል ፡ ያናግራል ። ተጋንዮ ፡ ሲኾን ፡ መድረሻውን ፡ ፊደል ፡ እንደ ፡ ኬ ፡ ራብዕ ፡ ያደርጋል ፤ በትርፍ ፡ ዐማርኛም ፡ እኮ ፡ ይኾናል ። መልእክት ፡ ሲኾን ፡ ፈነውኩአ ፡ ይዜንውዎአ ፡ ለእግዚእየአ ፡ ዔሳውአ ፡ ከመአ ፡ እርከብአ ፡ ሞገ ሰአ ፡ ይላል ። አጋኖ ፡ አንተኑአ ፡ ውእቱ ፡ ግብጻዊ ። አንተኑአ ፡ ዘይመጽእ ፥ ወሚመ ፡ ካልእ ። አስተብቍዖ ፥ ኦ ፡ እግዚኦ ፡ አድኅንአ ፡ አድኅነነአ ፤ እባክኽ ፡ አድነን ፤ ወይም ፡ በደጊም ፡ እባክኽ ፡ እባክኽ ፥ አድነን ፡ አድነን ፡ ያሰኛል ። ተጋንዮ ፥ እግዚእየአ ፡ እኑ የአ ፡ እያለ ፡ ይህን ፡ በመሰለ ፡ ሲገባ ፥ ጌታዬዋ ፡ ወንድሜዋ ፥ ወይም ፡ እንደ ፡ ፊቱ ፡ ጌ ታዬ ፡ ጌታዬ ፡ ወንድሜ ፡ ወንድሜ ። ሀበኒአ ፡ ኅድገኒአ ፡ እያለም ፡ ሲገባ ፡ በደጊም ፡ ይፈታል ፤ ወይም ፡ ስጠኛ ፡ ተወኛ ፤ ስጠኝ ፡ እኮ ፡ ተወኝ ፡ እኮ ፡ እያሰኘ ፡ ለክፉም ፡ ለበጎም ፡ ይኾናል ። ሰ ፤ ከአ ፡ የበረታ ፡ የልመና ፡ ቃል ፡ ነው ፤ ቍርጥ ፡ ባለው ፡ ነገር ፡ በሣልሳይ ፡ አንቀጽ ፡ እየገባ ፡ እባክኽ ፡ ይኾናል ። ወይም ፡ አንቀጽ ፡ ይዘረዝ ራል ። አምላከ ፡ ኄያላን ፡ ተመየጥሰ ፤ ተመየጠነ ፥ ተመየጥ ፡ ለነ ። አድኅንሰ ፥ ሠርሕሰ ፤ አድኅነነ ፥ ሠርሐነ ፡ ሠርሕ ፡ ለነ ። ኬ ፤ እንደ ፡ አ ፡ ትራስ ፡ እየኾነ ፡ በኹሉ ፡ ሲገባ ፡ መድረሻውን ፡ ፊደል ፡ ራብዕ ፡ ያደርጋል ፤ ምስጢሩም ፡ ማጋነንና ፡ ማስደነቅ ፡ ነው ። አንዳንድ ፡ ጊዜም ፡ ራብዕ ፡ ሳያደርግ ፡ አጋኖ ፡ ይቀራል ፤ ወይም ፡ ማ ፡ ይኾናል ፤ ማ ፡ መኾኑም ፡ በመ ፡ ፈንታ ፡ ገብቶ ፡ ሲገኝ ፡ ነው ፤ ይምጽኡኬ ፡ ይርአዩ ። ውእቱኬ ፡ ዘወ ረደ ። ዝኬ ፡ እፎ ፡ ይህሳ ። ምንትኬ ፡ ሰብእ ። ምንትኬ ፡ ዘአሚሃ ፡ ዐውያት ። ማ ፡ ሲኾን ፡ ጽናሕኬ ፡ ጽንሐኒኬ ። አንተኬ ፡ ትሰመይ ፡ ኬፋ ፡ እያሰኘ ፡ ይህን ፡ በመሰለ ፡ ይገባል ።

አሉታ ፡ የጽድቅ ፡ መከታ ።

፻ ፤ አል ፤ ኢ ። አል ፡ የኢ ፡ ፍች ፡ ነው ፤ አሉታነቱም ፡ ያማርኛና ፡ የዕብራይ ስጥ ፡ እንጂ ፡ የግእዝ ፡ አይዶለም ። ይኸውም ፡ ሊታወቅ ፡ ከቦ ፡ በቀር ፡ በሌላ ፡ አንቀጽ ፡ ገብቶ ፡ አይገኝም ፤ ቦ ፡ አልቦ ። ኢ ፡ በአናቅጽ ፡ ኹሉ ፡ እየገባ ፡ ጽድቁን ፡ አሉታ ፡ ያደ ርጋል ፤ ሲፈታም ፡ ም ፡ ጽንዕ ፡ እየኾነው ፡ ሳይኾነውም ፡ በኋላፊ ፡ አል ፥ በትንቢትና ፡

ብትእዛዝ ፡ አ÷በዘንድ ፡ እንዳ ፡ ላ ፡ ሳ ፡ ይኾናል ። ይህም ፡ ኢ.በልዐ ፡ አልበላ÷አልበላም ፤ ወይም ፡ እንደ ፡ ጐዣም ፡ አልበልቶም ፤ ኢ.ይበልዕ ፡ አይበላ÷አይበላም ። ኢ.ይብላዕ ፡ እንዳይበላ÷ላይበላ ፡ ሳይበላ÷ኢ.ይብላዕ ፤ አይብላ ፡ ማለቱን ፡ ያሳያል ። በቦዝም ፡ ሲ.ገባ ፡ ኢ.ነጊሦ ፡ ዳዊት ፤ ኢ.ተዘኪ.ሮ ፡ አበሳነ ፡ ብሎ÷ሳይነግሥ ፡ ሳያስብ ፡ ያሰኛል ፡ (፪ኛ ፡ ክፍል ፡ ፫ና ፡ ፺) ። በሣልስ ፡ ቅጽልም÷ቃል ፡ ኢ.ሐማሚ ፡ በባሕርየ ፡ ሥጋ ፡ ዘሐመ ፤ ተውልድ ፡ ኢ.አማኒት ፡ እያለ ፡ ሲ.ገባ÷ያላመነች ፡ የማታምን ፡ ተብሎ ፡ በዘ ፡ ዐማርኛ ፡ ይፈታል ። በሳድስ ፡ ቅጽልም ፡ ኢ.ርቱዕ÷ኢ.መፍትው ፡ ሲ.ል ፡ ያልቀና ፡ ያልተገባ ፡ ያሰኛል ። በዘ ፡ ዐማርኛ ፡ መፈ.ታቱ ፡ ቅጽሉ ፡ በቂ ፡ ሲ.ኾን ፡ ነው ፤ አለዚ.ያ ፡ ግን ፡ ኢ. ፡ እንዳንቀጽነቱ ፡ አይዶለም ፡ ተብሎ ፡ ይፈ.ታል ። ማሰሪያውም ፡ አሉታ ፡ ኹኖ ፡ ወን ፡ እያስከተለ ፡ ሲ.ደረደር ፡ አንቀጽ ፡ እንጂ. ፡ አገባብ ፡ አይኾንም ። ፍችው ፡ ግን ፡ ኹኖ ፡ ሲ.ብል ፡ ንኡስ ፡ አገባብ ፡ ነው ፤ የኹኖም ፡ ምስጢ.ር ፡ እንደ ፡ ወ ፡ ማጫፈ.ር ፡ ነውና ፤ አልቦ ፡ ብዝ ፡ መዋዕል ፡ መልአክ÷ኢ.ነቢ.ይ ፡ ወኢ.ንጉሥ ፡ ኢ.ቍርባን ፡ ወኢ.መሢዕት ፤ ነቢ.ይ ፡ የለም ፡ ንጉሥም ፡ የለ ፤ ቍርባን ፡ የለም ፡ መሢዕትም ፡ የለ ፡ እያሰኘ ፡ በየደጁ ፡ ያስራል ፤ አገባብ ፡ ሲ.ኾን ፡ ግን÷ነቢ.ይ ፡ ኹኖ ፡ ንጉሥም ፡ ኹኖ÷ቍርባን ፡ ኹኖ ፡ መሢዕትም ፡ ኹኖ ፡ እያለ ፡ በአልቦ ፡ ያስራል ። ደቂቅ ፡ አገባብም ፡ ሲ.ኾን ፡ እንደ ፡ እንበለ ፡ ነው ፤ አለ ፡ ያለ ፡ ይኾናል ፤ በብትን ፡ ባርእስት ፡ በጥሬ ፡ ይገባል ። እንበለንም ፡ እየተከተለ ፡ ዘእንበለ ፡ ተምያጥ ፡ ወኢ.ተውላጥ÷ኢ.ቡዓዴ ፡ ወኢ.ቱስሕት ፡ ብሎ ፡ ሲ.ገባ÷አንቀጽና ፡ አገባብ ፡ እየኾነ ፡ ባንቀጽነቱ ፡ ሳይኖር ፤ ባገባብነቱ ፡ አለ ፡ ያለ ፡ ያሰኛል ። በ ፡ ለ ፡ በጥሬ ፡ ባርእስት ፤ ዘ ፡ በቅጽል ፡ ይሰማሙታል ። ግብር ፡ ዘይትገበር ፡ በኢ.ምክር ፡ ወበኢ.ለብዎ ፡ እበድ ፡ ውእቱ ። ማርያምስ ፡ ፍኀርተ ፡ ብእሲ. ፡ ከመ ፡ ዘኢ.ፍኀርት ፡ ምኅራብ÷ማኅደሩ ፡ ለኢ.ሩካቤ ፡ ወምዕራፉ ፡ ለኢ.ስብሳብ ። አብዳን ፡ ወኍንዱያን ፡ ልብ ፡ ለኢ.አሚን ። ዘ ፡ ሲ.ሰማማው ፡ በቅጽል ፡ ይገባል ፤ ምንት ፡ ብከ ፡ ዘኢ.ነሣእከ ፡ እምካልእከ ። ኢ.ትንሣእ ፡ ዘኢ.ያንበርከ ። ባርእስትም ፡ ብቻውን ፡ ሲ.ገባ÷ኢ.በሊ.ዐ ፡ ሥጋ ፡ ወኢ.ሰትየ ፡ ወይን ፡ ብሎ ፤ አለመብላት ፡ አለመጠጣት ፡ ያሰኛል ። በማርኛም ፡ ኢ. ፡ በቁሙ ፡ ኢ. ፡ ወይም ፡ እዪ. ፡ እዬ ፡ ተብሎ ፡ ሲ.ነገር ፡ ቃለ ፡ አኅስሮ ፡ ነው ፤ ሐዘንና ፡ አንክሮም ፡ ይኾናል ። ያሉታም ፡ ዐዋጅ ፡ በብሂል ፡ ሲ.ነገር ፡ ባህሉ ፡ ፪÷ክፍሉ ፡ ፬ ፡ ነው ፤ ፩ኛውና ፡ ፫ኛው ፡ ፪ኛውና ፡ ፬ኛው ፡ አንዳንድ ፡ ወገን ፡ ናቸው ። ፩ ፡ አሉታ ፡ ፍጹም ፡ አሉታ ፤ ፪ ፡ አሉታ ፡ ፍጹም ፡ ጽድቅ ፤ ፫ ፡ አሉታ ፡ ፍጹም ፡ አሉታ ። ፬ ፡ አሉታ ፡ ፍጹም ፡ ጽድቅ ፡ ይኾናል ። አንድ ፡ አሉታ÷ምንት ፡ ውእቱ ፡ ደዌ ፡ ንስጥሮስ ፡ ብዕል÷እንበለ ፡ ኢ.ብሂል ፡ ብሂለ ፡ ወላዲ.ተ ፡ አምላክ ፡ ድንግል ። ፪ ፡ አሉታ÷ኢ.ደለዎ ፡ ለክርስቶስ ፡ በሰብእናሁ ፡ ኢ.ብሂል ፡ ከማነ ፡ አምላኪ.የ ፡ ወላዲ.ሁ ። ሦስት ፡ አሉታ÷ደለዎ ፡ ለክርስቶስ ፡ በመለኮቱ ፡ ኢ.ብሂል ፡ አኮ ፡ አነ ፡ ወአብ ፡ አሐዱ ፡ ንሕነ÷በከመ ፡ ደለዎ ፡ ኢ.ብሂል ፡ ዘርእየ ፡ ኪ.ያየ ፡ ርእዮ ፡ ለአቡየ ። አራት ፡ አሉታ÷ተውህበ ፡ ለጴጥሮስ ፡ ጸጋ ፡ ኢ.ብሂል ፡ ኢ.ሞተ ፡ ክርስቶስ ፡ በሥጋ÷በከመ ፡ ተውህበ ፡ ለጳውሎስ ፡ ሀብተ ፡ ኢ.ብሂል ፡ ኢ.ተሣህለነ ፡ አብ ፡ በሞተ ፡ ወልዱ ።

፻፩ ፤ አው ፤ ሚመ ። ወይ ፡ ወይም ፡ ወይስ ፡ ይኾናሉ ፤ ጥያቄ ፡ ባለው ፡ ቃል ፡ ተክትለው ፡ ሳይከተሉም ፡ በነገር ፡ ኹሉ ፡ ይገባሉ ። ምስጢ.ራቸውም ፡ ማሸሻልና ፡ ማማ

ረጥ ፣ ማነጻጸርና ፡ ማበላለጥ ፡ ነው ፤ ዋዌነትም ፡ አለው ። ሲገቡም ፡ አው ፡ ቀድሞ ፡ ሚ.መ ፡ ይከተላል ። ኢ.ትቁም ፣ አው ፡ ንበር ፣ ወሚመ ፡ ሑር ። እየብቻቸውም ፣ ባሕርነ ፡ አነ ፣ አው ፡ ቀላይ ። እምሰማይኑ ፡ ወሚመ ፡ እምሰብእ ፡ ያሰኛሉ ። ተደጋግመውም ፡ ሲነገሩ ፡ አው ፡ ብቻውን ፣ ሚመ ፡ በወ ፡ ይደገማል ። አው ፡ ሠምዕ ፣ አው ፡ ዘይት ። ሚመ ፡ ተፈጥሮ ፡ ወሚመ ፡ ኢ.ተፈጥሮ ። አው ፡ ተለይቶ ፡ ዋዌ ፡ ይኸናል ፤ አው ፡ ሑር ፡ ኅበ ፡ ንህብ ። አው ፡ ከልእት ፡ ሀገር ።

፻፪፤ ወ ። ስሙ ፡ በፊደልነት ፡ ሲጠራ ፡ ዋዌ ፡ ይባላል ፤ ሜንጦ ፡ ቍልፍ ፡ ዘለበት ፡ ማለት ፡ ነው ። በዕብራይስጥም ፡ ዋው ፡ የመስኮት ፡ ስናግ ፡ ቁላፉ ፡ ብረት ፡ ነው ፤ በተገናኝ ፡ እንደ ፡ ዳኛ ፡ የወል ፡ እንደ ፡ ምሰሶ ፡ የመካከል ፡ ኹኖ ፡ ግራና ፡ ቀኙን ፡ የሚያያይዝና ፡ የሚያቈራኝ ፡ አያያዥ ፡ ማለት ፡ ነው ። ዘለበትም ፡ ሲባል ፡ በግብሩ ፡ ላይ ፡ መልኩን ፡ ጨምሮ ፡ ያሳያል ። ወ ፤ በገባብነቱ ፡ ም ፣ ና ፡ ዘተረስዐ ፣ ቸልታ ፣ ውጥን ፡ ጨራሽ ፣ ጠቅላይ ፣ ከ ፣ ጊዜ ፣ ስንኳ ፣ እንጂ ፣ ግን ፣ ል ፣ ስ ፣ አዳማቂ ፡ ይኸናል ፤ ምንም ፡ ያማርኛው ፡ ስልት ፡ ቢበዛ ፡ ምስጢሩ ፡ ማያያዝና ፡ ማጫፈር ፡ ብቻ ፡ ነው ። ም ፡ ሲኸን ፡ ተሳቢውን ፡ ከቶ ፡ በሚጫፈር ፡ አንቀጽ ፡ ይገባል ፤ ናሁ ፡ ትፀንሲ ፡ ወትወልዲ ፡ ወልደ ፣ ወትሰምዪዮ ፡ ስሞ ፡ ኢየሱስ ። ተሳቢ ፡ በሌለው ፡ በድርድር ፡ አንቀጽ ፡ ግን ፡ ጠቅላይ ፡ እንጂ ፡ ም ፡ አይኸንም ፤ ሐመ ፡ ወሞተ ፡ ወተቀብረ ። ወተንሥአ ፡ እሙታን ፡ አመ ፡ ሣልስት ፡ ዕለት ፡ ሲል ፡ ብቻ ፡ ስለ ፡ ተሳቢው ፡ ም ፡ ይኸናል ። ና ፡ ሲኸን ፡ ዘተረስዐ ፡ ነው ፤ በስምና ፡ ባንቀጽ ፡ እየገባ ፡ ባሎደቀበት ፡ ላይ ፡ የኋሊት ፡ ይፈታል ። በስም ፡ ሚካኤል ፡ ወገብርኤል ፤ ጴጥሮስ ፡ ወጳውሎስ ። ባንቀጽ ፣ ሖረ ፡ ወመጽአ ፣ በአ ፡ ወወፅአ ፣ ሐመ ፡ ወሞተ ፤ ኼደና ፡ መጣ ፣ ወይም ፡ ኼዶ ፡ መጣ ፡ እያሰኘ ፡ ዘተረስዐነቱን ፡ ያሳያል ። ቸልታ ፡ ሲኸን ፡ ወደ ፡ ፊት ፡ በወደቀበት ፡ ላይ ፡ ይፈታል ፤ ተንሥአ ፡ ወኀደገ ፡ ልብሶ ፣ ተጠምቀ ፡ ወአድኀነ ፡ ርእሶ ፣ ልብሱን ፡ ጥሎ ፡ ራሱን ፡ አዘንብሎ ። ውጥንም ፡ ሲጨርስ ፡ በኋላ ፡ ኹኖ ፡ የፊቱን ፣ በፊት ፡ ኹኖ ፡ የኋላውን ፣ የወንዱን ፡ በሴት ፡ ያንዱን ፡ በብዙ ፣ የብዙውን ፡ ባንድ ፡ ያናግራል ። በኋላ ፡ ኹኖ ፡ የፊቱን ፣ ሰማይ ፡ ወምድር ፡ የኀልፍ ፤ ሰማይ ፡ ያልፋል ፣ ምድርም ፡ ታልፋለች ፤ ምድር ፡ የፍጥረት ፡ ኹሉ ፡ እናት ፡ ስለ ፡ ኸነች ፡ በሴት ፡ አንቀጽ ፡ እንጂ ፡ በወንድ ፡ አትጠራም ። በፊትም ፡ ኹኖ ፡ የኋላውን ፣ መጽአ ፡ ዝኩ ፡ ብእሲ ፡ ወብእሲቱኒ ። ባሉቃም ፡ ኢኮነ ፡ ደብር ፡ ገብረ ፡ ወኢይከውን ፤ ወኢወግር ፡ አመተ ፡ ለብእሲት ። ያንዱን ፡ በብዙ ፣ ተውህበ ፡ ጳውሎስ ፡ ሙቂሕ ፡ ወካልአንሂ ፡ ሙቁሓን ። አገብአ ፡ ለኤልዛቤል ፡ ወለእለ ፡ ዘመዉ ፡ ምስሌሃ ። የብዙውን ፡ ባንድ ፣ ተሰቅሉ ፡ ፈያት ፡ ወክርስቶስኒ ፡ ኅቡረ ፡ ምስሌሆሙ ። ሩቅና ፡ ቅርብም ፡ ሲወጥን ፡ እንደዚሁ ፡ ያናግራልና ፤ አሰማምተኸ ፡ አግብ ። ጠቅላይ ፡ ሲኸን ፡ ባንቀጽና ፡ በስም ፡ በአኃዝ ፡ ይገባል ፤ ያንቀጹ ፡ ተነግሯል ። በ፫ ፡ ስሞች ፡ ሲገባ ፡ ፩ኛውና ፡ ፪ኛው ፡ ጠቅላይ ፡ ይኸናል ። ጳውሎስ ፡ ወስልዋኖስ ፡ ወጢሞቴዎስ ። በሌላውም ፡ ጥሬ ፣ ክብር ፡ ወስብሐት ፡ ወዕዘዝ ፡ ሲል ፡ እንዲሁ ፡ ነው ። በአኃዝ ፡ ሲገባ ፡ ካሥር ፡ እስከ ፡ ሺሕ ፡ ይጠቀልላል ፤ ዐሠርቱ ፡ ወአሐዱ ፤ ተስዐቱ ፡ ምእት ፡ ተስዓ ፡ ወተስዐቱ ፤ ከሺሕ ፡ በላይ ፡ ግን ፡ ከ ፡ ይኸናል ፤ ምስጢሩም ፡ ብዙውን ።

ከጥቂት ፡ ማጫፈር ፡ ነው ። ኀምሳ ፡ ወኀምስቱ ፡ ምእት ፤ እልፍ ፡ ወዕሥራ ፡ ምእት ።
ጊዜ ፡ ሲኾን ፡ በቦዝ ፡ ይገባል ፤ አገባቡም ፡ በ፱ኛ ፡ ዕርከን ፡ በ፸ ፡ ቍጥር ፡ ተነግሯል ።
ስንኳ ፡ እንጂ ፡ ግን ፡ ሲኾን ፡ ነቃፊ ፡ ነውና ፥ ባሉታና ፡ ባፍራሽ ፡ ይገባል ፤ ኢ.ወሀበ ፡
ርስቶ ፡ ወኢ.መጠነ ፡ ምሥጋረ ፡ እግር ፥ አንዲት ፡ ርምጃ ፡ ስንኳ ። በልዐ ፡ ወኢ.ሰትየ ፥
አልጠጣም ፡ እንጂ ። እግር ፡ በሙ ፡ ወኢ.የሐውሩ ፡ ያለውም ፥ እንጂ ፡ ተብሎ ፥ ወይም ፡
ጠቅላይ ፡ ኹኖ ፡ በትች ፡ ቃል ፥ አለዚያም ፡ ዘተረስዐ ፡ ኹኖ ፡ በእንዘ ፡ ዐማርኛ ፡ ይፈ
ታል ። አንኀ ፡ ጴጥሮስ ፡ ዕድሜሁ ፡ ስብከተ ፥ ወይሁዳ ፡ አኀጸረ ፡ ዕለተ ፤ ይሁዳ ፡ ግን ።
ል ፡ ሲኾን ፡ ስምዐኒ ፡ ወእንግርከ ፤ ቅረበኒ ፡ ወእግስስከ ፡ እያሰኘ ፡ በሣልሳይ ፡ አንቀጽ ፡
ይገባል ። ስ ፡ ሲኾን ፡ በንኡስ ፡ ይገባል ፤ አይቴኑ ፡ አሐውር ፥ ወአይቴ ፡ እጐይይ ፤ ወደ
ትስ ። ምንተ ፡ በልዐ ፥ ወምንተ ፡ ሰትየ ፤ ምንስ ፡ ጠጣ ። አዳማቂ ፡ ሲኾን ፡ በጥንተ ፡
ነገር ፡ ይገባል ፤ ወሀሎ ፡ አሐዱ ፡ ብእሲ ። ወኮነ ፡ በሠላሳ ፡ ክረምት ። ምስጢሩ ፡ ግን ፡
ከማቈራኘት ፡ አይወጣም ፤ የሚቀድመው ፡ መጽሐፍ ፡ አለና ። ወንድና ፡ ሴትም ፡ ሲያ
ጫፍር ፥ ተፈጥሩ ፡ አዳም ፡ ወሔዋን ፡ ይላል ፡ እንጂ ፥ ሔዋን ፡ ወአዳም ፡ አይልም ።
ተጫፋሮች ፡ ፫ ፡ ሲኾኑ ፡ አንዳንድ ፡ ጊዜ ፡ ሴት ፡ ያስቀድማል ፤ ወረከብዎሙ ፡ ለማር
ያም ፡ ወለዮሴፍ ፡ ወለሕፃንኒ ። በጫፋሪነቱም ፡ ዘርፍና ፡ ቅጽል ፡ አያተርፍም ፤ ዘርፍ ፡
አለማትረፉ ፡ ባለቤት ፡ መንታ ፡ ሲኾን ፡ ነው ፤ ይህም ፡ ኅሩያኑ ፡ ወሠናያኑ ፡ ሊ.ባኖስ ፡
ያለውን ፥ ኅሩያነ ፡ ሊ.ባኖስ ፡ ብሎ ፡ ወሠናያን ፡ አለማለት ፡ ነው ። ቅጽል ፡ አለማትረ
ፉም ፡ ብፁዕ ፡ ጴጥሮስ ፡ ወጳውሎስ ፡ ሲል ፡ ነው ። በወ ፡ የማይወርዱ ፡ ፫ ፡ ናቸው ፤ የግ
እዝ ፡ ወራሽ ፡ ሀ ፡ የሙሻዘር ፡ ውስጠ ፡ ዘ ፡ ዊ ፥ ዝርዝር ፥ አሉታ ፤ እም ፡ ጸጸትና ፡ ተም
ኔት ፡ ሲኾን ። ኅረዩ ፡ እስጢፋኖስሀ ፡ ወፊልጶስሀ ። ክርስቶስ ፡ ሰማያዊ ፡ ወምድራዊ ።
ነአምን ፡ ሕማሞ ፡ ወሞቶ ። ኢ.ገብረ ፡ ኀጢአተ ፡ ወኢ.ተረክበ ፡ ሐሰት ፡ ውስተ ፡ አፉሁ ።
እመ ፡ ነስሐ ፡ ይሁዳ ፡ እምጸድቀ ፡ ብሎ ፥ ወእምኢ.ተኰነነ ፡ ይላል ፡ እንጂ ፤ ወ ፡ እምን ፡
ያወርድልኛል ፡ ብሎ ፡ ወኢ.ተኰነነ ፡ አይልም ።

፻፫ ፤ ሂ ፡ ኒ ፡ ዓዲ ። ስማቸው ፡ ማሰሪያ ፡ ከፋዮች ፥ ማንጸሪያ ፤ ትርጓሜያቸው ፡
ም ፥ ደግሞ ፡ ይኾናል ። ሂ ፡ ኒ ፡ በኋላ ፥ ዓዲ ፡ በፊትም ፡ በኋላም ፡ እየገቡ ፡ ይነገራሉ ። ንት
ሚሰሎ ፡ በሕይወቱሂ ። የኀድግ ፡ ለክሙኒ ። ዓዲ ፡ ናቄርብ ፡ ለከ ፤ ፈነውኒ ፡ ምስሌሁ ፡
ዓዲ ። ሂ ፡ ወሂ ፥ ኒ ፡ ወኒ ፡ ም ፡ ወይም ፡ ደግሞ ፡ ተብለው ፡ ሲፈቱ ፡ ምስጢራቸው ፡ ማጫ
ፈርን ፡ መደብ ፡ አድርጎ ፡ አንጻርነትና ፡ ከፋይነት ፡ አማራጭነት ፡ ነው ። ዘንተሂ ፡ ወዝ
ክተሂ ። ዝኒ ፡ የኀልፍ ፡ ወይሰዐር ፡ ዝኒ ። ተደርድረውም ፡ ሲያጫፍሩ ፥ ከሃሊ ፡ አንሰ ፡
ተጽናሰሂ ፡ ወተደልዎሂ ፥ ርኂበሂ ፡ ወጸጊበሂ ፥ ሐሚመሂ ፡ ወተፈሥሖሂ ፡ ያሰኛሉ ።
፪ኛም ፥ ሂ ፡ ኒ ፡ ሰ ፡ ባሕቱ ፡ ግን ፡ ሲኾኑ ፡ ክፍል ፡ ናቸውና ፥ ወ ፡ ግን ፡ ሲኾን ፡ እንደ ፡
ገባው ፡ አግባ ። ፫ኛም ፡ ሂ ፡ ኒ ፡ ጥቀ ፡ ጓ ፡ በብትን ፡ ሲገቡ ፡ ስንኳ ፡ ይኾናሉና ፤ ወ ፡ ስንኳ ፡
ሲኾን ፡ እንደ ፡ ገባው ፡ አግባ ። ጥቀ ፡ ጓ ፡ በየቦታቸው ፡ ተነግረዋል ፤ የቀረውም ፡ የሂና ፡
የኒ ፡ አገባብ ፡ በእመ ፡ ተነግሯል ።

፻፬ ፤ ቅድመ ። ንኡስ ፡ አገባብ ። እም ፡ እያዳመቀው ፥ ሳያዳምቀውም ፡ ብቻ
ውን ፡ በዘንድ ፡ አንቀጽ ፡ ገብቶ ፡ ሳ ፡ ይኾናል ። እምቅድመ ፡ ይትረበባ ፡ ሰማያት ። በሰ

ማይኒ፡ቅድመ፡ይትፈጠር፡ኪሩብ፤ሰማዮች፡ሳይዘረጉ፤ኪሩብ፡ሳይፈጠር። ደቂቅ፡ አገባብም፡ሲኾን፡በፊት፡ይኾናል፤እምና፡በ፡እየተሰማሙት፡በቦታ፡በጊዜ፡ይገ ባል፤በቦታ፡ዘሀሎ፡እምቅድመ፡ሀገር። በቅድመ፡ቤተ፡እግዚአብሔር። በጊዜም፡ ሲገባ፡እምቅድመ፡ዳዊት፡በቅድመ፡ዳዊት÷ቅድመ፡ዳዊት፡ነግሠ፡ሳኦል፡ያሰኛል። ሲዘረዝርም፡ቅድሜሁ፡ሃ፡ብሎ፡እስከሥር፡ይዘምታል። የሚገባም፡ፊት፡በተደረገ፡ ኋላም፡በማይቀር፡በቍርጥ፡ነገር፡ነው፤የቦታና፡የጊዜ፡ጥሬ፡ስለ፡ኾነ።

የጊዜያት፡ጥሬ።

፻፫፤ ትካት፤ዓለም። ዱሮ፡ጥንት፡ቀድሞ፡ይኾናሉ። ትካት፡ብቻውን÷ ሰብእ፡ትካት። ሕዝብ፡ዘኢተአምሬ፡ትካት፡እያለ÷ካገባብም፡ጋራ÷እምትካት÷ ኀበ፡ዘትካት፡እያለ፡ይገባል። ዓለም፡ግን፡አገባብ፡ሳይዝ፡ብቻውን፡አይገባም፤ነቢ ያት፡እለ፡እምዓለም። ተዘከርኩ፡ፍትሐከ፡ዘእምዓለም፤ከዱሮ፡ከጥንት፡ከቀድሞ፡ ዠምሮ፡የነበረ። ለ፡ሲወድቅበት፡ወትሮ፡ዘወትር፡ድንት፡ይኾናል። አንተሰ፡ትን ብር፡ለዓለም። ዘ፡ሲጨመርበት÷አምላክ፡ዘለዓለም፡ብሎ÷ለድንት፡የሚኖር፡የማ ይጠፋ፡የማይለወጥ÷ጥንትና፡ፍጻሜ፡የሌለው፡ያሰኛል። ለዓለመ፡ዓለም፤ለዘላ ለም÷በጊዜው፡በዘመኑ፡ኹሉ፡ያለማቋረጥ፤እምዓለም፡ወእስከ፡ለዓለም፤ከመዠ መሪያ፡እስከ፡መጨረሻ፤ከፍጥረት፡እስከ፡ምጽአት።

፻፬፤ ቅድም፤ትማልም። ቅድም፡ብቻውን፡ሲነገር፡ፊት፡መዠመሪያ፡ ይኾናል፤ከትማልም፡ጋራ፡ሲናበብ፡ግን፡በስቲያ፡ወዲያ÷ሐች፡ይኾናል። ትማ ልም፡ደግሞ፡ትላንት፡ዓምና፡ይኾናል፤ዕለት፡እንተ፡ትማልም፡ኀለፈት። በተገ ናኝ፡ቅድመ፡ትማልም፡ብሎ፡ከትላንት፡በስቲያ÷ወይም፡ወዲያ÷ሐች፡ዓምና÷ የወዲያኛው፡ዓመት፡ያሰኛል።

ዮም፡ይእዜ። ዛሬ፡አኹን፡ዘንድሮ፡ይኾናሉ፤ዘትማልም፡ወዮም። እም ይእዜ፡ወእስከ፡ለዓለም። ቅድምና፡ትማልም፡ዘመኑ፡ብሉይ፡ሲባሉ፡ዮምና፡ይእ ዜም፡ዘመኑ፡ሐዲስ፡ይባላሉ። ዳግመኛም፡በመምህራን፡ልማድ÷አሚር፡አስፌር፡ ዓምና፤ኀሪፍ፡ገሪፍ፡ዘንድሮ፡ይባላሉ፤በመጻሕፍት፡ግን፡ከኀሪፍ፡በቀር፡የሦስቱ፡ ምስክር፡አይገኝም። ኅድጋ፡ኀሪፈኒ፡እመ፡ትፈሪ፡ለዓሙ። ምናልባት፡ለሚመ ጣው፡ዓመት፡ብታፈራ÷ዓምና፡እንደ፡ተውኻት፡ዘንድሮም፡ተዋት። ይኸውም፡ አትክልት፡የሚታገሉበት፡የርጥበት፡ወራት፡ጊዜ፡ገሚድ፡ነው።

፻፭፤ ጌሠም፤ሳኒታ። ነገ፡ነገታ÷ማግስት፡የዮም፡ተከታይ÷፪ኛ፡ቀን። ዮምኬ፡ሰብእ፡ወጌሠመ፡መሬት። ወበሳኒታ፡እምድኅረ፡ዐርብ። በዘመን፡ሲገባም፡ ከርሞ፡የዛሬ፡ዓመት፡ይኾናል። ኢትበሉኬ፡ለጌሠም፤እስመ፡ጌሠምሰ፡ትኄሊ፡ ለርእሳ። ዘልፍ፡ወትር፤ዘልፈ፡ወትረ፤ ወትሮ፡ዘወትር÷ያለማቋረጥ፡ይኾናሉ። ልማድ፡ዘዘልፍ÷ዘወትረ፡ይሴብሑ። ለዝሉፉ፡ለዝላፉ÷ለወትሮ፡ለዘወትር፡ለዘላ ለም፡ይኾናል። ግሙራ፡ለግሙራ÷ለፍጻሜ፤ከቶ፡አካቶ፡ፈጽሞ፡ጭራሽ፡ይ ኾናሉ። በተገብሮም፡አንቀጽ፡ሲገቡ፡ተከቶ፡ተካቶ፡ተጨርሶ፡ያሰኛሉ። እምድ

ሩም፡እንደ፡ግሙራ፡ነው፤አከቶ፡ፈጽሞ፡ጭራሽ፡ይኾናል።እመ፡እምድሩ፡ት ኵሲ፡ልደቶ።ነቅዐ፡ኀጢአትየ፡ለገብረከ፡እምድሩ፡ይሠሮ። ብዛትና፡ብልጫ፡ የሚያሳዩ፥ጥቀ፡ፈድፋደ፡በሕቁ፤እጅግ፡በጣም፡ይኾናሉ።ጥቀ፡ተሰብሐ። ፈድ ፋደ፡ተለዐለ።ለእመ፡ኢተኀፅቡ፡በሕቁ። ቅጽልና፡በቂ፡እየኾኑ፡ሕጸጽ፡የሚ ያሳዩ፤ኅዳጥ፡ንስቲት፡ሕቅ፤ጥቂት፡ይኾናሉ፤ዓዲ፡ኅዳጠ፡ኢትሬእዩኒ፤ወካዕበ። ኅዳጠ፡ትሬእዩኒ።ንስቲት፡ሕቅ፡ከክመ፡ጋራ፡ተነግረዋል።

፻፷፤ መድረሻቸው፡ግእዝ፡እየኾነ፡ወይም፡በ፡ወድቆባቸው፡ንኡስ፡አገ ባብ፡የሚኾኑ፡ሳድስ፡ቅጽሎች፡በዐበይትና፡በንኡሳት፡በአናቅጽ፡ኹሉ፡እየ ገቡ፡እንደሚስማማቸው፡ይፈታሉ።ይህም፡እነግረክሙ፡ክሡተ፥አው፡በክሡት፡ ብሎ፡ገልጬ፡ወይም፡በግልጥ፡ማለቱን፡ያሳያል።የቀሩትም፡ድሎትና፡መፍ ትው፡ብዉሕ፥በለ፡ተዘርዝረው፡ሳይዘረዘሩም፡በዘንድ፡አንቀጽና፡በርእስት፡በ ሳቢ፡ዘር፡ገብተው፡ሲነገሩ፡ማሰሪያቸው፡ነባር፡አንቀጽ፡ነው።አኮ፡ድሎት፡ ሊተ፡አንቃዕዶ፡ወእርአይ።መፍትው፡ትግበሩ፡ዘንተ፡ወዝክተሂ።አኮ፡ድሎት፡ ወአኮ፡መፍትው፡አስተርእዮ፡በመንታ፡ፍናው።ብዉሕ፡ሊተ፡አንብራሂ፡ወእ ሣማሂ።ጽድቅና፡አሉታ፡አንቀጽ፡የሚያሰሙ፡ዮጊ፡ዬ፡ናሁ፡ነዋ፡በኹሉ፡እየ ገቡ፡እንሆ፡ተብለው፡ይፈታሉ፤ዮጊና፡ዬ፡በየቦታቸው፡ተነግረዋል።ናሁና፡ነዋ፡ ከነባር፡አንቀጽ፡ከነ፡የወጡ፡ናቸው፤ርባታቸውም፡ነዮ፡ያ፡በ፲፩ኛ፡ዕርከን፡ ተነግሯል፡(ቍ፹፰)። እነዚህ፡ኹለቱ፡በቅርብ፡አነጋገር፡እንሆ፡ እያሉ፡ሩቁን፡ እንደ፡ቅርብ፡ሲያደርጉ፡ቅርብ፡ቅርቡንም፡ሲዳርጉ፥ደቂቅ፡ቅጽል፡እንጂ፡አገ ባብ፡አይመስሉም። ናሁ፡ለወንድም፡ለሴትም፥ነዋ፡ላንድ፡ወንድ፡ብቻ፡ይነገ ራል። ናሁ፡ኢመጽአ፡ለበዓል፤ወናሁ፡ኤልሳቤጥኒ። ነዋ፡ወልድኪ። ናሁ፡ተለ ይቶ፡ቃለ፡አንክሮ፡ይኾናል፤ይኸውም፡መጽሐፍ፡መላሾች፥ዕብራይስጡ፡ሚ፡ ሠናይ፡ወሚ፡አዳም፡ያለውን፥ናሁ፡ሠናይ፡ወናሁ፡አዳም፡ብለው፡ስላገቡት፡ ነው።፩ኛም፡በእስመ፡ፈንታ፡እየገባ፡ዐቢይ፡አገባብ፡ይኾናል፤ወሥጋሁኒ፡እም ድኅረ፡ትንሣኤሁ፡ኮነ፡ዘኢይማስን፡ወዘኢይመውት፤ናሁ፡ኮነ፡አሐደ፡ምስለ፡ እግዚአብሔር፡ቃል፡ዘእንበለ፡ፍልጠት።እስመ፡ደግሞ፡በናሁ፡ፈንታ፡እየገባ፡ ንኡስ፡ይኾናል፤እስመ፡ቆሙ፡ላዕሌየ፡ሰማዕተ፡ዐመፃ። እወ፡አማን፡አሆ፡ እንቢ፡አህ፡ብሥራት፤ሀብ፡ነዐ፥ና፡ቶሎ፡በል፤ሕንክ፥ዕንካ።እነዚህ፡ኹሉ፡በ፫ ኛው፡ክፍል፡ውስጥ፡በ፲፫ኛ፡ዕርከን፡ከነርባታቸው፡ተነግረዋል፡(ቍ፻፲፩)። አኢ፡አኢ፤ዐዋጅ፡ዐዋጅ፥ስማ፡ስማ፡ይኾናል።በጽሐ፡ጊዜ፡ዘይትበሀል፡አኢ፡ እንዲል፡(ገድ፡ተክ)። ባላገባቦች፡ግን፡በአኢ፡ፈንታ፡ኤር፡ኤር፥ወይም፡ኤል፡ ኤል፡አብሬል፡ይላሉ፤የአብሬልንም፡ፍች፡ገብር፡ኮነ፡እግዚአ፡ይሉታል፤ኹ ሉም፡የተሳሳተ፡ነው።ኤር፡ኤል፡በአሬት፡የለም፤አብሬል፡ብቻ፡አብሬኽ፡ተ ብሎ፡ይገኛል፥ፍችውም፡ብርክ፡አስተብርክ፥ስግድ፡ወአምኅ፥ግነይ፡ወበርክ፡ ማለት፡ነው። ይኸውም፡ስለ፡ዮሴፍ፡ሹመት፡የተነገረ፡የፈርዖን፡ዐዋጅ፡ነው፤ ቃሉም፡ዕብራይስጥ፡ነው።

፳፩ኛ ፡ ዕርከን ።

ደቂቅ ፡ አገባቦች ።

፻፱ ፤ ቤዛ ፡ ተክለ ።　በብትን ፡ ገብተው ፡ ስለ ፡ ይኾናሉ ፤ ቤዛ ፡ ለውጥነት ፡ ባለው ፡ ተክለ ፡ ምትክነት ፡ ባለው ፡ ይገባል ። እሜጡ ፡ ነፍስየ ፡ ቤዛ ፡ አባግዕየ ። ተወልደ ፡ ሴት ፡ ተክለ ፡ አቤል ፤ ስለ ፡ በጎቼ ፡ ቤዛ ፥ ስለ ፡ አቤል ፡ ምትክ ። ፪ኛም ፡ በጥሬነታቸው ፡ የበጎቼን ፡ ቤዛ ፡ ነፍሴን ፥ የአቤል ፡ ምትክ ፡ ሴት ፡ ተብለው ፡ ሲፈቱ ፡ ቅጽል ፡ ይኾናሉ ። ዐስበና ፡ ዕሴተም ፡ እንደዚሁ ፡ ነው ፤ ዋጋነትን ፡ ሳይለቅ ፡ ይፈታል ። ሲዘረዝርም ፡ ቤዛሁ ፡ ሃ ፥ ተክሉ ፡ ላ ፡ እያለ ፡ ስለ ፡ ርሱ ፥ ቤዛው ፡ ምትኩ ፡ ያሰኛል ።

የቦታ ፡ አገባቦች ፤ ዲበ ፡ ላዕለ ፡ መልዕልተ ።　ላይ ፡ በላይ ፡ ወደ ፡ ላይ ፡ በ ፡ ስለ ፡ ይኾናሉ ። ዘሐነጸ ፡ ቤቶ ፡ ዲበ ፡ ኰኵሕ ። ዐርገ ፡ ዲበ ፡ ሰግላ ። ከልብ ፡ ይገብእ ፡ ዲበ ፡ ቂያኡ ። ዲበ ፡ ሀጕለ ፡ ውሉዶሙ ፡ ይግዕሩ ፤ በልጆቻቸው ፡ ጥፋት ፤ ስለ ፡ ልጆቻቸው ፡ ጥፋት ። ላዕለ ፡ መልዕልተም ፡ እንደዚሁ ፡ ናቸው ። አዕረፈት ፡ በረከት ፡ ላዕለ ፡ ያዕቆብ ። ወመጽአ ፡ ቃል ፡ ላዕለ ፡ ዮሐንስ ። ዐርገ ፡ መልዕልተ ፡ ወግር ። ወጽልመት ፡ መልዕልተ ፡ ቀላይ ። ስለ ፡ ሲኾን ፡ ጸልዩ ፡ ላዕሌየ ፡ ወላዕለ ፡ ዝንቱ ፡ መሢዕት ፡ እያሰኘ ፡ ይህን ፡ በመሰለ ፡ ይገባል ። አንዳንድ ፡ ጊዜም ፡ ጥቅም ፡ ባለው ፡ ነገር ፡ ሲገባ ፡ ለ ፡ ይኾናል ፤ ግበሩ ፡ ምሕረተ ፡ ወምጽ.ተ ፡ ላዕለ ፡ አኀዊክሙ ፤ ለወንድሞቻችኹ ። ሲዘረዝሩም ፡ ዲቤሁ ፡ ላዕሉ ፡ ሌሁ ፥ መልዕልቱ ፡ ቴሁ ፡ እያሰኙ ፡ እንዳንቀጹ ፡ ስልት ፡ ይፈታሉ ። ፫ ፡ አገባቦች ፡ በ ፡ እም ፡ እንተ ፡ ይስማሟቸዋል ። ጸጋ ፡ በዲበ ፡ ጸጋ ። ቀነጸ ፡ እምዲበ ፡ ሐመር ፤ አዝዘኒ ፡ እምጻእ ፡ ኀቤከ ፡ እንተ ፡ ዲበ ፡ ባሕር ። ፪ኛም ፡ በጥሬነታቸው ፡ ዘርፍ ፡ ይዘው ፡ ወይም ፡ ተዘርዝረው ፡ ቅጽል ፡ ይኾናሉ ። ጠፈር ፡ ዲበ ፡ ላዕለ ፡ መልዕልተ ፡ ምድር ፡ ዓለመ ፡ ብርሃናት ፤ ወሰማይኒ ፡ ላዕለ ፡ ጠፈር ፡ ዓለመ ፡ መላእክት ፡ ውእቱ ። ሲፈታም ፡ የምድር ፡ ላይ ፡ ጠፈር ፥ የጠፈር ፡ ላይ ፡ ሰማይ ፥ ወይም ፡ አቅንቶ ፡ ከምድር ፡ በላይ ፡ ያለ ፥ ከጠፈር ፡ በላይ ፡ ያለ ፡ እያሰኘ ፡ ሌላውን ፡ ኹሉ ፡ ያሳያል ።

፻፲ ፤ ታሕተ ፡ መትሕተ ።　ታች ፡ በታች ፡ ወደ ፡ ታች ፡ ይኾናሉ ፤ የቦታ ፡ አገባቦች ፡ በ ፡ እም ፡ ኀበ ፡ መንገለ ፡ ውስተ ፡ ወደ ፡ ሲኾኑ ፡ ይስማሟቸዋል ። በታሕተ ፡ እምታሕተ ፡ ሰማይ ፥ ኀበ ፡ መትሕት ። ሲዘረዝርም ፡ ታሕቱ ፡ መትሕቱ ፡ ቴሁ ፥ በታቹ ፡ ከርሱ ፡ በታች ፡ ያሰኛል ። በጥሬነቱም ፡ ሲነገር ፡ ተዘርዝሮና ፡ ዘርፍ ፡ ይዞ ፡ ቅጽል ፡ ይኾናል ። በሰማይ ፡ በላዕሉ ፥ ወበምድር ፡ በታሕቱ ። ምድር ፡ ታሕተ ፡ ጠፈር ፡ ወመትሕተ ፡ ደመናት ፡ ዓለመ ፡ ሰብእ ፡ ወእንስሳት ። ስትፈታም ፡ በሰማይ ፡ ላዕሉ ፡ ለምድር ፡ ወበምድር ፡ ታሕቱ ፡ ለሰማይ ፡ ብለኽ ፡ ግጠም ።

፻፲፩ ፤ ውስተ ፥ ውሳጤ ፥ ማእከለ ።　ውስተ ፡ ውስጥ ፤ በውስጥ ፡ በማኽል ፥ በ ፡ ወደ ፡ ይኾናል ። ዓሣ ፡ ዘውስተ ፡ ባሕር ። ሠርዌ ፡ ዘውስተ ፡ ዐይንከ ። ከመ ፡ አንበሳ ፡ ውስተ ፡ እንስሳ ። ኢ.ሀሎ ፡ ውስተ ፡ መከኑ ፥ በቦታው ። ሖርከ ፡ ውስተ ፡ ሲኦል ፥ ወደ ። ምስጢሩ ፡ ውስጥን ፡ አይለቅም ፤ የቦታ ፡ አገባብ ፡ ስለ ፡ ኾነ ፡ በ ፡ እም ፡ እንተ ፡ ይስማሙታል ። የበ ፡ መሰማማት ፡ ተነግሯል ። ዘይወፅእ ፡ እምውስተ ፡ አፍ ። ወዕአት ፡ ሐጽ ፡

እንተ፡ውስተ፡ልቡ፤በደረቱ። ሲዘረዝርም፡በ፡እም፡እንተ፥ውስቴቱ፡ታ፡እያሰኙ፡
ይሰማሙታል። ውስጥና፡ውሳጤም፡ከውስተ፡ጋራ፤፩፡ዘር፡ናቸው፤ውስተ፡የተ
ባለው፡ውስጥ፡ነውና። ውሳጤም፡ውስተ፡በገባበት፡እየገባ፥ውስጥ፡በውስጥ፡
ይኾናል። ይትኀብኡ፡አራዊት፡ውሳጤ፡ግብ። በ፡እም፡ይሰማሙታል፤ሲዘረዝ
ርም፡ውሳጤሁ፡ሃ፡እያለ፡ውስጡ፡ውስጧ፡ያሰኛል። ማእከለም፡ማኽል፡በማኽል፡
ወደ፡ማኽል፡ይኾናል፤ምስጢሩ፡ውስጥ፡ነው፤ግራና፡ቀኝ፡ላይና፡ታች፡ከበብ፡
ብለው፡ነገር፡ይገባል። ጽንፍ፡ወማእከል። ቂም፡ማእከለ። ባእ፡ማእከለ፡ሀገር።
በ፡እም፡እንተ፡ውስተ፡ይሰማሙታል። በማእከለ፡ማኅበር፡እሴብሐከ። አወፅ
ኦሙ፡እማእከላ። እንተ፡ማእከላ። ውስተ፡ማእከሎሙ። ሲዘረዝርም፡ማእከሉ፡ላ፥
ማእከሌሁ፡ሃ፡እያሰኘ፡በዘመድ፡በባዕድ፡ይነገራል።

፻፲፪፤ በ። በቁም፡ቀሪ፤ም፡ን፡ለ፡ጊዜ፡ጋራ፡እንደ፡ቸልታ፡ይኾናል።
በቁም፡ቀሪ፡ሲኾን፡በማሰሪያ፡ኹሉ፡እየገባ፡ማድረጊያ፡ይኾናል። አድኅነነ፡በመ
ለኮቱ፡ወቤዘወነ፡በትስብእቱ። ም፡ሲኾን፥ለእግዚአብሔር፡ምድር፡በምልኣ።
እስመ፡ዚአየ፡ውእቱ፡ኵሉ፡ዓለም፡በምልኡ፡ይላል። ወምልኣ፡ወምልኡ፡
ማለት፡ነው፤በውስጧም፡ያለው፡ማለትን፡ያሰማል። ይኸውም፡መላሾች፡በወ፡
ፈንታ፡ስላገቡት፡ነው፤ከዚህ፡በቀር፡በሌላ፡አይገኝም። ን፡ሲኾን፥የግእዝ፡
ወራሽ፡ነው፤ለምሁራነ፡ልብ፡በጥበብ። ኢቀባዕከኒ፡በዘይት፤ጥበበ፡ዘይተ፡ማለት፡
ነው። ይኄይስ፡ተአምኖ፡በእግዚ፡እምተአምኖ፡በዕጓለ፡መሕያው፡ሲል፥በቁም፡
ቀሪ፡ኹኖ፥ወይም፡ን፡ተብሎ፡ይፈታል። ለ፡ሲኾን፡መንታነትና፡ተነጻጻሪነት፡
ባላቸው፡በሕዋሳት፡ኹሉ፡ይገባል፡አንቀጹም፡ተደራራጊና፡አደራራጊ፡ነው።
ተናጸሩ፡ገጸ፡በገጽ፤ፊት፡ለፊት። ይትጓድዑ፡ክንፈ፡በክንፍ። እስተአኀዘሙ፡
እደ፡በእድ፥ወእግረ፡በእግር። ወተናገሮ፡ቃለ፡በቃል። ጊዜ፡ሲኾን፡የአመ፡
ወራሽ፡ነው፤ኢመፍትው፡አድልዎ፡በፍትሕ፤በፍርድ፡ጊዜ። ጋራ፡ሲኾን፡የም
ስለ፡ወራሽ፡ነው፤ተዋሐደ፡ቃል፡በሥጋ። እንደ፡ሲኾን፡የከመ፡ወራሽ፡ነው፤
ጽድቅ፡በወልታ፡የዐውደከ። ቸልታም፡ሲኾን፡የእንዘ፡ወራሽ፡ነው፤ጸለየ፡ወሰ
አለ፡ኀበ፡እግዚ፡በብካይ፤አልቅሶ፡ወይም፡እያለቀሰ፡ያሰኛል። በ፥በማይስማማው፡
ግስ፡ገብቶ፡ሲገኝ፡በሚስማማው፡ግስ፡ይፈታል። መጻእክሙ፡ተአኀዙኒ፡በአብ
ትር፤በበትር፡መትታችኹ፡ትይዙኝ፡ዘንድ፤ወይም፡መጻእክሙ፡በአብትር፤
በትር፡ይዛችኹ። ከልብኑ፡አነ፡ከመ፡ትምጻእ፡ኀቤየ፡በአእባን፡ወበትር፤ደንጊ
ያና፡በትር፡ይዘኽ። ነሐውር፡በእግረ፡ደቂቅ፥በልጆች፡እግር፡ልክ፥ወይም፡
እንደ፡ልጆች፡እግር፡ያሰኛል። አምላክ፡ውእቱ፡በሥጋ፤በሥጋ፡ሳለ። ወቦቱ፡
ፍጹም፡መለኮት፡በአርኣያ፡ንዴትነ፤በነዳይ፡ባሕርያችን፡ሳለ፤ሳይለወጥ፡ማለት፡
ነው። ሐመ፡ሕማመ፡ሥጋ፡እሙነ፡በመለኮቱ፤በምላክነቱ፡ሳለ፥ሳይታመም።
በቦታ፡ላይ፡ሲወድቅ፡አገባብነቱን፡ሳይለቅ፡አንቀጽ፡ይኾናል፤ኤልያስ፡በገነት።
አቡነ፡ዘበሰማያት። ሲዘረዝርም፡በጥሬነቱ፥ቦ፡ባ፡እያለ፡በርሱ፡በርሷ፡ያሰኛል።
በበ፥በየ፡ይኾናል፤ከተጸውዖ፡ስም፡በቀር፡በብትን፡ኹሉ፡ይገባል፤በበ፡ደወሉ፥

በያውራጃው ። ከዕለት፡እስካመት፡ያሉትን፡ጊዜያት፡በዝርዝር፡ወይም፡በደጊመ፡ ቃል፡ያናግራል። ይህም፥በበ፡ዕለት፤በየለቱ፥ዕለት፡ዕለት። በበ፡ወርኅ፤በየወሩ፥ በወር፡በወር። በበ፡ዓመት፤በያመቱ፡ባመት፡ባመት። ይሠውዐ፡በበ፡ነግሀ፡ ወበበ፡ሠርክ፤ጧት፡ጧት፥ማታ፡ማታ። በአኃዝም፡ገብቶ፡እንዲሁ፡ይፈታል። በበ፡አሐዱ፤በያንዳንዱ፥አንዱም፡አንዱም፥አንዳንድ።

፻፲፫፤ ለ። አቀባይ፥ወይም፡በቁም፡ቀሪ፤አቀብሎ፡ሸሽ፥አዳማቂ። የ፡ን፡ ከ፡ወደ፡ላይ፡ስለ፡ጋራ፡ይኾናል። በቁም፡ቀሪ፡ሲኾን፡ሀቡ፡ዘቄሳር፡ለቄሳር፥ ወዘእግዚ፡ለእግዚ። ኢትበሉ፡ለጌሠም። በባለቤትና፡በቅጽልም፡እንደ፡በ፡እየ ተደረበ፡ይነገራል። ለካህናት፡ለደቂቀ፡አሮን፤ለብእሲት፡ለመርዓት፡በግዑ፤ለጋይዮስ፡ለእኁነ። በና፡ለ፡ባማርኛም፡እንደዚሁ፡ናቸው፤ተደራርበው፡ይነገራሉ። በሰማይ፡በላዕሉን፡ተመልከት። አቀብሎ፡ሸሽ፡ሲኾን፥ለይኩን፡ብርሃን፤ለይትጋባእ፡ማይ፤ለትቅረብ፡ስእለትየ፡ኀቤከ፡እያሰኘ፡በትእዛዝ፡አንቀጽ፡ይገባል። አዳማቂም፡ሲኾን፥ለኀበ፡ሰማያት፡ለመንገለ፡እግዚ፤ለእመ፡ርኅበ፡ጸላኢከ፡ እያለ፡በገባብ፡ይወድቃል። የ፡ሲኾን፡ዘርፍ፡አያያዥና፡የዘርፍ፡ደፊ፡ነው፤ን፡ ሲኾን፡ተጠቃሽ፡ወይም፡የግእዝ፡ወራሽ፡ይባላል፤፪ቱም፡በዘርፍና፡በባለቤት፡ ክፍል፡ተነግረዋል፡(ዕር፲፯፡ቍ፳፪)። ከ፡ሲኾን፡ተሠጠ፡ለክልኤ፤ተከፍለ፡ለአርባዕቱ፡እያለ፡በአኃዝ፡ገብቶ፡ይነገራል። ወደ፡ሲኾን፡ተመይጠ፡ለብሔሩ፡ግብጽ፡ይላል። ላይ፡ሲኾን፡ወአምጽአ፡ረኀበ፡ለብሔር፤በምድር፡ላይ። ስለ፡ ሲኾን፡ኢትጸሊ፡ለዝ፡ሕዝብ፡ይላል። ፪ኛም፡ለዝ፡ያለው፡በቁም፡ቀሪ፡ሲኾን፡ ያምርለታል። ጋራ፡ሲኾን፡የምስለ፡ወራሽ፡ነው። ትከውኑ፡ሱቱፋነ፡ለሐራ፡ ሰማይ። ለ፥ላይ፡ስለ፥መኾኑ፡መላሾች፡በላዕለና፡በበእንተ፡ፈንታ፡ስላገቡት፡ ነው፤ይኸውም፡ሊታወቅ፡ከዚህ፡በቀር፡በሌላ፡አይገኝም። በዘ፡ፈንታ፡ገብቶ፡ የ፡ሲኾን፡ውእቱን፤በቁም፡ቀሪ፡ሲኾን፡ደለወ፡ይደሉን፡ያመጣል። ለእግዚ፡ ምድር፡በምልኣ። ለአብ፡ስብሐት፥ለወልድ፡ስግደት፥ወለመንፈስ፡ቅዱስ፡ባርኮት። ሲዘረዝርም፥ሎ፡ሎቱ፡ላ፡ላቲ፡እያለ፡ለርሱ፡ለርሷ፡ያሰኛል፤አንቀጽነቱ፡ ከበ፡ጋራ፡በደቂቅ፡ርባታ፡ተነግሯል። ለለ። ለየ፡እየ፡ደጊመ፡ቃል፡ይኾናል። ከተጸውዖ፡ስም፡በቀር፡በብትን፡ኹሉ፡ይገባል፤ከዕለት፡እስካመት፡ያሉትን፡ እንደ፡በበ፡ይዘረዝራል። ለለ፡ርእሱ፥ለየራሱ፡እየራሱ፡ራስ፡ራሱ። ለለ፡አሐዱ፥ ለያንዳንዱ፡እያንዳንዱ፥አንዳንዱ፤አንዱም፡አንዱም። ለለ፡ዕለቱ፥ለየለቱ፡እየለቱ፥ዕለት፡ዕለት፡እያሰኘ፡ሌላውን፡ኹሉ፡ያሳያል። ፪ኛም፡በኀላፊና፡በትንቢት፡ ሲገባ፡ዐቢይ፡አገባብ፡ይኾናል፤ዐቢይነቱም፡አመንና፡ሶበን፡እንዘን፡ይመስላል፤ ፍችውም፡ጊዜና፡የ፡ሲ፡ስ፡ደጊመ፡ቃል፡ነው። ወለለ፡ወለዳ፤አው፡ወለለ፡ይወልዳ፡ተባዕተ፡ቅትላሁ፤ወንድ፡ወንድ፡በወለዱ፡ጊዜ፥ሲወልዱ፤ወይም፡የወለዱትን፥የሚወልዱትን፥ወንድ፡ወንዱን፡ግደሉት። ለለ፡ተናገርኩ፡ተዘከርኩ፤ በተናገርኹ፡በተናገርኹ፡ጊዜ፤የተናገርኹ፡የተናገርኹትን። ለለ፡እትናገር፤ስናገር፡ስናገር። በደጊመ፡ቃልም፡ፈንታ፡ቍጥር፡ይኾናል፤ምስጢሩ፡ጊዜን፡አይ

ለቅም ። ለለ ፡ ወለዳ ፡ በወለዱ ፡ ቍጥር ፥ ለለ ፡ ተናገርኩ ፡ በተናገርኹ ፡ ቍጥር ። ይኸውም ፡ በቀዳማይ ፡ ብቻ ፡ ነው ።

፻፲፬ ፤ ምስለ ። ጋራ ፥ ከነ ። እንደ ፥ ከ ፥ ና ፥ ይኾናል ፤ ጋራ ፡ በሚኾንበት ፡ ኅቡረ ፡ ሲጨመር ፡ ዐብሮ ፡ ባንድነት ፡ ያሰኛል ። ንዒ ፡ ኅቤየ ፡ እ ፡ ድንግል ፡ ምስለ ፡ ወልድኪ ፤ ከልጅሽ ፡ ጋራ ። ወመላእክትኒ ፡ ተጋብኡ ፡ ምስሌሆሙ ፡ ኅቡረ ፤ ከርሳቸው ፡ ጋራ ፡ ዐብረው ፡ ወይም ፡ ባንድነት ። መጽአ ፡ ብእሲ ፡ ምስለ ፡ ብእሲቱ ፤ ከነሚስቱ ፥ ወይም ፡ ከሚስቱ ፡ ጋራ ። እንደ ፡ ሲኾን ፡ የከመ ፡ ወራሽ ፡ ነው ። አበስነ ፡ ምስለ ፡ አበዊነ ፤ ወኢተቀሥፉ ፡ ምስለ ፡ ሰብእ ፤ እንደ ፡ ሰው ። ከ ፡ ሲኾን ፡ የእም ፡ ወራሽ ፡ ነው ፤ መለያየትን ፡ በሚያሳዩ ፡ ግሶች ፡ ይገባል ፤ ውብእሲትኒ ፡ ኢትትኃደግ ፡ ምስለ ፡ ምታ ፤ ከባሏ ፡ አትፋታ ። ና ፡ ሲኾን ፡ እንደ ፡ ወ ፡ አጣፋሪ ፡ ነው ፤ በብዙ ፡ ወንድ ፡ አንቀጽ ፡ ይገባል ። ከንቶ ፡ ይትናገሩ ፡ አሐዱ ፡ ምስለ ፡ ካልኡ ፤ አንዱና ፡ ሌላው ፡ ኹለተኛው ። ተማከሮሙ ፡ ብእሲ ፡ ምስለ ፡ ብእሲቱ ፤ ባልና ፡ ሚስቱ ። ምስለ ፥ በማይመስለው ፡ ግስ ፡ ሲገባ ፡ ቦዝ ፡ ኹኖ ፡ ይፈታል ። ሰረረ ፡ ንስር ፡ ምስለ ፡ መጽሐፍ ፤ መጽሐፍ ፡ ይዞ ። ሲዘረዘርም ፡ ምስሌሁ ፡ ሃ ፡ እያሰኘ ፡ እንደ ፡ ፈተኞቹ ፡ ይፈታል ። አነ ፡ ምስሌክሙ ፥ እስመ ፡ እግዚአብሔር ፡ ምስሌነ ፡ ሲል ፡ በነባር ፡ በዘማች ፡ ያሳስራል ።

፻፲፭ ፤ አያተ ፤ ጽላሎተ ። አያተ ፡ በብትን ፡ ብቻ ፥ ጽላሎተ ፡ በተጸውዖ ፡ ስም ፡ እየገቡ ፡ እንደ ፡ ይኾናሉ ። ተዋሕዶ ፡ ሥጋ ፡ ወቃል ፡ አያተ ፡ ሐመልማል ፡ ወነበልባል ። አስናኒከ ፡ አያተ ፡ አዕናቍ ፡ እለ ፡ ተሰክዓ ። ተሰቅለ ፡ ጴጥሮስ ፡ ቍልቍሊተ ፡ ጽላሎተ ፡ ዶርሆ ። አርእስትና ፡ ሳቢ ፡ ዘርም ፡ እንደ ፡ ይኾናሉ ፤ ተመትሩ ፡ ያዕቆብ ፡ ወማቴዎስ ፡ ወጳውሎስኒ ፡ ተመትሮተ ፡ መጥምቅ ፡ ምትረተ ፡ መጥምቅ ፡ ዮሐንስ ፤ እንደ ፡ መጥምቁ ፡ ዮሐንስ ።

፻፲፮ ፤ ከደቂቅ ፡ አገባብ ፡ የሚጨመሩ ፥ የቦታና ፡ የጊዜ ፡ ጥሬዎች ። እነዚህም ፡ ተናበውና ፡ ተዘርዝረው ፥ ግእዝ ፡ ኃምስ ፡ ኹነው ፡ ይነገራሉ ። ላዕል ፡ ላዕሉ ፡ መልዕልት ፡ ላዕሊት ፤ ወደ ፡ ላይ ፡ ይኾናሉ ፤ ማሰሪያቸውም ፡ ዐርገ ፡ ርእየ ፡ አንቃዕደወ ፡ ነብረ ፡ ሐወጸ ፡ እነዚህን ፡ የመሰለ ፡ አንቀጽ ፡ ነው ። ዐርገ ፡ ወነበረ ፡ ላዕለ ፡ መልዕልተ ፡ ላዕሊተ ፤ ወደ ፡ ላይ ፡ ወጣ ፤ በላይ ፡ ተቀመጠ ። በደጊመ ፡ ቃልም ፡ ይነገራሉ ፤ ላዕለ ፡ ላዕለ ፡ እንዘ ፡ ያንቃዐዱ ፥ በነጽሮ ፡ ተሰብረ ፡ ክሣዱ ። ሖረ ፡ ሮጸ ፡ ርእየ ፡ ኖመ ፤ እነዚህን ፡ የመሰለ ፡ አንቀጽ ፡ ሲስባቸው ፡ ሽቅብ ፡ አሻቅቦ ፡ ይኾናሉ ። በቀረው ፡ እንደ ፡ ማንም ፡ ጥሬ ፡ ተደራጊ ፡ ተሳቢ ፥ ዘርፍና ፡ ባለቤት ፡ ኹነው ፡ ይነገራሉ ፤ ፫ቱ ፡ የቦታ ፡ አገባቦች ፡ ይሰማሟቸዋል ፤ ላዕለ ፡ ግን ፡ እየተናበበ ፡ ይነገራል ። የነላዕል ፡ አንጻር ፥ ታሕት ፡ ታሕቱ ፡ መትሕት ፡ ታሕቲት ፡ ታች ፡ ይኾናሉ ። ሲዘረዘሩም ፡ ላዕል ፡ ታሕት ፡ ያለውን ፡ ላዕሉ ፡ ላዕልከ ፥ ታሕቱ ፡ ታሕትከ ፡ ያሰኛሉ ። ላዕሉና ፡ ታሕቱ ፡ ግን ፡ የማይፈልሱና ፡ የማይበዙ ፡ ጕልት ፡ ቀለም ፡ ናቸው ፤ በቅጽል ፡ ባርእስት ፡ በብትን ፡ በአኃዝ ፡ ይገባሉ ። ክቡር ፡ ውእቱ ፡ ንቡረ ፡ ላዕሉ ፡ ወነጻሬ ፡ ታሕቱ ። ያፈቅር ፡ ባሕታዊ ፡ ነጽሮተ ፡ ላዕሉ ፡ እምነጽሮ ፡ ታሕቱ ። አንትሙሰ ፡ እምታሕቱ ፤ ወአንስ ፡ እምላዕሉ ። ዘእምዕሥራ ፡ ዓም ፡ ወዘላዕሉ ፥ አው ፡ ወዘታሕቱ ። የነታሕቱ ፡ አንቀጾች ፡ ወረደ ፡

ሐወጺ ፡ ርእየ ፥ እነዚህንም ፡ የመሰሉ ፡ ኹሉ ። የቀረውም ፡ አገባባቸው ፡ እንደነላዕል ፡ ነው ።　ትርአስ ፡ ትርጋፅ ፤ ውስጥ ፡ ውሳጢ ፡ ውሳጢት ፤ ቅድም ፡ ፍጽም ፡ ገጽ ፤ ድኅር ፡ ከዋላ ፤　የማን ፡ ይምን ፥ ፀጋም ፡ ፅግም ።　የነዚህም ፡ ዐዋጅ ፡ እንደነላዕል ፡ ነው ። ግድም ፥　በደጊም ፡ ብቻ ፡ ይነገራል ፤ አንትሙ ፡ ተሐውሩ ፡ ግድመ ፡ ግድመ ።　ድኅሬት ፡ ግንጽሊት ፡ ግፍትዒት ፤ ማሰሪያቸው ፡ ወድቀ ፡ ተአስረ ፡ ይህን ፡ የመሰሉ ፡ ናቸው ። ወድቀ ፡ ዴሊ ፡ ድኅሬተ ፡ ግንጽሊተ ፡ ግፍትዒተ ፤ የኋሊት ። ተአስረ ፥ ወይም ፡ አሰርዎ ፡ ድኅሬተ ፡ ግንጽሊተ ፡ ግፍትዒተ ፤ የኋሊት ፡ የግርንግሪት ።

፪፲፯ ፤　በዝርዝርነት ፡ ግእዝ ፡ ኃምስ ፡ ኹነው ፡ የሚነገሩ ፡ የቦታ ፡ ጥሬዎች ፡ እሊህ ፡ ናቸው ።　አፍአ ፤ ከዋላ ፤ ዝየ ፡ ህየ ፤ ለፌ ፡ ከሃ ፤ ኍለሄ ።　አፍአ ፥ ውጭ ፡ በውጭ(ጪ) ፡ ይኾናል ፤ ከንቀጽ ፡ ጋራ ፡ ይነገራል ፤　በቀረው ፡ እንደነላዕል ፡ ነው ። ይቀውም ፡ አፍአ ፤ አውፅእዎ ፡ አፍአ ።　ከዋላ ፥　ኋላ ፡ በኋላ ፡ ይኾናል ፤ ነዐቅብ ፡ ፍጽመ ፡ ወከዋላ ፤ የሐውሩ ፡ ከዋላ ፤ በኋላ ፡ በስተኋላ ። ዝየ ፡ የቅርብ ፡ ቅርብ ፡ ነው ፤ በዚህ ፡ ከዚህ ፡ ወደዚህ ፡ ይኾናል ፤ ከዘማች ፡ ከነባር ፡ ዐብሮ ፡ ይነገራል ። ዝየ ፡ አኀድር ። ምንት ፡ ብከ ፡ ዝየ ። አምጽእዎን ፡ ሊተ ፡ ዝየ ።　ህየ ፥ የቅርብ ፡ ሩቅ ፡ የዝየ ፡ አንጻር ፡ ነው ፤ በዚያ ፡ ከዚያ ፡ ወደዚያ ፡ ይኾናል ፤ በቦታና ፡ በነገር ፡ ዐጸፋ ፡ ይገባል ። በቦታ ፥ ተከለ ፡ ገነተ ፡ ወሤሞ ፡ ህየ ። በነገር ፥ በህየኒ ፡ ሰመዮ ፡ ወልደ ፤ ወበዝየኒ ፡ ሰመዮ ፡ እኅወ ።　ለፌ ፤ ወዲህ ፡ ወደዚህ ፡ ይኾናል ፤ ትመጽእ ፡ ለፌ ፡ ኀበ ፡ አነ ፡ እቀውም ። በጊዜም ፡ ሲገባ ፥ እለ ፡ ይብሉ ፡ ከመ ፡ ክርስቶስ ፡ ለፌ ፡ እማርያም ፥ አው ፡ ለፌ ፡ እምጥምቀት ፡ ይላል ። ተደጋግሞና ፡ ተጣፍሮ ፡ ሲነገር ፡ ወዲህና ፡ ወዲያ ፥ ቀኝና ፡ ግራ ፡ ይኾናል ። ነጸረ ፡ ለፌ ፡ ወለፌ ። አንጌገየ ፡ ለፌ ፡ ወለፌ ። ሰቀሉ ፡ ምስሌሁ ፡ ክልኤተ ፡ ፈያተ ፡ አሐደ ፡ እምለፌ ፡ ወአሐደ ፡ እምለፌ ። ጽሑፋት ፡ እንተ ፡ (በ ፡ እም) ለፌኒ ፡ ወእንተ ፡ ለፌኒ ።

፪፲፰ ፤ ከሃ ፥ ወዲያ ፤ ከሃት ፥ ወዲያዎች ፡ ወዲያኞች ፡ ይኾናል ።　ዝርዎ ፡ ከሃ ፤ ሑር ፡ ከሃ ። ሲዘረዝርም ፡ ከሃሁ ፡ ከሃቲሁ ፡ ሃ ፡ ሆሙ ፡ ሆን ፤ ከሃከ ፡ ከሃቲከ ፡ እያሰኘ ፡ በባዕድ ፡ በራሱ ፡ ያናግራል ። ከዝርዝሩ ፡ በቀር ፡ እንደ ፡ ህየ ፡ ነው ፤ የቦታ ፡ አገባቦች ፡ ይሰማሙታል ። እምለፌሁ ፡ ወእምከሃሁ ። እልክቱ ፡ እምከሃ ፥ ወእሉኒ ፡ እምለፌ ። ሰበከ ፡ ማርቆስ ፡ በግብጽ ፡ ወእምህየ ፡ እስከ ፡ ከሃቲሃ ።　ኍለሄ ፤ ቦታ ፡ ኹሉ ፥ መላው ፡ ጠቅላላው ፡ አራቱ ፡ ማእዝን ። ብቻውንም ፡ ከገባብም ፡ ጋራ ፡ ይነገራል ፤ ብቻውን ፥ ሖርኩ ፡ መትሕተ ፡ ሰማይ ፡ ኍለሄ ፤ እስከ ፡ ይሰማዕ ፡ ኍለሄ ። ከገባብም ፡ ጋራ ፥ ምሉእ ፡ በኍለሄ ። ተጋብኡ ፡ ኀቤሁ ፡ እምኍለሄ ፤ እለ ፡ ይነብሩ ፡ ውስተ ፡ ኍለሄ ። ይነድፍዋ ፡ እንተ ፡ ኍለሄ ፡ እያለ ፡ ይገባል ።

እየተናበቡ ፡ የሚነገሩ ፡ የቦታ ፡ ጥሬዎች ።

፪፲፱ ፤ ጽንፍ ፡ ክንፍ ፡ ከንፈር ፡ ሐይቅ ፡ ድንጋግ ፡ ገበዝ ፡ ወሰን ፤ ዳር ፡ ዳርቻ ፥ ጫፍ ፡ ጠርዝ ፡ ይኾናሉ ። ጽንፍ ፥ ለባሕር ፡ ለየብስ ፡ ለኅብስት ፡ ለልብስ ፡ ይኾናል ። ጽንፈ ፡ ባሕር ፡ የብስ ፤ ወጽንፈ ፡ የብስኒ ፡ ባሕር ። ጽንፈ ፡ ኅብስት ፡ ወልብስ ። ክንፍ ፥ ለ

ኹሉ፡ ይኾናል፤ ክንፈ፡ ምድር፥ ክንፈ፡ ቤት። ክንፈር፡ ሐይቅ፥ ለባሕር፡ ይኾናሉ፤ ድንጋግ፥ለወንዝ፡ ለባሕር፡ለዘመን፡ ይኾናል።ገበዝ፥ለወንዝ፡ ብቻ፤ ወሰን፥ለኹሉ፡ ይኾናል። ወበጽሐ፡ ዮርዳኖስ፡ እስከ፡ ድንጋጊሁ። ኖጺ፡ ዘድንጋግ፡ ባሕር። ሞት፡ ድንጋግ፡ ዕድሜ፡ ዘኢይበጽሖ፡ መልአክ። ተቀበሎ፡ ዲበ፡ ገበዝ፡ ተከዚ። ኢትትዓደዊ፡ እምወሰንኪ። ጽፍሕ፥ድልድል፤ ስፍሕ፥ ስፋት፡ ወልወል፡ ይኾናል።ጽፍሐ፡ መሠረቱ፤የመሠረቱ፡ድልድል፥ወይም፡የግንቡ፡አርመን፡ወርዱ፡ሆዱ፡ማለት፡ነው።

፻፹፤ አድያም፡ ደወል፡ ብሔር፤አውራጃ፡ቀበሌ፡ግዛት፡አገር፡ይኾናሉ። አድያመ፡ ዮርዳኖስ። ደወለ፡ ጢሮስ። ብሔረ፡ ግብጽ። ብሔረ፡ አሕዛብ። ደወል፡ ተለይቶ፡ ወሰን፡ ደንበር፡ ይኾናል፤ ኢታፍልስ፡ ደወለ፡ ገራህት። አፍአና፡ ማእከል፡ በየቦታቸው፡ ተነግረዋል። ጥቃ፡ ኀር፡ ሕፅን፡ ገቦ፡ ጕንድ፤ አጠገብ፡ ጐን፡ ወገብ፡ ይኾናሉ፤ የቦታ፡ አገባቦች፡ ይሰማሟቸዋል። ጥቃ፥ለቦታ፡ ብቻ፤ የቀሩት፡ ለቦታም፡ ላካልም፡ ይኾናሉ። ይነብር፡ ጥቃ፡ ፍኖት። ወቤቱ፡ ኀረ፡ ምኵራብ። ሕፅነ፡ ደብር፡ ገቦ፡ ደብር፡ ጕንደ፡ ደብር። ኢትጸውዕ፡ ኀረከ፤ ይረፍቅ፡ ውስተ፡ ሕፅኑ። ይወድቁ፡ በገቦከ። አጺብዒከ፡ እምጕንደ፡ ክልኤ፡ አእጋር። ጽጕ፡ ጽጐጕ፡ ጽጐኅት፥ ጥግ፡ ወልወል፡ ይኾናል።ጽጐ፡ ቤት፤ ጽጐ፡ ሀገር፤ ወለእመ፡ ሀለዉ፡ ጽጐኅት፡ ማእከለ፡ አብያት፥ ወልወል። ዐውድ፡ ዘውር፥ ዙሪያ፡ ይኾናሉ፤ ክበብ፡ በለው፡ ኹሉ፡ ይገባሉ። ዐውደ፡ቤት፥ዘውረ፡አክሊል። ዐውድ፡ ተለይቶ፡ አደባባይ፡ ሸንጎ፡ ዐውድማ፡ ይኾናል። ነበሩ፡ ዐውደ፡ ለኰንኖቱ። ዘቦቱ፡ ያነጽሕ፡ ዐውደ፡ እክሉ። ሲዘረዘሩም፡ ዐውዱ፡ ዳ፥ዘውሩ፡ ራ፡ እያሰኙ፡ እንዳንቀጹ፡ ስልት፡ ይፈታሉ። ይቀውሙ፡ ዐውዶ፤ በዙሪያው። ንንሥት፡ ዐውደነ፤ሸንጓችንን፡ እንፍታ።

የጊዜ፡ ጥሬዎች።

፻፹፩፤ ቅድም፡ መቅድም፡ ቀዲሙ፡ አቅዲሙ፡ ቀዳሚ፤ ቀድሞ፡ አስቀድሞ፡ ፊት፡ መዠመሪያ፡ ይኾናሉ። ቅድምና፡ መቅድም፡ ግእዝ፡ ኹነው፥የቀሩት፡ ጕልት፡ ኹነው፡ ሳይፈልሱ፡ ይነገራሉ። ቅድም፡ ተለይቶ፡ በቦታም፡ በጊዜም፡ እንዲገባ፡ በፊት፡ ተነግሯል። ፩ቱ፡ ኹሉ፥ላንድና፡ለብዙ፡ለወንድና፡ ለሴት፡ ለሩቅና፡ ለቅርብ፡ እየኾኑ፡ እንዳንቀጻቸው፡ ስልት፡ ይፈታሉ። ቅድመ፡ አሠኒ፥ መቅድመ፡ ኀሠ። ቀዲሙ፡ ዜነወነ፤ ዘነገሩክሙ፡ ቀዲሙ፤ አቅዲሙ፡ ነገረ፡ በአሪት። ቀዳሚ፡ ጸሐፍኩ፡ ለከ። መቅድምና፡ አቅዲሙ፡ ሲቀሩ፡ እምና፡ በ፡ ይሰማሟቸዋል። የቅድምና፡ የቀዳሚ፡ አንጻሮች፡ ድኅርና፡ ደኃሪ፥ ኋላ፡ መጨረሻ፡ ይኾናሉ፤ አገባባቸውም፡ እስከ፡ ነው። ድኅር፡ ግእዝ፡ እየኾነ፥ ደኃሪ፡ ከዋላ፡ በነባርነት፡ ሲነገሩ፥ ኋላ፡ በኋላ፡ ወደ፡ ኋላ፡ ይኾናሉ። ይነብሩ፡ ሙታን፡ ውስተ፡ መቃብር፡ እስከ፡ ይትነሥኡ፡ ድኅረ፥ አው፡ ደኃሪ፡ ከዋላ። ገብኡ፡ ድኅረ። በ፡ ለ፡ መንገለ፡ እም፡ ይሰማሟቸዋል፤ ቅድመና፡ ድኅረም፡ እንደ፡ ግድም፡ እንደ፡ ላዕል፡ ተደጋግመው፡ ይነገራሉ። ቅድመ፡ ቅድመ፡ እንዘ፡ የሐውሩ፥ነቢያት፡ ድኅሬተ፡ ነጸሩ። ፈረሱ፡ ለፈርዖን፡ ይቤ፡ ድኅረ፡ ድኅረ፤ እስመ፡ እግሩ፡ ኢለመደ፡ ባሕረ። መቅድም፡ መስም፡ ነው፤ቀዳሚ፡ ደኃሪ፡

ማልስ ፡ ቅጽሎች ፣ ቅድምና ፡ ድኅር ፡ ጥሬዎች ፣ ቀዲሙና ፡ አቅዲሙ ፡ በዝ ፡ አንቀጾች ፡ ናቸው ። ኹሉም ፡ በ፫ ፡ አርእስት ፡ እየገቡ ፣ ቅድመ ፡ መቅድመ ፣ ቀዲሙ ፡ አቅዲሙ ፡ ቀዳሚ ፣ አው ፡ ድኅረ ፡ ደኀሪ ፡ ጸውዐ ፡ አጸውዐ ፣ ተጸውዐ ፡ ተጻውዐ ፡ አስተጻውዐ ፡ ያሰኛሉ ። ይኸውም ፡ በምልአት ፡ ለሚነገሩ ፡ እንጂ ፡ ለኹሉ ፡ አይዶለም ፤ በሳድስ ፡ ቅጽልም ፡ ሲገቡ ፣ ጽዉዕ ፡ ቅድመ ፡ ቀዳሚ ፡ ወምጹእ ፡ ድኅረ ፡ ደኀሪ ፤ ፊት ፡ የተጠራ ፡ ኋላ ፡ የመጣ ፡ ያሰኛሉ ።   ጊዜም ፡ ከነክፍሎቹ ፡ ከቅጽል ፡ ጋራ ፡ ይነገራል ። ቅጽሉም ፡ አኃዝና ፡ የአኃዝ ፡ ጥሬ ፡ ነው ፤ የአኃዙ ፡ በቦታው ፡ ተነግሯል ። ኵሎ ፡ ጊዜ ፡ ኵሎ ፡ ሰዓተ ፡ ኵሎ ፡ ዕለተ ፡ ኵሎ ፡ አሚረ ፡ ኵሎ ፡ ዘመነ ፤ ኹል ፡ ጊዜ ፣ ኹል ፡ ቀን ፡ ዘወትር ፡ በዘመኑ ፡ ኹሉ ፡ ያሰኛሉ ።   ተናበው ፡ የሚነገሩ ። ጥንት ፡ መሠረት ፤ መዠመሪያ ። ፍጻሜ ፡ ተፍጻሜት ፤ መጨረሻ ፡ ይኾናሉ ። ሲገቡም ፡ ጥንተ ፡ ሕይወት ፡ ጥንተ ፡ ዕለት ፣ መሠረተ ፡ ንጽሕ ፡ መሠረተ ፡ ቃል ። ፍጻሜ ፡ ዘመን ፣ ተፍጻሜተ ፡ መዋዕል ፡ ያሰኛሉ ። መሠረት ፡ ለኹሉ ፡ ይኾናል ።   ተዘርዝረው ፡ የሚነገሩ ። ንእስ ፡ ናእስ ፡ ንእስና ፤ ልጅ ነት ፡ ታናሽነት ።   ውርዙት ፡ ውርዛዌ ፡ ውርዝውና ፤ ጐልማስነት ፡ ዐፍላ ፡ ጕብዝና ። ርሥእ ፡ ርሥአን ፡ ርሥእና ፤ እርግና ፡ አሮጌነት ። እም ፡ በ ፡ አመ ፡ እስከ ፡ ድኅረ ፡ ይሰማሟቸዋል ። ዘንተ ፡ ኵሎ ፡ ዐቀብኩ ፡ እምንእስየ ። ሰሎሞን ፡ ኮነ ፡ ጠቢበ ፡ እምንእሱ ፡ በንእሱ ፡ አመ ፡ ውርዛዌሁ ፤ ወአመ ፡ ርሥአኑ ፡ ኮነ ፡ አብደ ። አብርሃም ፡ እምውርዛዌሁ ፡ እስከ ፡ ርሥአኑ ፡ ኢወለደ ፤ ወበልህቅናሁ ፡ ረከበ ፡ ወልደ ። ወእምድኅረ ፡ ርሥአን ፡ ጥሉል ።

ያካልና ፡ የባሕርይ ፡ ጥሬዎች ።

፻፹፱ ፤ ኵለንታ ፤   ኹለንተና ፣ ኹለመና ፡ ይኾናል ። ከራስ ፡ ጠጕር ፡ እስከ ፡ እግር ፡ ጥፍር ፡ እንደ ፡ ማለት ።   ጠባይዕ ፤ በቁሙ ፡ ጠባይ ፡ ባሕርይ ፡ ይኾናል ። አባል ፡ ሕዋስ ፣ መንፈስ ፡ ነፍስ ፣ ነፍስት ፡ መሌሊት ፤ አካል ፡ ብልት ፡ ገላ ፡ ሰውነት ፡ ይኾናሉ ። ቅጽሎቻቸውም ፡ ኵሉ ፡ ኵላ ፡ ናቸው ፤ አኃዝም ፡ ይሰማማቸዋል ፤ ለእመ ፡ ሐመ ፡ አሐዱ ፡ አባል ።   አካል ፤ በቁሙ ፣ ቁመት ፡ አቋቋም ፣ ለመያዝ ፡ የሚበቃ ፤ መጠን ፡ ግዘፍ ፡ ይኾናል ፤ ዘመጠነ ፡ ዝ ፡ አካሎን ።   ህላዌ ፤ ባሕርይ ፡ አካል ፣ አቋቋም ፡ አናዎር ።   ክዋኔ ፤ አኳኋን ፡ ኹነታ ፤ ከዋኒ ፤ ኋኝ ፡ ቀዋሚ ፡ ይኾናሉ ።   በትምርት ፡ በስሎ ፡ የታጨደው ፡ ያገባቦች ፡ ነዶና ፡ ክምር ፣ ክምሩ ፡ በክፍሉ ፡ ከብዙ ፡ በጥቂቱ ፡ ይህ ፡ ነው ።

፫ኛ ፡ ክፍል ።

ጸዋትወ ፡ ቅኔ ፣ የሠምና ፡ የወርቅ ፡ ኵርጓኔ ።

፹፪ኛ ፡ ዕርከን ።

ሠምና ፡ ወርቅ ፡ ማለት ፡ እንደ ፡ ወንድማማች ፡ በምስጢር ፡ መንታ ፡ ሲኾኑ ፡ በንባብ ፡ ሳይጫፈሩ ፡ በ፩ ፡ ነገር ፡ ተባብረው ፡ ተጣምረው ፡ ፩ ፡ ወጣት ፡ ቃል ፡ መስለው ፡

የሚነገሩ ፡ ተመሳሳዮች ፡ ማለት ፡ ነው ። በተረትም ፥ ሠምና ፡ ወርቅ ፡ እንጀራና ፡ መረቅ ፡ ይባላል ።

፻፷፫ ፤ ሠምና ፡ ወርቅ ፡ ሲመሰሉ ፡ ሠም ፡ ተናበ ፡ እየቀደመ ፡ ወርቅ ፡ ይከተላል ፤ ወርቅም ፡ ቀድሞ ፡ ሠም ፡ ቢከተል ፡ ካልተናበበ ፡ ጸያፍ ፡ አይባልም ፤ ቢናበብ ፡ ግን ፡ ግንባር ፡ ጸያፍ ፡ ይባላል ። ፩ኛውን ፡ ዐዋጅ ፡ ለማሳየት ፥ ርኁባን ፡ አሕዛብ ፡ በልዑ ፡ ኅብስተ ፡ ሃይማኖት ፤ ወይም ፡ ኅብስተ ፡ ሃይማኖተ ፡ በል ። ፪ኛውን ፡ ለማሳየት ፥ በልዑ ፡ ሃይማኖተ ፡ ኅብስተ ፡ በል ፤ ይህ ፡ ጸያፍ ፡ አይባልም ፤ ሃይማኖተ ፡ ኅብስት ፡ ቢል ፡ ግን ፡ ግንባር ፡ ጸያፍ ፡ ነው ። ሠም ፡ ተናበ ፡ ለወርቅ ፡ ፫ ፡ ፈደላት ፡ ያተርፍለታል ፤ ፈደላቱም ፡ ግእዝ ፡ ሳብዕ ፡ ኃምስ ፡ ናቸው ። ይህም ፥ ሰሎሞን ፡ ዐማኑኤል ፡ ሐነጸ ፡ መቅደሰ ፡ ደሙ ፡ ማሕየዊ ፡ ባለ ፡ ጊዜ ፡ ሳብዕና ፡ ኃምስ ፡ ማስቀረቱን ፡ ያሳያል ፤ ባይናበበው ፡ ግን ፡ ደሞ ፡ ማሕየዌ ፡ ባለ ፡ ነበረ ። ግእዝ ፡ ማስቀረቱም ፥ መቅደሰ ፡ ደም ፡ ሐነጸ ፡ በማለት ፡ ይታያል ። ሠም ፡ ለወርቅ ፡ የሚያተርፍለት ፡ ይህ ፡ ብቻ ፡ አይዶለም ፤ ከዚህ ፡ ሌላ ፡ ደግሞ ፡ ፯ ፡ ነገር ፡ ያተርፍለታል ፤ እነዚሁም ፡ ማሰሪያ ፥ አንቀጽ ፥ ተናባቢ ፥ አፈታት ፥ ቅጽል ፥ ዝርዝር ፡ ናቸው ። አገባብ ፡ ያተርፉል ፡ የሚሉም ፡ አሉ ፤ አገባብ ፡ ግን ፡ በሠም ፡ ላይ ፡ ወድቆ ፡ ለወርቅ ፥ በወርቅ ፡ ላይ ፡ ወድቆ ፡ ለሠም ፡ ይኾናልና ፤ ሠም ፡ ለወርቅ ፡ አገባብ ፡ ያተርፉል ፡ ማለት ፡ ለልብ ፡ አይረዳም ። ፯ ፡ ነገር ፡ ማትረፉም ፡ እንዲህ ፡ ነው ። እመ ፡ ርኅራኄ ፡ ቤተ ፡ ክርስቲያን ፡ ትወግዕ ፡ ጥዑመ ፡ ሥጋዌ ፡ ሐሊበ ፡ እግዚእነ ፡ ለደቂቃ ፡ ምእመናን ፥ በይነ ፡ ዘአእመረት ፡ ከመ ፡ ይከውኖሙ ፡ ሕይወተ ፡ ኀይለ ፡ ሥጋ ፡ ብሎ ፥ ትወግዕ ፡ በማለት ፡ ማሰሪያ ፡ ማትረፉን ፥ ጥዑመ ፡ በማለት ፡ ቅጽልን ፥ ሐሊበ ፡ እግዚእነ ፡ በማለት ፡ ተናባቢን ፥ ሥጋዌ ፡ ወተትን ፡ በማለት ፡ አፈታትን ፥ በይነ ፡ ዘአእመረት ፡ በማለት ፡ አንቀጽን ፥ ለደቂቃ ፡ በማለት ፡ ዝርዝር ፡ ማትረፉን ፡ ያሳያል ።

፻፷፬ ፤ ባለቤትና ፡ ዘርፍ ፡ በሠምና ፡ በወርቅ ፡ አካኼድ ፡ ሲነገሩ ፡ ብዙ ፡ ስም ፡ አላቸው ፡ አስቀድመን ፡ ባ፲፯ኛ ፡ ዕርከን ፡ እንደ ፡ ተናገርነ ፡ (ቍ፹፰) ። የሠም ፡ ባለቤት ፡ ከወርቅ ፡ ዘርፍ ፡ ተናበ ፡ የወርቅን ፡ ባለቤት ፡ ሲያመጣ ፡ ውስጠ ፡ ወይራ ፡ ያሰኛል ። ይህም ፡ ነዳያን ፡ አሕዛብ ፡ በልዑ ፡ ኅብስተ ፡ ጴጥሮስ ፡ ባዕል ፡ ባለ ፡ ጊዜ ፡ ሃይማኖተ ፡ ጴጥሮስ ፡ ማለቱን ፡ ያሳያል ። ስሙም ፡ ክብ ፡ ውስጠ ፡ ወይራ ፡ ይባላል ፤ የሠሙ ፡ ዘርፍ ፡ ባዕል ፡ ሲቀር ፡ ግን ፡ ክብ ፡ አይባልም ። ፪ኛም ፡ የወርቅ ፡ ባለቤት ፡ እየቀደመ ፡ የሠም ፡ ባለቤት ፡ ተከትሎ ፡ ከወርቅ ፡ ዘርፍ ፡ ሲናበብ ፡ ዝምድ ፡ ያሰኛል ። ይህም ፡ ተበልዐ ፡ ሃይማኖት ፡ ኅብስተ ፡ ጴጥሮስ ፡ ባዕል ፡ ማለቱን ፡ ያሳያል ። ስሙም ፡ ድርብ ፡ ዝምድ ፡ ይባላል ፤ ባዕል ፡ ሲቀር ፡ ግን ፡ ነጠላ ፡ ዝምድ ፥ ወይም ፡ ቅጽል ፡ ከምሳሌ ፡ ያሰኛል ። ፫ኛም ፡ የሠም ፡ ባለቤት ፡ ከወርቅ ፡ ዘርፍ ፡ ተናበ ፡ እየቀደመ ፡ የወርቅ ፡ ባለቤት ፡ ሲከተል ፡ ፍላጻ ፡ ይባላል ። ይህም ፡ ተበልዐ ፡ ኅብስተ ፡ ጴጥሮስ ፡ ባዕል ፡ ሃይማኖት ፡ ሲል ፡ ድርብ ፡ ፍላጻ ፤ የሠሙ ፡ ዘርፍ ፡ ባዕል ፡ ሲቀር ፡ ነጠላ ፡ ፍላጻ ፡ ይባላል ። ፬ኛም ፡ የሠም ፡ ባለቤት ፡ በወርቅ ፡ ባለቤት ፡ ላይ ፡ በሚናበብበት ፡ ጊዜ ፡ በወርቅ ፡ ባለቤት ፡ ሲጠበቅ ፡ ጥምዝ ፡ ይባላል ። ይህም ፡ በልዐ ፡ ኅብስተ ፡ ዘጴጥሮስ ፡ ሃይማኖት ፡ ባለ ፡ ጊዜ ፡ ጥምዝነቱን ፡ ያሳያል ። ፭ኛም ፡ ዘርፍ ፡ በዘና ፡ በለ ፡ ሲደፉ ፡ ስሙ ፡ ድፋት ፡ ይባላል ። ይህም ፡

በልዐ፡ዘጴጥሮስ፡በዕል፡ሃይማኖተ፡ኀብስተ፡ሲል፡የዘ፡ድርብ፡ድፋት፤በዕል፡ሲቀር፡ነጠላ፡ድፋት፡መኾኑን፡ያሳያል። ዳግመኛም፡በልዐ፡ለጴጥሮስ፡በዕል፡ጥዑመ፡ሃይማኖተ፡ኅብስቶ፡ጊዮርጊስ፡ርኁብ፡ሲል፡የለ፡ድርብ፡ድፋት፤በዕል፡ሲቀር፡ነጠላ፡ድፋት፡ይባላል። ፪ኛም፡በልዐ፡ወይም፡ተበልዐ፡ሃይማኖተ፡ጴጥሮስ፡ኅብስተ፡በዕል፡ተብሎ፡በየገንዘቡ፡ሲነገር፡ተቻቻይ፡ይባላል።

፻፹፫፤ ብሂልም፡በሰዋስውነቱ፡ዘርፍና፡ምሳሌ፡ይኾናል፤ከዘርፍም፡ሲያገዝ፡ለብሂል፡ለ፡የለው፡ለብሂሎት፡ዘ፡የለው፡ይባላል። ዘርፍ፡ሲኾን፡ዝምድ፥ፍላጻ፥ድፋት፥ጥምዝ፥ክብ፡ውስጠ፡ወይራ፥ምፀት፥ሠረዝ፥ተራ፡ምሳሌ፡ይኾናል። ዝምድ፡ሲኾን፥ምሕረት፡ወርቀ፡ብሂል፡አድኅን፡ነዌ፡ለእግዚእ፡ላዕለ፡ኵሉ፡ንዋዩ። ፍላጻ፡ሲኾን፥ወይነ፡ብሂል፡ለብሰ፡ሥጋ፡ማርያም፡ወልደ፡አብ፡መዐዛ፡ሃይማኖት፡ሰትየ፡ቄርሎስ፡ንጉሥ። ድፋት፡ሲኾን፥ዘብሂል፡ተወልደ፡አምላክ፡ወጴጥሮስ፡ተሰቅለ፡ቍልቍሊተ፡ምስጢረ፡ቤተ፡ሐነጽኩ። ጥምዝ፡በትረ፡ዘብሂል፡አጽንዕ፡ሕገ፡አ፡ሰብእ፡ለአድኅኖ፡ነፍስከ፡ወንጌል፡ጳውሎስ፡ኖላዊ፡ነሥአ፡በእደ፡ጉባኤ። ያልተከበበ፡ውስጠ፡ወይራ፡ሲኾን፥መሰበ፡ብሂል፡እትወለድ፡እምወለተ፡ወለትከ፡ሰፈየት፡ድንግል፡መርዓተ፡ሙሴ፡አ፡አዳም። ክብ፡ሲኾን፥በግዐ፡ብሂል፡ተወልደ፡አምላክ፡እምነ፡ማርያም፡በዕል፡በልዐ፡ዕጕለ፡አርዌ፡ንስጥሮስ። ምፀት፥ብሂል፡እድግት፡አውዕአት፡ቀርነ፥ብሂል፡ተናገረት፡እብን፡ነገረ። ረሠዝ፥ብሂል፡ተሰቅለ፡እግዚእ፡ላዕለ፡ጽሒፎተ፡ቀይሕ፡ቀለም፡ወብሂል፡ተሰቅለ፡ጴጥሮስ፡ታሕተ፡ተርጕሞተ፡ሃይማኖተ፡አበው፡ይደልዎሙ፡ለሐዋርያት፡ሊቃውንት፤የዋዌ፡ሠረዝ፡ነው። ተራ፡ምሳሌም፡ሲኾን፥ወርቀ፡ብሂል፡ሞተ፡እግዚእ፡በእንተ፡ፍቅረ፡ሰብእ፡ዘገበ፡ጊዮርጊስ፡በዕል፡ይላል። ከዚህ፡የቀረው፡የብሂል፡ጓዝ፡አንቀጽነቱና፡አገባብነቱ፡በቦታው፡ተነግሯል፡(ቍ ፹፫)።

፻፹፬፤ የምሳሌ፡ዐዋጅ። ሩቅና፡ቅርብ፥አንድና፡ብዙ፥ወንድና፡ሴት፡አይመስሉም፤ይኸውም፡በማሰሪያ፡ባንቀጽ፡በቅጽል፡ኅብረትና፡አንድነት፡የላቸውምና፡ስለዚህ፡ነው። ይህም፥ብህለ፡ብህልከ፥ተብህለ፡ተብህሉ፥አብህለ፡አብህለት፥በሃሊ፡በሃሊት፡በማለት፡ይታያል። ፩ኛም፡ወ፡አንድ፡ያደረጋቸው፡ኹለት፡ስሞች፡ሠም፡ኹነው፥ወርቅም፡ኹነው፡ከስም፡ተዛምደው፡አይመሰሉም። ይህም፡ርኁብ፡ወነዳይ፡አሕዛብ፡በልዑ፡ኅብስተ፡ሃይማኖት፡አለማለት፡ነው። ፫ኛም፡ነባቢና፡ኢነባቢ፥የተጸውዖ፡ስምና፡ስም፥ስምና፡ግብር፡ኀዳሪና፡ማኀደር፥አንድና፡ብዙ፥ወንድና፡ሴት፥እነዚህ፡፯ቱ፡ተናበው፡አይመሰሉም። ቅርብና፡ሩቅ፡ግን፡ተናቦ፡ሲመሰል፥ተበላዕከ፡ኅብስተ፡ሃይማኖት፡ዘረትዐ፡ሲል፥የሠሙ፡አቅራቢ፡ለወርቁ፡ተርፎ፡ቅጽሉን፡ዘረታዕከ፡ያሰኛልና፤ጸያፍ፡አይባልም። ይህም፥ዘተወልደ፡ዘተጠምቀ፡ዘተንሥአ፡ብሎ፡ተማህለነ፡እግዚአ፡በለው፡ይታወቃል፤የግልጠ፡ዘ፡ጠባይ፡ይህ፡ነው። ውስጠ፡ዘም፡ቢኾን፡ከቅርብና፡ከሩቅ፡ይሰማማል፤ባላገባቦች፡ግን፡እንደ፡ላይኛው፡መስኋቸው፡በልማድ፡ዐዋጅ፡ጸያፍ፡ነው፡

ይሉታል ። ነባቢና ፡ ኢነባቢ ፥ ክህነ ፡ እብን ፡ ቀዳሲ ። ስምና ፡ ስም ፥ ዳዊተ ፡ ሚካኤል ። ስምና ፡ ግብር ፥ ሰሎሞነ ፡ ጥበብ ። ኀዳሪና ፡ ማኅደር ፥ ወርቀ ፡ መዝገብ ፥ ወይም ፡ ኅብ ስተ ፡ መሶብ ፡ ብሎ ፡ አለመመሰል ፡ ነው ። ከ፮ቱ ፡ ደግሞ ፡ ፫ቱ ፡ ፊተኞች ፡ ሲቀሩ ፡ ፫ቱ ፡ ኋለኞች ፡ በውስጠ ፡ ወይራነት ፡ ሠም ፡ ለበስ ፡ ኹነው ፡ ሲነገሩ ፡ ከውስጣቸው ፡ ጥሩ ፡ ወርቅ ፡ ይወጣል ። ኀዳሪና ፡ ማኅደር ፥ ግሩም ፡ ውእቱ ፡ አንበሳ ፡ ገዳም ፡ በኀበ ፡ አራ ዊት ፡ ሰብእ ፡ ብሎ ፥ ባሕታዌ ፡ ገዳም ። አንድና ፡ ብዙ ፥ አዋልደ ፡ ጊዮርጊስ ፡ ብሎ ፡ ሕዋሳተ ፡ ጊዮርጊስ ። ወንድና ፡ ሴት ፥ ብእሲተ ፡ ጊዮርጊስ ፡ ወለደት ፡ ሠለስተ ፡ ብሎ ፡ ክማደ ፡ ጊዮርጊስ ፡ አውሐዘት ፡ ደመ ፡ ወማየ ፡ ወሐሊበ ፡ ማለት ፡ ነው ። ዳግመኛም ፡ ዘርፍ ፡ ከዘርፍ ፡ ሳይማሰል ፡ ወንድና ፡ ሴት ፡ አንድና ፡ ብዙ ፡ ያናግራል ። ይህም ፥ እደ ፡ ሔዋን ፡ ደሙ ፡ ለዐማኑኤል ፡ መተረ ፡ ፍዳ ፡ ኀጢአታ ፡ ለሔዋን ፡ በለሰ ፡ ገነት ። ትም ህርተ ፡ ሐዋርያት ፡ መቅደሱ ፡ ለሰሎሞን ፡ ተሐንጸት ፡ በወርቅ ፡ አርእዮተ ፡ መንክር ። ምሳሌም ፡ ከንቀጽ ፡ ወዲህ ፡ እንጂ ፡ ከንቀጽ ፡ ወዲያ ፡ የለም ፤ ዝናም ፡ መጽአ ፡ ሆሳዕና ፡ ቢል ፡ ፍርቅ ፡ ይባላል ።ከዚህ ፡ የቀረውን ፡ የሠምና ፡ የወርቅ ፡ አከኼድ ፥ የቅኔ ፡ ጐዳና ፥ የንባቡን ፡ አሰካክና ፡ መልክ ፡ ከነስሙ ፡ መጽሐፍ ፡ በሚባለው ፡ በታላቁ ፡ አገባብ ፡ ተመልከት ፡ (ገጽ ፡ ፫፻፯—፫፻፲) ።

፳፫ኛ ፡ ዕርከን ።

ብትን ፡ ሰዋስው ።

የደቂቅ ፡ አገባብ ፡ አንጻሮች ፥ ወይም ፡ ውስጠ ፡ ወይሮች ።

ብትን ፡ ሰዋስው ፡ ማለት ፥ ፲ ፡ ቅንጣት ፡ ጥሬ ፥ ወይም ፡ ፲ ፡ ዐይነት ፡ ፍሬ ፡ ማለት ፡ ነው ፤ ውጥንቅጥ ፡ እንደ ፡ ማለት ። እነዚሁም ፡ በታና ፡ ጊዜ ፥ በሕርይና ፡ አካል ፥ ስምና ፡ ግብር ፥ ነገር ፡ ናቸው ። ብትን ፡ ሰዋስውም ፡ ያሰኛቸው ፥ አገባብ ፡ ሳይዙ ፡ ብቻ ፡ ብቻ ቸውን ፡ ተነግረው ፡ ባፈታታቸው ፡ አገባብ ፡ ማምጣት ፡ ነው ።

፻፳፯ ፤ መድረሻቸው ፡ በዝርዝርነት ፡ በነባርነት ፡ ግእዝ ፡ ራብዕ ፡ ኃምስ ፡ ሳብዕ ፡ ሲኾን ፡ በልማዳዊ ፡ ዐማርኛው ፥ በ፫ ፡ አናቅጽ ፡ ዐማርኛና ፡ በ፭ ፡ አገባብ ፡ ዐማርኛ ፡ ይ ፈታል ። ልማዳዊ ፡ ዐማርኛው ፡ ን ፡ ነው ፤ ፫ቱም ፡ አናቅጽ ፥ ገብረ ፡ መሰለ ፡ ብህለ ፡ ና ቸው ። ዐማርኛቸውም ፥ ኹኖ ፡ አድርጎ ፡ ፩ ፡ ወገን ፤ መስሎ ፡ አስመስሎ ፡ ፪ ፡ ወገን ፤ ብሎ ፡ ተብሎ ፡ አሰኝቶ ፡ ተባብሎ ፡ አባብሎ ፡ ፭ ፡ ወገን ፡ ነው ። ኹኖ ፡ መስሎ ፡ ተብሎ ፡ ተባብሎ ፡ ባ፬ ፡ አርእስት ፡ ያሳስራሉ ። አድርጎ ፡ አስመስሎ ፡ ብሎ ፡ አባብሎ ፡ በ፫ ፡ አ ርእስት ፥ አሰኝቶም ፡ በራሱ ፡ ያሳስራሉ ። ያ፭ቱ ፡ አገባብ ፡ ዐማርኛ ፡ በ ፡ ከ ፡ ወደ ፡ ጋራ ፡ ለ ፡ ነው ። ን ፡ ሲኾን ፥ ጼሐ ፡ ፍኖተ ፤ ተከለ ፡ ደብተራ ፤ ቀሠመ ፡ ጽጌ ፤ አኀዘ ፡ መርኆ ፡ ይላል ። በ ፡ ሲኾን ፡ በኹሉ ፡ ይገባል ፤ ወደ ፡ ሲኾን ፡ በቦታ ፡ ብቻ ፡ ነው ። ማሰ ሪያዎቹም ፥ በአ ፡ ወፅአ ፥ ሖረ ፡ መጽአ ፥ ተመይጠ ፡ ገብአ ፥ ዐርገ ፡ ወረደ ፥ ተፈነወ ፡ ነ ገደ ፥ በጽሐ ፡ ተሰደ ፥ እነዚህን ፡ የመሰሉ ፡ ናቸው ፤ ሲገባም ፥ ዐርገ ፡ ሐመረ ፡ ወረደ ፡ ምድረ ፡ ጐየ ፡ ግብጸ ፡ ተመይጠ ፡ ናዝሬተ ፡ ወገሊላ ። ሰፍያ ፡ ንግሥት ፡ ነገደት ፡ ሮሜ ፥

ወበጺሓ ፡ ሮሜ ፡ ሐረት ፡ ተሰሎንቄ ፥ ወእምህየ ፡ ገብአት ፡ ደማስቆ ፡ ያሰኛል ። ባለቦታውንም ፡ ፈልጎ ፡ በተጸውዖ ፡ ስም ፡ ሲገባ ፥ ግእዝ ፡ ወራሽ ፡ ቀለም ፡ ይፈልጋል ፤ እነዚሁም ፡ ሀ ፡ ሃ ፡ ናቸው ፥ ግእዙ ፡ የወንድ ፡ ራብዑ ፡ የሴት ። ፈነወ ፡ ኪራም ፡ አግብርቲሁ ፡ ሰሎሞንሀ ። ተፈነወ ፡ ገብርኤል ፡ መልአክ ፡ ማርያምሃ ፡ እያሰኘ ፡ ኀበ ፡ በገባበት ፡ ይገባል ።

፻፷፰ ። ግብር ፡ ነገር ፡ በዝርዝርነት ፡ በነባርነት ፡ ግእዝ ፡ ራብዕ ፡ ኃምስ ፡ ሳብዕ ፡ ሲኾኑ ፡ በ ፡ ይኾናሉ ። በ፮ ፡ ግሶች ፡ ያሳስራሉ ፤ ግሶቹም ፡ ንእሰ ፡ ዐብየ ፡ ዐረየ ፡ ቀደመ ፡ ኀብረ ፡ ሰክረ ፡ ናቸው ። ግብር ፡ በ ፡ ሲኾን ፥ ኢትስክሩ ፡ ወይነ ፤ በወይን ። ንእሰ ፡ ክብረ ፡ ይሁዳ ፡ ዐብየ ፡ ማትያስ ፡ እምይሁዳ ፡ ክብረ ፤ በክብር ። እምከመ ፡ ዐረይነ ፡ ሕማመ ፡ ንዒፈ ፡ ክብረ ፡ ምስሌሁ ፤ በመከራ ፡ በክብር ። ቀደመ ፡ አሳሄል ፡ ሩጸተ ፡ እምአብያጺሁ ፤ በሩጫ ። ነገር ፡ በ ፡ ሲኾን ፡ ኀበሩ ፡ ቃለ ፡ ነቢያት ። ኀብሩ ፡ ምክረ ፡ ወሃይማኖተ ፥ አው ፡ አሚነ ፡ ብሎ ፡ በምክር ፡ በሃይማኖት ፡ ያሰኛል ። ቦታ ፡ ግን ፡ በ ፡ ሲኾን ፡ ሀሎ ፡ ከነ ፡ ነበረ ፥ እነዚህን ፡ በመሰሉ ፡ ግሶች ፡ ያሳስራል ። ሀሎ ፡ ገዳመ ፡ አው ፡ ቤተ ፤ ነበረ ፡ ላዕለ ፡ አው ፡ ታሕተ ፤ በዱር ፡ በቤት ፥ በላይ ፡ በታች ።

፻፷፱ ፤ ጊዜም ፡ በ ፡ ሲኾን ፡ ለቦታ ፡ በሚስማሙ ፡ አናቅጽ ፡ ያሳስራል ። ይህም ፥ ሌሊተ ፡ በኡ ፡ ወሌሊተ ፡ ወፅኡ ። መዓልተ ፡ ወሌሊተ ፡ ዕቀበነ ፡ አንተ ። ተሰቅለ ፡ ቀትረ ፥ ወወረደ ፡ ሠርከ ፡ እያሰኘ ፥ በመዓልትና ፡ በሌሊት ፥ በቀትር ፡ በሠርክ ፡ ማለቱን ፡ ያሳያል ። አኃዝ ፡ ቅጽል ፡ ሲጨመርበት ፡ ግን ፡ በ ፡ ወይም ፡ ን ፡ ተብሎ ፡ መፈታት ፡ የለውም ፤ ዐማርኛው ፡ በአኃዝ ፡ ይበዘበዛል ። ይህም ፡ ነበረ ፡ ሠሉሰ ፡ መዋዕለ ፡ ወሠሉሰ ፡ ለያልየ ። ሰዱሰ ፡ ዕለተ ፡ ተገበር ፡ ግብረከ ። ጾመ ፡ አርብዓ ፡ መዓልተ ፡ ወአርብዓ ፡ ሌሊተ ፡ ባለው ፡ ይታወቃል ።

፻፸ ፤ ግብር ፡ ነገር ፡ በሕርይ ፡ አካል ፥ ግእዝና ፡ ራብዕ ፡ ኃምስ ፡ ሳብዕ ፡ ኾነው ፡ ሲነገሩ ፡ ከ ፡ ይኾናሉ ። የሚስቧቸውም ፡ አናቅጽ ፡ ርኅበ ፡ ጸምአ ፡ ነድየ ፥ ተዐርቀ ፡ ጾመ ፡ ዐብየ ፡ ንእሰ ፥ እነዚህን ፡ የመሰሉ ፡ ናቸው ። ግብር ፥ ከ ፡ ሲኾን ፥ ተዐርቀ ፡ ልብሰ ፤ ርኅበ ፡ ኅብስተ ፤ ጾመ ፡ መብልዐ ፡ ብሎ ፥ ከልብስ ፡ ከንጀራ ፡ ከመብል ፡ ያሰኛል ። ነገርም ፡ ከ ፡ ሲኾን ፥ ተከልአ ፡ ውዴተ ፡ ወሐሜተ ፥ ከስብቅ ፡ ከሐሜት ። ባሕርይ ፡ ከ ፡ ሲኾን ፥ ጸምአ ፡ ማየ ፥ ነድየ ፡ ወርቀ ፥ በደረ ፡ ልሂቀ ፤ ከውሃ ፡ ከወርቅ ፡ ከልሂቅ ። አካልም ፡ ከ ፡ ሲኾን ፥ ዐብየ ፡ መልአከ ፡ በኀይል ፡ ሰብአ ፤ ንእሰ ፡ ሰብእ ፡ በኀይል ፡ መልአከ ፡ ያሰኛል ፤ ኹሉንም ፡ ከ ፡ ብለኽ ፡ ፍቻ ።

፻፸፩ ፤ ብትን ፡ ሰዋስው ፡ ኹሉ ፡ በዝርዝርነት ፡ በነባርነት ፥ ግእዝ ፡ ራብዕ ፡ ኃምስ ፡ ሳብዕ ፡ ሲኾን ፡ ጋራ ፡ እንደ ፡ ይኾናል ። ጋራ ፡ ሲኾን ፡ በመደራረግ ፡ በማደራረግ ፡ ያሳስራል ። በመደራረግ ፡ ተማከረ ፡ ሰብአ ፡ ባለ ፡ ጊዜ ፡ ከሰው ፡ ጋራ ፡ ተማከረ ፡ ያሰኛል ። በማደራረግም ፡ ጊዜ ፡ አስተማከረ ፡ ሰብአ ፡ በል ። ብትን ፡ ሰዋስው ፡ እንደ ፡ ሲኾን ፡ በዘፈቀደ ፡ ግስ ፡ ያሳስራል ። ተቀሥፈ ፡ እግዚእነ ፡ ሰራቄ ፥ ወተሰቅለ ፡ እቡሰ ፤ እንደ ፡ ሌባ ፡ እንደ ፡ በደለኛ ። ኹናም ፡ ሲኾን ፥ አምላክ ፡ ሞተ ፡ ሰብአ ፤ ሰው ፡ ኹኖ ። አድርጎም ፡ ሲኾን ፥ አስተየ ፡ ማየ ፡ ወይነ ፤ ውሃውን ፡ ወይን ፡ አድርጎ ። መስሎም ፡ ሲኾን ፥ አስተርአየ ፡

ሰይጣን ፡ ሰብአ ። አስመስሎም ፡ ሲኾን ፥ ይውህብ ፡ ሰይጣን ፡ እብነ ፡ ወርቀ ፥ አው ፡ ኅብ ስተ ፡ ይላል ። ተብሎም ፡ ሲኾን ፥ ተሰቅለ ፡ ክርስቶስ ፡ ኃጥአ ። ብሎም ፡ ሲኾን ፥ ሰቀ ልዎ ፡ አይሁድ ፡ ለክርስቶስ ፡ ኃጥአ ። አሰኝቶም ፡ ሲኾን ፥ አስቀሎሙ ፡ ሰይጣን ፡ ለአ ይሁድ ፡ ክርስቶስሀ ፡ ኃጥአ ። ተባብሎም ፡ ሲኾን ፥ ተቃጸበ ፡ ሄሮድስ ፡ ምስለ ፡ ወፀልቱ ፡ ላዕለ ፡ ክርስቶስ ፡ ዐላዌ ። አባብሎም ፡ ሲኾን ፥ መስተዋድይ ፡ ያስተፃርፍ ፡ ጻድቃነ ፡ ሐሳዌ ፡ ያሰኛል ።

፻፵፪ ፤ ብትን ፡ ሰዋስው ፡ ለ ፡ ሲኾን ፥ ተቀባይነት ፡ በሚሰማማው ፡ ጥሬ ፡ ይገ ባል ። ይህም ፥ ዘይትቀነይ ፡ ወፍረ ፡ ተኀርየ ፡ ሢመተ ፡ ብሎ ፥ ለርሻ ፡ የሚገዛ ፡ ለሹ መት ፡ ተመረጠ ። ወይምህክ ፡ ነዳየ ፡ ወምስኪነ ፡ ብሎ ፥ ለድኻ ፡ ለጦም ፡ ዐዳሪ ፡ ይራ ራል ። ኢያንእስ ፡ እንዘ ፡ ይፌትት ፡ ርእሰ ፡ ብሎ ፥ ለራሱ ፡ ሲቈርስ ፡ አያሳንስ ፡ እያሰኘ ፡ ተቀባይነቱን ፡ ያሳያል ። በተቀብዖ ፡ ስም ፡ ሲገባ ፡ ፍችው ፡ ና ፡ ነት ፡ ይኾናል ። ተሰ ይመ ፡ ጳጳሰ ፥ አው ፡ ቀሲሰ ፡ ወዲያቆነ ፤ ጵጵስና ፡ ቅስና ፡ ዲቁና ፤ ወይም ፡ ጳጳስነት ፡ ቄስ ነት ፡ ዲያቆንነት ። በግእዝም ፡ ቋንቋ ፡ የጥሬው ፡ መድረሻ ፡ ና ፡ ሲኾን ፡ እንዲሁ ፡ ይፈ ታል ፤ ንጽሕና ፡ ቅድስና ፥ ንጹሕነት ፡ ቅዱስነት ፤ የመሰለው ፡ ኹሉ ።

፻፵፫ ፤ ብትን ፡ ሰዋስው ፡ በዝርዝርነት ፡ በነባርነት ፡ ግእዝ ፡ ራብዕ ፡ ኃምስ ፡ ሳ ብዕ ፡ ኹኖ ፡ በስመ ፡ ነገድ ፡ እየገባ ፡ ኛ ፡ ሲኾን ፡ ቋንቋ ፡ ያሰማል ። ተአምርኑ ፡ ዐረበ ፡ ወዐምሐራ ፥ ዐረብኛና ፡ ዐማርኛ ፤ አው ፡ ጋላ ፡ ወሱማሌ ፥ ጋልኛና ፡ ሱማልኛ ፤ ወዓዲ ፡ ወላሞ ፡ ወላምኛም ፡ ደግሞ ። ይነቁ ፡ አብድ ፡ ዝእበ ፥ አው ፡ አድገ ፤ ኸርብኛ ፡ አህይኛ ። ምስጢሩም ፡ አንጻርነት ፡ ኹኖ ፡ እንደ ፡ ከማለት ፡ ይገባል ። የብትን ፡ ሰዋስው ፡ ዐዋጅ ፡ ባጭሩ ፡ ይህ ፡ ነው ።

፳፬ኛ ፡ ዕርከን ።

መሻዘር ።

፻፵፬ ፤ ሙሻዘር ፡ ማለት ፡ ባማርኛ ፡ መጣብቅ ፡ ይኾናል ፤ በሰዋስው ፡ ግን ፡ ተናበ ፡ የሚስብና ፡ ደቂቅ ፡ አገባብ ፡ የሚያመጣ ፥ ተናባቢ ፡ ዘር ፡ ማለት ፡ ነው ። ሙሻዘሮችም ፡ የሚባሉ ፡ ፬ ፡ ናቸው ፤ ሳድስ ፡ ቅጽልና ፡ ሣልስ ፡ ቅጽል ፥ አርእስትና ፡ ሳቢ ፡ ዘር ። የሳ ድስና ፡ የሣልስ ፡ ውስጠ ፡ ዘ ፡ ባዕድ ፡ ቅጽልነት ፥ ተናበውም ፡ ገቢር ፡ ተገብሮ ፡ መሳባ ቸው ፡ ከግልጠ ፡ ዘ ፡ ጋራ ፡ በቦታው ፡ ተነግሯል ፡ (ምዕ፪ ፡ ቍ፴፫) ። አኹን ፡ ግን ፡ በዚህ ፡ ክፍል ፡ ካርእስትና ፡ ከሳቢ ፡ ዘር ፡ ጋራ ፡ ሙሻዘር ፡ ያልናቸው ፥ ከብትን ፡ ሰዋስው ፡ ተ ናበው ፡ በባዕድ ፡ ግልጠ ፡ ዘ ፡ የተነገሩትን ፡ ፱ ፡ አገባቦች ፡ የሚያመጡ ፡ ስለ ፡ ኾኑ ፡ ነው ፤ ሙሻዘርም ፡ ኹነው ፡ ሲነገሩ ፡ ቅጽልነታቸው ፡ አይቀርም ።

፻፵፭ ፤ ሳድስ ፡ ቅጽል ፡ ተናበ ፡ ፱ኙን ፡ አገባብ ፡ ሲያመጣ ። ክርስቶስ ፡ ምዉተ ፡ አዳም ፡ ባለ ፡ ጊዜ ፥ ለአዳም ፡ ስለ ፡ አዳም ፡ የሞተ ። ስቁለ ፡ ፈያት ፡ ሲል ፡ ከወንበዶች ፡ ጋራ ፥ እንደ ፡ ወንበዶች ፡ ማለት ፡ ነው ። ገብርኤል ፡ ፍንወ ፡ ማርያም ፡ ሲል ፥ እስከ ፡ ማ ርያም ፥ ወደ ፡ ማርያም ፡ የተላከ ። ሰሎሞን ፡ ንጉሠ ፡ ዳዊት ፡ ሲል ፥ የዳዊትን ፡ ያኽል ፤

የነገሠ ። አዳም ፡ ፍጡረ ፡ መሬት ፡ ሲል ፥ ከመሬት ፡ የተፈጠረ ። ኢየሱስ ፡ ስቁለ ፡ ዕፅ ፡ ወቅንወ ፡ ኀጺን ፤ በንጨት ፡ የተሰቀለ ፥ በብረት ፡ የተቸነከረ ። ፪ኛም ፡ ያሉታ ፡ አገባብ ፡ ኢ ፡ ወድቆበት ፡ የነዚህን ፡ አፍራሽ ፡ ሲያመጣ ፡ ፍችው ፡ አለ ፡ ያለ ፡ ይኾናል ። ክርስ ቶስ ፡ ኢምዉተ ፡ አዳም ፥ አላዳም ፡ ያላዳም ፡ ያልሞተ ። ኢስቁለ ፡ ፈያት ፥ ያለወንበ ዶች ፡ ያልተሰቀለ ። ገብርኤል ፡ ኢፍንወ ፡ ማርያም ፥ ያለማርያም ፡ ያልተላከ ። ሰሎሞን ፡ ኢንጉሠ ፡ ዳዊት ፥ ያለዳዊት ፡ መጠን ፡ ያልነገሠ ። አዳም ፡ ኢፍጡረ ፡ መሬት ፥ ያለመ ሬት ፡ ያልተፈጠረ ። ኢየሱስ ፡ ኢስቁለ ፡ ዕፅ ፡ ወኢቅንወ ፡ ኀጺን ፤ ያለንጨት ፡ ያልተ ሰቀለ ፡ ያለብረት ፡ ያልተቸነከረ ። እንበለ ፡ ከኢ ፡ ተሰማምቶ ፡ የ፬ቱ ፡ ኹሉ ፡ አሉታና ፡ አፍራሽ ፡ እንደ ፡ ኾነ ፡ እስተውል ። ፬ ፡ ያልናቸውም ፡ እሊህ ፡ ናቸው ፤ ለ ፡ በእንተ ፡ ከመ ፡ ምስለ ፡ ኀበ ፡ እስከ ፡ መጠነ ፡ እም ፡ በ ።

፻፴፮ ፤ ዳግመኛም ፡ የ፭ቱ ፡ አዕማድ ፡ ሣልስ ፡ ቅጽል ፡ ከብትን ፡ ተናበ ፡ እሊህን ፡ ፬ኙን ፡ ሲያመጣ ፡ አገባቡ ፡ እንዲህ ፡ ነው ። የገቢር ፡ ሣልስ ፡ ለንና ፡ በእንተን ፡ ሲያ መጣ ፥ አብ ፡ መጣዌ ፡ ዓለም ፡ ወልዶ ፡ ከመ ፡ ይኩን ፡ ቤዛ ። ከመንና ፡ ምስለን ፡ ሲያ ፥ ጲላጦስ ፡ ቀሣፌ ፡ ሰረቅት ፡ ወሰቃሌ ፡ ፈያት ፡ ክርስቶስሀ ። ኀበንና ፡ እስከን ፡ ሲያ ፥ አብ ፡ ፈናዌ ፡ ማርያም ፡ ገብርኤልሀ ። መጠነን ፡ ሲያ ፥ ሳሙኤል ፡ ቀባዒ ፡ ሳኦል ፡ ዳዊ ትሀ ፡ ወአንጋሢሁ ፤ ዳዊትን ፡ በሳኦል ፡ መጠን ፡ የቀባውና ፡ ያነገሠው ። እምንና ፡ በን ፡ ሲያ ፥ ወልድ ፡ ፈናዌ ፡ ሰማይ ፡ መንፈሶ ፡ ወከዓዌ ፡ አርድእት ፡ ሞገሰ ፤ ወይም ፡ ፈጣሬ ፡ መሬት ፡ አዳምሀ ፡ ወሠያሚ ፡ ገነት ፡ ኪያሁ ፡ ያሰኛል ።

፻፴፯ ፤ የአግብሮ ፡ ሣልስ ፡ ለንና ፡ በእንተን ፡ ሲያመጣ ፥ መሐላ ፡ ውእቱ ፡ አቅ ታሌ ፡ አዳም ፡ ወሔዋን ፡ ክርስቶስሀ ። ከመንና ፡ ምስለን ፡ ሲያ ፥ ሕገ ፡ ሮም ፡ አቅሣፌ ፡ ሰረቅት ፡ ወአስቃሌ ፡ ፈያት ፡ ክርስቶስሀ ። ኀበንና ፡ እስከን ፡ ሲያ ፥ ምስጢረ ፡ ሥጋዌ ፡ አፈናዌ ፡ ድንግል ፡ መልአከ ፡ እምኀበ ፡ አብ ። መጠነን ፡ ሲያ ፥ መዓልት ፡ አምጻኤ ፡ ጽልመት ፡ ብርሃነ ፤ ወሌሊት ፡ አምጻኤ ፡ ብርሃን ፡ ጽልመተ ። እምንና ፡ በን ፡ ሲያ ፥ ር ቱዕ ፡ ጥቀ ፡ ፍትሐ ፡ ፈጣሪ ፡ አጸዋዔ ፡ ቤቱ ፡ ለሳኦል ፡ አጋግሀ ፡ ኀበ ፡ ሳሙኤል ፡ ወአቅ ታሌ ፡ ኩናት ፡ ኪያሁ ፡ በእደ ፡ ነቢይ ። ለና ፡ በእንተ ፥ ከመና ፡ መጠነ ፡ ምስለ ፡ በምስ ጢር ፡ አንዳንድ ፡ ወገን ፡ ናቸው ።

፻፴፰ ፤ ያደራራጊ ፡ ሣልስ ፡ ለንና ፡ በእንተን ፡ ሲያመጣ ፥ አብ ፡ አስተጻባኤ ፡ አ ዳም ፡ ወልዶ ፡ መድኅነ ፡ ምስለ ፡ መልአከ ፡ ሞት ፥ ኄር ፡ ውእቱ ። ከመንና ፡ መጠነን ፡ ሲያ ፥ በቀለ ፡ ዳዊት ፡ አስተቃታሌ ፡ ኢዮአብ ፡ ሰሎሞንሀ ፡ ምስለ ፡ ሳሚ ። ምስለንና ፡ በን ፡ ሲያ ፥ ወላዲተ ፡ አምላክ ፡ ይእቲ ፡ አስተዋሣኢተ ፡ ንስጥሮስ ፡ ቄርሎስሀ ፤ ወአስ ተጋባኢተ ፡ ኤፌሶን ፡ ከዕበተ ፡ ምእት ፡ ሊቃውንተ ። እምንና ፡ ኀበን ፡ እስከን ፡ ሲያ መጣ ፥ ትንሣኤ ፡ እግዚእነ ፡ አስተራዋጺተ ፡ መቃብር ፡ አንስተ ፡ ኀበ ፡ ሐዋርያት ፤ ወዜና ፡ አንስት ፡ አስተራዋጺተ ፡ መቃብር ፡ ጴጥሮስሀ ፡ ወዮሐንስሀ ፡ ኀቡረ ። ፊተኛ ውን ፡ ከ ፥ ኋለኛውን ፡ ወደ ፡ እስከ ፡ ብለኸ ፡ ፍታ ።

፻፴፱ ፤ ያጕል ፡ አንቀጽና ፡ የተገብሮ ፡ ያስተጋብሮም ፡ ሣልስ ፡ አገባብ ፡ ሲያመጣ ፡ እንዲሁ ፡ ነው ። ያጕል ፡ አንቀጽና ፡ የተገብሮ ፡ ሣልስ ፡ ለንና ፡ በእንተን ፡ ምስለንና ፡

ከመን ፡ በን ፡ ሲያ ፥ ክርስቶስ ፡ ተሳታፌ ፡ አዳም ፡ ወሔዋን ፡ ጽዋዐ ፡ ሞት ፡ ምስለ ፡ ውሉዶሙ ፤ ውእቱኬ ፡ ተኀላቄ ፡ ፈያት ፡ ወተካፋሌ ፡ ሐብል ፡ ነዊኅ ፡ ተአስሮተ ፡ ድኅሬትርስቶሙ ። ኀበንና ፡ እስከን ፡ ሲያመጣ ፥ ገብርኤል ፡ ተፈናዌ ፡ ድንግል ። እምን ፡ ሲያ ፥ ዮሴፍ ፡ ጕያዬ ፡ ቤተ ፡ ልሔም ፡ ግብጸ ፥ ወተመያጤ ፡ ግብጽ ፡ ናዝሬተ ፡ ኅሢአ ፡ ሕፃን ፡ ወእሞ ። የተጋብሮ ፡ ሣልስ ፡ ለንና ፡ በእንተን ፡ በን ፡ ሲያመጣ ፥ ዐማኑኤል ፡ ተጻባኤ ፡ አዳም ፡ ወሔዋን ፡ ምስለ ፡ መልአከ ፡ ሞት ፡ በሞቱ ፡ ወተቃራኔ ፡ ትንሣኤሁ ፡ ምስለ ፡ ስፉሐ ፡ ከርሥ ፡ መቃብር ። ምስለንና ፡ ከመን ፡ መጠነን ፡ ሲያ ፥ ቁርሎስ ፡ ተዋሣኤ ፡ ንስጥሮስ ፡ ወታዖድሬጣ ፥ ወተማላኔ ፡ ጴጥሮስ ፡ ሰይፈ ፡ ምስሌሆሙ ። እምንና ፡ ኀበን ፡ እስከን ፡ ሲያ ፥ ማርያም ፡ መግደላዊት ፡ ተራዋጺተ ፡ መቃብር ፡ ምስለ ፡ አብያጺሃ ፡ ኀበ ፡ ሐዋርያት ። ጴጥሮስ ፡ ወዮሐንስ ፡ ተባዳርያን ፡ መቃብር ፡ ሩጸተ ፡ በጽሐ ፡ በተቃልዎ ።

፻፵ ፤ መስም ፡ ቅጽልም ፡ መድረሻው ፡ ሣልስና ፡ ሳድስ ፡ ስለ ፡ ኾነ ፡ ቍጥሩ ፡ ከውስጠ ፡ ዘ ፡ ነውና ፥ እንዲሁ ፡ ተናበ ፡ ፱ኙን ፡ አገባብ ፡ ያመጣል ። አ ፡ ዘረሰየከ ፡ እግዚአብሔር ፡ አዶናይ ፡ አምላኪ ፡ ለፈርዖን ፡ ሙሴ ፡ ዕጓለ ፡ ማይ ፥ መቅተሌ ፡ ዕብራዊ ፡ ግብጻዌ ፡ ወመድፌኔ ፡ ኆጻ ፡ ኪያሁ ፡ ጽሚተ ፤ ክቡደ ፡ መዝራዕት ፡ አንተ ፡ (ለ ፡ በእንተ ፡ በ) ። በትርከኒ ፡ በትረ ፡ ጽድቅ ፡ መገሥጽተ ፡ ውሉድ ፡ ቀላየ ፥ ወመንቅዒተ ፡ ኰኵሕ ፡ ማየ ፡ (ከመ ፡ መጠነ ፡ እም) ። መርሐ ፡ ደብረ ፡ ሲና ፡ እምግብጽ ፡ ስሳ ፡ እልፈ ፡ ይቡሳነ ፡ ልብ ፡ ወገጽ ፤ ወመዝለፊተ ፡ አሮን ፡ ሕዝበ ፡ ቅቡጻነ ፡ ተስፋ ፡ በዘዘ ፡ ዚአሁ ፡ ተግሣጽ ፡ ወዘዘ ፡ ዚአሁ ፡ ዘለፋ ፤ (ኀበ ፡ እስከ ፡ ምስለ) ።

፻፵፩ ፤ አርእስትና ፡ ሳቢ ፡ ዘር ። የገቢር ፡ አርእስት ፡ ፱ ፡ አገባብ ፡ ሲያመጣ ፥ ደለዎ ፡ ለክርስቶስ ፡ ለባሴ ፡ ክህነት ፥ ጸውዖተ ፡ ሐመር ፡ አርድእተ ፡ ወአንኖተ ፡ ደብር ፡ ስብከተ ፤ መጥዎተ ፡ አዳም ፡ ነፍሶ ፡ ወአኅስሮተ ፡ ገብር ፡ ርእሶ ፡ (እም ፡ በ ፡ ለ ፡ በእንተ ፡ ከመ ፡ መጠነ) ። መዊተ ፡ ፈያት ፡ ስቁለ ፡ ወፈንዎ ፡ ቤቱ ፡ ገነት ፡ የማናየ ፡ ርግበ ፡ በእንተ ፡ መሐላሁ ፡ (ምስለ ፡ ኀበ ፡ እስከ) ። የቀሩትም ፡ ሳቢ ፡ ዘሮችና ፡ አርእስቶች ፡ እንዲህ ፡ ይገባሉ ። ስቅለተ ፡ አዳም ፡ ተሰቅሎተ ፡ አዳም ፡ ፈቀደ ፡ እግዚእ ፥ (ለ ፡ በእንተ) ። ልብሰተ ፡ ወይም ፡ ለቢሶተ ፡ መንፈስ ፡ ቅዱስ ፡ ሥጋ ፡ ማርያም ፡ ለአክለ ፡ ቃል ፡ ባሕቲቱ ፡ (በ) ። ኢዮአብ ፡ ገብረ ፡ ተቃትሎተ ፡ አቤሴሎም ፡ በትእዛዘ ፡ ዳዊት ፡ (ምስለ) ። አፍቀረ ፡ ወልድ ፡ ልደተ ፡ ማርያም ፡ ወይም ፡ ተወልዶተ ፡ ማርያም ፡ (እም) ። ተክህሎ ፡ ለንስር ፡ አብጽሖተ ፡ ኤርምያስ ፡ ጠማረ ፡ (ኀበ ፡ እስከ) ። ተውህበ ፡ ለሰሎሞን ፡ ንብረተ ፡ ዳዊት ፡ ነቢረ ፡ ዳዊት ፡ ዲበ ፡ መንበረ ፡ መንግሥት ፡ (መጠነ ፡ ከመ) ። ከንኡስ ፡ ቅጽልም ፡ ተናበው ፡ አገባብ ፡ ሲያመጡ ፥ ስቅለተ ፡ ምንት ፡ ተስቅሎተ ፡ አይ ፡ ፈቀደ ፡ እግዚእ ፤ ስቅለተ ፡ ሐብልኑ ፡ ወሚመ ፡ ተሰቅሎተ ፡ ኀጺን ፥ ዳእሙ ፡ ስቅለተ ፡ ዕፅ ። ተሰቃሌ ፡ ምንት ፡ ስቁለ ፡ ምንት ፡ አድኅነ ፡ ዓለመ ። ስቅለተ ፡ አይቴ ፡ ተሰቅሎተ ፡ ማእዜ ፡ ፈቀደ ። ተሰቃሌ ፡ አይ ፡ ሰዓት ፡ ወስቁለ ፡ ምንት ፡ ዕለት ፡ ቤዘወነ ፡ እያሰኙ ፡ በን ፡ ያመጣሉ ። ከደቂቅም ፡ ጥሬ ፡ ተናበው ፡ ነቢረ ፡ ላዕሉ ፥ ነጽሮተ ፡ ላዕሉ ፤ ርደተ ፡ መትሕት ፡ ነጻሬ ፡ ላዕል ፡ ንቡረ ፡ ታሕት ፡ እያሰኙ ፡ በንና ፡ ኀበን ፡ ያመጣሉ ። የቀሩትንም ፡ እንደዚሁ ፡ እያናበብኸ ፡ አግባ ።

፻፵፪ ፤ እንበለ ፡ ለዘጠኙ ፡ አገባብ ፡ አፍራሽና ፡ አሉታ ፡ ሲኾን ፡ በሙሻዘር ፡ ይወጣል ፤ አወጣጡንም ፡ ለማየት ፡ እንደ ፡ ቀድሞው ፡ ኢ ፡ መጨመር ፡ ነው ። ብቻ ውንም ፡ በርእስት ፡ ገብቶ ፡ አሉታ ፡ እየኾነ ፡ ለንና ፡ በእንተን ፡ ሲያፈርስ ÷ ጥቀ ፡ ፍቁር ፡ በኀበ ፡ ወልድ ፡ ተሰቅሎተ ፡ አዳም ፡ ይላል ፤ ስትፈታም ፡ ስላዳም ፡ መሰቀል ፤ ያላዳም ፡ መሰቀል ፡ ብለኽ ፡ በጽድቅ ፡ ባሉታ ፡ በኹለቱም ፡ ፍታ ። ከኢ ፡ ተስማምቶ ፡ የበ ፡ አፍ ራሽና ፡ አሉታ ፡ ሲኾን ÷ ጻድቃን ፡ ወሰማዕት ፡ ያፈቅሩ ፡ ጥቀ ፡ ኢነሚአ ፡ ሥጋሆሙ ፡ መከራ ። በቅጽልም ፡ የከመ ፡ የምስለ ፡ አፍራሽና ፡ አሉታ ፡ ሲኾን ÷ ክርስቶስ ፡ ኢስ ቁለ ፡ ፈያት ። ለኀበ ፡ ለእስከ ፡ አሉታ ፡ ሲኾን ÷ ገብርኤል ፡ ኢተፈናዌ ፡ ማርያም ፡ ይላል ። ለእም ፡ አፍራሽ ፡ ሲኾን ÷ ወልድ ፡ ኢተፈናዌ ፡ አብ ÷ ኢፍንወ ፡ አብ ፡ ውስተ ፡ ዓለም ። ለመጠንም ፡ አፍራሽና ፡ አሉታ ፡ ሲኾን ÷ ጻድቅ ፡ ብእሲ ፡ ይፈቅድ ፡ ኢገቢረ ፡ ዐቅሙ ፡ ኢግብረተ ፡ ዐቅሙ ፡ ትሩፋተ ፡ ሥጋ ፡ ወነፍስ ፡ ይላል ።

፻፵፫ ፤ ዳግመኛም ፡ በሙሻዘር ፡ እስከኹን ፡ የተነገሩት ፡ ደቂቅ ፡ አገባቦች ፡ ፴፮ ፡ ኹሉ ፡ ባንቀጽ ፡ ዝርዝር ፡ ይዘምታሉ ፤ ዘመቻውና ፡ ዝርዝሩም ፡ ይህ ፡ ነው ። ለና ፡ በእንተ ፡ ባንቀጽ ፡ ሲዘምቱ ÷ አምላክ ፡ ሞታ ፡ ለሔዋን ፡ ይላል ፤ ይህም ፡ ሞተ ፡ ላቲ ፡ ለሔዋን ÷ ወይም ፡ በእንቲአሃ ፡ ለሔዋን ፡ ማለት ፡ ነው ። አምላክ ፡ ተሰቅሎ ፡ ለመስ ቀል ፡ ሲል ÷ ቦቱ ፡ ለመስቀል ፡ በል ። ተሰቅሎሙ ፡ ለፈያት ፡ ሲል ፡ ምስሌሆሙ ፡ ከማ ሆሙ ፡ በል ። አብ ፡ ፈነዋ ፡ ለድንግል ፡ ገብርኤልሀ ፡ ሲል ÷ ኀቤሃ ፡ እስከኔሃ ፡ በል ። ሐዋርያት ፡ ተፈነውዋ ፡ ለኢየሩሳሌም ፡ ብሔረ ፡ አሕዛብ ፡ ሲል ÷ ተፈነዉ ፡ እምኔሃ ፡ ለኢየሩሳሌም ፡ በል ። እግዚአብሔር ፡ አንገሦ ፡ ለዳዊት ፡ ሰሎሞንሀ ፡ ሲል ÷ መጠኖ ፡ ለዳዊት ፡ ማለት ፡ ነው ። እንበለን ፡ ለኒህ ፡ ለ፴፮ ፡ አፍራሽ ፡ ስታደርግ ፡ አኹን ፡ በተናገ ርናቸው ፡ አናቅጽ ፡ በያንዳንዱ ፡ ኹሉ ፡ ኢ ፡ ጨምር ። ይህም ፡ ኢሞታ ፡ ለሔዋን ፤ ኢተሰቅሎሙ ፡ ለፈያት ፡ ማለቱን ፡ ያሳያል ። የሙሻዘር ፡ መንገድና ፡ አኳኼድ ፡ ባጭሩ ፡ ይህ ፡ ነው ።

፲፫ኛ ፡ ዕርከን ።

ሠረዝ ።

፻፵፬ ፤ ሠረዝ ፡ ማለት ፡ ፍጹም ፡ ቃልን ፡ ከቃል ፡ የሚለይ ፡ ማእከላዊ ፡ ነቍጥ ፡ ማለት ፡ ነው ፤ ፬ቱ ፡ ነቍጥ ፡ እንዳኃዝ ፡ ኹኖ ፡ በላይና ፡ በታች ፡ ፪ ፡ መሥመሮች ፡ ሲ ጨመሩ ÷ ስሙ ፡ ሠረዝ ፡ ይባላል ። አኹን ፡ ግን ፡ በዚህ ፡ ክፍል ፡ ሠረዝ ፡ የምንለው ፡ በሠረዝ ፡ ተከፍሎ ፡ የሚነገር ፡ ፯ ፡ መንታ ፡ ቃል ፡ ነው ፤ ኀዳሪና ፡ ማኅደር ÷ ወላጅና ፡ ተወላጅ ÷ ገንዛቢና ፡ ባለገንዘብ ÷ ልዑልና ፡ ትሑት ÷ ሩቅና ፡ ቅርብ ÷ ለሚና ፡ አልሚ ÷ አጥፊና ፡ ጠፊ ። ፩ኛም ፡ ታጥፎ ፡ ተመላልሶ ፡ እየተዛወረ ፡ የሚነገር ፡ ስለ ፡ ኾነ ፡ ተዛ ዋሪ ፡ ይባላል ። ዐቢይ ፡ አገባብ ፡ የሌላቸው ፡ የፍጹማን ፡ ቃላት ፡ አነጋገር ፡ በያገባቡ ፡ ሲጠቀለል ፡ ስልቱና ፡ ዐይነቱ ፡ እንደ ፡ ሕዋሳት ፡ ፭ ፡ ነው ። ፩ኛው ÷ በአው ፡ በሚመ ፡ ማሻሻል ፡ ማማረጥ ። ፪ኛው ÷ በዋዌ ፡ መደርደር ፤ ተሠይጠ ፡ ዮሴፍ ፡ ወኮነ ፡ ገብረ ፡ ወ ሐማ ፡ እገሪሁ ፡ በመዋቅሕት ፡ እንደ ፡ ማለት ። ፫ኛው ÷ በወሂኒና ፡ በሰ ፡ በባሕቱ ፡ መክ ፈል ፡ ነው ። ፬ኛው ÷ ነጥሎ ፡ ደርበ ፡ መሠረዝ ። ፭ኛው ÷ ማነጻጸር ፡ ነው ።

፻፵፰ ፤ እነዚህም ፡ የቈጠርናቸው ፡ ፯ቱ ፡ ዋንድ ፡ ቃላት ፥ ነጠላ ፡ ወይም ፡ ሠምና ፡ ወርቅ ፡ ኹነው ፡ በክፍል ፡ በሠረዝ ፥ በድርድር ፡ በዋቅል ፡ እየገቡ ፡ ይነገራሉ ። ኀዳሪ ፡ ከማኅደር ፥ ማኅደር ፡ ከኀዳሪ ፡ አይዛመዱም ። ግብር ፡ ነገር ፡ ኀዳሪ ፥ ቦታ ፡ ጊዜ ፡ ማኅደር ፡ ይኾናሉ ፤ አካል ፡ ግን ፡ ገንዘብም ፡ ባለገንዘብም ፡ ይኾናል ። በክፍልም ፡ ኹኖ ፡ በሠረዝም ፡ ኹኖ ፡ ሲነገሩ ፡ ለኹሉም ፡ የተለየ ፡ አገባብ ፡ አላቸው ። የኀዳሪ ፡ ለ ፡ ነው ፤ የማኅደር ፡ ኀበ ፡ ዲበ ፡ ላዕለ ፡ መልዕልተ ፡ ታሕተ ፡ ቅድመ ፡ ድኅረ ፡ ውስተ ፡ ውስጠ ፡ ማእከለ ፤ በ ፡ እየተስማማቸው ፡ ኹሉም ፡ በ ፡ ናቸው ። የወላጅ ፡ እም ፥ የተወላጅ ፡ ለ ፡ ናቸው ። የገንዘብና ፡ የባለገንዘብ ፡ ለ ፡ በ ፡ ኀበ ፡ ናቸው ። የልዑልና ፡ የትሑት ፡ በ ፡ ኀበ ፡ ታሕተ ፡ ቅድም ፡ እም ፡ ናቸው ። የለሚ ፡ ለ ፡ ኀበ ፡ ቅድመ ፥ ያልሚ ፡ በ ፡ ናቸው ። የጠፊና ፡ ያጥፊ ፡ በ ፡ ኀበ ፡ ቅድመ ፡ ናቸው ። የሩቅ ፡ እም ፥ የቅርብ ፡ ኀበ ፡ መንገለ ፡ ለ ፡ ናቸው ። በተገናኝ ፡ የኹሉም ፡ ማሰሪያ ፡ ውእቱ ፡ ነው ።

፻፵፱ ፤ ኀዳሪና ፡ ማኅደር ፡ በነጠላ ፡ ገብተው ፡ በክፍል ፡ ሲነገሩ ፥ ማርያም ፡ ለዐማኑኤል ፡ መዝገብ ፡ ይእቲ ፤ ወዐማኑኤል ፡ በማርያም ፡ ወርቅ ፡ ውእቱ ፡ ይላል ። ስትፈታም ፡ ማርያም ፡ ለዐማኑኤል ፡ ሣጥን ፡ ናት ፤ ዐማኑኤልም ፡ በማርያም ፡ ዘንድ ፡ ወርቅ ፡ ነው ፡ በል ። በነጠላ ፡ ገብተው ፡ በሠረዝ ፡ ሲነገሩ ፥ መቃብር ፡ ወመዋቲ ፡ ለመዋቲ ፥ ወታሕተ ፡ መቃብር ፡ ገራህት ፡ ዘርዕ ፡ ወዘርዐ ፡ ገራህት ፡ ይላል ። ስትፈታም ፡ መቃብር ፡ ለሟች ፡ የዘር ፡ ዕርሻ ፡ ናት ፤ ሟችም ፡ በመቃብር ፡ ታች ፡ የርሻ ፡ ዘር ፡ ነው ፡ በል ። ፪ኛም ፥ በሠምና ፡ በወርቅ ፡ ገብተው ፡ በክፍል ፡ ሲነገሩ ፥ ማርያም ፡ መዝገብ ፡ ለዐማኑኤል ፡ ወርቅ ፡ ሰማይ ፡ ሙዳይ ፡ ይእቲ ፤ ወዐማኑኤል ፡ ወርቅ ፡ በማርያም ፡ መዝገብ ፥ ወይም ፡ በውስተ ፡ በማእከለ ፡ በኀበ ፡ በዲበ ፡ በታሕተ ፡ በቅድመ ፡ ማርያም ፡ መዝገብ ፡ መንፈስ ፡ ቅዱስ ፡ ብሩር ፡ ውእቱ ፡ ይላል ። ስትፈታም ፥ ማርያም ፡ ሣጥን ፡ ለዐማኑኤል ፡ ወርቅ ፡ ሰማይ ፡ ሙዳይ ፡ ናት ፤ ዐማኑኤል ፡ ወርቅም ፡ በማርያም ፡ ሣጥን ፡ መንፈስ ፡ ቅዱስ ፡ ብር ፡ ነው ፡ በል ። በሠረዝም ፡ ሲነገሩ ፥ ማርያም ፡ መዝገብ ፡ ወዐማኑኤል ፡ ወርቅ ፥ ለዐማኑኤል ፡ ወርቅ ፤ ወበማርያም ፡ መዝገብ ፡ ሰማይ ፡ ሙዳይ ፡ መንፈስ ፡ ቅዱስ ፡ ብሩር ፡ ይላል ፤ እንደ ፡ ላይኛው ፡ ፍታ ።

፻፶ ፤ ወላጅና ፡ ተወላጅ ፡ በነጠላ ፡ ገብተው ፡ በሠረዝ ፡ ሲነገሩ ፥ ራሔል ፡ ወዮሴፍ ፡ ለዮሴፍ ፥ ወእምራሔል ፡ ያዕቆብ ፡ ወብንያም ፡ ይላል ። በሠምና ፡ በወርቅ ፡ ገብተው ፡ በክፍል ፡ ሲነገሩ ፥ ገቦ ፡ ኢየሱስ ፡ ከርሠ ፡ ዐንበሪ ፡ ለዮናስ ፡ ደም ፥ ክዛደ ፡ ጊዮርጊስ ፡ እም ፤ ወዮናስ ፡ ደም ፡ እምከርሠ ፡ ዐንበሪ ፡ ገቦ ፡ ኢየሱስ ፡ ማየ ፡ ሕይወት ፡ ዓሣ ፡ ውእቱ ፡ ይላል ።

፻፶፩ ፤ ገንዘብና ፡ ባለገንዘብም ፡ በነጠላ ፡ ገብተው ፡ በክፍል ፡ ሲነገሩ ፥ ዘመነ ፡ ሊቃውንት ፡ ለትምህርተ ፡ ሃይማኖት ፡ ዘመነ ፡ ሐዋርያት ፡ ውእቱ ፥ ወትምህርተ ፡ ሃይማኖት ፡ ለዘመነ ፡ ሊቃውንት ፡ መሢዕተ ፡ ወንጌል ፡ ውእቱ ፡ ይላል ፤ ይህ ፡ በታና ፡ ጊዜ ፡ ሲገቡ ፡ ነው ። በነጠላ ፡ ገብተው ፡ በሠረዝ ፡ ሲነገሩም ፥ ተክለ ፡ በለስ ፡ ወገነት ፡ በገነት ፡ ወለተክለ ፡ በለስ ፡ ተክለ ፡ ወይን ፡ ወደብር ፡ ውእቱ ፡ ይላል ፤ ይህም ፡ በታና ፡ ግብር ፡ ሲገቡ ፡ ነው ። በሠምና ፡ በወርቅ ፡ ገብተው ፡ በክፍል ፡ ሲነገሩ ፥ አካልም ፡ ገንዘብና ፡

ባለገንዘብ ፡ ሲኾን፤ ዳዊት ፡ ወልድ ፡ ለሚካኤል ፡ ኢዮአብ ፡ ሰሎሞን ፡ አብ ፡ ውእቱ ፤ ወሚካኤል ፡ ኢዮአብ ፡ ለዳዊት ፡ ወልድ ፡ ገብርኤል ፡ አቢሳ ፡ ውእቱ ፡ ይላል ፤ የኹሉም ፡ አገባብ ፡ ለ ፡ ነው ። ዳግመኛም ፡ አካልና ፡ ነገር ፡ በሠምና ፡ በወርቅ ፡ ሲገቡ ፥ ንስሓ ፡ ወርቅ ፡ ለአዳም ፡ ኪ.ራም ፡ ብሩር ፡ ጌጋይ ፡ ውእቱ ፤ ወአዳም ፡ ኪራም ፡ ለንስሓ ፡ ወርቅ ፡ ዳዊት ፡ ነቄ ፡ ውእቱ ፡ ይላል ። የቀረውም ፡ በጎዳሪና ፡ በማኅደር ፡ እንደ ፡ ተባለው ፡ ነው ። ልዑልና ፡ ትሑት ፡ በነጠላ ፡ ገብተው ፡ በክፍል ፡ ሲነገሩ ፥ ወርቅ ፡ እምብሩር ፡ ዕንቈ ፡ ባሕርይ ፡ ውእቱ ፤ ወብሩር ፡ እምወርቅ ፡ ኀጺን ፡ ውእቱ ፡ ይላል ። በሠምና ፡ በወርቅ ፡ ገብተው ፡ በሠረዝ ፡ ሲነገሩ ፥ ጴጥሮስ ፡ ወርቅ ፡ ወይሁዳ ፡ ብሩር ፥ እምይሁዳ ፡ ብሩር ፡ ወእምጴጥሮስ ፡ ወርቅ ፡ ክርስቶስ ፡ ዕንቈ ፡ ባሕርይ ፤ ወመልአከ ፡ ዝንቱ ፡ ዓለም ፡ ኀጺን ፡ ውእቱ ፡ ይላል ።

፻፵፱ ፤ ለሚና ፡ አልሚ ፡ በነጠላ ፡ ገብተው ፡ በሠረዝ ፡ ሲነገሩ ፥ ነፋስ ፡ ወእሳት ፡ ለእሳት ፡ ወበነፋስ ፡ ሕይወት ፡ አርዝ ፡ ውእቱ ፡ ይላል ። በሠምና ፡ በወርቅ ፡ ገብተው ፡ በክፍል ፡ ሲነገሩ ፥ ንጽሕና ፡ ነፋስ ፡ ለሥጋ ፡ ማርያም ፡ እሳት ፡ ክብረ ፡ መላእክት ፡ ሕይወት ፤ ወሥጋ ፡ ማርያም ፡ እሳት ፡ በንጽሕና ፡ ነፋስ ፡ አካለ ፡ ኪሩብ ፡ አርዝ ፡ ውእቱ ፡ ይላል ። ጠፊና ፡ አጥፊ ፡ ደግሞ ፡ በነጠላ ፡ ገብተው ፡ በሠረዝ ፡ ሲነገሩ ፥ ቤት ፡ ወነፋስ ፡ በጎበ ፡ ነፋስ ፡ ወቤት ፡ ደመና ፡ ንስር ፡ ውእቱ ፡ ይላል ። በሠምና ፡ በወርቅ ፡ ገብተው ፡ በክፍል ፡ ሲነገሩ ፥ አበሳ ፡ አዳም ፡ ቤት ፡ በጎበ ፡ ደመ ፡ ኢየሱስ ፡ ነፋስ ፡ አበሳ ሔዋን ፡ ደመና ፡ ውእቱ ። ወደመ ፡ ኢየሱስ ፡ ነፋስ ፡ በኀበ ፡ አበሳ ፡ አዳም ፡ ቤት ፡ መስቀል ፡ ንስር ፡ ውእቱ ፡ ይላል ። የቀረው ፡ እንደ ፡ ጎዳሪና ፡ እንደ ፡ ማኀደር ፡ ነው ። ሩቅና ፡ ቅርብ ፡ በነጠላ ፡ ሲገቡ ፡ ሩቁ ፥ ፀሓይ ፡ እምነ ፡ ምድር ፡ ሰማይ ። ቅርቡም ፥ ኮከብ ፡ ለወርኅ ፡ ፀሓይ ፡ ይላል ። በሠምና ፡ በወርቅ ፡ ሲገቡም ፡ ሩቁ ፥ ሥጋ ፡ ማርያም ፡ ፀሓይ ፡ እምነ ፡ ምድር ፡ አበሳ ፡ አካለ ፡ ሱራፊ ፡ ሰማይ ። ቅርቡም ፥ ሥጋ ፡ ማርያም ፡ ኮከብ ፡ ለወርኅ ፡ ንጽሕና ፡ አካለ ፡ ኪሩብ ፡ ፀሓይ ፡ ይላል ። የሠረዝ ፡ አፈታት ፡ ሲገለጥ ፡ ማርያም ፡ ለዐማኑኤል ፡ ከመ ፡ መዝገብ ፡ ይእቲ ፤ ወዐማኑኤል ፡ በማርያም ፡ ከመ ፡ ወርቅ ፡ ውእቱ ፡ ማለት ፡ ነው ። ባ፲፱ኛው ፡ ዕርከን ፡ ቍ፸፫ ፡ ከመ ፥ ሠረዝ ፡ ይኾናል ፡ ያልነው ፡ ስለዚህ ፡ ነው ።

፻፶ ፤ በድርድር ፡ በጥቅል ፡ ሲነገሩም ፡ አገባባቸው ፡ እስመ ፡ ነው ፤ ባንድ ፡ አንቀጽ ፡ ታስረው ፡ ባንድ ፡ አገባብ ፡ ይጠቀለላሉ ። ሦስቲዮ ፡ ድርድር ፥ ወይም ፡ ጕንጕን ፡ ሠረዝ፤ ሦስተኛ ፡ ደግሞ ፡ በቅኔነቱ ፡ ሥላሴ ፡ የሚባል ።

> አስተብፅዑ ፡ ነፍስተ ፡ ዓሣ ፡
> ኢየሱስ ፡ ወጴጥሮስ ፡ ወሩፋኤል ፤
> ባሕረ ፡ ጥብርያዶስ ፡ አኮኑ ፡ እመ ፡ ኢየሱስ ፡ ወፈረ ፡
> በኀዳጥ ፡ ዓሣ ፡ አጽገበ ፡ ማኅበረ ።
> ወእምከርሠ ፡ ዓሣ ፡ አውፅአ ፡ ጸበሕት ፡ ቄሳር ፡ ዲናረ ፡
> መሠግር ፡ ጴጥሮስ ፡ እመ ፡ አሥገረ ።

ሩፋኤልኒ ፡ ሥራየ ፡ በዘአእመረ ፡
በዓማሁ ፡ አሕየወ ፡ ዕዉረ ።

ይህም ፡ አካኼድ ፡ የተገኘ ፡ ከመጻሕፍት ፡ ነው ፤ ይኸውም ፡ ወመጺአ ፡ ውእቱ ፡ ይዛ ለፎ ፡ ለዓለም ፡ በእንተ ፡ ኀጢአት ፡ ወበእንተ ፡ ጽድቅ ፡ ወበእንተ ፡ ኵነኔ ፡ ባለው ፡ ይ ታወቃል ። ነጠላውንም ፡ ቃል ፡ በዘ ፡ ተርጕሞ ፡ ሲሠርዝ፥ዐማኑኤል ፡ ዘበትርጓሜሁ ፡ አምላክ፡ ወሰብእ፥እስመ ፡ ውእቱ፡ አምላክ ፡ በመለኮቱ፡ ወሰብእ ፡ በትስብእቱ፡ ይላል ። ዳግመኛም ፡ ፪ ፡ ፍጹማን ፡ ቃላት ፡ እየብቻቸው ፡ እንደ ፡ ነዶ ፡ ታስረው ፡ በወ ፡ ሲደረ ደሩ ፡ በእስመ ፡ ይጠቀለላሉ ።

እምከዊነ ፡ ካህን ፡ ይኄይስ ፡ ከዊነ ፡ ኖላዊ ፤
ወኀለ ፡ እንስሳ ፡ ትትበደር ፡ እምቤተ ፡ መቅደስ ፡ ዐበይ ፤
እስመ ፡ ቤተ ፡ መቅደስ ፡ ኮነት ፡ ቤተ ፡ ፈያታይ ፤
ወበላዕለ ፡ ኖሎት ፡ ኢሀለወ ፡
ላዕለ ፡ ካህናት ፡ ዘሀሎ ፡ እከይ ።
ትእምርተ ፡ ዝኒ ፡ ከመ ፡ ንርይ ፡
በኀለ ፡ እንስሳ ፡ ሠረቀ ፡ ዘኢየዐርብ ፡ ፀሓይ ፤
ወኖሎት ፡ ተዛውዑ ፡ ምስለ ፡ ሐራ ፡ ልዑል ፡ ሰማይ ።
ዓዲ ፡ እምቅድመ ፡ ዝኒ ፡ በመካነ ፡ ኖሎት ፡ ወመራዕይ ፡
ከመ ፡ ተጸውዑ ፡ ድምፀ ፡ እግረ ፡ ቃለ ፡ ዜና ፡ ሠናይ ፡
ወልደ ፡ እንበረም ፡ ለምስፍና ፡ ወለቅብዐ ፡ መንግሥት ፡ ወልደ ፡ እሴይ ፡

ብሎ ፡ በዠመረበት ፡ ይጨርሳል ። የሠረዝ ፡ ዐዋጅና ፡ አካኼድ ፡ በጭሩ ፡ ይህ ፡ ነው ።

፳፮ኛ ፡ ዕርከን ።

አንጻር ።

፻፺፩ ፤ አንጻር ፡ ማለት ፡ ትይዩ ፡ አፋዛኝ ፡ አኳያ ፡ ማለት ፡ ነው ። አኹን፡ ግን ፡ በ ዚህ ፡ ክፍል ፡ አንጻር፡ የምንለው፥ፊት ፡ የተነገረው ፡ ፍጹም ፡ ቃል ፡ በደቂቅ ፡ ቅጽል፡ ሲታጠፍ ፡ ፊተኛውን ፡ ለመግለጥና ፡ ለማስረዳት ፡ ካጸፋ ፡ በኋላ ፡ የሚጨመር ፡ ቃል ፡ ነው ። አስተጣጠፉም፥ትእምርተ ፡ ዝኒ ፡ ከመ ፡ ንርአይ ፡ እንዳለው ፡ ነው ።

፻፺፪ ፤ የአንጻር ፡ ጥሬዎች ። ንባብ ፡ ዜና፥ነገር ፤ ጽድቅ ፡ አማን፥እውነት ፤ አም ሳል ፡ ምሳሌ ፡ ጽላሎት፥አምሳያ ፤ አርአያ፥አብነት ፤ ተአምር ፡ ትእምርት፥ምልክት፡ ሲኾኑ ፡ እነዚህንም ፡ የመሰሉ ፡ ተውላጥና ፡ ፍዳ ፡ ጥንት ፡ መሠረት ፡ ፍጻሚ ፡ ተፍጻ ሚት ፡ ተጨምረው ፡ ከደቂቅ ፡ ቅጽል ፡ እየተናበቡ ፡ በጥሬነታቸው ፡ ያጸፉ ፡ ባለቤት ፡ ሲኾኑ ፤ ወይም ፡ ከመ ፡ በነላፊና ፡ በትንቢት ፡ በነገር ፡ ገብቶ ፡ ሲጫናቸው ፡ ኋለኛውን ፡ ቃል ፡ ከፊተኛው ፡ ያነጻጽራሉ ። ማሰሪያቸውም ፡ ኮነ ፡ ረሰየ ፡ ጸድቀ ፡ ተሐሰወ ፡ ተከ ሥተ ፡ ነጸረ ፡ ሰአለ ፡ ለበወ ፡ ፆቀ ፡ ጠየቀ ፡ ጽሕቀ ፡ ተዘከረ ፡ ሐተተ ፡ ተርፈ፥እነዚህን ፡ የመሰለ ፡ ነው ።

፻፶፫፤ ሲገቡም፡ ኵሉ፡ ሰብእ፣ ኮነ፡ ጻድቀ፡ ወረሰየ፡ ርእሶ፡ ጻድቀ፤ ወይም፡ ኵሉ፡ ሰአለ፡ ወለበወ፡ ፆቀ፡ ወሐተተ፡ ሃይማኖተ፥ ወጽሕቀ፡ ወተዘከረ፡ ይኩን፡ ፍጹመ፡ በዘመኑ፡ ስብከቱ፡ ለእግዚእነ፤ ወዜና፡ ዝንቱ፡ ወጽድቀ፡ ዝንቱ፡ ወከመ፡ አማን፡ ዝንቱ፡ ይትዐወቅ፡ በፍድፋዴ፡ ምእመናን። ወምሳሌ፡ ዝንቱ፡ ወጽላሎተ፡ ዝንቱ፡ ወአርአያ፡ ዝንቱ፡ ተከሥተ፡ በስብከተ፡ ሐዋርያት። እስፍንተ፡ ጥበበ፡ ፆቀ፡ ሰሎሞን፤ ባሕቱ፡ ተውላጠ፡ ዝንቱ፡ ፍዳ፡ ዝንቱ፡ ምስብዒተ፡ አብደ። ባሕቱ፡ ፍጻሜ፡ ዝንቱ፡ ተፍጻሜተ፡ ዝንቱ፡ ረሰየ፡ እበደ። ጽሕቀ፡ ኢዮስያስ፡ ለዐቂበ፡ ሥርዐት፤ ወጥንተ፡ ዝንቱ፥ ወመሠረተ፡ ዝንቱ፡ ይትዐወቅ፡ በተስእሎቱ፡ ክህናት። ኵሉን፡ ወ፡ ሂ፡ ኒ፡ ጥቀ፡ ሲከተሉት፥ አከ፡ አልቦ፡ ኢ፡ የነዚህ፡ መነሻ፡ ይኾኑለታል፤ ሲገባም፡ ኵሉ፡ ዐለወ፥ አልቦ፡ ዘይገብራ፡ ለሠናይት፡ ወኢአሐዱ፤ ይትርፍሰ፡ ገቢሮታ፡ ኀልዮታሂ፡ ኀልዮታኒ፡ ኀልዮታ፡ ጥቀ፡ ወኀልዮታ፡ አልቦ፡ ኀቤሁ፡ ይላል። ዳግመኛም፡ ኵሉ፡ ባንድ፡ ተነሥቶ፡ በብዙ፥ በብዙም፡ ተነሥቶ፡ ባንድ፡ ያነጽራል። ባንድ፡ ተነሥቶ፡ በብዙ፡ ሲያነጽር፥ ዘማች፡ አንቀጽ፡ እንጂ፡ ነባር፡ አይመቸውም። ይህም፡ በመዋዕሊሁ፡ ለኖኅ፡ ነበረ፡ አሐዱ፡ ዕልው፥ ወአኮ፡ አሐዱ፡ ባሕቲቱ፥ አላ፡ ኵሎሙ፡ ማለቱን፡ ያሳያል። በብዙም፡ ተነሥቶ፡ ባንድ፡ ሲያነጽር፥ ነባር፡ አንቀጽ፡ እንጂ፡ ዘማች፡ አይመቸውም። የሠምና፡የወርቅ፡ጓዝ፡፲ኛው፡ክፍል፡ተፈጸመ።

፳፪ኛ፡ ዕርከን።

የርባ፡ ቅምርና፡ የጸዋትወ፡ ርባ፡ ተረፍ፡ ባለ፬፡ ረድፍ።

፻፶፬፤ ረድፍ፡ ማለት፡ ተከታታይ፡ ክፍል፡ ማለት፡ ነው፥ ዕርከን፡ እንደ፡ ማለት፤ እነዚሁም፡ የዋህ፡ ርባታና፡ መሠሪ፡ ርባታ፥ ጽንዕ፡ አንቀጽና፡ አሉታ፡ አንቀጽ፡ ናቸው። አንዱን፡ ጽድቅ፡ አንቀጽ፡ በየዋህና፡ በመሠሪ፡ በጽንዕ፡ በሉታ፡ ሲያረቡት፡ ብዙ፡ ጠባይ፡ ልዩ፡ ልዩነት፡ አለውና፤ ባላ፬፡ ረድፍ፡ ማለት፡ ስለዚህ፡ነው። የርባታም፡ ትምርት፡ የሚዠመር፡ በብትን፡ ባርእስትና፡ በደቂቅ፡ ርባታ፡ ነው፡ እንጂ፤ በዐቢይ፡ አንቀጽ፡ አይዶለም። ከደቂቅ፡ ርባታም፡ አስቀድሞ፡ መራሕያን፡ የሚባሉትን፡ ያሥሩን፡ ሰራዊት፡ ስምና፡ ተራ፥ ውእቱ፡ አንተ፥ ውእቶሙ፡ አንትሙ፥ ይእቲ፡ አንቲ፥ ውእቶን፡ አንትን፥ አነ፡ ንሕነ፡ እያሉ፡ ማጥናት፡ ይገባል። ከዚህ፡ በኋላ፡ ከራስ፡ ጠጕር፡ እስከ፡ እግር፡ ጥፍር፡ ያሉትን፡ ሕዋሳት፡ በመልክየስ፡ ተራ፡ አንዳንዱን፡ በየስማቸው፡ ማርባት፡ ነው። ይህም፡ ሥዕርት፡ ብሎ፡ ሥዕርቱ፡ ሥዕርትከ፤ ርእስ፡ ብሎ፡ ርእሱ፡ ርእስከ፤ አርእስት፡ ብሎ፡ አርእስቲሁ፡ ከ፡ሆሙ፡ክሙ፡ እያሰኙ፡ ከናፈታቱ፡ ሲነገር፥ ላቢይ፡ ርባታ፡ በር፡ ከፋች፡ መቅድም፥ ለዘማች፡ አንቀጽ፡ መሪ፡ ፊታውራሪ፡ መኾኑን፡ ያሳያል። ምሳሌውም፥ ርከብ፡ ተረግጦ፡ ወደ፡ ከር፥ ድንክ፡ ተረግጦ፡ ወደ፡ ዙፋን፡ እንደ፡ መውጣት፡ ነው።

፻፶፭፤ ዐቢይ፡ ርባታም፡ የሚዠመር፡ ገቢርነት፡ ባለው፡ በ፫፡ ፊደል፡ ግስ፡ በቀተለ፡ ቤት፡ ነው፤ ያውም፡ በምልአት፡ የሚረባ፥ ባድራጊነቱ፡ላይ፡ አስደራጊና፡

ተደራጊ፥ተደራራጊና፡አደራራጊ፡የሚደርብ፥ላልቶ፡የሚነገር፡ መደበኛ፡አንቀጽ፡ ነው ። በዋቆችና፡ በጠንቃቆች፡ ዐዋጅ፡ እንደ፡ አእመረ፡ የማስደረግ፡ ልማድ፡ አ፡ ያለበት፡ ያራት፡ ፊደል፡ ግስ፡ አስደራጊ፡ አንቀጽ ፤ እንደነተዝኋረም፡ የመደረግ፡ ልማድ፡ ተ፡ ያለበት፡ ተደራጊ፡ አንቀጽ፡ የርባታ፡ መሠረት፡ አይኾንም ። ይኹና ልም፡ ብሎ፡ ቢያደርጉት፡ ሲፈተሽና፡ሲመረመር፡ማሳፈሩና፡ማስነወሩ፡አይቀርም። በአና፡ በሀ፡ የሚነሣ፡ የ፫፡ ፊደል፡ ግስ፡ እንደ፡ ቀተለ፡ ላልቶ፡ ሲነገር፥ሥርወ፡ትን ቢቱን፡ በካልኣይ፡ ኹሉ፡ ግእዝ፡ ያደርጋል ፤ ዖረ፡ የዐውር ፤ ሐረ፡ የሐውር ። እንደ፡ ቀደሰም፡ ጠብቆ፡ ሲነገር፡ በካልኣዩ፡ ሳድስ፥በቀሩት፡ ግእዝ፡ ያደርጋል ፤ አመረ፡ ይኤምር፡ የአምር ። ሐወጸ፡ ይሔውጽ፡ የሐውጽ ።

፻፶፯ ፤ ያቢይ፡ አንቀጽ፡ ርባ፡ በዘሩና፡ በሥረ፡ ነገሩ፡ ንኡስ፡ አንቀጽ፡ ኹኖ፡ በንኡስ፡ ርባታ፡ ሲገርመር፥ግሱም፡ የ፫፡ ፊደል፡ ኹኖ፡ በጥንተ፡ ፊደሉ፡ በአልፍ፡ ሲነሣ፥አነሣሡ፡ ይህ፡ ነው ።

አርእስት፡ ወይም፡ ንኡስ፡ አንቀጽ ።

አሚር፡ አሚሮት ፤ ማወቅ፥ዐዋቂነት ።

ንኡስ፡ ርባታ ።

አሚርሁ፡ አሚሮቱ፡ ማወቁ፡ የርሱ፡ ማወቅ ።

አሚርከ፡ አሚሮትከ፡ ማወቅኽ ።

አሚርሆሙ፡ አሚሮቶሙ፡

አሚርክሙ፡ አሚሮትክሙ፡

አሚርሃ፡ አሚሮታ፡

አሚርኪ፡ አሚሮትኪ፡

አሚርሆን፡ አሚሮቶን፡

አሚርክን፡ አሚሮትክን፡

አሚርየ፡ አሚሮትየ፡

አሚርነ፡ አሚሮትነ፡ ማወቃችን ።

የገቢር፡ ተሳቢም፡ ሲኾኑ፡ አሚርሁ፡ ባለው፡ ይከታሉ ፤ በአሚሮት፡ ግን፡ ሙታንየ፡ ብቻ፡ (ትሙ፡ ታ፡ ቶን፡ ትየ)፡ እነዚህ፡ ፬ቱ፡ ሲቀሩ፡ ካዕቡን፡ ሳብዕ፥ሳድሱን፡ ግእዝ፡ ይወርሰዋል ።

ይህም፡ አሚሮቶ፡ ማወቁን፡
አሚሮተከ፡ ተክሙ ፤ ተኪ፡ ተክን፡ ተነ ፤ ማወቃችኑን፡ ማለቱን፡ ያሳያል ። አርእስትን፡ ኹሉ፡ እንዲህ፡ እያልኽ፡ አርባ ።

፩ኛ ፡ ረድፍ ።

ዐቢይና ፡ መደብ ፡ የዋህ ፡ ርባታ ።

መደበኛ ፡ አንቀጽ ።

፻፶፮ ፤ አመረ ፤ ዐወቀ ።
የአምር ፡ ያውቅ ፡
ይእምር ፡ ያውቅ ፡ ዘንድ ፡ እንዲያውቅ ፡ ሊያውቅ ፡
ይእምር ፤ ይወቅ ። ዘንድ ፡ አንቀጽን ፡ ኹሉ ፡ እንደዚህ ፡ ፍታ ፤ በትንቢቱም ፡ አልን ፡ አትጨምር ፤ ዐውቋል ፡ ያውቃል ፡ ማለት ፡ የጽንዕ ፡ አንቀጽ ፡ ፍች ፡ ነውና ÷ ኋላ ፡ ይመጣል ።

አመርከ ፤ ተአምር ፡ ትእምር ፡ እምር ።
አመሩ ፤ የአምሩ ፡ ይእምሩ ፡ ይእምሩ ።
አመርክሙ ፤ ተአምሩ ፡ ትእምሩ ፡ እምሩ ።
አመረት ፤ ተአምር ፡ ትእምር ፡ ትእምር ።
አመርኪ ፤ ተአምሪ ፡ ትእምሪ ፡ እምሪ ።
አመራ ፤ የአምራ ፡ ይእምራ ፡ ይእምራ ።
አመርክን ፤ ተአምራ ፡ ትእምራ ፡ እምራ ።
አመርኩ ፤ አአምር ፡ እእምር ፡ እእምር ።
አመርነ ፤ ነአምር ፡ ንእምር ፡ ንእምር ።

ቦዝ ፡ አንቀጽ ።

አሚሮ ፡ ዐውቆ ።
አሚረከ፡ ዐውቀኽ ።
አሚሮሙ ፡ አሚረክሙ ። አሚራ ፡ አሚረኪ ።
አሚሮን ፡ አሚረክን ። አሚርየ ፡ አሚረነ ።

ሣልስ ፡ ቅጽል ።

አማሪ ፡ አማርያን ፤ አማሪት ፡ አማርያት ።

መድበል ፡ ቅጽል ።

አመርት ፤ ያወቀ ፡ የሚያውቀ ፡ ዐዋቆች ።

፪ኛ ፡ ረድፍ ።

፻፶፯ ፤ ያሥሩ ፡ መደብ ፡ ዝርዝር ÷ መሠሪ ፡ ርባታ ።

ካሥሩ ፡ ሰራዊት ፡ ፬ቱ ፡ ሩቆች ፡ በ፲ ፡ በ፲ ÷ ፬ቱ ፡ ቅርቦች ፡ በ፮ ፡ በ፮ ÷ አነና ፡ ንሕነ ፡ በ፰ ፡ በ፰ ፡ ሲዘረዘሩ ፡ ድምራቸውና ፡ መደባቸው ፡ ፹ ፡ ይኾናል ። አንቀጻቸውም ፡

ያሥሩ ፡ መደብ ፡ ፴ ፡ እንደ ፡ ኾነ ፡ የ፲ ውም ፡ ፪፻፵ ፡ ይኾናል ። መራሕያኑም ፡ አንቀጽ ፡ ተቀባዮች ፡ እየኾኑ ፡ በየመደቡ ፡ ራስ ፡ ተጥፈዋል ። ዝርዝራቸውን ፡ በ፯ኛ ፡ ዕር ከን ፡ ተመልከት ።

(ውእቱ) ፡

አመሮ ፤ ዐወቀው ፤ ዐወቀለት ፤ ዐወቀበት ።

የአምሮ ፡ ያውቀው ፡ ያውቅለት ፡ ያውቅበት ፡

ይእምሮ ፡ ያውቀው ፡ ያውቅለት ፡ ያውቅበት ፡ ዘንድ ፡ እንዲ ያውቀው ፡ እንዲያውቅለት ፡ በት ፤ ሊያውቀው ፡ ሊያውቅለት ፡ በት ። ኹሉን ፡ እን ዲህ ፡ ፍታ ።

ይእምሮ ፤ ይወቀው ፤ ይወቅለት ፤ ይወቅበት ።

አመረከ ፤ የአምረከ ፡ ይእምርከ ፡ ይእምርከ ።
አመሮሙ ፤ የአምሮሙ ፡ ይእምሮሙ ፡ ይእምሮሙ ።
አመረክሙ ፤ የአምረክሙ ፡ ይእምርክሙ ፡ ይእምርክሙ ።
አመራ ፤ የአምራ ፡ ይእምራ ፡ ይእምራ ።
አመረኪ ፤ የአምረኪ ፡ ይእምርኪ ፡ ይእምርኪ ።
አመሮን ፤ የአምሮን ፡ ይእምሮን ፡ ይእምሮን ።
አመረክን ፤ የአምረክን ፡ ይእምርክን ፡ ይእምርክን ።
አመረኒ ፤ የአምረኒ ፡ ይእምረኒ ፡ ይእምረኒ ።
አመረነ ፤ የአምረነ ፡ ይእምረነ ፡ ይእምረነ ።

(አንተ) ፡

አመርከ ፤ ተአምሮ ፡ ትእምሮ ፡ እምሮ ።
አመርከሙ ፤ ተአምሮሙ ፡ ትእምሮሙ ፡ እምሮሙ ።
አመርካ ፤ ተአምራ ፡ ትእምራ ፡ እምራ ።
አመርከን ፤ ተአምሮን ፡ ትእምሮን ፡ እምሮን ።
አመርከኒ ፤ ተአምረኒ ፡ ትእምረኒ ፡ እምረኒ ።
አመርከነ ፤ ተአምረነ ፡ ትእምረነ ፡ እምረነ ።

(ውእቶሙ ፥ አው ፡ እሙንቱ) ፡

፻፶፱ ፤ አመርዎ ፤ የአምርዎ ፡ ይእምርዎ ፡ ይእምርዎ ።
አመሩከ ፤ የአምሩከ ፡ ይእምሩከ ፡ ይእምሩከ ።
አመርዎሙ ፤ የአምርዎሙ ፡ ይእምርዎሙ ፡ ይእምርዎሙ ።
አመሩክሙ ፤ የአምሩክሙ ፡ ይእምሩክሙ ፡ ይእምሩክሙ ።
አመርዋ ፤ የአምርዋ ፡ ይእምርዋ ፡ ይእምርዋ ።
አመሩኪ ፤ የአምሩኪ ፡ ይእምሩኪ ፡ ይእምሩኪ ።

አመርዎን፥ የአምርዎን፡ ይእምርዎን፡ ይእምርዎን።
አመሩክን፥ የአምሩክን፡ ይእምሩክን፡ ይእምሩክን።
አመሩኒ፥ የአምሩኒ፡ ይእምሩኒ፡ ይእምሩኒ።
አመሩነ፥ የአምሩነ፡ ይእምሩነ፡ ይእምሩነ።

(አንትሙ)፡

አመርክምዎ፥ ተአምርዎ፡ ትእምርዎ፡ እምርዎ።
አመርክምዎሙ፥ ተአምርዎሙ፡ ትእምርዎሙ፡ እምርዎሙ።
አመርክምዋ፥ ተአምርዋ፡ ትእምርዋ፡ እምርዋ።
አመርክምዎን፥ ተአምርዎን፡ ትእምርዎን፡ እምርዎን።
አመርክሙኒ፥ ተአምሩኒ፡ ትእምሩኒ፡ እምሩኒ።
አመርክሙነ፥ ተአምሩነ፡ ትእምሩነ፡ እምሩነ።

(ይእቲ)፡

፻፹፡ አመረቶ፥ ተአምሮ፡ ትእምሮ፡ ትእምሮ።
አመረተከ፥ ተአምረከ፡ ትእምርከ፡ ትእምርከ።
አመረቶሙ፥ ተአምሮሙ፡ ትእምሮሙ፡ ትእምሮሙ።
አመረተክሙ፥ ተአምረክሙ፡ ትእምርክሙ፡ ትእምርክሙ።
አመረታ፥ ተአምራ፡ ትእምራ፡ ትእምራ።
አመረተኪ፥ ተአምረኪ፡ ትእምርኪ፡ ትእምርኪ።
አመረቶን፥ ተአምሮን፡ ትእምሮን፡ ትእምሮን።
አመረተክን፥ ተአምረክን፡ ትእምርክን፡ ትእምርክን።
አመረተኒ፥ ተአምረኒ፡ ትእምረኒ፡ ትእምረኒ።
አመረተነ፥ ተአምረነ፡ ትእምረነ፡ ትእምረነ።

(አንቲ)፡

አመርኪዮ፥ ተአምሪዮ፡ ትእምሪዮ፡ እምሪዮ።
አመርኪዮሙ፥ ተአምሪዮሙ፡ ትእምሪዮሙ፡ እምሪዮሙ።
አመርኪያ፥ ተአምሪያ፡ ትእምሪያ፡ እምሪያ።
አመርኪዮን፥ ተአምሪዮን፡ ትእምሪዮን፡ እምሪዮን።
አመርክኒ፥ ተአምርኒ፡ ትእምርኒ፡ እምርኒ።
አመርክነ፥ ተአምርነ፡ ትእምርነ፡ እምርነ።

(ውእቶን፥እው፡ እማንቱ)፡

፻፹፩፡አመራሁ፥ የአምራሁ፡ ይእምራሁ፡ ይእምራሁ።
አመራከ፥ የአምራከ፡ ይእምራከ፡ ይእምራከ።
አመራሆሙ፥ የአምራሆሙ፡ ይእምራሆሙ፡ ይእምራሆሙ።

አመራክሙ ፤ የአምራክሙ ፡ ይእምራክሙ ፡ ይእምራክሙ ።
አመራሃ ፤ የአምራሃ ፡ ይእምራሃ ፡ ይእምራሃ ።
አመራኪ ፤ የአምራኪ ፡ ይእምራኪ ፡ ይእምራኪ ።
አመራሆን ፤ የአምራሆን ፡ ይእምራሆን ፡ ይእምራሆን ።
አመራክን ፤ የአምራክን ፡ ይእምራክን ፡ ይእምራክን ።
አመራኒ ፤ የአምራኒ ፡ ይእምራኒ ፡ ይእምራኒ ።
አመራነ ፤ የአምራነ ፡ ይእምራነ ፡ ይእምራነ ።

(አንትን) ፡

አመርክናሁ ፤ ተአምራሁ ፡ ትእምራሁ ፡ እምራሁ ።
አመርክናሆሙ ፤ ተአምራሆሙ ፡ ትእምራሆሙ ፡ እምራሆሙ ።
አመርክናሃ ፤ ተአምራሃ ፡ ትእምራሃ ፡ እምራሃ ።
አመርክናሆን ፤ ተአምራሆን ፡ ትእምራሆን ፡ እምራሆን ።
አመርክናኒ ፤ ተአምራኒ ፡ ትእምራኒ ፡ እምራኒ ።
አመርክናነ ፤ ተአምራነ ፡ ትእምራነ ፡ እምራነ ።

(አነ) ፡

፻፺፪ ፤ አመርክዎ ፤ አአምሮ ፡ እእምሮ ፡ እእምሮ ።
አመርኩከ ፤ አአምረከ ፡ እእምርከ ፡ እእምርከ ።
አመርክዎሙ ፤ አአምሮሙ ፡ እእምሮሙ ፡ እእምሮሙ ።
አመርኩክሙ ፤ አአምረክሙ ፡ እእምርክሙ ፡ እእምርክሙ ።
አመርክዋ ፤ አአምራ ፡ እእምራ ፡ እእምራ ።
አመርኩኪ ፤ አአምረኪ ፡ እእምርኪ ፡ እእምርኪ ።
አመርክዎን ፤ አአምሮን ፡ እእምሮን ፡ እእምሮን ።
አመርኩክን ፤ አአምረክን ፡ እእምርክን ፡ እእምርክን ።

(ንሕነ) ፡

አመርናሁ ፤ ነአምሮ ፡ ንእምሮ ፡ ንእምሮ ።
አመርናከ ፤ ነአምረከ ፡ ንእምርከ ፡ ንእምርከ ።
አመርናሆሙ ፤ ነአምሮሙ ፡ ንእምሮሙ ፡ ንእምሮሙ ።
አመርናክሙ ፤ ነአምረክሙ ፡ ንእምርክሙ ፡ ንእምርክሙ ።
አመርናሃ ፤ ነአምራ ፡ ንእምራ ፡ ንእምራ ።
አመርናኪ ፤ ነአምረኪ ፡ ንእምርኪ ፡ ንእምርኪ ።
አመርናሆን ፤ ነአምሮን ፡ ንእምሮን ፡ ንእምሮን ።
አመርናክን ፤ ነአምረክን ፡ ንእምርክን ፡ ንእምርክን ።

የቦዝ ፡ አንቀጽ ፡ ዝርዝር ፡ እስከ ፡ ፲ ።

(ውእቱ) ፡

፻፳፫ ፤ አሚሮሁ ፡ ዐውቆት ፡ ለት ፡ በት ።
አሚሮከ ፡ አሚሮሆሙ ፡ ክሙ ። አሚሮሃ ፡ ኪ ፡ ሆን ፡ ክን ፡ የ ፡ ነ ።
(አንተ) ፡ አሚረከሁ ፡ ሆሙ ፤ አሚረከሃ ፡ ሆን ፡ ከኒ ፡ ከነ ።
(እሙንቱ) ፡ አሚሮሙሁ ፡ ከ ፡ አሚሮሙሆሙ ፡ ክሙ ።
አሚሮሙሃ ፡ ኪ ፡ አሚሮሙሆን ፡ ክን ፡ ሙኒ ፡ ነ ።
(አንትሙ) ፡ አሚረክሙሁ ፡ ሆሙ ፤ አሚረክሙሃ ፡ ሆን ፡ ኒ ፡ ነ ።
(ይእቲ) አሚራሁ ፡ ከ ፡ አሚራሆሙ ፡ ክሙ ፡ አሚራሃ ፡ ኪ ፡
አሚራሆን ፡ ክን ፡ አሚራኒ ፡ አሚራነ ፡ ዐውቃን ።
(አንቲ) ፡ አሚረኪሁ ፡ ሆሙ ፡ አሚረኪሃ ፡ ሆን ፡ ክኒ ፡ ነ ።
(እማንቱ) ፡ አሚሮንሁ ፡ ከ ፡ ሆሙ ፡ ክሙ ፡ አሚሮንሃ ፡ ኪ ፡
አሚሮንሆን ፡ ክን ፡ አሚሮንኒ ፡ ንነ ፡ ዐውቀውን ።
(አንትን) ፡ አሚረክንሁ ፡ ሆሙ ፡ አሚረክንሃ ፡ ሆን ፡ ናኒ ፡ ናነ ።
(አነ) ፡ አሚርየሁ ፡ ከ ፡ ሆሙ ፡ ክሙ ፤ አሚርየሃ ፡ ኪ ፡ ሆን ፡ ክን ።
(ንሕነ) ፡ አሚረነሁ ፡ ከ ፡ ሆሙ ፡ ክሙ ፤ አሚረነሃ ፡ ኪ ፡ ሆን ፡ ክን ።

፪ኛ ፡ ዐምድ ፤ አስደራጊ ፡ አንቀጽ ።

፻፳፬ ፤ አእመረ ፡ አሳወቀ ።
ያአምር ፡ ያሳውቅ ፡
ያእምር ፡ ያሳውቅ ፡ ዘንድ ፡ ያሳውቅ ፡ እያልኽ ፡ እስከሥር ፡ አርባ ።
ዝርዝሩንም ፡ አእመሮ ፤ አሳወቀው ፤ ለት ፤ በት ።
ያአምሮ ፡ ያሳውቀው ፡ ያሳውቅለት ፡ በት ፡ እያልኽ ፡ እስከ ፡ ፲ ፡
አዝምት ። ከዋንተ ፡ ልማዱ ፡ የተለወጠበት ፡ ፪ ፡ ነገር ፡ ነው ፥ ሥርወ ፡ ትንቢትና ፡ አፈ ታት ፤ ሥረወ ፡ ትንቢት ፥ ግእዝ ፡ የነበረውን ፡ የተአነ ፡ በራብዕ ፡ ያታአና ፡ ማለት ፤ አፈ ታት ፥ አድራጊ ፡ የነበረውን ፡ ዐወቀን ፡ ትቶ ፡ ባስደራጊ ፡ አሳወቀ ፡ ማለት ። ዐወቀ ፡ አሳ ወቀ ፡ ብለውም ፡ በ፪ ፡ ጾታ ፡ ለሚፈቱት ፡ እወና ፡ አልቦ ፡ ይኸንባቸዋል ።

፫ኛ ፡ ዐምድ ፤ ተደራጊ ፡ አንቀጽ ።

፻፳፭ ፤ ተአምረ ፤ ታወቀ ።
ይትአመር ፡ ይታወቅ ፡
ይትአምር ፡ እያልኽ ፡ እስከ፲ ።
ዝርዝሩንም ፡ ተአምሮ ፤ ታወቀው ፤ ለት ፤ በት ።
ይትአመሮ ፡ ይታወቀው ፡
ይትአመሮ ፡ እያልኽ ፡ እስከ ፡ ፲ ፡ አርባ ።

፬ኛ ፡ ዐምድ ፤ ተደራራጊ ፡ አንቀጽ ።

፻፺፮ ፤ ተኣመረ ፤ ተዋወቀ ።
ይትኣመር ፡ ይተዋወቅ ፡
ይትኣመር ፡ እያልኽ ፡ እስካሥር ።

ዝርዝሩንም ፡ ተኣመሮ ፡ ይትኣመሮ ፡ ይትኣመሮ ፡ እያልኽ ፡ እስከ ፡ ፲ ፡ አርባ ። ሥርወ ፡ ትንቢቱ ፡ እንዳለፈው ፡ ሳድስ ፡ መኾኑን ÷ ሥርወ ፡ ቀለሙ ፡ ግን ፡ ተለይቶ ፡ ራብዕ ፡ መኾኑን ፡ አስተውል ፤ የሚመጣውም ፡ እንዲሁ ፡ ነው ።

፭ኛ ፡ ዐምድ ፤ አደራራጊ ፡ አንቀጽ ።

፻፺፯ ፤ አስተኣመረ ÷ አስተዋወቀ ፤ ያስተኣምር ፡ ያስተኣምር ፡ እያልኽ ÷ መሠሪውንም ፡ አስተኣመሮ ፡ ያስተኣምሮ ፡ እያልኽ ፡ አርባ ። ከ፭ቱ ፡ አዕማድ ፡ የሚገኙ ፡ ዐበይት ፡ አናቅጽ ፡ በየዋህ ፡ ርባታ ፡ ፻፶ ። በመሠሪ ፡ ርባታ ፡ ሺሕ ፡ ከ፪፻ ፡ ናቸው ። አርእስቶቻቸው ÷ ኀልስና ፡ ሳድስ ፡ ቅጽሎቻቸው ፤ ሳቢ ፡ ዘሮቻቸው ፡ ሳይቀሩ ፡ ንኡሳን ፡ አናቅጽ ፡ ተብለው ፡ በንኡስ ፡ ርባታ ፡ ተነግረዋል ፡ (፲፩ኛ ፡ ዕርከን) ። በምልአት ፡ የሚነገር ፡ ግስ ፡ ልኩና ፡ መልኩ ፡ ይህ ፡ ነው ።

፫ኛ ፡ ረድፍ ።

ጽንዕ ፡ አንቀጽ ።

፻፺፰ ፤ የጽንዕ ፡ አንቀጾች ፡ ኮነና ፡ ሀሎ ፡ ውእቱና ፡ በ ፡ ሎ ፡ እንደ ፡ ኾኑ ፡ ከናዋ ጃቸው ፡ ከናገባባቸው ፡ በ፰ኛ ፡ ዕርከን ፤ የመደበኛውም ፡ የሀሎ ፡ ርባታ ፡ በ፱ኛ ፡ ዕር ከን ፡ ተነግሯል ። ጽንዕ ፡ የሚባል ፡ በኀላፊና ፡ በትንቢት ፡ የኾነውን ፡ እንዳልኾነና ፡ እንደማይኾን ፤ ያልኾነውን ፡ እንደ ፡ ኾነና ፡ እንደሚኾን ፡ አድርጎ ፡ የሚያሳይ ፡ የጸ ጸት ፡ የምኞት ፡ የፍርድና ፡ የትች ፡ አነጋገር ፡ ነው ። ይህም ፡ በንኡስ ፡ አገባብ ፡ ከእም ፡ ጋራ ፡ ገብቶ ፡ ተነግሯል ። ጽንዕም ፡ ያሰኘው ፡ አንቀጹ ፡ ዕጥፍ ፡ ድርብ ፡ ኹኖ ፡ ሲነ ገር ፡ የነገሩን ፡ ጥናትና ፡ ብርታት ፡ ማሳየት ፡ ነው ። አንቀጹና ፡ ርባታው ፡ ፍች ውም ፡ ይህ ፡ ነው ።

የዋህ ፡ ጽንዕ ።

አሚሮ ፡ ሀለወ ፤ ዐውቋል ፤ ዐውቆ ፡ ነበር ።
የአምር ፡ ሀሎ ፤ ያውቃል ፤ ያውቅ ፡ ነበር ።
አሚሮ ፡ የሀሉ ፡ ዐውቆ ፡ ይኖር ፡ ዘንድ ፡ እንዲኖር ፡ ሊኖር ፡
አሚሮ ፡ የሀሉ ፤ ዐውቆ ፡ ይኑር ። ኹሉን ፡ እንዲህ ፡ ፍታ ።
አሚረከ ፡ ሀሎከ ፤ ተአምር ፡ ሀሎከ ፤ አሚረከ ፡ ተሀሉ ፡ አሚረከ ፡ ሀሉ ።
አሚሮሙ ፡ ሀለዉ ፤ የአምሩ ፡ ሀለዉ ፤ አሚሮሙ ፡ የሀልዉ ።
አሚረክሙ ፡ ሀሎክሙ ፤ ተአምሩ ፡ ሀሎክሙ ።

አሚረክሙ ፡ ተሀልዉ ፡ አሚረክሙ ፡ ሀልዉ ።
አሚራ ፡ ሀለወት ፤ ተአምር ፡ ሀለወት ፤ አሚራ ፡ ተሀሉ ።
አሚረኪ ፡ ሀሎኪ ፤ ተአምሪ ፡ ሀሎኪ ፤ አሚረኪ ፡ ተሀልዊ ፡ ሀልዊ ።
አሚሮን ፡ ሀለዋ ፤ የአምራ ፡ ሀለዋ ፤ አሚሮን ፡ የሀልዋ ።
አሚረክን ፡ ሀሎክን ፤ ተአምራ ፡ ሀሎክን ፤
አሚረክን ፡ ተሀልዋ ፡ አሚረክን ፡ ሀልዋ ።
አሚርየ ፡ ሀሎኩ ፤ አአምር ፡ ሀሎኩ ፤
አሚርየ ፡ አሀሉ ፡ አሚርየ ፡ አሀሉ ።
አሚረነ ፡ ሀሎነ ፤ ነአምር ፡ ሀሎነ ፤ አሚረነ ፡ ነሀሉ ።

መሠሪ ፡ ጽንዕ ።

፻፷፱ ፤ አሚሮሁ ፡ ሀለወ ፤ ዐውቆታል ፤ ዐውቆለታል ፤ ዐውቆበታል ፤ ዐውቆት ፡ ዐውቆለት ፡ ዐውቆበት ፡ ነበር ።

የአምሮ ፡ ሀሎ ፤ ያውቀዋል ፤ ያውቅለታል ፤ ያውቅበታል ፤ ያውቀው ፡ ያውቅለት ፡ ያውቅበት ፡ ነበር ።

አሚሮሁ ፡ የሀሉ ፡ ዐውቆት ፡ ዐውቆለት ፡ ዐውቆበት ፡ ይኖር ፡ ዘንድ ፡ እንዲያውቀው ፡ ሊያውቀው ፡ ሊያውቅለት ፡ በት ፡

አሚሮሁ ፡ የሀሉ ፤ ዐውቆት ፡ ዐውቆለት ፡ በት ፡ ይኑር ።

አሚሮከ ፡ ሀለወ ፤ የአምረከ ፡ ሀሎ ፤ አሚሮከ ፡ የሀሉ ።

አሚሮሆሙ ፡ ሀሎ ፤ የአምሮሙ ፡ ሀሎ ፤ አሚሮሆሙ ፡ የሀሉ ።

አሚሮክሙ ፡ ሀለወ ፤ ኹሉን ፡ እንዲህ ፡ እያልኽ ፡ እስከ ፡ ፲ ፡ አርባ ። በቀሩትም ፡ ባራቱ ፡ አዕማድ ፡ በያንዳንዱ ፡ ኹሉ ፡ እስከ ፡ ፲ ፡ እንዲሁ ፡ ይዘምታል ። ውእቱም ፡ ጽንዕ ፡ እየኾነ ፡ ሀሎ ፡ በገባበት ፡ ሲገባ ፡ በኀላፊና ፡ በትንቢት ፡ ብቻ ፡ ይነገራል ፤ አንቀጽነቱ ፡ ነባር ፡ ስለ ፡ ኾነ ፡ እንደ ፡ ሀሎ ፡ ዘንድና ፡ ትእዛዝ ፡ የለውም ። ይህም ፡ ዐዊቆ ፡ ውእቱ ፡ የዐውቅ ፡ ውእቱ ። ዐዊቀከ ፡ አንተ ፡ ተዐውቅ ፡ አንተ ፡ እያሰኘ ÷ ዐውቀኻል ፡ ዐውቀኽ ፡ ነበር ፡ ታውቃለኽ ፡ ማለቱን ፡ ያሳያል ።

፬ኛ ፡ ረድፍ ።

አሉታ ፡ አንቀጽ ።

፻፸ ፤ ኢአመረ ፤ አላወቀም ።
ኢየአምር ፤ አያውቅም ።
ኢይእምር ፡ እንዳያውቅ ፡ ላያውቅ ፡ ሳያውቅ ፡
ኢይእምር ፤ አይወቅ ። ኹሉን ፡ እንዲህ ፡ ፍታ ። በጽድቅ ፡ አንቀጽ ፡ አ ፡ የነበረውን ፡ የአነን ፡ ሥርወ ፡ ትንቢት ፡ ብቻ ፡ ኢ ፡ ስትወድቅበት ፡ የ ፡ ይወርሰዋል ። ይህም ፡ ኢአመርኩ ፡ ብሎ ፡ ኢየአምር ፡ ኢይእምር ፡ ኢይእምር ፡ እያለ ፡

እንደ፡ሩቁ፡ወንድ፡መኼዱን፡ያሳያል። ዳግመኛም፡የ፪ኛና፡ያ፫ኛ፡ዐምድ፡ልማዳቸው፡አ፡በኢ፡ምክንያት፡ያ፡ይኾናል። ይህም፡ኢያእመረ፡ኢያአምር፡ኢያእምር፥ኢያእምር። ኢያስተአመረ፡ኢያስተአምር፡ኢያስተአምር፡እያለ፡ሌላውን፡ኹሉ፡ያሳያል። በዝ፡አንቀጹንም፤ኢአሚሮ፡ኢአሚረከ፡ብሎ፥ሳያውቅ፡ሳታውቅ፡ያሰኛል። የቀረውን፡ዐዋጅ፡ተመልሰኽ፡በርባ፡ቅምርና፡በጸዋትወ፡ርባ፡ተመልከት።

፻፸፩፤ የአኃዝም፡ጥሬ፡ካንድ፡እስካሥር፡ያለው፡ኹሉም፡እያንዳንዱ፡ባ፲፡ባ፲፡መደብ፡ሲረባ፡ወይም፡ሲዘረዘር፥ርባታውና፡ዝርዝሩ፡ባጭር፡ቃል፡ይህ፡ነው።

ጅምላ፡ቍጥር።

አሐድ፡አሐዱ፡አሐዳ፡አሐዶሙ፡አሐዶን፤አሐድከ፡አሐድኪ፡አሐድክሙ፡ክን፡የ፡ነ። ክልኤ፤ክልኤሁ፡ሃ፡ሆሙ፡ሆን፤ክልኤከ፡ኪ፡ክሙ፡ክን፡የ፡ነ። ክልኤት፤ክልኤቱ፡ታ፡ቶሙ፡ቶን፤ክልኤትከ፡ኪ፡ክሙ፡ክን፡የ፡ነ። ኹሉን፡እስከ፡ዐሥርት፡እንዲሁ፡አርባ፤ስትፈታም፡አንዱ፥የርሱ፡አንድ፤ኹለቱ፥የርሱ፡ኹለት፡እያልኽ፡እስከ፡ንሕነ፡ፍታ። ዐይነ፡ምስጢሩም፡ሲገለጥ፥ቍጥሩ፡ገንዘብን፥ዝርዝሩ፡ባለገንዘብን፡ያሳያል። በተራ፡ቍጥር፡ግን፥መነሻውን፡ራብዕ፡አድርጎ፥አሐድ፡ዱ፤ክልእ፡ኡ፤ዓሥር፡ሩ፡እያለ፥አንደኛው፥ኹለተኛው፥ዐሥረኛው፡ያሰኛል። ከዚህ፡የቀረውን፡በአኃዝ፡ቅጽል፡ተመልከት።

ለእለ፡ያጼንዉ፡ምክረ፡ወይሰምዑ፡ዘይቤ፤
የግጥም፡ስብከት፥ወይም፡ይበቤ።

በዶሮ፡ሥጋ፡አምሳል፡ምስጢሩ፡እንዲጥም፡
ዐዊሬ፡ረዥሚ፡ይባላል፡ግጥም፤
ዐዊሬው፡ሰዋስው፡ረዥሚው፡ግስ፡
የሦስት፡ፊደል፡ሥጋ፡የርባ፡ቅምር፡ነፍስ፤
ለልጆች፡እንዲተርፍ፡ያዋቆች፡መብል፡
ያቡን፡ወጥ፡በሚሉት፡በተማቲም፡ቃል፡
ሠርቶ፡ያቀረበው፡የግእዝ፡ወጥ፡ቤት፡
ላስነባቢው፡ምሳ፡ላንባቢው፡እራት።

ለወጣቶች፡ኹሉ፡ከታች፡ወደ፡ላይ፡
ሰዋስው፡እንጂ፡ነው፡መንገደ፡ሰማይ፡
ያዕቆብና፡ዕዝራ፡የግዜር፡ጕበኞች፡
ቀድሞ፡የሰለሉት፡ከላይ፡እስከ፡ታች።

የሰዋስው፡ትምርት፡ሥጋውና፡ዐጥንቱ፡
ብዊሬው፡ተከቷል፡ረዥሚነቱ።
ላንቀጹ፡ፍልሰታ፡ለርባታው፡ሑዳዴ፡
የተለቀመውን፡ጥሩ፡ፊደል፡ስንዴ፡
አስተውል፡ተመልከት፡ጸሓፊና፡አንባቢ፡
ያማርኛ፡ገበዝ፡የግእዝ፡ዐቃቢ።

የግእዝን፡ትምርት፡አባይን፡በዊልፉ፡
ቀድቶ፡የሚጨርስ፡ማነው፡ባለተስፉ፤
ቀድቶም፡ባይጨርሰው፡ከርሱ፡ለሚጠጣ፡
ለሚሻገረውም፡እየተቀናጣ፡
ከዋቆች፡ራስ፡ቅል፡የተከፈለው፡
ፉጋውና፡ሜዴው፡እንሆ፡ይኸው።
ዐዘውም፡ስንፍና፡ተማሪ፡እንዳይነጥቅ፡
ዋነተኛው፡መምህር፡ተግቶ፡ይጠብቅ።
በቀለም፡ገበያም፡ጣፊው፡ብር፡ሲቀርጥ፡
ፊደሉ፡እንዳይሸጥ፡እንዳይለወጥ።

ነቢያት፡የዘሩት፡የፊደላት፡ገብስ፡
ስሙ፡ልጅ፡አልቅስ፡ቶሎ፡የሚደርስ፤

ገብሱም ፡ ደረቅ ፡ ትንቢት ፡ ገበሬው ፡ ዘመን ፡
ዐጭዶና ፡ ከምሮ ፡ ያሳየን ፡ እኹን ።

ነዶውም ፡ ክምሩም ፡ የጎግ ፡ ማጎግ ፡ ሥጋ ፡
ለአዕዋፍ ፡ መርዔት ፡ ለአራዊት ፡ መንጋ ፡
እግዜር ፡ የወሰነው ፡ በሕዝቅኤል ፡ አፍ ፡
ሰባት ፡ ዓመት ፡ ብሎ ፡ መንፈቅ ፡ ሳያተርፍ ።

ይህም ፡ ሰባት ፡ ዓመት ፡ ዘመነ ፡ ማእረር ፡
ከበጉ ፡ ዐይንና ፡ ቀንድ ፡ የሚተባበር ፤
የግእዝም ፡ ፊደል ፡ በሰባትነቱ ፡
ከትንቢት ፡ ከራእይ ፡ ወየው ፡ መስማማቱ ።

ጊዜ ፡ ባስረገጠው ፡ በትምርት ፡ ዐውድማ ፡
ተንጣሎ ፡ ነበረ ፡ የግእዝ ፡ ምርትማ ፤
ፈልገን ፡ ስላጣን ፡ ዐፋሽ ፡ አጕንባሽ ፡
ድካማችን ፡ ኹሉ ፡ እንዳይቀር ፡ ብላሽ ፡
ከምርቱ ፡ ቈንጥረን ፡ ይህን ፡ ሰዋስው ፡
ስሙን ፡ ለኋላ ፡ ልጅ ፡ ዘር ፡ ይኹን ፡ አልነው ።

የዛሬማ ፡ ልጆች ፡ ብስሉን ፡ ግእዝ ፡ ቋንቋ ፡
ባለመማራቸው ፡ አስመሰሉት ፡ ጨርቋ ፤
ጠጅ ፡ ነውም ፡ ብለን ፡ ብንሰጣቸው ፡ ቅሉ ፡
እንደ ፡ ጌታ ፡ ቀምሰው ፡ መጠጣት ፡ እንቢ ፡ አሉ ።
አጥብቆ ፡ ጠያቂም ፡ ሲመረምራቸው ፡
ስለ ፡ ግእዝ ፡ ቋንቋ ፡ ይህ ፡ ነው ፡ ምላሻቸው ፤

ምንም ፡ ቢንደረከክ ፡ የሴም ፡ ቋንቋ ፡ ፍሕም ፡
እንደ ፡ ያፌት ፡ ከኛክ ፡ ሆድ ፡ አያሞቅም ፤
ስለ ፡ ሥጋ ፡ ጥበብ ፡ ስለ ፡ ደመወዝ ፡
ኮኛኩ ፡ ይሻላል ፡ ከጠጁ ፡ ግእዝ ።

አብዝቶም ፡ ሲጠጡት ፡ በሽልም ፡ ፊደል ፡
ሆድ ፡ ስላላሞቀ ፡ ጠላ ፡ ነው ፡ ብንል ፡
አያስነቅፈንም ፡ በዛሬው ፡ ክረምት ፤
መስከረም ፡ ሲጠባ ፡ እንጃ ፡ ምናልባት ።

የመለኪያውም ፡ ስም ፡ አፈ ፡ ድስቱ ፡ ግብጥ ፡
ማብረጃ ፡ ይባላል ፡ ሙቀት ፡ እንዳይሰጥ ፤
ከማኽልም ፡ ገብቶ ፡ እንደ ፡ ሰው ፡ ቢቆም ፡
ዐላፊ ፡ አሳላፊ ፡ መኾን ፡ አልቻለም ።

ዐላፊም ፡ ከሌለው ፡ ለቋንቋ ፡ ትምርት ፡
ራስ ፡ የነበረው ፡ ይኾናል ፡ ኹራት ።

ብርሃኑ ፡ ጠፍ ፡ ኹኖ ፡ የግብጥ ፡ ጨረቃ ፡
ስንኳን ፡ ለኛ ፡ ይተርፍ ፡ ለራሱም ፡ አልበቃ ፤
እስላሞች ፡ ሳይቀሩ ፡ የሚስዮን ፡ ዠግና ፡
ሕዝቡን ፡ እንደ ፡ ምርኮ ፡ ተካፍሎታልና ።

የውጭ ፡ አገር ፡ ጳጳስ ፡ ርባታው ፡ ሕጹጽ ፥
የገንዘብ ፡ ሳቢ ፡ ዘር ፡ ወይም ፡ ቡዝ ፡ አንቀጽ ፤
ዘርፉና ፡ ቅጽሉም ፡ ባዕድ ፡ አታላይ ፡ ስም ፡
የማይሰማማ ፡ ከግእዝ ፡ ቀለም ።

ስለ ፡ ቋንቋ ፡ ትምርት ፡ መንገድና ፡ አካኼድ ፤ ስለ ፡ ተማሮችም ፡ አረማመድ ።

ዐጭሬ ፡ ግጥም ፡ ቁመተ ፡ ዶሮ ፡ — የሚንጠራራ ፡ ወደ ፡ ሰው ፡ ዠሮ ፡
ቸብቸቦው ፡ ዜማም ፡ ሳይቈረጥ ፡ — በየመሥመሩ ፡ የሚያስረግጥ ፤
ቢልተኛ ፡ አዝማሪም ፡ መስሎ ፡ ሲያሥቅ ፡ እንዳቤሴሎም ፡ ልብ ፡ የሚሰርቅ ።

ክቡደ ፡ መዝራዕት ፡ ኀይለ ፡ ሥላሴ ፡ አባት ፡ ኹኗቸው ፡ እንደነሙሴ ፡
ከተረገዙት ፡ በመንግሥት ፡ ሆድ ፡ — ከታዘሉትም ፡ በባንዲራ ፡ ለምድ ፡
ሞግዚታቸውም ፡ ዐዲሳበባ ፡ — ካቀፈቻቸው ፡ በክንዷ ፡ ስባ ፡
አንድ ፡ እንኳ ፡ ሳይቀር ፡ ኹሉን ፡ ሰብስቤ ፡ ዐጥናቸዋለሁ ፡ የምክር ፡ ከርቤ ።

ባንድነት ፡ ደንጊያ ፡ በኅብረት ፡ ዕፅ ፡ መቅደስ ፡ ልባቸው ፡ እንዲታነጽ ፤
ኋላም ፡ እንዳይፈርስ ፡ በጠላት ፡ በንብ ፡ ሃይማኖታቸው ፡ የወንጌል ፡ ግንብ ።
እንደ ፡ ፫ ፡ አካል ፡ የተካከሉ ፡ — ስለ ፡ ኅብረትም ፡ አንድ ፡ የሚባሉ ፡
፫ቱን ፡ ጉባኤ ፡ ምሰሶ ፡ አቁሞ ፡ — እግዜር ፡ የሠራው ፡ ከኛ ፡ አስቀድሞ ።

የምክሩም ፡ ከርቤ ፡ ኹለት ፡ ቈቀር ፡ በመቀነት ፡ ልብ ፡ የሚቋጠር ፥
ቀጥሩም ፡ ተገልጦ ፡ ሲታይ ፡ ሲፈታ ፡ ሽታው ፡ የሚነድፍ ፡ ልብ ፡ የሚመታ ፤
ገንዘብነቱም ፡ የቤተ ፡ ክሲያን ፡ — የሚቀበለው ፡ ገበዝ ፡ ሕፃን ፤
ሰጭውም ፡ ለጋስ ፡ አቶ ፡ መንግሥቱ ፥ ርሱ ፡ ነውና ፡ ባለስለቱ ።

፩ኛ ፡ ቈቀር ፡ ዕጣነ ፡ ሞገር ፥ ልጅ ፡ ዐዋቂውን ፡ ከግእዝ ፡
እንደ ፡ ድኵስና ፡ እንደ ፡ ጥራዝ ፡ የሚያጣብቅና ፡ የሚያያይዝ ።
ዘገሰሰ ፡ ፒሳ ፡ ይትአኀዝ ፡ ቡቱ ፡ (ሚራ ፲፫ ፡ ፩) ።

ስሜ ፡ ጣይቱ ፡ የግእዝ ፡ ቋንቋ ፡ — ዐማርኛዋም ፡ ከኮብ ፡ ጨረቃ ፤
ፊደሏ ፡ ብርሃን ፡ ዘእምብርሃን ፡ — ሰባት ፡ ቊልጭልጭ ፡ የግዜር ፡ በግ ፡ ዐይን ።
ግእዝ ፡ ግእዙ ፡ ወርቅ ፡ ቀለም ፡ — ባለ፯ ፡ ዐጽቅ ፡ ጕንደ ፡ ተቋም ፤
ስድስቱም ፡ ዐጽቆች ፡ ግራና ፡ ቀኙ ፡ — ከሱራፌል ፡ ክንፍ ፡ የተሰናኙ ።

ከኪሩቤልም ፡ ካራቱ ፡ ኹሉ ፡ — በራብዕ ፡ ትውልድ ፡ ይዛመዳሉ ፥
በማልሱማ ፡ ኀይለ ፡ ሥላሴ ፡ — ኹሉን ፡ ያገባል ፡ ወደ ፡ ቅዳሴ ፤
ከ፳ ፡ ቍጥር ፡ አንዱ ፡ ቢጐድል ፡ — ቅዳሴው ፡ እሳት ፡ ይዳፈናል ።

የመላእክትም ፡ ጥንተ ፡ ልሳን ፡ — ያጠራጥራል ፡ ርሷ ፡ እንዳትኾን ፤
የፊደሏ ፡ ምንጭ ፡ ዐይኑ ፡ ውሃው ፡ — ከላይ ፡ ነውና ፡ የፈለቀው ።

ከማር ፡ ከቅጠል ፡ በዝቶ ፡ ጊዜዋ ፡ — አሮጊት ፡ ስትኾን ፡ በተፈጥሮዋ ፡
እንደ ፡ ሔኖክ ፡ ንስር ፡ ሕዋሳቶች ፡ — በተሐድሶ ፡ ስለ ፡ ኖረች ፡
ዐይንና ፡ ጥርሷ ፡ ብሉይ ፡ ሐዲስ ፡ — ነጭና ፡ ጥቍር ፡ የሚያጣቅስ ።

ዠርባዋም ፡ ንባብ ፡ እንደ ፡ ሰሎሜ ፡ — ጌታን ፡ ያዘለው ፡ በሰው ፡ ትርጓሜ ፤
ጡቷም ፡ ደረቷም ፡ ባለሳንቃው ፡ — እንደ ፡ ማርያም ፡ የታቀፈው ፡
ለመምህራንም ፡ ላረገዙት ፡ — መወልዲት ፡ ናት ፡ መወልዲት ።

ጌታም ፡ ለሄኖስ ፡ ሲድራት ፡ ባርክ ፡ — ስላረገዘች ፡ የርሱን ፡ አምልኮ ፡
ከአልፍ ፡ እስከ ፡ ታው ፡ መልኳ ፡ ፊደል ፡ — የሥነ ፡ ፍጥረት ፡ ጠቅላይ ፡ መድበል ፤
የመልኳም ፡ ድርሰት ፡ በማሕልይ ፡ — ተጥፎለታል ፡ ደግሞ ፡ ለሚያይ ።
እንደ ፡ ወጌሻ ፡ ገላ ፡ እንደሚያሽ ፡ — እንደ ፡ ሐኪምም ፡ እንደ ፡ ፈታሽ ፡
ኹለንተናዋን ፡ ቀምለን ፡ አይተን ፡ — ስላጣንባት ፡ ነውር ፡ እንከን ፡
መስለናታል ፡ በጥሩ ፡ ዐይናማ ፡ — ከወጣቶች ፡ ልብ ፡ እንድትስማማ ፤
ዐይናማነቷም ፡ ከገጹ ፡ ንስር ፡ — የወረደ ፡ ነው ፡ በፊደል ፡ ዘር ።

ዐይናን ፡ ስትገልጠው ፡ ከጥርሷ ፡ ጋራ ፡ አስተያየቷ ፡ በቀኝ ፡ በግራ ፥
ስትናገርም ፡ በፊት ፡ በኋላ ፡ — ካፏ ፡ ይፈሳል ፡ የማር ፡ ወለላ ፤
ልሳኗም ፡ ጥዑም ፡ የወይን ፡ እሸት ፡ — እየተሻሙ ፡ የሚበሉት ።

ከአዳም ፡ ከኖኅ ፡ ከባት ፡ ከናቷ ፡ — ለሴም ፡ የታጨች ፡ ስለ ፡ ውበቷ ፡
ከንጉሡም ፡ ከግዜር ፡ ከባለቤቱ ፡ — ስለ ፡ ተሰጣት ፡ እቴጌነቱ ፡
ምንም ፡ ቢያጅቧት ፡ መኳንንቶች ፡ — ዐይናና ፡ ልባ ፡ ከተማሮች ።

እኔም ፡ ልጨፍር ፡ ቃሌን ፡ ላንሣው ፡ ተማሪን ፡ ኹሉ ፡ ደስ ፡ እንዲለው ፤
የተጌ ፡ አሽከሮች ፡ የንጉሡም ፡ ጭፍራ ፡ ወንድሞቼ ፡ ሆይ ፡ ትግሬና ፡ ዐማራ ፡
እንዲህ ፡ ብታይዋት ፡ ድኻ ፡ መስላችኹ ፡ ባለጸጋ ፡ ናት ፡ ግእዝ ፡ ቋንቋችኹ ።

የግምጃ ፡ ቤቷ ፡ ባሕር ፡ መዝገብ ፡ — ዕብራይስጥና ፡ ሱርስት ፡ ዐረብ ፥
በዥርወንዶቿም ፡ ነገደ ፡ ሴም ፡ — የተሠራጩት ፡ በምድረ ፡ ካም ፤
ታሪኳም ፡ ቈንዦ ፡ ስሙ ፡ ብርሃን ፡ — በምሥራቅ ፡ ቋንቋ ፡ የሠለጠነ ።

ማነው ፡ የሚላት ፡ ድኻ ፡ ምስኪን ፡ ካላዩት ፡ በቀር ፡ ገብተው ፡ ውስጧን ፤
ማእዷም ፡ ትምርት ፡ እንዲህ ፡ መስፋቱ ፡ ልትበሉለት ፡ ነው ፡ መቼ ፡ ለከንቱ ።

በዕዶቹ ፡ ነጮች ፡ ሲሻሙባት ፡ — ምነው ፡ እናንተ ፡ የማትደፍሯት ፥
ደፈሩኝ ፡ ብላም ፡ እንዳትከሳችኹ ፡ — እኔ ፡ ስለ ፡ ርሷ ፡ ልማልላችኹ ፤
ከምትገዛቸው ፡ ባስበ ፡ ተፈሪ ፡ — እኔ ፡ ነኝና ፡ አንዱ ፡ አቃጣሪ ።

ደፍሮ፡አለመቅመስ፡እየከጀሉ፡ — የጐደሎ፡ነው፡መቼ፡የሙሉ።
ደፋር፡ወንድ፡እንጂ፡ልቧን፡የሚያግም፡ የከንፈር፡ወዳጅ፡አላጣችም።

በውበት፡በመልክ፡ግእዝ፡ሙሽራ፡ ልዩ፡ስትኾን፡ከጋላ፡ዱብራ፡
ባፉ፡ሊሸኛት፡ከንፈሯን፡ለክፎ፡ — አይገባውም፡ለጦቢያው፡ለፎ።

ባለፈው፡ዘመን፡ከቀን፡ጨለማ፡ — ዐይናማነቷ፡ስላልተስማማ፡
የሌባው፡አካን፡ልሳነ፡ወርቅ፡ — ሰው፡እንዳስፈጀች፡በመደበቅ፡
የደፈሯትን፡ለንጉሡ፡ነግራ፡ — ታስቈርጥ፡ነበር፡ምላስ፡በካራ፤
ያልተቈረጠው፡ካገር፡ተሰዶ፡ — እስኪንከራተት፡ባፍሪቃ፡ማዶ።

እንደ፡ሙሴ፡ፊት፡እንደ፡ምኵራብ፡ እንደ፡ቱርክም፡ሴት፡እንደ፡ዐረብ፡
አብነት፡ነሥታ፡ከባር፡ማሽላ፡ — ባቡን፡በጨጌ፡ድርብ፡ቀጸላ፡
ትወድ፡ነበር፡መሸፋፈን፡ — ልቧ፡ሳይጠላው፡መገለጡን።

እንዳትታይም፡በመሸፈኗ፡ — አልተጠቀመም፡ቀዳዳው፡ዐይኗ÷
ከርሷ፡የታማው፡አንዳንዱ፡ዠግና፡ ታስሮ፡ሲገረፍ፡ታይ፡ነበረና፤
ዳግመኛ፡እንዳያይ፡ዐይኗን፡መጽሐፍ፡ እስኪከልሉት፡በጃቸው፡ሰይፍ÷
ለከተማውም፡ላይኒ፡ስውሩ፡ — ብርሃን፡እስኪታይ፡በመቃብሩ።
ብርሃንም፡ታይቶ፡ስላሳፈረ፡ — ከማሰር፡በቀር፡መሰየፍ፡ቀረ፤
በዖዝያንም፡በባለሰይፉ፡ — ለምጽ፡ኾነበት፡ማሰር፡መግረፉ፤
በተራራ፡ላይ፡የሠሩት፡ግፍ፡ — አይሰወርም፡ከታሪክ፡አፍ።

ስለ፡ሃይማኖት፡በመሞት፡ፈንታ፡ መግደል፡መሰየፍ፡የቍርአን፡ዛንታ÷
ረቂቁማ፡የወንጌል፡ፍርድ፡ — መታረድ፡ነበር፡መቼ፡ማረድ፤
ቀኑ፡ጨልሞ፡ባደባባይ፡ — ያያት፡ሰው፡የለም፡ርሷ፡ስታይ።

ዛሬ፡ግን፡ዐፍራ፡እንደ፡ነጮች፡ የቀድሞ፡ግብሯን፡ስለ፡ተወች፡
መጋረጃዋም፡በታምራት፡ — ከላይ፡እስከ፡ታች፡ተቀዶላት፡
ወደ፡ነጻነት፡ዐይኗን፡አሻግራ፡ — ኹሉን፡ታያለች፡እንደ፡ዲቦራ።

ቅዱስ፡መጽሐፍም፡በርሷ፡ዐማርኛ፡ ከግዜር፡ተልኮ፡መጣ፡ዳግመኛ÷
የትምርቷን፡ወንዝ፡አለወረፉ፡ — ኹሉ፡እንዲቀዳ፡እየተስፋፉ፤
ርሷም፡ጣይቱ፡መሐንድስ፡ኹና፡ — እየቀየሰች፡የሰው፡ልቡና፡
ወጣት፡ወጣቱን፡ለመቀበል፡ — አዘጋጅታለች፡ቤቷን፡ፊደል።

የግእዝን፡ጣዕም፡ብትቀምሱትማ፡ አትቲዙም፡ነበር፡ሌላ፡ውሽማ፤
ለንግዴሁ፡ግን፡ውሽማ፡አታብዙ፡ ርሷን፡ዐቅፋችኹ፡ቀድሞ፡ሳትዙ።

ብትጨምሩ፡ግን፡በርሷ፡ላይ፡ደግሞ፡ ዕዳው፡ገብስ፡ነው፡መች፡ዐረማሞ፤
በዚህስ፡ነገር፡ሐሜት፡ሳትፈሩ፡ — እንደ፡ያዕቆብ፡ብትጨማምሩ፡
ስንኳን፡ነቢያት፡እነዳዊት፡ — አይነቅፏችኹም፡ሐዋርያት።

አሠረ ፡ ንጉሥ ፡ ጠቢብ ፡

ኋላፍያትን ፡ የሚያዘክር ፡ መጻእያትን ፡ የሚያሳስብ ።

ዓሣ ፡ ጐርጓሪ ፡ ዘንዶ ፡ ሲያወጣ ፡ — የሰው ፡ ፈላጊም ፡ የራሱን ፡ ሲያጣ ፡
ከኹለቱ ፡ ዛፍ ፡ ለወደቀው ፡ — አላገር ፡ ቋንቋ ፡ ማነው ፡ አንሺው ።

የሀገር ፡ ቋንቋም ፡ ያላማ ፡ ቀኝ ፡ — ኹሉን ፡ ሰብስቦ ፡ አንድ ፡ የሚያሰኝ ፥
ጋላና ፡ ዐማራ ፡ እስላም ፡ ሳይል ፡ — የፈረስ ፡ ስሙ ፡ አባ ፡ ጠቅል ፤
አባ ፡ ቀስቅስም ፡ የሚሉት ፡ አሉ ፡ — ስላነቃቸው ፡ ጠርቶ ፡ ፊደሉ ።

እኛም ፡ ተኝተን ፡ ሕልም ፡ እንዳናልም ፡ አባ ፡ ነጋ ፡ ነው ፡ የጊዜው ፡ ስም ፤
የፀሓይ ፡ መቅድም ፡ አጥቢያ ፡ ኮከብ ፡ — የሚታይበት ፡ ላፍሪቃ ፡ ሕዝብ ፥
የጠቢያውም ፡ ልጅ ፡ የሴም ፡ ቡችላ ፡ — የሚከፍትበት ፡ ያይኖቹን ፡ ግላ ፤
አፍሪቃን ፡ ያይ ፡ ዘንድ ፡ ባይኑ ፡ ማሚቶ ፡ እየቀመለ ፡ እንደ ፡ ድሪቶ ።
አንዳንድ ፡ ጊዜ ፡ እኮ ፡ የትንቢት ፡ ቃል ፡ ሳይታወቅ ፡ ነው ፡ በጥለቅ ፡ የሚል ።

ቋንቋቻችንም ፡ ባልና ፡ ሚስት ፡ — ርስ ፡ በርሳቸው ፡ የሚፋቱት ፥
ላይለያዩ ፡ ተለያይተው ፡ — ያሻማቱናል ፡ ኹለት ፡ መስለው ፤
ከቶ ፡ እኛ ፡ አንችልም ፡ ልንለያቸው ፡ — እግዜር ፡ ነውና ፡ ያጣመራቸው ።
ነፍስና ፡ ሥጋ ፡ ከተለያዩ ፡ — ሕያው ፡ እንዳይኾን ፡ የሰው ፡ ባሕርዩ ፡
ያማርኛም ፡ ቃል ፡ የግእዝ ፡ ሥጋ ፡ — አለግእዝ ፡ ነፍስ ፡ ሬሳ ፡ ባልጋ ፤
ሬሳውን ፡ ቃል ፡ የሚሸከሙ ፡ — በግእዝ ፡ ቋንቋ ፡ ሲፈታ ፡ ይስሙ ።

ሥረ ፡ ነገሩ ፡ ግእዝ ፡ ሳይጸድቅ ፡ — ፍሬ ፡ አያፈራም ፡ ዐማርኛ ፡ ዕጽቅ ።
ነገር ፡ ከሥሩ ፡ ውሃ ፡ ከጥሩ ፡ — የተባለውን ፡ እስኪ ፡ መርምሩ ፤
እነማናቸው ፡ ዛፉን ፡ ሳያውቁ ፡ — ፍሬውን ፡ በልተው ፡ የሚጨነቁ ፥
ዛፉንም ፡ ዐውቀው ፡ ሳይገላልጡ ፡ — ሾላ ፡ በድፍን ፡ የሚያላምጡ ፤
አለበትና ፡ ብዙ ፡ ቍጫጭ ፡ — ሆድ ፡ የሚያሳምም ፡ የሚያበሳጭ ፤
ቄስ ፡ ኹኜ ፡ ቢኾን ፡ ወይም ፡ ዲያቆን ፡ እጠራው ፡ ነበር ፡ ስማቸውን ።

ዳቦ ፡ የሚልስ ፡ ከልገመጠው ፡ — መላሱ ፡ ብቻ ፡ ምን ፡ ሊያጠግበው ፤
አፍ ፡ አለገርሮ ፡ ቢያዜም ፡ ቢያነብ ፡ — አይታነጽም ፡ ሽካራው ፡ ልብ ፥
መርጌታ ፡ ኹኖ ፡ አቡን ፡ ሲቃኝ ፡ — እንዲህ ፡ እንዳለ ፡ አምጃር ፡ ዘፋኝ ፤

የጠቢያው ፡ ሰው ፡ እንዲያው ፡ ላይ ፡ ላዩን ፥ ውስጡን ፡ ለምን ፥
ውስጡን ፡ ለቄስ ፡ ለሚናዝዝ ፥ ቄሱም ፡ ግእዝ ፤
ስሙ ፡ ፋና ፡ ወይም ፡ መብራት ፡ የነፍስ ፡ አባት ።

እንዶድ ፡ ሳይዙ ፡ ወይም ፡ ሳሙና ፡ — አጥርቶ ፡ ማጠብ ፡ ዘበት ፡ ነውና ፡
አለሰዋስው ፡ አለጥፈት ፡ — ትምርት ፡ አይጠሩም ፡ ምንም ፡ ቢያጥቡት ።

የትምርት ፡ ዕንቅርት ፡ አለመጣፍ ፥ — አለመስማትም ፡ ገሮ ፡ ደግፍ ፤
ዐንገት ፡ ላለው ፡ ሰው ፡ ዙሮ ፡ ለሚያይ ፡ ከባድ ፡ ሸክም ፡ ነው ፡ እንደ ፡ ድንጋይ ።

ያኖሩት ፡ ዕንቅርት ፡ ስሙ ፡ አገልግል ፡ ቢከፍቱ ፡ ተልባ ፡ ፍሬ ፡ ቢስ ፡ ቅል ፤
ያለፈው ፡ ዐልፏል ፡ ለወደ ፡ ፊቱ ፡ — በትምርት ፡ ይራቅ ፡ ግብዝነቱ ።

ከፍሪቃ ፡ ወንዞች ፡ ወርቅና ፡ አልማዝ ፡ እንደሚያስገኘው ፡ እንዳባይ ፡ ወንዝ ፡
ተርፎን ፡ እንዲፈስ ፡ ትምርቱ ፡ ንግድ ፡ — በዚህ ፡ ሰዋስው ፡ ጥርጊያ ፡ መንገድ ፡
ይልቅ ፡ ኑ ፡ እንውጣ ፡ ወደ ፡ ገበያ ፥ — ገበያችንም ፡ ኢትዮጵያ ።

መደብሮቿ ፡ የተዘጉቱ ፡ — ባራቱ ፡ ማእዘን ፡ እንዲከፈቱ ፡
ልጆቿን ፡ በውቀት ፡ እያሳደገ ፡ — መንገዶቿንም ፡ እያስጠረገ ፡
እግዜር ፡ ያቆማት ፡ ከማኸል ፡ ቦታ ፡ — በውጭ ፡ አገር ፡ ሰው ፡ እንዳትፈታ ።

ያፍሪቃ ፡ ደንደስ ፡ ሽኛና ፡ ጫንቃ ፡ — ጦቢያው ፡ እንጂ ፡ ናት ፡ ምሥራቅ ፡ አፍሪቃ ፤
የሰማይ ፡ ምድር ፡ የምድር ፡ ሰማይ ፡ — የተከበበች ፡ በነጭ ፡ አባይ ።

ዐይኗም ፡ ሲመሰል ፡ በገነት ፡ ዐይን ፡ ነጩ ፡ አባይ ፡ መደብ ፡ ጥቍሩ ፡ ብሌን ፤
ባስተያየትም ፡ ሲመረመሩ ፡ — ማየት ፡ አይችልም ፡ ነጩ ፡ አለጥቍሩ ።
ነጩ ፡ ሲፈተሽ ፡ ውስጠ ፡ ጥቍር ፡ — ጥቍሩም ፡ ሲፈተሽ ፡ ውስጠ ፡ ነጭ ፡ ዘር ፤
ሕብረ ፡ ሰማይ ፡ ነው ፡ ጥቍሩ ፡ አባይማ ፡ በቂጥኛም ፡ አፍ ፡ የማይታማ ።

ነጭና ፡ ጥቍር ፡ የዓለም ፡ ዐይን ፡ — ኹሉም ፡ ተገልጦ ፡ የሚከድን ፤
መክደኛውም ፡ ሞት ፡ ወዝ ፡ ከንባይ ፡ ነው ፥ ያዳም ፡ ሌባ ፡ ጣት ፡ የሰፋችው ።

ዓዲ ፡ ቃለ ፡ ዐዋዲ ፡

መስቈረ ፡ ጥይዕት ፡ እዝን ፡ ወመክሥተ ፡ ክድንት ፡ ዐይን ።

የማናውቀውን ፡ ፈደል ፡ ሩዝ ፡ — ከሚስዮን ፡ ቤት ፡ ስንጋበዝ ፡
በትምርት ፡ ወጭት ፡ በጥፈት ፡ ዳካ ፡ — በምላስ ፡ በብርዕ ፡ በቀለም ፡ መንካ ፡
የውጭ ፡ ቋንቋ ፡ ብንፈተፍት ፡ — ከምሳ ፡ በቀር ፡ የለም ፡ እራት ፤
ያጠግባል ፡ እንጂ ፡ ለጊዜው ፡ ብቻ ፡ — ሥንቅ ፡ አይኾነንም ፡ ለሩቅ ፡ ዘመቻ ።

ለዘመቻውስ ፡ ሥንቅ ፡ የሚኾን ፡ — የዳቦ ፡ ቈሎ ፡ ግእዛችን ፡
በኑኀ ፡ ዘመን ፡ በቀን ፡ ብዛት ፡ — የማይነቅዝና ፡ የማይሻግት ፤
ዐማርኛውም ፡ የንብ ፡ እንጀራ ፡ — በላስቶች ፡ ቀፎ ፡ ቀድሞ ፡ ሲሠራ ፡
ካረብ ፡ ከሱርስት ፡ ከዕብራይስጥ ፡ — የተቀመመ ፡ እጅግ ፡ ጥፍጥ ።

ከውጭም ፡ ቋንቋ ፡ የሚገኝ ፡ ጥቅም ፡ ወደኛው ፡ ቋንቋ ፡ በመተርጐም ፥
ሊጥም ፡ እንዳይኾን ፡ ትርጓሚው ፡ ኹሉ ፡ ትምርቱን ፡ ማብሰል ፡ በየፊደሉ ፤
ቋንቋም ፡ ካልጠራ ፡ በሰዋስው ፡ — አነጋገሩ ፡ የለት ፡ ጕሽ ፡ ነው ።

ስሙ ፡ ፕራቲክ ፡ የድምጫ ፡ ቋንቋ ፡ የኰረፌ ፡ ዐይነት ፡ ወይም ፡ የድቋ ፤
ገሮ ፡ ሲቀምሰው ፡ ከዋንጫው ፡ አፍ ፡ ያሰኛልና ፡ እንትፍ ፡ እንትፍ ።

በጥሩው ፡ መጠጥ ፡ በሀገር ፡ ፍቅር ፡ ራሴ ፡ ዞሮ ፡ ስቀባጥር ፡
ስላገር ፡ ቋንቋ ፡ ምንም ፡ ብተች ፡ — አትፍረዱብኝ ፡ ያገር ፡ ዳኞች ።

ካባቶች ፡ ይልቅ ፡ በሽንጎ ፡ ካሉ ፡ — ወደ ፡ ልጆች ፡ ነው ፡ ነገሬ ፡ ኹሉ ፤
የቋንቋን ፡ ዐዋጅ ፡ ለልጅ ፡ መልፈፍ ፡ በደንጊያ ፡ ጽላት ፡ እንደ ፡ መጣፍ ፤
ገና ፡ የሚያድገው ፡ ጨቅላው ፡ ወጣቱ ፡ ይሻላልና ፡ ካባት ፡ ከናቱ ፤
ዥሮው ፡ አእምሮው ፡ የላሸውማ ፡ — የነገሩትን ፡ መቼ ፡ ሊሰማ ።

የቅዱስ ፡ መጽሐፍ ፡ ማርና ፡ ከሶ ፡ — በዓለም ፡ ቋንቋ ፡ ስሙ ፡ ተፋልሶ ፡
መራራው ፡ ጥዑም ፡ ስለ ፡ ተባለ ፡ — ማር ፡ የማይጥመው ፡ ብዙ ፡ ሰው ፡ አለ ።
ቢጥመውማ ፡ የማር ፡ ወለላ ፡ — አይጠጣም ፡ ነበር ፡ ኮሶ ፡ ባንኮላ ፤
ኮሶውም ፡ አስፈስ ፡ እንዲያ ፡ ሲመር ፡ መላልሶ ፡ አስቀምጦ ፡ የማያሽር ፥
ተስፋውም ፡ ከንቱ ፡ የበጥባጭ ፡ ወሬ ፡ በዶሮ ፡ ፈንታ ፡ ቃሪያ ፡ በርበሬ ።
ትምርትና ፡ ዕውቀት ፡ ቶሎ ፡ እንዲሰፉ ፡ ይህ ፡ ነው ፡ መንገዱ ፡ የባለተስፋ ።

ምክር ፡ ሠናይት ፡ ለኵሉ ፡ ዘይገብራ ፡ ወለዘያስተጋብእ ፡ ማእረራ ።

እምኦርቶዶክሳዊ ፡ ኪ ፡ ወ ፡ ክ ፡ ዘልሳነ ፡ ግእዝ ፡ ላእክ ።

፫ኛ ፡ ምዕራፍ ።

ጸዋትወ ፡ ግስ ÷ የዘርና ፡ የነባር ፡ መቅደስ ፡ በለ፰፮ ፡ ክፍልና ፡ ራስ ፡ ከአ ፡ እስከ ፡ ፐ ፡ ድረስ ።

የቍራኛና ፡ የጥቅስ ፡ ምልክት ።

የብሉይ ፡ ጥቅስና ፡ የሐዲስ ፡ ምልክታቸው ፡ ባማርኛው ፡ ቅዱስ ፡ መጽሐፍ ፡ ውስጥ ፡ በሐዲስ ፡ ኪዳን ፡ መዠመሪያ ፡ በ፩ኛውና ፡ በ፪ኛው ፡ ገጽ ፡ በከፊለ ፡ ስም ፡ ተወስኖና ፡ ተተርጕሞ ፡ እንደ ፡ ተጣፈው ፡ ነው ።

የብሉይ ፡ የሐዲስ ፡ አዋልድና ፡ የሊቃውንት ፡ ጥቅስ ፡ ምልክት ።

አቡሻ ፡	ማለት ፡	አቡሻህር ።
አዋል ፡	»	አዋልድ ።
አፈ ፡	»	አፈ ፡ ወርቅ ።
ድ ፡	»	ድርሳን ።
ተ ፡	»	ተግሣጽ ።
አረ ፡ መን ፡	»	አረጋዊ ፡ መንፈሳዊ ።
አር ጋ ፡	»	አርጋኖን ።
ገድ ፡ አዳ ፡	»	ገድለ ፡ አዳም ።
ገድ ፡ ዳን ፡	»	ገድለ ፡ ዳንኤል ።
ገድ ፡ ኪሮ ፡	»	ገድለ ፡ ኪሮስ ።
ገድ ፡ ላሊ ፡	»	ገድለ ፡ ላሊበላ ።
ገድ ፡ ፊቅ ፡	»	ገድለ ፡ ፊቅጦር ።
ገድ ፡ ሲኖ ፡	»	ገድለ ፡ ሲኖዳ ።
ገድ ፡ ተክ ፡	»	ገድለ ፡ ተክለ ፡ ሃይማኖት ።
ጊ ፡ ወ ፡ ሐ ፡	»	ጊዮርጊስ ፡ ወልደ ፡ ሐሚድ ።
ግንዘ ፡	»	መጽሐፈ ፡ ግንዘት ።
ዲድ ፡	»	ዲድስቅልያ ።
ድር ፡ መድ ፡	»	ድርሳነ ፡ መድኀኔ ፡ ዓለም ።
ድር ፡ ሚካ ፡	»	ድርሳነ ፡ ሚካኤል ።
ደራሲ ፡	»	ድርሰት ፡ ደራሺ ።
ሃይ ፡ አበ ፡	»	ሃይማኖተ ፡ አበው ።
ሄርማ ፡	»	ተረፈ ፡ ጳውሎስ ።
ውዳ ፡ ማር ፡	»	ውዳሴ ፡ ማርያም ።
ዜና ፡ እስ ፡	»	ዜና ፡ እስክንድር ።
ሔኖ ፡	»	ሔኖክ ።

ጥበ ፡ ጠቢ ፡	ማለት ፡	ጥበበ ፡ ጠቢባን ።
ጦቢ ፡	»	ጦቢት ።
ጥሬ ፡ ሰዋ ፡	»	ጥሬ ፡ ሰዋስው ።
ዮዲ ፡	»	ዮዲት ።
ዮሐ ፡ መደ ፡	»	ዮሐንስ ፡ መደብር ።
ያዕ ፡ ዘእል ፡	»	ያዕቆብ ፡ ዘእልበረዳኢ ።
ዮሴፍ ፡	»	ዮሴፍ ፡ ወልደ ፡ ኮርዮን ።
ኪዳ ፡	»	መጽሐፈ ፡ ኪዳን ።
ኩፋ ፡	»	ኩፋሌ ።
መዋሥ ፡	»	መዋሥዕት ።
መ ፡ ፈ ፡	»	መጽሐፈ ፡ ፈውስ ።
መጽ ፡ ባሕ ፡	»	መጽሐፈ ፡ ባሕርይ ።
መጽ ፡ ባሮ ፡	»	መጽሐፈ ፡ ባሮክ ።
መጽ ፡ ኑዛ ፡	»	መጽሐፈ ፡ ኑዛዜ ።
መጽ ፡ ምስ ፡	»	መጽሐፈ ፡ ምስጢር ።
መጽ ፡ ቄድ ፡	»	መጽሐፈ ፡ ቄድር ።
መቃ ፡	»	መቃብያን ።
መቅ ፡ ወን ፡	»	መቅድመ ፡ ወንጌል ።
ማር ፡ ይሥ ፡	»	ማር ፡ ይሥሐቅ ።
ሥር ፡ ጳኰ ፡	»	ሥርዐተ ፡ ጳኰሚስ ።
ዕር ፡ ኢሳ ፡	»	ዕርገተ ፡ ኢሳይያስ ።
ፈ ፡ መ ፡	»	ፈውስ ፡ መንፈሳዊ ።
ፊልክ ፡	»	ፊልክስዩስ ።
ፈላስ ፡	»	ፈላስፋ ።
ፍ ፡ ነ ፡	»	ፍትሐ ፡ ነገሥት ።
ቅዳ ፡	»	ቅዳሴ ።
ቀሌ ፡	»	ቀሌምንጦስ ።
ቄር ፡	»	ቄርሎስ ።
እስት ፡	»	እስትጉቡእ ።
ጳላ ፡	»	ጳላድዮስ ።
ራእ ፡ ኤል ፡	»	ራእየ ፡ ኤልያስ ።
ሲኖዶ ፡	»	ሲኖዶስ ።
ስንክ ፡	»	ስንክሳር ።
ሱቱ ፡ ዕዝ ፡	»	ሱቱኤል ፡ ዕዝራ ።
ተረ ፡ ኤር ፡	»	ተረፈ ፡ ኤርምያስ ።
ተረ ፡ ቄር ፡	»	ተረፈ ፡ ቄርሎስ ።

ታሪ ፡ አኵ ፡　　ማለት ፡　　ታሪከ ፡ አኵስም ።
ታሪ ፡ ነገ ፡　　»　　ታሪከ ፡ ነገሥት ።
ትር ፡ ወን ፡　　»　　ትርጓሚ ፡ ወንጌል ።

ግእዝን ፡ ከሴምና ፡ ከያፌት ፡ ቋንቋ ፡ ለመግጠምና ፡ ለማጫፈር ፡
በቀርን ፡ እየተከበበ ፡ የሚጣፍ ፡ ምልክት ።

ዕብ ፡　　ማለት ፡　　ዕብራይስጥ ።
ሱር ፡　　»　　ሱርስት ፡ የአራም ፡ ቋንቋ ።
ዐረ ፡　　»　　ዐረብ ።
ጽር ፡　　»　　ጽርእ ፥ ዮናኒ ።
ሮማይ ፡　　»　　ሮማይስጥ ፥ ላቲን ።

የሰዋስው ፡ ጥቅስ ፡ ምልክት ።

ዕር ፡　　ማለት ፡　　ዕርከን ።
ቍ ፡　　»　　ቍጥር ።
እግዚ ፡　　»　　እግዚአብሔር ።

የሚጠብቅና ፡ የሚላላ ፡ ምልክቱ ፥ ጥ ፡ ላ ፡ ናቸው ።

(ጥ)　አምሮ ፡ አመረ ። ሰብሐ ፡ ሰብሐ ። ጠፈር ፡ ጠፈረ ፡ ይጠፍር ።
(ላ)　አሚር ፡ አመረ ፡ የአምር ፡ ይእምር ። ሠቢሕ ፡ ሠብሐ ፡ ይሠብሕ ፡ ይሥባሕ ።

የብዙ ፡ ምልክት ፡ ብ ፡ ነው ።

ደብር ፤ (ብ ፡ አድባር ፡ ራት) ፤ ተራራ ። ያንዱ ፡ ፍች ፡ ውጥን ፡ ጨራሽ ፡ ኹኖ ፡ የብዙውን ፡ ተራሮች ፡ እንዲያሰኝ ፡ አስተውል ። ፪ኛም ፡ በግስ ፡ አርእስት ፡ ቀቲል ፡ ብሎ ፡ ቀቲሎት ፡ በማለት ፡ ፈንታ ፡ ቀቲን ፡ ጕርዶ ፡ ሎት ፡ ይላልና ፤ በሣልስና ፡ በሳድስ ፡ ቅጽልም ፡ ቀታሊ ፡ ብሎ ፡ (ሊት ፡ ልያን ፡ ያት ፥ ቀተልት) ፤ ቅቱል ፡ ብሎ ፡ (ላን ፡ ላት ፡ ትልት) ፡ እያለ ፡ ባንዱ ፡ የኹሉ ፡ የሚታወቅለት ፡ ስለ ፡ ኾነ ፥ አንዳንዱን ፡ ብቻ ፡ ይፈታል ። ንባቡም ፡ ፍችውም ፡ በከፊል ፡ በውጥን ፡ መጣፉ ፡ ነገር ፡ ለማሳጠር ፡ ነውና ፥ እንዳትሳሳት ፡ ተጠንቀቅ ።

የፊደላትና ፡ የቃላት ፡ ሞክሼ ፡ በያንዳንዱ ፡ መሥመር ፡ ተከታትሎ ፡ መረና ፡ ተመሪ ፡ እየኾነ ፥ መሪው ፡ አለገንዘቡ ፡ ተመሪው ፡ በየገንዘቡ ፡ ተጥፎ ፡ ልዩ ፡ ልዩነቱን ፡ ያስረዳል ።

ለ ሐ መ ሠ ረ ሰ ሸ ቀ በ ተ ቸ ኀ ነ ኘ አ ከ ኸ ወ ዐ ዘ ዠ የ ደ ጀ ገ ጠ ጨ ጰ ጸ ፀ ፈ ፐ

ISBN 978-99944-77-23-4
9 789994 477234 >

Printed in Great Britain
by Amazon

22017123R00115